निग्रह

उत्कट आवड आणि जिद्दीचे सामर्थ्य

एंजला डकवर्थ

अनुवाद : संकेत लाड

MANJUL

मंजुल पब्लिशिंग हाउस

First published in India by

MANJUL

Manjul Publishing House

Corporate and Editorial Office
• 2nd Floor, Usha Preet Complex, 42 Malviya Nagar,
Bhopal 462 003 – India
Sales and Marketing Office
•C-16, Sector 3, Noida, Uttar Pradesh 201301, India
Website: www.manjulindia.com
Distribution Centres
Ahmedabad, Bengaluru, Bhopal, Kolkata, Chennai,
Hyderabad, Mumbai, New Delhi, Pune

Marathi translation of *Grit* by Angela Duckworth

This edition first published in 2024

ISBN: 978-93-5543-383-1

Marathi translation: Sanket Lad

यशासंबंधी आजवर लिहिण्यात आलेल्या सर्वांत उल्लेखनीय पुस्तकांपैकी एक

‘साक्षात्कारी... जगभरात सर्वत्र जिनिअस नसणाऱ्यांसाठी प्रेरणादायी.’ – ***पीपल***

‘पटवून देणारं आणि चित्तवेधक... प्रवृत्ती आणि चिकाटी हेच यशस्वी माणसाला इतरांपासून वेगळा ठरवतात, याची आठवण हे पुस्तक आपल्याला करून देतं.’

– **माल्कम ग्लॅडवेल,** *टिपिंग पॉइंट अँड आउटलायर्स*
या पुस्तकाचे लेखक

‘विल स्मिथ, विल्यम जेम्स, तसेच जेफ बॅझोस यांची आई यांसारख्या परस्परभिन्न स्रोतांकडून जमवण्यात आलेली, नैसर्गिकतेच्या मिथकातील हवा अथकपणे काढून टाकणारी या पुस्तकातील शिफारसपत्रे तुमच्यासोबत कायम राहतात.’ – ***दि अटलांटिक***

‘समकालीन साहित्यातील अभिजात पुस्तक... अधिक चाणाक्षपणे काम करण्याची किंवा अधिक चांगलं आयुष्य जगण्याची आशा बाळगणाऱ्या कोणाहीसाठी ‘ग्रिट’चं वाचन हे अत्यावश्यक – आणि बहुधा आयुष्य बदलवून टाकणारं आहे.’

– **डॅनिएल एच. पिंक,** *ड्राइव्ह अँड व्हेन* या पुस्तकाचे लेखक

‘यशाविषयीच्या मानसशास्त्रीय संशोधनाची चित्ताकर्षक सफर.’

– ***दि वॉल स्ट्रीट जर्नल***

‘मला हे पुस्तक – माझ्या मुलासमोर, माझ्या पतीसमोर आणि मला काळजी वाटणाऱ्या प्रत्येकासमोर मोठ्याने वाचावंसं वाटत होतं. उत्कृष्टतेपर्यंत पोहोचण्याचे शॉर्टकट नसतात, हे खरं आहे; परंतु तिथपर्यंत पोहोचण्याच्या

मार्गाचा नकाशा उपलब्ध आहे आणि तुम्ही सध्या तो हातात धरलेला आहे.'

– **अमांडा रिप्ले,** *दि स्मार्टेस्ट किड्स इन दि वर्ल्ड* या पुस्तकाच्या लेखिका

'लोकप्रिय मानसशास्त्रविषयक साहित्यातील षटकार.' – ***दि न्यू यॉर्कर***

'संपूर्णपणे भारून टाकणारं, प्रेरणादायी आणि अस्सल... तुम्ही एकदा *ग्रिट* पुस्तक हाती घेतलं, तर तुम्ही स्वतःला त्यापासून दूर करू शकणार नाही.'

– **ॲमी कडी,** हार्वर्ड बिझनेस स्कूलच्या प्राध्यापिका आणि *प्रेझेन्स* या पुस्तकाच्या लेखिका

'उत्कट आवड व चिकाटी महत्त्वाची असते, याची पुष्टी शोधणाऱ्या, तसेच या महत्त्वाच्या गुणांचे संवर्धन कसे करावे, याबाबतची प्रेरणादायी प्रतिरूपे शोधणाऱ्या पालक किंवा शिक्षकांसाठी उपयुक्त मार्गदर्शिका.'

– ***दि वॉशिंग्टन पोस्ट***

'हे पुस्तक तुमचं आयुष्य बदलून टाकेल. चित्तवेधक, काटेकोर आणि व्यवहार्य. यशाविषयीच्या साहित्यामधील अभिजात पुस्तक बनणं, हे *ग्रिटचं* विधिलिखित आहे.'

– **डॅन हीथ,** *मेड टू स्टिक, स्विच अँड डिसायसिव्ह* या पुस्तकाचे सहलेखक

'उत्कृष्टतेसाठी प्रयत्न करताना, खराखुरा निग्रह निर्माण करणाऱ्या गुणांइतका महत्त्वाचा अन्य कोणताही गुण नाही, हे मला पटलं आहे... या पुस्तकाने मला जितका आनंद दिला, तितकाच आनंद तुम्हालाही या पुस्तकातून मिळेल, अशी मी आशा करतो.'

– **ब्रॅड स्टिव्हन्स,** 'बोस्टन सेल्टिक्स' संघाचे प्रशिक्षक

'जोरकस आणि गुंतवून ठेवणारे पुस्तक... या पुस्तकामध्ये मुलांना निग्रही बनवण्यासंबंधीचा खिळवून ठेवणारा विभाग समाविष्ट आहे.'

– ***टोरॉंटो स्टार***

‘उद्‌बोधक... जीवनातील उंच शिखरे ही नैसर्गिकरीत्या चतुर लोकांकडून नाही, तर दीर्घकाळ तग धरण्याची, वादळ शांत होण्याची वाट पाहण्याची आणि मग पुन्हा प्रयत्न करण्याची तयारी असणाऱ्या लोकांकडूनच पादाक्रांत केली जातात, असं हे पुस्तक शिकवतं.’

– **एड व्हाएस्टर्स**, माउंट एव्हरेस्टवर सात वेळा चढाई करणारे गिर्यारोहक

‘अधिकारपूर्ण... *ग्रिट* हे पुस्तक खरोखर समजूतदार दृष्टिकोन मांडतं : आपल्याला आनंद आणि हेतू देणाऱ्या प्रयासासाठी आपण जेव्हा स्वतःला वाहून घेतो, तेव्हाच खरंखुरं यश मिळतं.’

– **एरियाना हफिंग्टन,** *हफिंग्टन पोस्टच्या* संस्थापिका आणि ‘थ्राइव्ह ग्लोबल’च्या संस्थापिका व सीईओ

‘अमूल्य... ज्ञानप्राप्तीचे अभूतपूर्व मार्ग उपलब्ध असणाऱ्या या जगामध्ये, जे त्याचा सर्वांत अनुकूलरीत्या लाभ करून घेतील, अशांच्या एका महत्त्वाच्या स्वभावगुणाचं वर्णन हे पुस्तक करतं.’

– **सॅल खान, खान अकादमीचे संस्थापक**

‘चित्तवेधक... (हे पुस्तक म्हणजे) तुम्हाला स्वतःला आणि तुमच्या मुलांना कामामध्ये आणि शाळेत अधिक प्रेरित, अधिक मनस्वी आणि अधिक जिद्दी कसं बनवता येईल, यासंबंधीच्या व्यवहार्य व्यूहरचनांचा संच आहे.’

– **पॉल टफ,** *हाऊ चिल्ड्रन सक्सिड* या पुस्तकाचे लेखक

‘कोणत्या गोष्टी यशाचा अंदाज वर्तवतात, याचा विचारपूर्वक आणि गुंतवून ठेवणारा शोध... डकवर्थ यांनी या संशोधनादरम्यान सर्वकाळ गुंफलेली त्यांची स्वतःची कथा ही अखेरीस त्यांचा सिद्धान्त सर्वोत्तमरीत्या दाखवून देते; उत्कट आवड आणि चिकाटी हे गुण निग्रह तयार करतात.’

– **टॉरी बर्च,** टॉरी बर्च ब्रँडच्या अध्यक्ष, सीईओ आणि डिझायनर

‘अजिबात शंका बाळगू नका : *ग्रिट* हे उत्कृष्ट पुस्तक आहे... या पुस्तकातून ज्यांना काहीतरी शिकायला मिळाले नाही, असे अभावानेच कोणी असतील.’

– ***सायंटिफिक अमेरिकन***

जेसनसाठी

अनुक्रमणिका

प्रस्तावना

वाढत्या वयामध्ये मी 'जिनियस' हा शब्द खूप वेळा ऐकला होता.

नेहमीच माझे वडील हा शब्द उच्चारायचे. काहीही प्रयोजन नसताना त्यांना 'तुला माहितीये, तू जिनियस नाहीयेस!' हे म्हणायला आवडत होते. ही घोषणा कधी रात्रीच्या जेवणाच्या मधेच व्हायची, कधी टीव्हीवर *दि लव्ह बोट* सुरू असताना मधे लागलेल्या जाहिरातींदरम्यान हे उद्गार निघायचे किंवा कधी ते कोचावर *वॉल स्ट्रीट जर्नलसोबत* पहुडलेले असताना हे शब्द ऐकू यायचे.

मी त्यावर काय प्रतिक्रिया देत असे, हे मला आठवत नाही. बहुधा, मी ते ऐकून न ऐकल्यासारखे करत असे.

माझ्या वडिलांचे विचार वारंवार अलौकिक बुद्धिमत्ता, गुणवत्ता आणि कोणाकडे कोणापेक्षा अधिक आहे, या गोष्टींभोवती घुटमळायचे. आपण किती चाणाक्ष व हुशार आहोत, याची त्यांना खोलवर चिंता होती. आपले कुटुंब किती चाणाक्ष व हुशार आहे, हासुद्धा त्यांच्या सखोल चिंतनाचा विषय होता.

...आणि मी एकटीच समस्याप्रधान नव्हते. माझा भाऊ आणि बहीणही 'जिनिअस' नाहीत, असे माझ्या वडिलांना वाटत होते. त्यांच्या मापदंडानुसार, आमच्यापैकी कोणीच आइनस्टाइनच्या तोडीचे नव्हते. साहजिकच, ही खूपच निराशाजनक बाब होती. हे बौद्धिक अपंगत्व शेवटी आम्ही आयुष्यात काय साध्य करणार आहोत त्याला वेसण घालेल, याची वडिलांना चिंता होती.

दोन वर्षांपूर्वीच, माझे सुदैव की, 'जिनियस ग्रांट' म्हणूनही काही वेळा ओळखली जाणारी मॅक्आर्थर फेलोशिप ही अभ्यासवृत्ती मला प्रदान करण्यात आली. तुम्ही मॅक्आर्थरसाठी अर्ज करायचा नसतो. तुम्ही तुमच्या मित्रांना किंवा सहकाऱ्यांना तुम्हाला नामांकित करण्याची विनंती करायची नसते. त्याऐवजी, तुमच्या क्षेत्रामधील उच्चतम लोकांचा समावेश असणारी एक गोपनीय समिती तुम्ही महत्त्वाचे आणि सर्जनशील, निर्मितीक्षम काम करत आहात, हे ठरवते.

ही बातमी सांगणारा अनपेक्षित कॉल जेव्हा मी घेतला, तेव्हा माझी पहिली प्रतिक्रिया कृतज्ञता आणि आश्चर्याची होती. त्यानंतर, माझे विचार माझ्या वडिलांकडे आणि त्यांनी निष्काळजीपणे माझ्या बौद्धिक संभाव्यतेच्या केलेल्या निदानाकडे वळले. ते चुकीचे नव्हते; माझ्या सहकारी मानसशास्त्रज्ञांपेक्षा मी खूपच जास्त हुशार असल्यामुळे मला मॅक्आर्थर अभ्यासवृत्ती मिळाली नव्हती. त्याउलट, माझ्या वडिलांकडे चुकीच्या प्रश्नाचे ('ती जिनियस आहे का?') बरोबर उत्तर ('नाही, ती नाहीये') होते.

मॅक्आर्थर अभ्यासवृत्तीसंबंधी आलेला कॉल आणि त्याची औपचारिक घोषणा यामध्ये सुमारे महिन्याभराचा कालावधी होता. माझ्या पतीशिवाय, अन्य कोणासही ही गोष्ट सांगण्याची मला परवानगी नव्हती, त्यामुळे मला परिस्थितीच्या विरोधाभासावर विचार करण्यासाठी वेळ मिळाला. 'तू जिनियस नाहीस,' असे वारंवार सांगण्यात आलेल्या मुलीने जिनिअस असल्याबद्दलचा पुरस्कार जिंकला. तो पुरस्कार तिला मिळाला. कारण, आपण शेवटी जे काही मिळवतो, ते बहुधा आपल्या उपजत गुणवत्तेपेक्षा अधिक आपली आवड, मनस्विता आणि जिद्द यांवर अवलंबून असते, हे तिला उमगले. तोपर्यंत तिने काही अतिशय कठीण शिक्षणसंस्थांमधून पदव्या मिळवल्या असल्या, तरी तिसऱ्या इयत्तेत असताना निवडक आणि हुशार विद्यार्थ्यांसाठी असणाऱ्या कार्यक्रमामध्ये समाविष्ट होण्याकरिता तिला चाचणीत पुरेसे उच्च गुण मिळवता आले नव्हते. तिचे पालक चिनी वंशाचे स्थलांतरित होते. मात्र तिला 'परिश्रमांची मोक्षप्राप्ती' या विषयावर एकही भाषण देण्यात आले नव्हते. त्याउप्पर, साचेबद्धतेला छेद देत, तिला पियानो किंवा व्हायोलिनवर एकही सुरावट वाजवता येत नव्हती.

ज्या सकाळी मॅक्आर्थर शिष्यवृत्ती जाहीर झाली, त्या दिवशी मी चालत माझ्या आई-वडिलांच्या घरी गेले. माझ्या आई-वडिलांनी अगोदरच ती बातमी ऐकली होती आणि लागलीच एकापाठोपाठ एक अभिनंदनाचे कॉल करणाऱ्या बऱ्याच 'काकू-मावशीं'पर्यंतही ती बातमी पोहोचली होती. अखेर, जेव्हा फोन वाजायचा थांबला, तेव्हा माझे वडील माझ्याजवळ आले आणि म्हणाले, ''मला तुझा अभिमान वाटतो.''

त्यावर प्रतिक्रिया म्हणून माझ्याकडे बोलण्यासारखे खूप काही होती. मात्र त्याऐवजी मी फक्त ''थँक्यू, डॅड,'' इतकंच म्हणाले.

आता भूतकाळ उगाळण्यात काही अर्थ नव्हता. किंबहुना, त्यांना माझा अभिमान वाटतो, हे मला माहीत होते.

तरीही, माझं एक मन मी लहान मुलगी होते, तोपर्यंतच्या काळात मागे जाऊ इच्छित होतं. मला आता जे माहीत आहे, ते मला त्यांना सांगायचं होतं.

मला सांगायचं होतं, ''बाबा, तुम्ही म्हणायचा की, मी बुद्धिमान, जिनियस नाहीये. मी त्यावर वाद घालणार नाही. माझ्यापेक्षा हुशार असणाऱ्या भरपूर लोकांना तुम्ही ओळखता.'' ते आपली मान सौम्य सहमतीने डोलावत असल्याची कल्पना मी करू शकते.

''पण, मला तुम्हाला काहीतरी सांगायचंय. मी मोठी होऊन माझ्या कामावर तितकंच प्रेम करणार आहे, जितकं तुम्ही तुमच्या कामावर करता. माझ्याकडे केवळ काम असणार नाही, तर ती माझी ओढ असेल. मी दररोज स्वतःला नवे आव्हान देईन. मी जेव्हा पडेन, तेव्हा मी पुन्हा उभी राहेन. मी एखाद्या खोलीतली सर्वांत हुशार, बुद्धिमान व्यक्ती असणार नाही कदाचित; परंतु मी सर्वांत निग्रही बनण्यासाठी प्रयत्न करेन.''

आणि जर अद्यापही ते माझं ऐकत असतील, तर मी सांगेन, ''बाबा, दीर्घकाळामध्ये निग्रह हा गुणवत्तेपेक्षा अधिक महत्त्वाचा ठरू शकतो.''

इतकी सारी वर्षं लोटल्यानंतर, माझा मुद्दा सिद्ध करण्यासाठी माझ्याकडे शास्त्रीय पुरावा आहे. त्याउप्पर, निग्रह हा बदलू शकणारा, निश्चित नसणारा घटक असल्याचे मला माहीत असून, तो कसा वाढवावा, याविषयी संशोधनातून मिळालेली मर्मदृष्टीही माझ्याकडे आहे.

मी निग्रहाविषयी जे काही शिकले आहे, त्या सर्वांचा सारांश म्हणजे हे पुस्तक आहे.

मी हे पुस्तक लिहून संपवले, तेव्हा मी माझ्या वडिलांना भेटायला गेले होते. त्यानंतरच्या काही दिवसांमध्ये, एक एक प्रकरण असे करत प्रत्येक ओळ मी त्यांना वाचून दाखवली. ते मागील दशकभरापासून कंपवाताच्या आजाराशी झुंज देत आहेत, तरीही ते लक्षपूर्वक ऐकत असल्यासारखे वाटत होते आणि जेव्हा माझे वाचून संपले, तेव्हा त्यांनी माझ्याकडे पाहिलं. आमच्यामध्ये अनंतकाळ ओसरल्यासारखा भासला आणि मग त्यांनी मान डोलावली आणि त्यानंतर, त्यांच्या चेहऱ्यावर स्मित झळकलं.

भाग १

निग्रह म्हणजे काय आणि तो का महत्त्वाचा आहे?

प्रकरण १

असावे सादर

वेस्ट पॉइंट येथील 'युनायटेड स्टेट्स मिलिटरी अकादमी'च्या आवारात तुम्ही विद्यार्थी म्हणून पाऊल ठेवता, तेव्हाच तुम्ही ते कमावलेलं असतं.

वेस्ट पॉइंटसाठीची प्रवेशप्रक्रिया ही किमानपक्षी. बहुतांश निवडक विद्यापीठांसाठीच्या प्रवेशप्रक्रियेइतकीच कठीण असते. सॅट (SAT) आणि ॲक्ट (ACT) या परीक्षांमधील उच्चतम गुण आणि हायस्कूलमधील उत्कृष्ट श्रेणी हे तर अनिवार्यच असतात; परंतु तुम्ही जेव्हा हार्वर्डसाठी अर्ज करता, तेव्हा तुम्हाला अकराव्या इयत्तेतच तुमच्या अर्जप्रक्रियेला सुरुवात करण्याची गरज नसते आणि त्याचप्रमाणे काँग्रेस प्रतिनिधी, सिनेटर किंवा अमेरिकेच्या उपाध्यक्षांकडून नामांकन मिळवणेही गरजेचे नसते. त्याजोडीला, धावणे, पुश-अप्स, सिट-अप्स आणि पुल-अप्स आदींचा समावेश असलेल्या शारीरिक तंदुरुस्ती चाचणीमध्येही अत्युत्तम गुण मिळवावे लागत नाहीत.

दरवर्षी, हायस्कूलच्या ज्युनियर वर्षामध्ये १४,०००पेक्षा अधिक अर्जदार या प्रवेशप्रक्रियेची सुरुवात करतात. यामधून आवश्यक नामांकन मिळवण्यात यशस्वी झालेल्या केवळ ४,००० जणांना पाखडण्यात येते. त्यांपैकी, अर्ध्याहून थोडेसे अधिक - म्हणजे जवळपास २,५०० जण हे वेस्ट पॉइंटच्या कठोर शैक्षणिक आणि शारीरिक मानकांवर खरे उतरतात आणि त्यांमधून १,२०० जणांच्या निवडक गटास प्रवेश देऊन अकादमीत दाखल करून घेण्यात येते. वेस्ट पॉइंटमध्ये दाखल होणारे जवळपास सर्वच पुरुष व स्त्रिया या विद्यापीठ स्तरावरील खेळाडू असतात; त्यांच्यापैकी बरेच जण संघांचे कर्णधारही असतात.

...आणि तरीही, यातील सरासरी पाचपैकी एक जण पदवी मिळवण्यापूर्वीच तिथून बाहेर पडतो. यापेक्षाही लक्षणीय बाब म्हणजे बाहेर पडणाऱ्यांचा मोठा समूह हा अगदी पहिल्या उन्हाळी सत्रामध्येच, सात आठवड्यांच्या खडतर

प्रशिक्षण कार्यक्रमादरम्यान सोडून जातो, असा इतिहास आहे. अगदी अकादमीच्या औपचारिक साहित्यामध्येही या कार्यक्रमाचे नाव 'बिस्ट बॅरेक्स' असे आहे किंवा संक्षिप्त रूपात फक्त 'बिस्ट.'

या ठिकाणी प्रवेश मिळवण्याच्या प्रयत्नात दोन वर्षे खर्ची घालून पहिल्या दोन आठवड्यांमध्येच बाहेर कोण पडतं?

पण पुन्हा, हे दोन महिने काही साधेसुधे नसतात. वेस्ट पॉइंटच्या नवोदित कॅडेट्ससाठीच्या हस्तपुस्तिकेमध्ये बिस्टचे वर्णन, 'वेस्ट पॉइंटमधील तुमच्या चार वर्षांमध्ये शारीरिक आणि मानसिकदृष्ट्या सर्वांत आव्हानात्मक असणारा... नवख्या छात्रसैनिकांपासून ते सैनिकापर्यंतच्या तुमच्या स्थित्यंतरास साहाय्यक ठरण्यासाठी तयार करण्यात आलेला भाग' असे करण्यात आले आहे.

बिस्ट बॅरेक्समधील सर्वसाधारण दिवस

पहाटे ५.०० वाजता	जागे होणे
५.३०	एकत्र जमण्याची सूचना
५.३० ते ६.५५	शारीरिक प्रशिक्षण
६.५५ ते ७.२५	वैयक्तिक निगा
७.३० ते ८.१५	नाश्ता
८.३० ते १२.४५	प्रशिक्षण/वर्ग
१.०० ते १.४५	दुपारचे भोजन
२.०० ते ३.४५	प्रशिक्षण/वर्ग
४.०० ते ५.३०	नियोजित मैदानी खेळ
५.३० ते ५.५५	वैयक्तिक निगा
६.०० ते ६.४५	रात्रीचे भोजन
७.०० ते ९.००	प्रशिक्षण/वर्ग
९.०० ते १०.००	कमांडरचा वेळ
रात्री १०.०० वाजता	झोपण्याची सूचना

दिवस पहाटे ५.०० वाजता सुरू होतो. पहाटे ५.३०पर्यंत कॅडेट व्यवस्थित रांगांमध्ये, सावधान उभे राहून, अमेरिकन ध्वजाचे आरोहण करून त्याला मानवंदना देत असतात. त्यानंतर, सुरू होतात खडतर व्यायाम – धावणे किंवा कॅलिस्थेनिक्स (विविध व्यायामप्रकारांचे मिश्रण) – त्यानंतर, अविरत संचलनाची आवर्तने, वर्गांमधील सूचना, शस्त्रांचे प्रशिक्षण आणि मैदानी खेळ. रात्री १० वाजता 'टॅप्स' म्हणून

ओळखली जाणारी खिन्न गीताची धून वाजते, तेव्हा दिवे बंद होतात आणि दुसऱ्या दिवशी पुन्हा हाच दिनक्रम नव्याने सुरू होतो. हा, आणखी एक सांगण्यासारखी गोष्ट म्हणजे आठवड्याच्या अखेरीस सुट्ट्या नसतात, जेवणाव्यतिरिक्त अन्य विश्रांतीच्या वेळा नसतात आणि वेस्ट पॉइंटच्या बाहेरील कुटुंबीय व मित्रपरिवाराशी जवळपास काहीच संपर्क नसतो.

एका कॅडेटने 'बिस्ट'चे वर्णन पुढीलप्रमाणे केले आहे : 'मानसिक, शारीरिक, लष्करी आणि सामाजिक प्रगती शक्य आहे, अशा प्रत्येक क्षेत्रामध्ये तुम्हाला विविध मार्गांनी आव्हान दिले जाते. ही व्यवस्था तुमच्या कमकुवत बाजू शोधून काढेल; पण हाच तर मुद्दा आहे – वेस्ट पॉइंट तुम्हाला कणखर बनवते.'

मग, बिस्ट कार्यक्रम पार करतं तरी कोण?

२००४ साल होते आणि मी मानसशास्त्रातील पदवी शिक्षणाच्या दुसऱ्या वर्षात शिकत होते, तेव्हा मी त्या प्रश्नाचे उत्तर शोधण्यास सुरुवात केली; परंतु अमेरिकन लष्कर बऱ्याच दशकांपासून नेमके हेच विचारत आले आहे. किंबहुना, १९५५मध्ये – म्हणजे मी या कोड्यावर कामास सुरुवात करण्यापूर्वी जवळपास ५० वर्षे जेरी कॅगन नावाच्या तरुण मानसशास्त्रज्ञाला लष्करामध्ये पाचारण करण्यात आले, त्याला वेस्ट पॉइंट येथे हजर राहण्याचे आदेश देण्यात आले आणि कोण थांबणार आहे व कोण सोडून जाणार आहे, हे ओळखण्याच्या उद्देशाने नव्या कॅडेट्सची चाचणी करण्याची कामगिरी त्याच्यावर सोपवण्यात आली. योगायोगाची बाब म्हणजे जेरी हे केवळ वेस्ट पॉइंटमधून बाहेर पडणाऱ्यांचा अभ्यास करणारे पहिले मानसशास्त्रज्ञच नव्हते, तर मी महाविद्यालयात शिकत असताना मला भेटलेले पहिले मानसशास्त्रज्ञही होते. त्यानंतर, मी दोन वर्षांसाठी त्यांच्या प्रयोगशाळेमध्ये अर्धवेळ काम केले.

जेरी यांनी वर्णन केल्याप्रमाणे, वेस्ट पॉइंट येथे सुरुवातीच्या टप्प्यातील गहू पाखडण्याचे म्हणजेच संमिश्र गटातून विशिष्ट विद्यार्थी वेगळे काढण्याचे प्रयत्न लक्षणीयरीत्या अयशस्वी ठरले. विशेषतः, कॅडेटना विविध चित्रं असणारी पत्रं दाखवून त्यांना साजेशी कथा त्या युवकांना तयार करण्यास सांगण्यात शेकडो तास खर्च केल्याचे जेरी यांना आठवत होते. मनात खोलवर दडलेले, नेणिवेतील उद्देश शोधण्यासाठी ही चाचणी होती आणि जे कॅडेट्स परिकल्पनेमध्ये सत्कार्य आणि धाडसी कामगिरी पाहू शकतात, ते बाहेर पडण्याऐवजी येथे पदवीशिक्षण पूर्ण करणारे असायला हवेत, अशी ही सर्वसाधारण संकल्पना होती. तत्त्वतः खूप चांगल्या वाटणाऱ्या अनेक विचार व संकल्पनांप्रमाणेच ही संकल्पनाही प्रत्यक्षात फारशी

उपयुक्त ठरली नव्हती. छात्रसैनिकांनी सांगितलेल्या कथा रंगतदार आणि ऐकायला मजेशीर होत्या; परंतु या कॅडेट्सनी त्यांच्या वास्तविक जीवनामध्ये घेतलेल्या निर्णयांशी त्यांचा काडीमात्र संबध नव्हता.

तेव्हापासून मानसशास्त्रज्ञांच्या काही पिढ्यांनी या झीज होण्याबाबतच्या मुद्यासाठी स्वतःला वाहून घेतले आहे; परंतु काही सर्वांत आश्वासक कॅडेट्स नियमितपणे त्यांचे प्रशिक्षण अगदी सुरू होताच का सोडून देतात, याबाबत निश्चितपणे एकही संशोधक सांगू शकलेला नाही.

बिस्टविषयी ऐकल्यानंतर, अल्पावधीतच मी माइक मॅथ्यूज यांच्या कार्यालयामध्ये पोहोचले. मॅथ्यूज हे लष्कर मानसशास्त्रज्ञ असून, ते बरीच वर्षे वेस्ट पॉइंट येथील शिक्षकवृंदातील एक सदस्यही राहिले आहेत. वेस्ट पॉइंटच्या प्रवेश प्रक्रियेदरम्यान, तिथे संभाव्यतः उत्कर्ष होणारे पुरुष व स्त्री उमेदवार यशस्वीरीत्या ओळखले जात असल्याचे माइक यांनी स्पष्ट केले. विशेषतः, प्रवेश प्रक्रियेमध्ये सहभागी असणारा कर्मचारी वर्ग प्रत्येक अर्जदाराचे 'व्होल कँडिडेट स्कोअर' या नावाने ओळखले जाणारे गुणांचे गणित मांडतो. हा व्होल कँडिडेट स्कोअर म्हणजे अर्जदाराचे सॅट व ॲक्ट परीक्षांमधील गुण, अर्जदाराच्या पदवीच्या वर्गामधील विद्यार्थीसंख्येच्या तुलनेत त्याने मिळवलेला क्रमांक, त्यांच्या नेतृत्वगुणांचे तज्ज्ञांद्वारे होणारे मूल्यांकन आणि शारीरिक सुदृढतेचे वस्तुनिष्ठ मापन या सर्वांची घटकनिहाय सरासरी असते.

वेस्ट पॉइंटच्या चार वर्षांच्या अभ्यासक्रमाच्या विविधस्तरीय काठिण्यासाठी अर्जदारामध्ये कितपत गुणवत्ता आहे, याचा सर्वोत्तम अंदाज म्हणून तुम्ही 'व्होल कँडिडेट स्कोअर'चा विचार करू शकता. अन्य शब्दांत सांगायचे, तर हे गुण म्हणजे लष्करामध्ये नेतृत्व करण्यासाठी आवश्यक असणाऱ्या बऱ्याच कौशल्यांमध्ये कॅडेट किती सहजपणे नैपुण्य मिळवेल, याचा अंदाज असतात.

'व्होल कँडिडेट स्कोअर' हा वेस्ट पॉइंटमध्ये प्रवेश मिळवण्याचा एकटा सर्वांत महत्त्वाचा घटक असतो आणि तरीही 'बिस्ट' कार्यक्रम कोण पार करेल, याचा खात्रीशीर अंदाज त्यावरून बांधता येत नव्हता. किंबहुना, ज्या उमेदवारांचा 'व्होल कँडिडेट स्कोअर' सर्वांत जास्त आहे, तेसुद्धा या कार्यक्रमादरम्यान बाहेर पडण्याची शक्यता ही सर्वांत कमी 'व्होल कँडिडेट स्कोअर' असणाऱ्या उमेदवारांइतकीच होती आणि म्हणूनच माइक यांची दारे माझ्यासाठी खुली होती.

तरुणपणी स्वतः हवाईदलामध्ये भरती होण्याचा अनुभव गाठीशी असल्याने माइक यांच्याकडे या कोड्याचे काही धागेदोरे होते. त्यांच्या भरतीवेळी सुरुवातीच्या प्रशिक्षणाची काठिण्यपातळी ही वेस्ट पॉइंटच्या कार्यक्रमाइतकी भयानक नसली, तरी त्यांमध्ये काही लक्षणीय साधर्म्य होते. सध्या अवगत असणाऱ्या कौशल्यांच्या मर्यादा ओलांडण्याची आव्हाने ही सर्वांत महत्त्वाची होती. माइक आणि त्यांच्यासह

भरती झालेल्या इतरांना आयुष्यात प्रथमच, दर तासागणिक त्यांना आजवर न येणाऱ्या गोष्टी करण्यास सांगितले जात होते. ''अवघ्या दोन आठवड्यांमध्येच, मी थकलो होतो, एकाकी पडलो होतो, निराश झालो होतो आणि हे सोडून देण्याच्या तयारीत होतो - माझे सर्व वर्गमित्रही याच स्थितीत होते,'' अशी आठवण माइक सांगतात.

काही जण तर सोडूनही गेले; पण माइक गेले नाहीत.

आलेल्या परिस्थितीला तोंड देण्याचा गुणवत्तेशी जवळपास काहीही संबंध नव्हता, हे माइक यांना तिथे उमजले. जे प्रशिक्षणातून बाहेर पडले होते, त्यांनी क्वचितच क्षमतेच्या अभावापोटी तसे केले होते. त्याऐवजी, 'कधीही हार न मानणे' हा दृष्टिकोन महत्त्वाचा ठरला, असे माइक म्हणाले.

त्या काळादरम्यान, आव्हानांपुढे प्रयत्न न सोडता तग धरण्याच्या या पवित्र्याबाबत माझ्याशी बोलणारे माइक मॅथ्यूज् हे केवळ एकटेच नव्हते. यशाच्या मानसशास्त्राचा शोध घेण्यास नुकतीच सुरुवात करणारी एक पदवीची विद्यार्थिनी म्हणून मी उद्योग, कला, क्रीडा, पत्रकारिता, शिक्षण, वैद्यकशास्त्र आणि कायदा या क्षेत्रांमधील अग्रणींच्या मुलाखती घेत होते : *तुमच्या क्षेत्रामध्ये सर्वोच्च स्थानी असणारे लोक कोण आहेत? ते कशा प्रकारचे आहेत? ते का विशेष आहेत, असे तुम्हाला वाटते?*

या मुलाखतींदरम्यान समोर आलेली काही वैशिष्ट्ये ही अतिशय क्षेत्र-विशिष्ट होती. उदाहरणार्थ, बऱ्याच उद्योजकांनी वित्तीय धोके पत्करण्याची भूक असल्याचा उल्लेख केला : तुम्हाला लक्षावधी डॉलर्सविषयीचे हिशेबी निर्णय घेता आले पाहिजेत आणि तरीही रात्री झोप लागली पाहिजे; परंतु हा मुद्दा कलावंतांसाठी पूर्णपणे असंबद्ध वाटत होता आणि ते निर्मितीची तीव्र इच्छा असण्याचा उल्लेख करत होते : ''मला गोष्टी बनवायला आवडतात. का, ते मला माहीत नाही; पण मला आवडतं.'' त्याउलट, खेळाडू वेगळ्या प्रकारच्या प्रेरणेचा, विजयाच्या थराराने उत्पन्न होणाऱ्या प्रेरणेचा उल्लेख करायचे : ''विजेत्यांना इतर लोकांशी सामना करायला आवडतं. विजेत्यांना हरायला आवडत नाही.''

या विशिष्ट तपशिलांबरोबरच, काही ठरावीक साम्यस्थळेही समोर आली आणि त्यांनीच माझे सर्वाधिक लक्ष वेधून घेतले. क्षेत्र कोणतेही असो, बहुतांश यशस्वी लोक हे सुदैवी आणि गुणवान होते. मी ते यापूर्वीही ऐकले होते आणि मला त्याविषयी साशंकता नव्हती.

परंतु यशाची कथा तिथेच संपत नव्हती. मी ज्यांच्याशी बोलले, त्यांपैकी बऱ्याच लोकांना अशा काही उदयोन्मुख ताऱ्यांच्या कथा आठवत होत्या, ज्यांनी

सर्वांनाच आश्चर्याचा धक्का देत, स्वतःच्या खऱ्या क्षमतेची जाणीव होण्यापूर्वीच ते क्षेत्र सोडून दिले होते किंवा त्यांचा रस संपून गेला होता.

उघडपणे, अपयशानंतरही चालत राहणे हे अतिशय महत्त्वाचे होते – आणि सोपे तर अजिबातच नव्हते : ''गोष्टी जेव्हा अनुकूल असतात, तेव्हा काही लोक खूप चांगली कामगिरी करत असतात; परंतु गोष्टी तितक्याशा चांगल्या नसतील, तर त्यांची गाडी रुळांवरून घसरते.'' या मुलाखतींमध्ये वर्णन करण्यात आलेले, उच्चप्रतीचे यश मिळवणारे लोक हे खरंच कठीण परिस्थितीत तग धरून राहिले होते: ''एक जण होता, तो खरंतर सुरुवातीला सर्वोत्तम लेखक वगैरे नव्हता. माझ्या म्हणण्याचा अर्थ, आम्ही त्याच्या कथा वाचायचो आणि हसायचो, कारण त्याचं लेखन खूप अस्ताव्यस्त, गोंधळलेलं आणि अतिरंजित होतं; परंतु कालपरत्वे तो अधिकाधिक चांगलं लिहीत गेला आणि मागील वर्षी त्याने गुगेनहेम पुरस्कार जिंकला.'' आणि हे लोक सातत्याने सुधारणा करण्यासाठी प्रेरित होते : ''ती कधीच समाधानी होत नाही. तुम्हाला वाटतं की, ती आतापर्यंत समाधानी झाली असेल; परंतु ती स्वतःची सर्वांत कठोर टीकाकार आहे.'' मोठे कर्तृत्ववान लोक हे जिद्द व चिकाटीचे सर्वोत्तम उदाहरण होते.

मोठे कर्तृत्ववान लोक हे त्यांच्या लक्ष्याचा पाठलाग करण्याबाबत इतके चिवट का होते? बहुतांश बाबतींत, कोणतीही वास्तववादी अपेक्षा ही कधीच त्यांच्या महत्त्वाकांक्षेची बरोबरी करणारी नसायची. त्यांच्या स्वतःच्या नजरेत, ते कधीच पुरेसे चांगले नव्हते. ते आत्मसंतुष्टतेच्या उलट होते आणि तरीही अगदी वास्तविक अर्थाने, ते असमाधानी राहण्यात समाधानी होते. प्रत्येक जण अनन्यसाधारण आवड आणि महत्त्व असलेल्या कशाचा तरी पाठलाग करत होता आणि हा पाठलागसुद्धा त्या लक्ष्याइतकेच समाधान देणारा होता. त्यांना कराव्या लागलेल्या काही गोष्टी या जरी कंटाळवाण्या किंवा निराशाजनक किंवा अगदी वेदनादायी असल्या, तरी त्यांनी स्वप्नातही प्रयत्न सोडून देण्याचा विचार केला नव्हता. त्यांची आवड, तळमळ, उत्कटता टिकून राहिली होती.

एकूणात सांगायचे तर क्षेत्र कोणतेही असो, मोठे यश मिळवणाऱ्यांमध्ये एक प्रकारचा भयंकर निर्धार होता आणि तो दोन पद्धतींनी काम करत असे. पहिले म्हणजे हे उदाहरण ठरणारे लोक असामान्यरीत्या लवचीक आणि मेहेनती होते. दुसरे म्हणजे आपल्याला नेमके काय हवे आहे, हे खूप खोलवर त्यांना उमजले होते. त्यांच्याकडे केवळ निर्धारच नव्हता, तर दिशाही होती.

आवड आणि जिद्द, चिकाटी यांच्या या मिश्रणानेच या उच्च कर्तृत्ववान लोकांना विशेष बनवले होते. एका शब्दात सांगायचे, तर त्यांच्याकडे निग्रह होता.

स्पर्श न करता येणारे असे हे काहीतरी मोजायचे कसे? हा माझ्यासाठी एक प्रश्नच बनला. लष्करी मानसशास्त्रज्ञांना दशकानुदशके ज्याचे मोजमाप करणे जमलेले नव्हते, असे काहीतरी? मी मुलाखती घेतलेल्या त्या अतिशय यशस्वी लोकांनी, जी गोष्ट त्यांना पाहताक्षणी ओळखता येऊ शकते, असे सांगितले होते; परंतु तिची थेट चाचणी कशी करावी, याचा विचार ते करू शकत नव्हते, असे काहीतरी?

मी बैठक मारली आणि माझ्या मुलाखतीची टिपणे पाहू लागले आणि निग्रह असणे म्हणजे नेमके काय, यासंबंधीची वर्णने मिळवणारे प्रश्न, काही वेळा तर शब्दशः जसेच्या तसे प्रश्न लिहायला मी सुरुवात केली.

यांपैकी अर्धे प्रश्न हे जिद्द, चिकाटीविषयीचे होते. ''एका महत्त्वाच्या आव्हानावर विजय मिळवण्यासाठी मी पिछेहाट होऊनही पुन्हा उभा राहिलो'' आणि ''मी जे काही सुरू करतो, ते संपवतोच,'' यांसारख्या विधानांशी तुम्ही कितपत सहमत आहात, अशी विचारणा ते प्रश्न करत होते.

उर्वरित अर्धे प्रश्न हे उत्कट आवडीविषयी, मनस्वितेविषयी होते. ''तुमच्या आवडीनिवडी वर्षागणिक बदलतात का?'' आणि ''तुम्ही अल्पकाळासाठी विशिष्ट संकल्पना किंवा प्रकल्प, उपक्रमाने झपाटलेले असता; परंतु नंतर तुमचा त्यातला रस निघून जातो, असे किती प्रमाणात होते?'' इत्यादी विचारणा या प्रश्नांद्वारे करण्यात आली होती.

यातून पुढे आली 'ग्रिट स्केल' म्हणजेच निग्रहाची पातळी – एक अशी चाचणी जी जर प्रामाणिकपणे दिली, तर तुम्ही किती निग्रहाने तुमच्या आयुष्याला सामोरे जाता, याचे प्रमाण ती मोजू शकते.

जुलै, २००४मध्ये बिस्ट कार्यक्रमाच्या दुसऱ्याच दिवशी, वेस्ट पॉइंटमधील १२१८ कॅडेट्स हे ग्रिट स्केल चाचणी देण्यासाठी बसले होते.

आदल्याच दिवशी, या कॅडेट्सना त्यांच्या आई-वडिलांना अलविदा करावा लागला होता (या निरोपसमारंभासाठी वेस्ट पॉइंटतर्फे बरोबर ९० सेकंद इतकाच वेळ दिला जातो), कॅडेट्सना (फक्त पुरुषांना) त्यांच्या डोक्याचा चकोट करून घ्यावा लागला होता, त्यांचे नेहमीचे कपडे बदलून वेस्ट पॉइंटचा तो प्रसिद्ध राखाडी व पांढरा गणवेश चढवावा लागला होता आणि त्यांना त्यांचे फुटलॉकर्स, तसेच हेल्मेट्स आणि इतर साहित्य देण्यात आले होते. रांगेत कसे उभे राहायचे, हे अगोदरच आपल्याला माहीत आहे, असे जर त्यांना चुकून वाटले असेल, तर तो समज खोटा ठरवत चौथ्या वर्षातील कॅडेट्सनी त्यांना योग्य पद्धतीने रांगेत उभे राहण्याविषयी सूचना केल्या होत्या ('माझ्या रांगेत समोर या! पुढे नाही, मागे नाही, बाजूला नाही, माझ्या रांगेत समोर या!').

सुरुवातीला त्यांचे ग्रिट चाचणीतील गुण आणि त्यांचा नैसर्गिक कल हे किती मिळतेजुळते आहेत, हे पाहण्याचा मी प्रयत्न केला आणि 'अहो, आश्चर्यम्!' प्रवेशप्रक्रियेदरम्यान इतक्या महत्प्रयासाने मूल्यमापन करण्यात आलेल्या त्यांच्या 'व्होल कँडिडेट स्कोअर'चा आणि त्यांच्या ग्रिट गुणांचा अर्थाअर्थी काहीही संबंध नव्हता. अन्य शब्दांत सांगायचे, तर उमेदवार किती गुणवत्तापूर्ण आहे, यामध्ये निग्रहाविषयी काहीच सांगण्यात आले नव्हते आणि हेच विधान उलटपक्षीही खरे होते.

निग्रह आणि गुणवत्ता यांच्यातील हे विभाजन हवाईदलाच्या प्रशिक्षणावेळी माइक यांनी नोंदवलेल्या निरीक्षणांमध्येही कायम होते; परंतु मला जेव्हा पहिल्यांदा या बाबी आढळून आल्या, तेव्हा मला खरोखर आश्चर्याचा धक्का बसला. शेवटी, हुशार व गुणवान छात्रसैनिकांनी टिकून का राहू नये? तार्किकदृष्ट्या, गुणवान व्यक्तीने तळ ठोकून राहायला हवे आणि अधिक प्रयत्न करायला हवा, कारण जेव्हा ते काही करतात, तेव्हा ते विलक्षणरीत्या चांगलेच करतात. उदाहरणार्थ, वेस्ट पॉइंटमध्ये, बिस्ट कार्यक्रमामधून शेवटी यशस्वीरीत्या तरून जाणाऱ्या कॅडेट्सबाबत, 'व्होल कँडिडेट स्कोअर' हा वेस्ट पॉइंटतर्फे मोजल्या जाणाऱ्या प्रत्येक मापकाचा अनोखा भाकीतकार आहे. केवळ शैक्षणिक श्रेणीच नाही, तर लष्करी आणि शारीरिक सुदृढतेच्या गुणांचा अंदाजही या स्कोअरद्वारे वर्तवला जातो.

त्यामुळे हे खरोखरच आश्चर्यकारक आहे की, गुणवत्ता ही निग्रहाची खात्री देत नाही. असे का होते, याच्या कारणांशा शोध आपण या पुस्तकामध्ये घेणार आहोत.

बिस्ट कार्यक्रमाच्या अखेरच्या दिवशी, एकाहत्तर कॅडेट्स बाहेर पडले होते.

कोणी हा कार्यक्रम पूर्ण केला आणि कोणी केला नाही, याचा 'निग्रह' हा विस्मयकारकरीत्या विश्वासार्ह भाकीतकार ठरला होता.

पुढील वर्षी, मी पुन्हा वेस्ट पॉइंटमध्ये हाच अभ्यास करण्यासाठी परतले. या वेळी, बिस्ट कार्यक्रमातून बासष्ठ छात्रसैनिक बाहेर पडले आणि पुन्हा कोण थांबेल याचा अंदाज निग्रहाद्वारे बांधण्यात आला.

त्याउलट, थांबणाऱ्या आणि सोडून जाणाऱ्या कॅडेट्सचा व्होल कँडिडेट स्कोअर हा फारसा फरक करण्याजोगा नव्हता. हे गुण मोजले जातानाच्या एकेका घटकावर मी बारकाईने लक्ष दिले. पुन्हा कोणतेही फरक आढळले नाहीत.

मग, बिस्टमध्ये तग धरून राहण्यासाठी काय महत्त्वाचे ठरते?

ना तुमचे 'सॅट'मधील गुण, ना तुमचा हायस्कूलमधील क्रमांक, ना तुमचा नेतृत्वाचा अनुभव आणि ना तुमची खेळाडू म्हणून क्षमता.

तुमचा व्होल कँडिडेट स्कोअरही महत्त्वाचा ठरत नाही.
महत्त्वाचा ठरतो, तो तुमचा निग्रह.

वेस्ट पॉइंटबाहेरही निग्रह महत्त्वाचा ठरतो का? याचे उत्तर शोधण्यासाठी, बऱ्याच लोकांनी प्रयत्न सोडून देण्याइतक्या आव्हानात्मक असणाऱ्या अन्य परिस्थितींचा शोध मी घेतला. फक्त बिस्ट कार्यक्रमातील कष्टांसाठीच निग्रह लागतो की, सर्वसामान्यतः लोकांना त्यांच्या कटिबद्धतेशी चिकटून राहण्याकरिता निग्रहाची मदत होते, हे मला जाणून घ्यायचे होते.

मी निग्रहाच्या ताकतीची चाचणी केलेले दुसरे क्षेत्र होते विक्रीचे. जिथे अगदी तासागणिक नसले, तरी दैनंदिन स्तरावर नकार मिळणे हे नित्याचे असते, असे क्षेत्र. एका व्हेकेशन टाइम-शेअर कंपनीत (सुटीच्या काळात रिकाम्या होणाऱ्या मालमत्ता ताब्यात घेऊन त्यांचे व्यवहार करणारी कंपनी) कार्यरत असणाऱ्या शेकडो पुरुष व स्त्रियांना मी व्यक्तिमत्त्वासंबंधीच्या बऱ्याच प्रश्नावलींची उत्तरे देण्याची विनंती केली आणि त्यामध्ये ग्रिट स्केलचाही समावेश होताच. सहा महिन्यांनी मी पुन्हा त्या कंपनीमध्ये गेले, तोपर्यंत विक्री विभागातील ५५ टक्के लोक सोडून गेले होते. कोण थांबले आणि कोण सोडून गेले याचा अंदाज निग्रहाद्वारे वर्तवण्यात आला होता. त्याउप्पर, बहिर्मुखता, भावनिक स्थैर्य आणि सदसद्विवेकबुद्धी यांसह व्यक्तिमत्त्वातील दुसरा कोणताही सर्वसामान्यतः मोजला जाणारा गुण हा नोकरीवर टिकण्याचा अंदाज वर्तवण्यामध्ये निग्रहाइतका परिणामकारक ठरत नव्हता.

साधारणतः याच कालावधीत, शिकागो पब्लिक स्कूलमधून माझ्याशी संपर्क साधण्यात आला. वेस्ट पॉइंटमधील मानसशास्त्रज्ञांप्रमाणेच येथील संशोधकही, यशस्वीरीत्या हायस्कूल पदविका शिक्षण पूर्ण करतील, अशा विद्यार्थ्यांबाबत अधिक जाणून घेण्यास उत्सुक होते. त्या वसंत ऋतुमध्ये, हायस्कूलच्या कनिष्ठ वर्षामध्ये शिकणाऱ्या हजारो विद्यार्थ्यांनी संक्षिप्त रूपातील ग्रिट स्केल चाचणी पूर्ण केली आणि त्याचबरोबर बऱ्याच प्रश्नावलीही भरल्या. त्यानंतर वर्षभराने, त्यांपैकी १२ टक्के विद्यार्थी पदविका शिक्षण पूर्ण करण्यात अपयशी ठरले. नियोजित कालावधीमध्ये शिक्षण पूर्ण करणारे विद्यार्थी हे अधिक निग्रही होते आणि विद्यार्थ्यांना शाळेबाबत किती पर्वा आहे, ते त्यांच्या शिक्षणाबाबत किती विवेकशील आहेत, तसेच शाळेमध्ये त्यांना किती सुरक्षित वाटते, या गोष्टींपेक्षा निग्रह हा त्यांच्या शिक्षण पूर्ण करण्याचा अधिक शक्तिशाली भाकीतकार ठरला होता.

त्याचप्रमाणे, अधिक निग्रही असणारे अठरा वर्षांवरील विद्यार्थी हे त्यांच्या औपचारिक शिक्षणामध्ये आगेकूच करण्याची शक्यता अधिक असल्याचेही या दोन

मोठ्या अमेरिकन नमुन्यांमध्ये मला आढळून आले. एमबीए, पीएच. डी., एमडी, जेडी किंवा यांसारख्या अन्य पदव्या मिळवणारे सज्ञान विद्यार्थी हे केवळ चार वर्षांचे महाविद्यालयीन शिक्षण पूर्ण करणाऱ्या विद्यार्थ्यांपेक्षा अधिक निग्रही होते. पुन्हा महाविद्यालयीन शिक्षण पूर्ण करणारे विद्यार्थीही महाविद्यालयातून काही श्रेण्या मिळवणाऱ्या; परंतु पदवी शिक्षण पूर्ण न करणाऱ्या विद्यार्थ्यांपेक्षा अधिक निग्रही होतेच. लक्षवेधक बाब म्हणजे दोन वर्षांच्या महाविद्यालयीन शिक्षणातून यशस्वीपणे पदवी मिळवणाऱ्या विद्यार्थ्यांनी चार वर्षांच्या महाविद्यालयीन शिक्षणानंतर पदवीधर झालेल्या विद्यार्थ्यांपेक्षा थोडे अधिक चांगले गुण मिळवले होते. या गोष्टीने मला सुरुवातीला कोड्यात टाकले; परंतु कम्युनिटी कॉलेजमधील (पदविका महाविद्यालये) शिक्षण अर्धवट सोडण्याचा दर हा ८० टक्के इतका जास्त असू शकतो, हे अल्पावधीतच माझ्या लक्षात आले. जे या आव्हानांचा सामना करत टिकून राहिले होते, ते विशेषकरून निग्रही होते.

हे करत असतानाच समांतरपणे, मी 'ग्रीन बॅरेट्स' म्हणून परिचित असणाऱ्या 'आर्मी स्पेशल ऑपरेशन फोर्सेस' या लष्करी विभागासोबत भागीदारीने काम सुरू केले होते. यांची गणना लष्करातील सर्वोत्तम प्रशिक्षण मिळालेल्या सैनिकांमध्ये होते, त्यांच्यावर काही सर्वांत कठीण आणि धोकादायक मोहिमा सोपवण्यात येतात. ग्रीन बॅरेट्ससाठीचे प्रशिक्षण हे कष्टप्रद, तसेच बऱ्याच टप्प्यांमध्ये करण्याचे काम होते. मी ज्या टप्प्याचा अभ्यास केला, तो लष्करी तळावरील नऊ आठवडे, पायदळाच्या प्रशिक्षणाचे चार आठवडे, हवेतील हालचालींचे प्रशिक्षण देणाऱ्या संस्थेतील तीन आठवडे आणि जमिनीवरील दिशादर्शनावर केंद्रित असणाऱ्या अभ्यासक्रमाचे तीन आठवडे पूर्ण केल्यानंतर येत होता. या सर्व प्राथमिक प्रशिक्षणाचे अनुभव हे आत्यंतिक कठीण होते आणि यातील प्रत्येक टप्प्यावर पुढील टप्प्यापर्यंत न पोहोचणारे काही लोक होते; परंतु स्पेशल फोर्सेस सिलेक्शन कोर्स हा त्याहीपेक्षा जास्त कठीण होता. या प्रशिक्षण कार्यक्रमाचे प्रमुख जेम्स पार्कर यांच्याच शब्दांत सांगायचे तर, 'ग्रीन बॅरेट प्रशिक्षणाच्या अंतिम टप्प्यांमध्ये कोण प्रवेश करेल आणि कोण नाही, हे आम्ही इथे ठरवतो.'

बिस्ट बॅरेक्स म्हणजे जणू उन्हाळी सुट्टीतील शिबिर वाटावे, असा हा सिलेक्शन कोर्स (निवड कार्यक्रम) होता. पहाटेपूर्वी सुरू होणाऱ्या या कार्यक्रमात प्रशिक्षणार्थी रात्री नऊपर्यंत पूर्ण क्षमतेने सहभागी होतात. दिवसाच्या आणि रात्रीच्या वेळेतील दिशादर्शनाच्या सरावांसोबतच, चार आणि सहा मैलांचे धावणे आणि संचलन, तेही काही वेळा पासष्ठ पाउंडाच्या भारासह असते. त्याचबरोबर, त्यांना अनौपचारिकरीत्या 'नॅस्टी निक' म्हणून ओळखला जाणारा अडथळ्यांचा मार्गही पूर्ण करण्याच्या प्रयत्न करावा लागत असून, त्यामध्ये पाण्यातून लोखंडी तारांच्या जाळ्याखालून सरपटत जाणे, तिरप्या ओंडक्यांवरून चालणे, दोरखंडांची जाळी पार करणे आणि उभ्या झुलत्या शिड्या चढणे आदींचा समावेश असतो.

सिलेक्शन कोर्समध्ये केवळ दाखल होणे, हीच यशस्वी कामगिरी आहे; परंतु असे असूनही, मी अभ्यास केलेल्यांपैकी ४२ टक्के उमेदवारांनी हा कार्यक्रम पूर्ण होण्यापूर्वीच स्वेच्छेने माघार घेतली. मग, हा कार्यक्रम पूर्ण करणारे लोक नेमक्या कोणत्या गोष्टीमुळे वेगळे ठरले? निग्रहामुळे.

लष्कर, शिक्षण आणि व्यवसाय या क्षेत्रांमध्ये यशाचा अंदाज बांधू शकणाऱ्या निग्रहाव्यतिरिक्त अन्य कोणत्या गोष्टी होत्या? विक्री करताना पूर्वानुभवाची मदत होते, असे मला आढळले – अनुभवी व्यक्तींच्या तुलनेत नवोदितांनी त्यांच्या नोकऱ्या टिकवून ठेवण्याची शक्यता कमी होती. शिकागो सार्वजनिक शालेय व्यवस्थेमध्ये, सहकार्यशील शिक्षक लाभल्यास विद्यार्थ्यांनी शिक्षण पूर्ण करण्याची शक्यता अधिक होती आणि शिकाऊ ग्रीन बॅरेट्ससाठी, प्रशिक्षण कार्यक्रमाच्या सुरुवातीस शारीरिक सुदृढता अत्यावश्यक आहे.

परंतु यापैकी प्रत्येक क्षेत्रामध्ये, तुम्ही जेव्हा या गुणांबाबत समतुल्य असणाऱ्या लोकांची तुलना करता, तेव्हा निग्रह हाच यशाचा भाकीतकार ठरतो. परस्परांपासून भिन्न असणाऱ्या या तिन्ही आव्हानात्मक क्षेत्रांमध्ये एखाद्यास यशस्वी होण्यासाठी साहाय्यक ठरणारे विशिष्ट गुण आणि जमेच्या बाजू कोणत्याही असोत, या सर्व क्षेत्रांमध्ये निग्रह हा महत्त्वाचा ठरतो.

मी पदव्युत्तर शिक्षणास सुरुवात केली, त्याच वर्षी *स्पेलबाउंड* हा माहितीपट प्रदर्शित झाला होता. या माहितीपटात 'स्ट्रिप्स नॅशनल स्पेलिंग बी' या स्पर्धेच्या अंतिम फेरीची तयारी करणाऱ्या आणि तिथे स्पर्धा करणाऱ्या तीन मुले व पाच मुलींचा प्रवास दाखवण्यात आला आहे. वॉशिंग्टन डीसीमध्ये दरवर्षी तीन दिवस ही उत्कंठावर्धक अंतिम फेरी रंगते आणि सामान्यतः चुरशीच्या क्रीडा सामन्यांभोवती आपले कार्यक्रम केंद्रित ठेवणाऱ्या ईएसपीएन या वाहिनीवर या अंतिम फेरीचे थेट चालू प्रक्षेपण केले जाते. अंतिम फेरीत पोहोचण्यासाठी प्रथमतः या मुलांना देशभरातील शेकडो शाळांमधील अन्य हजारो मुलांना 'स्पेलिंग' विषयात मागे टाकावे लागते. याचा अर्थ, एकामागोमाग एक फेऱ्यांमध्ये, अधिकाधिक अप्रसिद्ध, वापरात नसलेल्या शब्दांचे स्पेलिंग एकाही चुकीविना करत, प्रथम स्पर्धकाच्या वर्गातील अन्य सर्व विद्यार्थ्यांपेक्षा, मग त्याच्या इयत्तेतील, मग शाळेतील, जिल्ह्यातील आणि त्यानंतर प्रदेशातील विद्यार्थ्यांपेक्षा सरस ठरणे असा आहे.

स्पेलबाउंड पाहून मला प्रश्न पडला : *schottische* आणि *cymotrichous* यांसारख्या शब्दांची अचूकरीत्या स्पेलिंग लिहिणे-सांगणे, ही कोणत्या स्तराची शाब्दिक बुद्धिमत्तेची वाढ आहे आणि यामध्ये निग्रह हा कितपत कामी येतो?

बी'ज् स्पर्धेच्या कार्यकारी संचालिका (आणि त्याचबरोबर स्वतः स्पेलिंग स्पर्धेच्या माजी विजेत्याही) असणाऱ्या पिज किम्बेल नावाच्या चतुरस्र महिलेशी मी संपर्क साधला. या स्पर्धेतील विजेत्यांच्या मानसिक जडणघडणीविषयी जाणून घेण्याबाबत किम्बेल यांनासुद्धा माझ्याइतकेच कुतूहल होते. या स्पर्धेच्या अंतिम फेरीसाठी २७३ बाल शब्दलेखनकार पात्र ठरताच, त्यांना प्रश्नावल्या पाठवण्यास किम्बेल यांनी संमती दर्शवली. ही अंतिम फेरी त्यानंतर काही महिन्यांनी रंगणार होती. २५ डॉलर्सच्या उदार गिफ्ट कार्डच्या बदल्यात, यातील साधारणतः दोन तृतीयांश स्पर्धकांनी प्रश्नावल्या भरून माझ्या प्रयोगशाळेत पाठवल्या. यातील सर्वांत मोठ्या प्रतिसादकाचे वय पंधरा वर्षे म्हणजेच स्पर्धेच्या नियमानुसार कमाल वयोमर्यादेइतके होते, तर सर्वांत लहान प्रतिसादक अवघ्या सात वर्षांचा होता.

स्पर्धकांनी 'ग्रिट स्केल' पूर्ण करण्याबरोबरच, आपण स्पेलिंगच्या सरावासाठी किती वेळ देतो, हेसुद्धा सांगितले होते. ते सर्व जण आठवड्यातील कामाच्या दिवशी सरासरी एका तासापेक्षा अधिक वेळ, तर आठवड्याच्या अखेरीस सुट्टीच्या दिवसांमध्ये प्रतिदिन दोन तासांहून अधिक वेळ यासाठी देत होते. तथापि, या सरासरीमध्येही बरेच चढ-उतार होते : काही स्पर्धक शनिवारी क्वचितच अभ्यास करायचे, तर काही स्पर्धक महिन्यातील कोणत्याही शनिवारी नऊ तासांपर्यंत अभ्यास करत होते!

स्वतंत्रपणे, मी उपनमुना म्हणून यातील काही स्पर्धकांशी संपर्क साधला आणि त्यांच्या शाब्दिक बुद्धिमत्ता चाचण्यांवर लक्ष ठेवले. एक समूह म्हणून हे स्पर्धक असामान्य शाब्दिक क्षमता दर्शवत होते; परंतु तरीही त्यांच्या गुणांमध्ये बऱ्यापैकी तफावत होती. काही मुले ही 'शब्दप्रभू'च्या स्तराचे गुण मिळवत होते, तर इतर काही मुले ही त्यांच्या वयाच्या मानाने 'सामान्य' होती.

ईएसपीएनवर जेव्हा या स्पर्धेच्या अंतिम फेरीचे प्रक्षेपण करण्यात आले, तेव्हा अखेर तेरा वर्षांच्या अनुराग कश्यपने 'A-P-P-O-G-G-I-A-T-U-R-A' (आजटुरा- संगीतामधील एक प्रकारच्या अतिरिक्त सुरासाठीची संज्ञा) या शब्दाचे अचूक स्पेलिंग सांगून विजेतेपद पटकावले, त्या उत्कंठावर्धक अंतिम क्षणापर्यंतची संपूर्ण स्पर्धा मी पाहिली.

जेव्हा अंतिम क्रमवारी हाती आली, तेव्हा मी स्वतःकडील माहितीचे विश्लेषण केले.

मला आढळलेल्या गोष्टी पुढीलप्रमाणे होत्या : स्पर्धेच्या अंतिम फेरीपूर्वी काही महिने घेण्यात आलेल्या निग्रहाविषयीच्या मूल्यमापनाने, अंतिमतः स्पर्धक किती चांगली कामगिरी करतील, याचा अंदाज वर्तवला होता. सोप्या शब्दांत सांगायचे, तर निग्रही मुले स्पर्धेत पुढे निघून गेली होती. त्यांनी ते कसे साध्य केले? तर अधिकाधिक तास अभ्यास करून आणि अधिकाधिक स्पेलिंग बी स्पर्धांमध्ये सहभाग घेऊन.

मग गुणवत्तेचे काय? शाब्दिक बुद्धिमत्तेनेही मुलांच्या स्पर्धेत पुढे जाण्यासंबंधीचा अंदाज वर्तवला होता; परंतु शाब्दिक बुद्ध्यंक आणि निग्रह यांच्यादरम्यान कोणताही परस्परसंबंध नव्हता. त्याउप्पर, शाब्दिकदृष्ट्या गुणवान स्पर्धकांनी कमी गुणवान असणाऱ्या स्पर्धकांपेक्षा कोणताही अधिक अभ्यास केला नव्हता, तसेच त्यांचा स्पर्धांमध्ये सहभागी होण्याचा अनुभवही इतरांपेक्षा प्रदीर्घ नव्हता.

निग्रह आणि गुणवत्ता यांच्यातील ही भिन्नता, मी आयव्ही लीगमधील उच्चमाध्यमिक विद्यार्थ्यांबाबत केलेल्या एका स्वतंत्र अभ्यासामध्येही पुन्हा समोर आली. किंबहुना, 'सॅट'चे गुण आणि निग्रह हे व्यस्त प्रमाणात परस्परांशी संबंधित होते. त्या निवडलेल्या नमुन्यामधील ज्या विद्यार्थ्यांचे 'सॅट' गुण अधिक होते, ते सरासरी त्यांच्या सहाध्यायांपेक्षा थोडे कमी निग्रही होते. हे निष्कर्ष आणि मी जमवलेली अन्य माहिती एकत्र केल्यानंतर माझ्या भविष्यातील संशोधनकार्यासाठी मार्गदर्शक ठरेल, अशी मूलभूत मर्मदृष्टी मला मिळाली. *आपली उपजत क्षमता ही एक गोष्ट आहे. आपण तिच्यासोबत काय करतो, ही दुसरीच गोष्ट आहे,* हे ते मर्मज्ञान होते.

प्रकरण २

गुणवत्तेने विचलित होणे

मानसशास्त्रज्ञ होण्यापूर्वी मी शिक्षिका होते. बिस्टविषयी ऐकण्याच्या खूप वर्षे आधी मी वर्गामध्ये होते, तेव्हाच गुणवत्ता हीच यशसासाठी सर्वकाही नसते, हे मला दिसायला सुरुवात झाली होती.

मी पूर्ण वेळ अध्यापनाला सुरुवात केली, तेव्हा माझं वय सत्तावीस वर्षं होतं. त्याच्या महिनाभर अगोदरच मी मॅकिन्से या जागतिक व्यवस्थापकीय सल्लागार कंपनीतील नोकरीस सोडचिठ्ठी दिली होती. मॅकिन्सेच्या न्यू यॉर्कमधील कार्यालयाने मध्यवर्ती भागामध्ये निळ्या काचांच्या गगनचुंबी इमारतीतील बरेच मजले व्यापले होते. माझ्या नोकरी सोडण्याच्या निर्णयाने माझे सहकारी काहीसे गोंधळात पडले होते. माझे बहुतांश सहकारी जिथे काम करण्यास मरतात – ज्या कंपनीचा उल्लेख नियमितपणे जगातील सर्वांत हुशार आणि प्रभावशाली कंपन्यांपैकी एक असा केला जातो, ती कंपनी मी का सोडतेय?

मी आठवड्याला ऐंशी तासांचे काम सोडून, त्याबदल्यात अधिक निवांत जीवनशैली पत्करतेय, असा समज परिचितांनी करून घेतला होता; परंतु अर्थातच, ज्यांनी आयुष्यात कधीही शिक्षक म्हणून काम केलं आहे, त्यांना जगात त्यापेक्षा अधिक कठीण नोकरी दुसरी कोणतीही नसल्याचं माहीत आहे. मग, आहे ती नोकरी सोडायची कशाला? एकार्थी पाहिल्यास, शिकवणे नाही, तर सल्लागार म्हणून काम करणे ही माझ्या कारकिर्दीतील आडवाट होती. संपूर्ण महाविद्यालयीन जीवनामध्ये, मी स्थानिक सार्वजनिक शाळांमधील मुलांना शिकवले आणि मार्गदर्शन केले होते. पदवी शिक्षण पूर्ण झाल्यानंतर, मी निःशुल्क शैक्षणिक समृद्धता कार्यक्रम सुरू केला होता आणि तो दोन वर्षे चालवला होता. त्यानंतर मी ऑक्स्फर्डमध्ये प्रवेश घेतला आणि 'न्यूरल मॅकेनिझम्स ऑफ डिस्लेक्झिया' या विषयाचा अभ्यास करून

न्यूरोसायन्समध्ये पदवी मिळवली, त्यामुळे मी जेव्हा पुन्हा शिकवायला सुरुवात केली, तेव्हा मला पुन्हा आपल्या रूढ मार्गावर आल्यासारखे वाटले.

असे असले तरी, हे स्थित्यंतर आकस्मिक होते. एका आठवड्यामध्ये माझे वेतन, *''खरंच? मला खरोखर एवढे पैसे मिळणार आहेत?''* पासून ते *''बापरे! या शहरात शिक्षक आपले खर्च कसे भागवत असतील, देव जाणे!''* इथपर्यंत येऊन पोहोचले होते. आता रात्रीचे जेवण म्हणजे अशिलाचा खर्चाने कुठल्यातरी रेस्तराँमध्ये मागवलेली सुशी नाही, तर उत्तरपत्रिकांना गुण देताना घाईघाईत खाल्लेला सँडविच हे होते. मी त्याच भुयारी रेल्वेमार्गाने कामावर जात होते, मात्र मध्यवर्ती भागात न उतरता रेल्वेमध्येच थांबत होते आणि तिथून दक्षिणेकडे आणखी सहा थांबे ओलांडल्यानंतर लोअर ईस्ट साइड या स्थानकावर उतरत होते. पम्प्स, मोती आणि खास तयार करून घेतलेले सूट्स आदींऐवजी मी आता ज्यामध्ये दिवसभर उभे राहता येईल, असे बूट आणि ज्यावर खडू उठल्याने फारसे मनाला लागणार नाही, असे कपडे परिधान करत होते.

माझे विद्यार्थी बारा आणि तेरा वर्षांचे होते. त्यांपैकी बहुतांश जण हे ए आणि डी अॅव्हेन्यूदरम्यान एकवटलेल्या गृहप्रकल्पांमध्ये राहत होते. त्या भागातील प्रत्येक कोपऱ्यावर अद्ययावत कॅफे सुरू होण्याअगोदरची ही गोष्ट आहे. पावसाळ्यात म्हणजे साधारण सप्टेंबरच्या अखेरीस मी तिथे शिकवायला सुरुवात केली, त्याच वेळी आमच्या शाळेची एका चित्रपटामध्ये नेपथ्य म्हणून निवड करण्यात आली होती. एका अस्वस्थ शहरी भागातील नियमांची चाड नसणाऱ्या शाळेविषयी तो चित्रपट होता. त्या शाळेमध्ये सातव्या इयत्तेतील विद्यार्थ्यांना गणित शिकण्यासाठी: अपूर्णांक आणि दशांश अपूर्णांक, तसेच बीजगणित आणि भूमितीमधील मूळ संख्या, रेषा, बिंदू, आकार इत्यादी प्राथमिक बाबी शिकण्यास मदत करणे, हे माझे काम होते.

अगदी त्या पहिल्या आठवड्यामध्येच माझ्या काही विद्यार्थ्यांनी त्यांच्या इतर वर्गमित्रमैत्रिणींपेक्षा अधिक सहजपणे गणितीय संकल्पना आत्मसात केल्या, हे साहजिक होते. वर्गातील सर्वांत गुणवान विद्यार्थ्यांना शिकवणे ही आनंददायी बाब होती. ते शब्दशः 'शीघ्राभ्यास' करत होते. फारसे प्रबोधन न करताच त्यांना गणितांच्या प्रश्नमालिकेतील मुळाशी असणारा साचा दिसायचा आणि याच साच्याचे आकलन होण्यासाठी कमी हुशार विद्यार्थ्यांना धडपड करावी लागत असे. हुशार विद्यार्थी मला फळ्यावर एकदा गणित सोडवताना पाहायचे आणि म्हणायचे, ''मला समजलं!'' आणि मग ते आपणहूनच पुढचे गणित योग्यरीत्या सोडवायचे.

आणि तरीही, पहिल्या गुणांकन कालावधीच्या अखेरीस, या अतिशय सक्षम मुलांपैकी काही जण माझ्या अपेक्षेइतकी चांगली कामगिरी करत नसल्याचे आढळल्याने मला आश्चर्य वाटले. काही जणांनी अर्थातच खूप चांगली कामगिरी

केली होती; परंतु माझ्या सर्वांत गुणवान विद्यार्थ्यांपैकी काहींची कामगिरी सुमार श्रेणीइतकी होती किंवा त्याहूनही वाईट होती.

त्याउलट, सुरुवातीला धडपडणाऱ्या बऱ्याच विद्यार्थ्यांनी माझ्या अपेक्षेपेक्षा चांगली कामगिरी केली होती. हे 'उत्तुंग यश' मिळवणारे विद्यार्थी न चुकता दररोज आवश्यक असणाऱ्या सर्व साहित्यासह वर्गात हजर राहायचे. खोडकरपणा करण्याऐवजी किंवा खिडकीबाहेर बघत बसण्याऐवजी ते टिपणे काढायचे आणि प्रश्न विचारायचे. जेव्हा पहिल्यांदा शिकवल्यानंतर त्यांना काही जमत नसे, तेव्हा ते पुनःपुन्हा प्रयत्न करायचे, काही वेळा जेवणाच्या सुट्टीमध्ये किंवा दुपारच्या अवांतर विषयांच्या वर्गावेळी ते जास्तीची मदत घेण्यासाठी माझ्याकडे यायचे. त्यांचे हे कष्ट त्यांच्या श्रेण्यांमध्ये दिसत होते.

नैसर्गिक क्षमता ही यशाची खात्री देत नसल्याचे उघड होते. गणितामधील गुणवत्ता आणि गणिताच्या वर्गात यशस्वी कामगिरी करणे या वेगवेगळ्या गोष्टी होत्या.

माझ्यासाठी हा आश्चर्याचा धक्का होता. शेवटी, गणित हा असा विषय आहे ज्यामध्ये अधिक हुशार विद्यार्थ्यांनी यशस्वी कामगिरी करणे आणि जे 'गणितासाठी बनलेले नाहीत' अशा वर्गसहकाऱ्यांना मागे टाकणे अपेक्षित असते, असे पारंपरिक शहाणपण सांगते. प्रामाणिकपणे सांगायचे, तर मी हेच गृहीतक मनाशी बाळगून माझ्या शालेय वर्षातील अध्यापनाची सुरुवात केली होती. ज्या विद्यार्थ्यांना गोष्टी सहजपणे जमतील, ते त्यांच्या सहाध्यायांना मागे टाकत राहतील, ही खात्रीशीर पैज वाटत होती. किंबहुना, निसर्गदत्त हुशार विद्यार्थी आणि उर्वरित वर्ग यांच्यादरम्याच्या यशाचे अंतर हे कालपरत्वे वाढतच जाईल, अशी अपेक्षा मी केली होती.

मी गुणवत्तेमुळे विचलित झाले होते.

हळूहळू, मी स्वतःला कठीण प्रश्न विचारण्यास सुरुवात केली. जेव्हा मी एखादा धडा शिकवत होते आणि संकल्पना स्पष्ट होत नव्हत्या, तेव्हा त्या संघर्ष करणाऱ्या विद्यार्थ्याला थोडा जास्त वेळ संघर्ष करावा लागला होता का? कदाचित, मी जे शिकवण्याचा प्रयत्न करत होते, ते समजावून सांगण्याचा वेगळा मार्ग शोधण्याची मला गरज होती का? गुणवत्ता हेच विधिलिखित आहे, या निष्कर्षावर उडी मारण्यापूर्वी, मी प्रयत्नांचे महत्त्व विचारात घ्यायला हवे होते का? आणि एक शिक्षक म्हणून, विद्यार्थ्यांचे आणि माझे स्वतःचे असे दोन्ही प्रयत्न थोडा दीर्घकाळ कशा प्रकारे टिकवून ठेवावेत, हे शोधणे ही माझी जबाबदारी नव्हती का?

त्याच वेळी, माझे अगदी कमकुवत विद्यार्थीही ज्यावेळी खरोखरच त्यांच्या आवडीच्या गोष्टींविषयी बोलतात, तेव्हा त्यांचे बोलणे कसे चुणचुणीत असते, याबाबत मी विचार करण्यास सुरुवात केली. बास्केटबॉलची आकडेवारी, त्यांना खरंच आवडणाऱ्या गाण्याचे बोल, तसेच कोण आता कोणाशी आणि का बोलत

नाही, याबाबतच्या गुंतागुंतीची कथासूत्रे आदींविषयीची चर्चा असणारे हे संवाद समजून घेणे मला जवळपास अशक्य होत होते. माझ्या विद्यार्थ्यांना जेव्हा मी अधिक चांगल्याप्रकारे ओळखू लागले, तेव्हा त्यांच्या अतिशय गुंतागुंतीच्या दैनंदिन आयुष्यामध्ये त्या सर्वांनी कितीतरी गुंतागुंतीच्या संकल्पनांमध्ये नैपुण्य मिळवलेले असल्याचे मला आढळले. प्रामाणिकपणे सांगायचे तर, त्यातुलनेत बीजगणिताच्या समीकरणातील 'एक्स' आपल्याआपण शोधून काढणे हे खरंच तितके अवघड होते का?

माझे विद्यार्थी हे समप्रमाणात हुशार नव्हते, तरीही सातव्या इयत्तेतील गणिताबाबत विचार करता, जर त्यांनी आणि मी कालपरत्वे पुरेसे प्रयत्न केले, तर त्यांना जिथे जायचे आहे, तिथे पोहोचणे शक्य होते का? नक्कीच, असा विचार मी केला, कारण ते सर्व जण पुरेसे गुणवान होते.

त्या शैक्षणिक वर्षाच्या शेवटाकडे येताना, माझा वाग्दत्त वर हा माझा पती बनला. त्याच्या स्वतःच्या मॅकिन्सेनंतरच्या कारकिर्दीसाठी, आम्ही न्यू यॉर्कमधून गाशा गुंडाळला आणि सॅनफ्रॅन्सिस्कोला स्थलांतरित झालो. मला लॉवेल हायस्कूल या शाळेमध्ये गणित शिकवण्याची नवी नोकरी मिळाली.

लोअर ईस्ट साइड शाळेच्या वर्गाशी तुलना केल्यास लॉवेल हे जणू दुसरे विश्वच होते.

पॅसिफिक महासागरानजीक सदैव धुक्याने वेढलेल्या खोऱ्यात वसलेली लॉवेल हायस्कूल ही शैक्षणिक गुणवत्तेच्या आधारे विद्यार्थ्यांना दाखला देणारी सॅनफ्रॅन्सिस्कोतील एकमेव सार्वजनिक माध्यमिक शाळा होती. कॅलिफोर्निया विद्यापीठ व्यवस्थेसाठी सर्वाधिक विद्यार्थी पुरवणाऱ्या लॉवेलच्या बऱ्याच विद्यार्थ्यांनी देशातील सर्वांत निवडक विद्यापीठांमध्येही प्रवेश मिळवला होता.

माझ्याप्रमाणेच, तुम्हीही जर अमेरिकेच्या ईस्ट कोस्टवर (पूर्व किनारपट्टीचा प्रदेश) वाढला असाल, तर तुम्ही लॉवेलचा विचार 'सॅनफ्रॅन्सिस्कोची स्ट्युव्हसंट हायस्कूल' असा करू शकता. अशी कल्पना केल्यानंतरच बहुधा, येथील कर्तबगार विद्यार्थी आणि येथे प्रवेश घेण्याइतके उच्चकोटीचे चाचणीतील गुण किंवा श्रेण्या नसलेल्या विद्यार्थ्यांपेक्षा खूप जास्त हुशार असणारे हे विद्यार्थी मनात येऊ शकतात.

लॉवेलचे विद्यार्थी हे त्यांच्या बुद्धिमत्तेपेक्षा त्यांच्या कार्यतत्त्वांमुळे वेगळे ठरत होते, असे मला आढळले. मी एकदा माझ्या वर्गातील विद्यार्थ्यांना, ते किती अभ्यास करतात, असे विचारले होते. याचे हमखास उत्तर माहित्येय? तासन्तास. आठवड्यामध्येही नाही, एका दिवसामधले तासन्तास.

तरीही, इतर कुठल्याही शाळेप्रमाणेच, या शाळेमध्येही विद्यार्थी किती परिश्रम घेतात आणि किती चांगली कामगिरी करतात, यांमध्ये प्रचंड तफावत होती.

मला न्यू यॉर्कमध्ये शिकवताना आढळले होते, त्याचप्रमाणे ज्या विद्यार्थ्यांना गणित सहज येत असल्यामुळे ते वरचढ ठरतील, अशी अपेक्षा मी बाळगली होती, त्यांची कामगिरी त्यांच्या वर्गमित्रांच्या तुलनेत वाईट होती. दुसरीकडे माझे काही कष्टाळू विद्यार्थी हे सातत्याने चाचण्यांमध्ये आणि प्रश्नमंजुषांमध्ये सर्वोच्च कामगिरी करत होते.

डेव्हिड लुआँग हा अशाच सर्वांत कष्टाळू विद्यार्थ्यांपैकी एक होता. डेव्हिड हा माझ्या बीजगणिताच्या पहिल्या वर्षाच्या वर्गामध्ये होता. लॉवेलमध्ये बीजगणिताचे दोनप्रकारचे वर्ग होते. वरिष्ठ वर्षामध्ये ॲडव्हान्स्ड प्लेसमेंट कॅल्क्युलस अभ्यासक्रम निवडण्यासाठी असलेला गतिमान वर्ग आणि दुसरा म्हणजे मी शिकवत होते, तो या अभ्यासक्रमासाठी नसणारा नियमित वर्ग. माझ्या वर्गातील विद्यार्थ्यांना, गतिमान वर्गात प्रवेश मिळवण्याकरिता लॉवेलतर्फे घेण्यात येणाऱ्या गणिताच्या चाचणीत पुरेसे उच्च मिळाले नव्हते.

डेव्हिड हा प्रथमतः उल्लेखनीय ठरला नव्हता. तो शांत असायचा आणि वर्गामध्ये मागच्या बाजूला बसायचा. तो फार वेळा वर्गात हात वर करत नसे; तो क्वचितच पुढे येऊन फळ्यावर गणिते सोडवण्यासाठी पुढाकार घेत असे.

परंतु प्रत्येक वेळी मी स्वाध्याय चाचण्यांना श्रेण्या देत होते, तेव्हा डेव्हिडने अचूक काम केलेले असायचे, हे लवकरच माझ्या लक्षात आले. तो चाचण्यांमध्ये आणि प्रश्नमंजूषांमध्ये सर्वोत्तम कामगिरी करत होता. त्याच्या एखाद्या उत्तरावर मी 'चूक' असा शेरा मारत असे, तेव्हा बऱ्याचदा ती त्याच्याऐवजी माझीच चूक असायची आणि तो शिकण्यासाठी खूपच भुकेला होता. वर्गामध्ये त्याचे लक्ष पूर्णपणे शिकण्याकडे होते. कठीण स्वाध्यायांवेळी, तो वर्ग संपल्यानंतर मागे थांबत होता आणि नम्रपणे शंका विचारत होता.

हा मुलगा माझ्या वर्गात काय करतोय, असा प्रश्न मला पडायला सुरुवात झाली.

परिस्थिती किती हास्यास्पद होती, हे माझ्या लक्षात आल्यानंतर, मी डेव्हिडला घेऊन विभागप्रमुखांच्या कार्यालयामध्ये गेले. नक्की काय चालले होते, हे त्यांना समजावण्यास फारसा वेळ लागला नाही. सुदैवाने, विभागप्रमुख या सुज्ञ होत्या आणि नोकरशाहीच्या नियमांपेक्षा विद्यार्थ्यांना अधिक मूल्य देणाऱ्या खूप चांगल्या शिक्षिकाही होत्या. त्यांनी डेव्हिडला माझ्या वर्गातून काढून गतिमान वर्गात प्रवेश देण्यासाठी तातडीने कागदपत्रांच्या पूर्ततेस सुरुवात केली.

माझा तोटा हा अन्य शिक्षकांचा फायदा होता. अर्थातच, काही चढ-उतार आले आणि डेव्हिडच्या गणिताच्या सर्वच श्रेण्या काही 'अ' नव्हत्या. ''मी तुमचा

वर्ग सोडला आणि अधिक प्रगत वर्गात गेलो, तेव्हा मी थोडा मागे पडलो होतो,'' असे डेव्हिडने मला नंतर सांगितले. ''आणि पुढच्या वर्षीचं गणित – म्हणजे भूमिती – हीसुद्धा तितकीच कठीण होती. मला 'अ' श्रेणी मिळाली नाही. मला 'ब' श्रेणी मिळाली. पुढच्या वर्गामध्ये, गणिताच्या पहिल्या चाचणीत त्याला 'ड' श्रेणी मिळाली होती.''

''मग, तू या गोष्टी कशा हाताळल्यास?'' मी विचारले.

''मला वाईट वाटलं – खरंच वाईट वाटलं – पण मी त्याचाच विचार करत राहिलो नाही. ते घडून गेलंय, हे मला माहीत होतं. आता मला पुढच्या चाचणीवर लक्ष केंद्रित करावं लागणार आहे, हेसुद्धा मला माहीत होतं, त्यामुळे मी माझ्या शिक्षकांकडे गेलो आणि मदत मागितली. मुळात, मी काय चुकीचं केलं, मला काय वेगळ्याप्रकारे करणं गरजेचं होतं, हे समजावून घेण्याचा मी प्रयत्न केला.''

वरिष्ठ वर्ष आले तेव्हा, डेव्हिड हा लॉवेलच्या दोन ऑनर्स कॅल्क्युलस अभ्यासक्रमांपैकी कठीण अभ्यासक्रम निवडत होता. त्या वसंत ऋतूमध्ये, त्याने ॲडव्हान्स्ड प्लेसमेंटच्या परीक्षेत ५ पैकी ५ असे निर्भेळ यश मिळवून दाखवले.

लॉवेलनंतर डेव्हिडने स्वार्थमोअर कॉलेज या महाविद्यालयामध्ये प्रवेश घेतला आणि अभियांत्रिकी आणि अर्थशास्त्र अशा दोन विद्याशाखांमधून त्याने पदवी शिक्षण पूर्ण केले. त्याच्या पदवीग्रहण सोहळ्यावेळी मी त्याच्या पालकांसोबत बसले होते, तेव्हा माझ्या वर्गात पाठीमागे बसणारा तो शांत मुलगा मला आठवत होता. कलचाचण्या या खूप साऱ्या गोष्टी चुकीच्या दर्शवू शकतात, हे त्या मुलाने सिद्ध केले होते.

दोन वर्षांपूर्वी, डेव्हिडने यूसीएलएमधून, मॅकेनिकल इंजिनिअरिंग विषयामध्ये पीच. डी. पूर्ण केली. 'ऑप्टिमल परफॉर्मन्स अल्गोरिदम्स फॉर दि थर्मोडायनॅमिक प्रोसेसेस इन ट्रक इंजिन्स' या विषयावर त्याने शोधप्रबंध सादर केला. सोप्या भाषेत सांगायचे, तर डेव्हिडने यंत्रांना अधिक कार्यक्षम बनवण्यास साहाय्य करण्यासाठी गणिताचा वापर केला होता. आज, तो एअरोस्पेस कॉर्पोरेशन येथे इंजिनिअर आहे. जो मुलगा अधिक कठीण, वेगवान गणिताच्या वर्गांसाठी 'तयार नसल्याचे' समजण्यात आले होते, तो आता अगदी शब्दशः 'रॉकेट शास्त्रज्ञ' बनला आहे.

अध्यापनाच्या पुढील बऱ्याच वर्षांमध्ये गुणवत्ता ही विधिलिखित असते, यावरचा माझा विश्वास कमी कमी होत गेला आणि कष्टांद्वारे मिळणाऱ्या परताव्यांबाबत माझी जिज्ञासा अधिकाधिक चाळवली. हे गूढ उकलण्यासाठी खोलात जाण्याचा उद्देश बाळगून, अखेर मी अध्यापन सोडले आणि मानसशास्त्रज्ञ बनले.

मी जेव्हा पदवी शिक्षणासाठी दाखल झाले, तेव्हा काही लोकच यशस्वी का होतात आणि बाकीचे अपयशी का ठरतात, यावर मानसशास्त्रज्ञ दीर्घकाळापासून विचार करत असल्याचे मला समजले. फ्रान्सिस गॅल्टन हे यातील सुरुवातीच्या मानसशास्त्रज्ञांपैकी एक होते. त्यांनी त्यांचे सावत्र चुलतभाऊ चार्ल्स डार्विन यांच्यासह या विषयावर चर्चाही केली होते.

गॅल्टन हे सर्वार्थाने बालबृहस्पती होते. वयाच्या चौथ्या वर्षीच ते वाचू आणि लिहू शकत होते. सहाव्या वर्षापर्यंत त्यांना लॅटिन भाषा आणि दीर्घ भागाकार येऊ लागला होता, त्याचबरोबर ते शेक्सपियरच्या लेखनाचे उतारेही तोंडपाठ म्हणू शकत होते. शिकणे त्यांना सोपे जात होते.

गॅल्टन यांनी १८६९ साली 'ओरिजिन्स ऑफ हाय अचिव्हमेंट' (उच्च यशाचे मूळ) या विषयावरील त्यांचा पहिला शास्त्रीय अभ्यास प्रसिद्ध केला. विज्ञान, क्रीडा, संगीत, काव्यलेखन आणि विधी या व अन्य काही कार्यक्षेत्रांमधील विख्यात व्यक्तिमत्त्वांची यादी तयार केल्यानंतर, त्या लोकांविषयीची जी काही चरित्रात्मक माहिती मिळू शकत होती, ती त्यांनी मिळवली. अलौकिक लोक हे तीनप्रकारे उल्लेखनीय असतात, असा निष्कर्ष गॅल्टन यांनी काढला : हे लोक असामान्य 'क्षमता' आणि त्याबरोबरीनेच विलक्षण 'उत्साह, कैफ' आणि 'कठोर परिश्रम' करण्याची तयारी यांचा मेळ दर्शवतात.

गॅल्टन यांच्या पुस्तकातील पहिली पन्नास पाने वाचल्यानंतर, डार्विन यांनी त्यांच्या या चुलतभावास पत्र लिहिले होते आणि आवश्यक गुणांच्या अंतिम यादीत गुणवत्तेला स्थान दिल्याबद्दल आश्चर्य व्यक्त केले होते. ''तू एका अर्थाने विरोधकाचे धर्मांतर केले आहेस. कारण, मूर्ख लोकांचा अपवाद सोडल्यास बाकी मानवांच्या बुद्धिमत्तेमध्ये फारसा फरक नाही, असे माझे नेहमीच ठाम मत आहे. केवळ उत्साह आणि कष्ट हेच दोन ठळक महत्त्वाचे फरक आहेत, असे अजूनही मला वाटते,'' असे डार्विन यांनी लिहिले होते.

अर्थातच, डार्विन हे स्वतःही, गॅल्टन ज्यांना समजून घेण्याचा प्रयत्न करत होते, अशा उच्च यश मिळवणाऱ्यांपैकी होते. इतिहासातील सर्वांत प्रभावशाली शास्त्रज्ञांपैकी एक अशी डार्विन यांची सर्वदूर ख्याती होती. पृथ्वीवरील आणि प्राण्यांच्या प्रजातींमधील वैविधतेचे स्पष्टीकरण नैसर्गिक निवडीचा परिणाम या अर्थी देणारे डार्विन हे पहिलेच शास्त्रज्ञ होते. त्यासंबंधांतच, डार्विन हे केवळ वनस्पती व सजीवांचेच नाही, तर माणसांचेही चाणाक्ष निरीक्षणकर्ते होते. अखेरीस जिवंत राहण्यासाठी कारणीभूत ठरलेल्या बारीकशा फरकांचे निरीक्षण करणे हा एकार्थी त्यांचा पेशा होता.

त्यामुळेच क्षणभर थांबून, डार्विन यांच्या मते यश ठरवणाऱ्या गोष्टी – म्हणजेच उत्साह आणि कष्ट हे अखेरीस बौद्धिक क्षमतेपेक्षा अधिक महत्त्वाचे असतात, ही त्यांची धारणा – विचारात घेणे सयुक्तिक ठरते.

एकूणात, डार्विन यांच्याकडे अद्भुत बुद्धिमत्ता होती, असा दावा त्यांचे चरित्रकार करत नाहीत. ते निश्चितपणे बुद्धिमान होते; परंतु वीज चमकण्याच्या वेगाने मर्मदृष्टी त्यांना प्राप्त झालेली नव्हती. एकार्थी, ते संथ कष्टाळू होते. डार्विन यांनी स्वतःच्या आत्मचरित्रामध्येही याच दृष्टिकोनाची पुष्टी केली आहे : ''काही हुशार व्यक्तींमध्ये उल्लेखनीय असतो, तसा आकलनाचा भन्नाट वेग माझ्याकडे नाही. दीर्घ आणि पूर्णपणे अमूर्त विचारशृंखलेचा माग काढण्याची माझी क्षमता अतिशय मर्यादित आहे,'' असे त्यांनी मान्य केले होते. आपण खूप चांगले गणिती किंवा तत्त्वज्ञ बनू शकलो नसतो, असे त्यांना वाटते आणि त्याचबरोबर त्यांची स्मरणशक्तीही यथातथाच होती : ''माझी स्मरणशक्ती ही एकार्थी इतकी सुमार आहे की, काही दिवसांपेक्षा जास्त काळ मी कोणतीही तारीख किंवा काव्यातील एकही ओळ कधीच लक्षात ठेवू शकत नाही.''

कदाचित, डार्विन हे खूपच विनयशील होते; परंतु आपली निरीक्षणशक्ती आणि निसर्गनियमांच्या आकलनासाठी ते ज्या परिश्रमाने ही निरीक्षणशक्ती वापरायचे, त्याबाबत आत्मस्तुती करताना ते संकोचत नव्हते : ''सहजपणे नजरेतून सुटतात, अशा गोष्टींकडे लक्ष देण्यात आणि त्यांचे काळजीपूर्वक निरीक्षण करण्यामध्ये मी सामान्यजनांपेक्षा वरचढ आहे, असे मला वाटते. निरीक्षण आणि वस्तुस्थितीची माहिती जमा करण्याबाबतीत माझे काम हे जवळपास जितके चांगले असू शकते, तितके आहे. त्याहीपेक्षा सर्वांत महत्त्वाचे म्हणजे निसर्गविज्ञानाविषयीचे माझे प्रेम हे दृढ आणि उत्कट राहिले आहे.''

एका चरित्रकाराने डार्विन यांचे वर्णन, 'इतर जण दुसऱ्या आणि निसंशयपणे अधिक सोप्या प्रश्नांकडे वळल्यानंतरही बराच काळ त्याच एका प्रश्नाविषयी विचार करत राहणारे व्यक्ती' असे केले आहे :

> कोणत्या तरी गोष्टीविषयी कोडे पडल्यानंतरचा सामान्य प्रतिसाद हा 'यासंबंधी नंतर विचार करू,' असे म्हणण्याचा आणि मग, वस्तुतः त्याविषयी विसर पडण्याचा असतो. डार्विन यांच्याबाबत विचार करताना, ते जाणीवपूर्वक अशा प्रकारची अंशतः स्वेच्छाविस्मृती अंगिकारत नसल्याचे जाणवते. ते आपल्या मनाच्या पेटाऱ्यात सर्व प्रश्न जागृत आणि जेव्हा कधी त्यासंबंधी सुसंगत माहितीचा तुकडा समोर येईल, तेव्हा पुन्हा उपसण्यासाठी सज्ज ठेवायचे.

त्यानंतर चाळीस वर्षांनी अटलांटिक महासागराच्या दुसऱ्या बाजूला विल्यम जेम्स नावाच्या हार्वर्डमधील दुसऱ्या एका मानसशास्त्रज्ञांनी, लोक त्यांच्या ध्येयाचा

पाठलाग करण्याबाबत कसे भिन्न असतात, हा प्रश्न हाती घेतला. आपल्या प्रदीर्घ आणि यशस्वी कारकिर्दीच्या अखेरच्या टप्प्यावर जेम्स यांनी सायन्स या नियतकालिकामध्ये (हे केवळ मानसशास्त्रासाठीच नाही, तर सर्व प्रकारच्या निसर्गविज्ञान आणि समाजशास्त्रांसाठीचे त्याकाळचे अग्रगण्य शैक्षणिक नियतकालिक होते आणि आजही आहे) एक निबंध लिहिला. 'दि एनर्जीज् ऑफ मेन' असे त्या नियतकालिकाचे शीर्षक होते.

जवळचे मित्र आणि सहकारी यांच्या यशापयशाविषयी, तसेच स्वतःच्या चांगल्या व वाईट दिवसांमध्ये आपल्या प्रयत्नांच्या दर्जामध्ये कशा प्रकारे बदल झाले, याविषयी विचार करून जेम्स यांनी पुढील निरीक्षण नोंदवले होते :

> आपण जितके असायला हवे, त्या तुलनेत आपण केवळ अर्धेच जागरूक असतो. आपल्यातली अग्नी आर्द्र होते आणि आपले आराखडे काबूत ठेवले जातात. आपल्या संभाव्य मानसिक आणि शारीरिक संसाधनांपैकी केवळ एका लहानशा भागाचा वापर आपण करत असतो.

संभाव्य आणि प्रत्यक्ष यांमध्ये अंतर असते, असे जेम्स यांनी जाहीर केले. आपल्या गुणवत्ता भिन्न असतात – एखाद्याची संगीतविषयक गुणवत्ता ही क्रीडाविषयक गुणवत्तेपेक्षा अधिक असेल किंवा उद्योगविषयक गुणवत्ता कलाविषयक गुणवत्तेपेक्षा अधिक असेल – हे मान्य केले, तरी ''मानवाचे वैयक्तिक आयुष्य हे सामान्यतः त्याच्या मर्यादांच्या खूपच आत असते; त्याच्याकडे विविध प्रकारच्या शक्ती असतात आणि तो सवयीप्रमाणे त्यांचा वापर करण्यात अपयशी ठरतो. आपल्या कमाल मर्यादेपेक्षा तो कमी क्रियाशील होतो आणि आपल्या सर्वोत्तम क्षमतेपेक्षा त्याचे वर्तन कमी असते,'' असे विधान जेम्स यांनी केले होते.

''अर्थातच, काही मर्यादा असतात. वृक्ष काही आकाशापर्यंत वाढत नाहीत,'' हे जेम्स यांनी मान्य केले होते; परंतु जिथे अखेरीस आपल्या सुधारणेला वाव राहणार नाही, अशा बाह्यसीमारेषा या आपल्यापैकी बहुतांशजणांच्या बाबतीत निव्वळ गैरलागू असतात. ''जगभरात सर्वत्र लोकांकडे खूप जास्त प्रमाणात क्षमता असतात आणि त्यांपैकी अगदी थोड्या अपवादात्मक व्यक्ती या क्षमतांना त्यांच्या कमाल वापरापर्यंत रेटतात, ही वस्तुस्थिती कायम राहते.''

हे शब्द १९०७ साली लिहिण्यात आले होते आणि ते अन्य कोणत्याही काळाप्रमाणेच आजही खरे आहेत. मग, आपण गुणवत्तेवर इतका जोर का देतो? आणि जर किंबहुना, आपल्यापैकी बहुतांशजण हे आपल्या प्रवासाच्या अगदी सुरुवातीपासूनच त्या बाह्यसीमांपासून खूप खूप दूर असतात, तर आपण काय करू शकतो, यांच्या कमाल मर्यादांचा इतका सतत विचार तरी का करायचा? आणि

आपल्या प्रयत्नांपेक्षा आपली गुणवत्ताच खूप दीर्घकाळामध्ये आपण कुठे पोहोचू, हे निश्चित करेल, असे आपण गृहीत का धरतो?

यशासाठी काय अधिक महत्त्वाचे आहे - गुणवत्ता की प्रयत्न? हा प्रश्न बरीच वर्षे बऱ्याच राष्ट्रीय सर्वेक्षणांमध्ये विचारण्यात आला आहे. यामध्ये अमेरिकन नागरिकांनी प्रयत्नांची निवड करण्याची शक्यता दुप्पट असते. अमेरिकनांना शारीरिक क्षमतेविषयी विचारले जाते, तेव्हाही हीच शक्यता खरी असते आणि जेव्हा "तुम्ही जर नव्या कर्मचाऱ्यास नोकरी देत आहात, तर खालीलपैकी कोणता गुण सर्वांत महत्त्वाचा आहे, असे तुम्हाला वाटते?" असे विचारण्यात येते, तेव्हा अमेरिकन 'बुद्धिमत्तेच्या' तुलनेत 'कष्टाळू असण्यास' पाठिंबा देण्याची शक्यता जवळपास पाचपट अधिक असते.

मानसशास्त्रज्ञ चिआ-जुंग त्से यांनी या प्रश्नावल्या जेव्हा संगीततज्ज्ञांना दिल्या, तेव्हाही या सर्वेक्षणाचे निकाल याच्याशी मिळतेजुळते राहिले. संगीततज्ज्ञांनाही हे प्रश्न विचारता त्यांनी संगीतविषयक गुणवत्तेपेक्षा परिश्रमपूर्वक प्रशिक्षणाला अधिक महत्त्व असल्याचे खात्रीपूर्वक समर्थन केले; परंतु जेव्हा चिआ यांनी अधिक अप्रत्यक्षपणे या दृष्टिकोनांचा तपास केला, तेव्हा बरोबर विरुद्ध दिशेला हा पूर्वग्रह झुकला असल्याचे त्यांनी उघड केले : आपणा सर्वांना नैसर्गिक गुणवत्ता आवडते.

चिआ यांच्या प्रयोगांमध्ये, व्यावसायिक संगीत कलावतांना दोन पियानोवादकांविषयी सांगितले जाते. या दोन्ही पियानोवादकांची चारित्रे ही यशस्वी गतकामगिरीच्या संदर्भांत एकमेकांसारखीच असतात. प्रयोगामध्ये सहभागी झालेल्यांना या दोन वादकांच्या पियानो वाजवतानाचे लहानसे ध्वनिमुद्रण ऐकवण्यात येते. किंबहुना, एकच पियानोवादक सारख्याच संगीतधुनीचे दोन भिन्न भाग वाजवतो, याबाबत ऐकणारे अनभिज्ञ असतात. यामध्ये फरक इतकाच की, एका पियानोवादकाचे वर्णन अल्पवयातच उपजत गुणवत्तेचे पुरावे देणारा 'नैसर्गिकरीत्या गुणवान' असे करण्यात येते. दुसऱ्याचे वर्णन उच्च प्रेरणा आणि चिकाटीचे अल्पावधीतच पुरावे देणारा 'प्रयत्नकर्ता' असे करण्यात येते. येथे संगीततज्ज्ञ, त्यांनी बोलून दाखवलेल्या, गुणवत्तेपेक्षा प्रयत्नांना अधिक महत्त्व देण्याविषयीच्या धारणांशी फारकत घेत नैसर्गिकरीत्या गुणवान पियानोवादक हा यशस्वी होण्याची आणि त्याला काम मिळण्याची शक्यता अधिक असल्याचा निवाडा करतात.

याचा पाठपुरावा करणारे संशोधन म्हणून चिआ यांनी जिथे कष्ट आणि प्रयत्न साजरे केले जातात, अशा अतिशय भिन्न कार्यक्षेत्रामध्ये ही विसंगती स्पष्ट होते का, याची चाचपणी केली. ते क्षेत्र होते, उद्योजकतेचे. व्यवसायक्षेत्रामध्ये विविधस्तरीय अनुभव असणाऱ्या शेकडो प्रौढांना त्यांनी यासाठी सहभागी करून घेतले आणि

कोणत्याही विशिष्ट रचनेशिवाय त्यांची दोन गटांमध्ये विभागणी केली. त्यांच्या संशोधनामध्ये सहभागी झालेल्या अर्ध्या लोकांनी 'प्रयत्नकर्त्या' उद्योजकाची माहिती वाचली, त्यामध्ये त्याने कष्ट, प्रयत्न आणि अनुभवाच्या जोरावर यश साध्य केल्याचे वर्णन होते. उर्वरित अर्ध्या सहभागी लोकांनी 'नैसर्गिक' उद्योजकाची माहिती वाचली आणि त्यामध्ये त्याला उपजत गुणवत्तेच्या आधारे यश प्राप्त झाल्याचे वर्णन होते. सर्व सहभागी लोकांना उद्योगविषयक प्रस्तावाचे सारखेच ध्वनिमुद्रण ऐकवण्यात आले आणि त्यांनी ज्याच्याविषयी वाचले, त्या विशिष्ट उद्योजकाचे ते ध्वनिमुद्रण असल्याचे त्यांना सांगण्यात आले.

संगीत कलावंतांविषयीच्या अभ्यासामध्ये जसे घडले होते, त्याचप्रमाणे, नैसर्गिक उद्योजकाला यश आणि काम मिळण्याची शक्यता अधिक वर्तवण्यात आल्याचे आणि त्याचे उद्योगविषयक प्रस्ताव अधिक सरस दर्जाचे असल्याचा निवाडा करण्यात आल्याचे चिआ यांना आढळले. लोकांना जेव्हा पाठिंबा देण्यासाठी दोन्हीपैकी एका उद्योजकाची निवड करण्यास भाग पाडण्यात आले – त्यांपैकी एक उद्योजक हा प्रयत्नकर्ता, तर दुसरा उद्योजक नैसर्गिक होता – तेव्हा लोकांचा कल नैसर्गिक उद्योजकाप्रती अनुकूल असल्याचे याच्याशी संबंधित अभ्यास करताना चिआ यांच्या निदर्शनास आले. किंबहुना, जेव्हा प्रयत्नकर्त्या उद्योजकाकडे नेतृत्वाचा अनुभव चार वर्षे अधिक आणि स्टार्ट-अपमधील भांडवल ४०,००० डॉलर्सनी अधिक झाले, केवळ तेव्हाच प्रयत्नकर्त्या आणि नैसर्गिक उद्योजकामधील फरक नाहीसा होण्याचा बिंदू गाठला गेला.

चिआ यांचे संशोधन, गुणवत्ता आणि प्रयत्न यांबाबतच्या आपल्या परस्परविरोधी व द्विधा विचारप्रवृत्तींवर प्रकाश टाकते. आपण ज्याला महत्त्व देतो असे म्हणतो, ती गोष्ट – खोल कुठेतरी – आपल्याला प्रत्यक्षात अधिक मौल्यवान वाटणाऱ्या गोष्टीशी मिळतीजुळती असतेच, असे नाही. हे म्हणजे प्रणयोत्सुक जोडीदारामधील शारीरिक आकर्षकतेविषयी आपण अजिबात फिकीर करत नसल्याचे म्हणायचे आणि कोणासोबत डेटवर जायचे, हे प्रत्यक्ष निवडण्याची वेळ आल्यावर मात्र चांगल्या 'नाइस' मुलापेक्षा देखण्या 'क्यूट' मुलाला निवडण्यासारखे आहे.

'नैसर्गिक गुणवत्तेप्रतीचा हा पक्षपात' ज्यांनी त्यांच्याकडील सर्वकाही कष्ट करून मिळवले आहे, त्यांच्या विरोधातला छुपा पूर्वग्रह असतो. त्याचप्रमाणे, नैसर्गिकरीत्या गुणवान असल्यामुळे जे आयुष्यात त्यांच्या जागी पोहोचले, असे आपल्याला वाटत असते, त्यांच्याबाजूने हा छुपा प्राधान्यभाव असतो. नैसर्गिक गुणवत्तेप्रती असणारा हा पक्षपात आपण कदाचित इतरांसमोर मान्य करत नाही; बहुधा आपण तो स्वतःपाशीही मान्य करत नसू; परंतु आपण करत असलेल्या निवडींमध्ये हा पक्षपात उघड होतो.

चिआ यांचे स्वतःचे आयुष्यही या 'निसर्गदत्त विरुद्ध प्रयत्नकर्ता' प्रत्ययाचे रंजक उदाहरण आहे. आता युनिव्हर्सिटी कॉलेज लंडन येथे प्राध्यापिका असणाऱ्या चिआ यांचे संशोधनकार्य सर्वांत प्रतिष्ठित शैक्षणिक नियतकालिकांमध्ये प्रकाशित होत असते. बालपणी त्या ज्युलियार्ड येथील वर्गांमध्ये शिकल्या होत्या. 'जिथे कलावंतांना लाभलेल्या देणग्या आणि तांत्रिक कौशल्यांची भरभराट होऊ शकते, असे वातावरण अनुभवण्यासाठी, गुणवत्ता, क्षमता आणि संगीतक्षेत्रामध्ये कारकीर्द घडवण्याचे कर्तृत्व प्रदर्शित करणाऱ्या' विद्यार्थ्यांना या संस्थेच्या महाविद्यालयपूर्व अभ्यासक्रमाकरिता निमंत्रित करण्यात येते.

चिआ यांनी हार्वर्डमधून विविध पदव्या मिळवल्या आहेत. त्यांची पहिली पदवी मानसशास्त्रामधील होती. अतिशय उत्तम गुणांसह त्या पदवीधर झाल्या. त्यानंतर, त्यांनी दोन पदव्युत्तर पदव्याही मिळवल्या आहेत : त्यापैकी पहिली पदवी ही विज्ञानाचा इतिहास या विषयातील असून, दुसरी सामाजिक मानसशास्त्र विषयातील आहे. अखेरीस, हार्वर्ड विद्यापीठात ऑर्गनायझेशनल बिहेव्हियर आणि सायकॉलॉजी (संघटनात्मक वर्तन आणि मानसशास्त्र) या विषयामध्ये पीएच. डी. पूर्ण करत असतानाच, त्यांनी दुसऱ्या पीएच. डी.साठी संगीत हा विषय निवडला.

प्रभावित झालात ना? नसल्यास, चिआ यांच्याकडे पिबडी कॉन्झर्व्हेटरी येथून पियानो सादरीकरण आणि अध्यापनशास्त्र या विषयांमध्ये मिळवलेल्या पदव्याही असल्याचे मी येथे नमूद करते आणि हो, त्यांनी कार्निज हॉल, साहजिकच लिंकन सेंटर, केनेडी सेंटर येथे, तसेच युरोपियन युनियन अध्यक्षपद स्मरणोत्सव समारंभामध्येही सादरीकरण केले आहे.

चिआ यांच्या केवळ अधिकारपत्रांकडे पाहिले, तरी आपल्याला माहितीतील कोणाहीपेक्षा त्या जन्मतःच अधिक निसर्गदत्त गुणवान असल्याच्या निष्कर्षाप्रत कदाचित तुम्ही याल : 'देवा! काय असामान्यरीत्या गुणवान आहे ही तरुण स्त्री!' अशी काहीशी तुमची प्रतिक्रिया असेल आणि जर चिआ यांचे संशोधन बरोबर असेल, तर पर्यायी स्पष्टीकरणाच्या तुलनेत या स्पष्टीकरणामुळे त्यांच्या यशोप्राप्तीला अधिकच साज चढेल, त्याची गूढरम्यता आणि त्याविषयीचा आदरभाव अधिक वाढेल. ते पर्यायी स्पष्टीकरण म्हणजे, 'देवा! ही तरुण स्त्री किती असामान्यरीत्या समर्पित, कष्टाळू आहे!'

आणि मग काय घडेल? एखाद्या विद्यार्थ्याला आपण विशेष गुणवान मानतो, तेव्हा काय घडते, यावर बरेच संशोधन उपलब्ध आहे. आपण त्यांच्याकडे वाजवीपेक्षा जास्त लक्ष देण्यास सुरुवात करतो आणि त्यांच्याकडून अधिक उच्च अपेक्षा बाळगतो. त्यांनी सतत पुढे जात राहण्याची अपेक्षा आपण करतो आणि ती अपेक्षाच तिच्या पूर्ततेची भविष्यवाणी ठरते.

मी चिआ यांना त्यांच्या संगीतक्षेत्रातील यशस्वी कामगिरीबद्दलचे स्वतःचे मत विचारले आहे. ''मला वाटतं, माझ्याकडे काही प्रमाणात गुणवत्ता असू शकेल; परंतु त्याहीपेक्षा जास्त मला संगीत इतकं आवडायचं मी संपूर्ण बालपणामध्ये दररोज चार ते सहा तास संगीताचा रियाज करत होते,'' असे त्या म्हणाल्या आणि महाविद्यालयामध्ये वर्ग आणि अन्य कार्यक्रमांचे धावपळीचे वेळापत्रक असतानाही त्या जवळपास तितकाच वेळ रियाजासाठी द्यायच्या, त्यामुळे हो, त्यांच्याकडे काही प्रमाणात गुणवत्ता आहे – मात्र, त्या प्रयत्नकर्त्याही आहेत.

चिआ इतका रियाज का करायच्या? असा प्रश्न मला पडला. तो रियाज त्यांच्यावर कोणी लादला होता का? त्यांना त्याबाबतीत कोणते निवडस्वातंत्र्य होते का?

''हो, ती निवड करणारी मीच होते. मलाच ते हवे होते. मलाच संगीतात अधिकाधिक निपुण व्हायचं होतं. जेव्हा मी पियानोचा सराव करत असे, तेव्हा मी कल्पनाविश्वात स्वतःला मंचावर श्रोत्यांच्या गर्दीसमोर पाहत असे. ते माझ्यासाठी टाळ्या वाजावताहेत, अशी मी कल्पना करायचे.''

मी ज्या वर्षी शिक्षक होण्यासाठी मॅकिन्से कंपनी सोडली, त्याच वर्षी त्या कंपनीच्या तीन भागीदारांनी 'दि वॉर फॉर टॅलेंट' (गुणवत्तेसाठीचे युद्ध) या नावाचा अहवाल प्रकाशित केला होता. या अहवालास सर्वत्र वाचकवर्ग लाभला आणि अखेरीस त्याचे विक्रीचा उच्चांक गाठणारे पुस्तक बनले. आधुनिक अर्थव्यवस्थेमध्ये कंपन्यांचा उदय आणि अस्त हा 'प्लेयरना' आकर्षित करण्याच्या आणि स्वतःकडेच राखण्याच्या त्यांच्या क्षमतेवर अवलंबून असतो, हा त्या अहवालाचा मूळ युक्तिवाद होता.

''तुमच्यालेखी गुणवत्ता म्हणजे नेमके काय?'' हा प्रश्न मॅकिन्सेचे लेखक पुस्तकाच्या सुरुवातीच्या पानांमध्ये विचारतात.

''सर्वांत सामान्य अर्थ लावायचा झाल्यास, एखाद्या व्यक्तीच्या सर्व क्षमतांची – त्याच्या किंवा तिच्या सर्व अंगभूत कळा, कौशल्ये, ज्ञान, अनुभव, बुद्धिमत्ता, नीरक्षीरविवेक, दृष्टिकोन, चारित्र्यप्रवृत्ती आणि धडाडी – यांची गोळाबेरीज म्हणजे गुणवत्ता. यामध्ये त्याची किंवा तिची शिकण्याची आणि वृद्धिंगत होण्याची क्षमताही समाविष्ट आहे,'' असे त्यांनी स्वतःच्याच प्रश्नाचे उत्तर देताना म्हटले आहे. ही यादी खूप मोठी आहे आणि आपल्यापैकी बहुतांशजण जेव्हा गुणवत्तेची कोणत्याही नेमकेपणाने व्याख्या करण्याचा प्रयत्न करतात, तेव्हा होणारी धडपड यातून उघड होते; परंतु यामध्ये प्रथमतः 'अंगभूत कळा' म्हणजेच निसर्गदत्त देणग्यांचा उल्लेख करण्यात आला आहे, याचे मला आश्चर्य वाटले नाही.

फॉर्च्युन या नियतकालिकाने मॅकिन्सेला आपल्या मुखपृष्ठावर स्थान दिले होते आणि त्या अंकाच्या प्रमुख लेखाची सुरुवात पुढीलप्रमाणे होती : 'मॅकिन्सेच्या तरुण भागीदारासोबत असताना, एखाद्याचा स्पष्टपणे असा समज होतो की, जर त्यांना एखाद-दुसरे कॉकटेल देऊ केले, तर ते कदाचित टेबलापलीकडून झुकतील आणि 'सॅट'मधील गुणांच्या तुलनेसारखी काहीतरी विचित्र गोष्ट सुचवतील. मॅकिन्सेच्या संस्कृतीअंतर्गत विश्लेषणात्मक क्षमतेला किंवा तेथील लोकांच्या भाषेत सांगायचे झाल्यास, 'हुशार' असण्याला दिले जाणारे महत्त्व' अवाजवी मानणे हे जवळपास अशक्य आहे, असे निरीक्षण त्या पत्रकाराने लेखात नोंदवले होते.

मॅकिन्से ही कंपनी चुणचुणीत पुरुष व महिलांना नियुक्त करण्यासाठी आणि त्यांना बक्षीसे देण्यासाठी प्रसिद्ध आहे. त्यांपैकी काही जण हार्वर्ड आणि स्टॅनफर्डसारख्या विद्यापीठातील एमबीए असतात, आणि माझ्यासारखे उर्वरित काही जण हे आमच्याकडे खूप मोठा मेंदू असला पाहिजे, असे सूचित करणाऱ्या अन्य पदव्या, अधिकारपत्रे बाळगून असतात.

मॅकिन्सेसोबतची माझी उमेदवार म्हणून मुलाखत ही तेथील अन्य बहुतांश उमेदवारांच्या मुलाखतींप्रमाणेच होती. माझी विश्लेषणात्मक कुवतीची चाचणी करण्यासाठी तयार करण्यात आलेल्या कोड्यांच्या शृंखलेने त्याची सुरुवात झाली. एका मुलाखतकारांनी मला स्थानापन्न होण्यास सांगितले आणि स्वतःची ओळख करून दिल्यानंतर त्यांनी मला विचारले : ''अमेरिकेमध्ये दरवर्षी किती टेनिस चेंडूंचे उत्पादन होते?''

''मला वाटतं, या प्रश्नाला सामोरे जाण्याचे दोन मार्ग आहेत.'' मी उत्तर देऊ लागले. ''याचं उत्तर तुम्हाला सांगणारा योग्य माणूस किंवा बहुधा व्यापारी संघटना शोधणे हा पहिला मार्ग झाला.'' त्यावर माझ्या मुलाखतकाराने मान तर डोलावली; परंतु त्यांना दुसऱ्या प्रकारचे उत्तर अपेक्षित आहे, असे सांगणाऱ्या नजरेने त्यांनी माझ्याकडे पाहिले.

''किंवा तुम्ही काही मूलभूत गृहीतकं मानू शकता आणि त्यावर आधारित काही गुणाकार करून उत्तर काढू शकता.''

आता माझ्या मुलाखतकारांच्या चेहऱ्यावर विस्तृत स्मित पसरले म्हणजे त्यांना हवे असलेले उत्तर मी दिले होते.

''ठीक आहे, अमेरिकेमध्ये साधारणतः पंचवीस कोटी लोक आहेत, असे गृहीत धरूया. बहुतांश सक्रिय टेनिसपटू हे दहा ते तीस वर्षं वयोगटातील असतात, असे मानू या. मग, ढोबळमानाने बोलायचं तर, ही एक चतुर्थांश लोकसंख्या आहे म्हणजे यातून तुम्हाला सहा कोटींपेक्षा थोडे अधिक संभाव्य टेनिस खेळाडू मिळतील, असं मला वाटतं.''

आता माझे मुलाखतकार खरोखरच उत्साहित झाले. मी हा तर्कशास्त्रीय खेळ सुरू ठेवला, प्रत्यक्षात किती लोक टेनिस खेळतात आणि ते सरासरी किती नियमितपणे खेळतात, तसेच एका सामन्यामध्ये किती चेंडू वापरले जातात व किती नियमितपणे त्यांना फुटलेला किंवा हरवलेला चेंडू बदलण्याची गरज भासते, याची अजिबात माहिती नसणाऱ्या अंदाजांवर आधारित मी आकड्यांचा गुणाकार व भागाकार करत राहिले.

मी एका आकड्यावर येऊन थांबले, तो बहुधा खूपच चुकलेला होता. कारण, प्रत्येक पायरीवर मी एक माहितीशून्य गृहीतक मांडत होते आणि ते कोणत्या ना कोणत्या प्रमाणात चुकीचे होते. शेवटी मी म्हणाले, ''यातलं गणित हे माझ्यासाठी कठीण नाही. आता मी फक्त संख्येचे अवयव पाडणाऱ्या एका लहान मुलीला मार्गदर्शन करतेय आणि आम्ही दोन्ही मनातल्या मनात खूप आकडेमोड करतो; परंतु मला जर त्या प्रश्नाचं उत्तर जाणून घ्यायचं असल्यास मी खरंच काय करेन, हे तुम्हाला हवं असेल, तर मी तुम्हाला सांगते, मी फक्त याचं खरंच उत्तर माहीत असणाऱ्या कोणालातरी कॉल करेन.''

मग आणखी स्मितहास्य पसरले आणि त्यांना जे काही जाणून घेणे गरजेचे होते, ते आमच्या या संवादामधून त्यांना समजल्याची खात्री देण्यात आली आणि त्याचबरोबर, उमेदवारांची सुरुवातीच्या टप्प्यातील पाखडणी करण्यासाठी मॅकिन्से ज्यावर सर्वाधिक अवलंबून राहते, त्या 'सॅट'मधील गुणांसह माझा अर्जही होताच. अन्य शब्दांत सांगायचे झाल्यास, इतर कशाहीपेक्षा गुणवत्तेला अधिक मूल्य देणारी संस्कृती निर्माण करण्याचा सल्ला जर अमेरिकेच्या उद्योगविश्वाला देण्यात येत असेल, तर मॅकिन्सेची कथनी आणि करणी सारखीच होती.

मॅकिन्सेच्या न्यू यॉर्क येथील कार्यालयामध्ये रुजू होण्याचा प्रस्ताव मी स्वीकारल्यानंतर, माझा पहिला महिना फ्लोरिडातील क्लिअरवॉटर येथील एका दिमाखदार हॉटेलमध्ये घालवायचा असल्याचे मला सांगण्यात आले. तिथे मी नव्याने भरती करण्यात आलेल्या पस्तीस-चाळीस लोकांसोबत सहभागी झाले आणि माझ्याप्रमाणेच त्यांच्याकडेही व्यवसायक्षेत्रातील काहीही प्रशिक्षण नव्हते. त्याऐवजी, आमच्यापैकी प्रत्येकाने अन्य कोणतेतरी शैक्षणिक मानचिन्ह कमावले होते. उदाहरणार्थ, माझ्याशेजारी बसलेल्या मुलाने भौतिकशास्त्रामध्ये पीएच. डी. पूर्ण केली होती. दुसऱ्या बाजूला बसलेला मुलगा शल्यचिकित्सक होता आणि मागे बसलेले दोघे वकील होते.

आमच्यापैकी कोणालाच एकूणात व्यवस्थापनाविषयी किंवा खास करून सांगायचे तर कोणत्याही उद्योगक्षेत्राविषयी फारसे ज्ञान नव्हते; परंतु ही स्थिती आता बदलणार होती : एका महिन्यामध्ये आम्ही 'मिनी-एमबीए' म्हणून ओळखल्या जाणारा अल्पकालीन अभ्यासक्रम पूर्ण करणार होतो. अतिवेगवान शिकाऊ म्हणून आम्हा सर्वांना पारखून घेण्यात आल्यामुळे, अतिशय कमी कालावधीमध्ये आम्ही ही प्रचंड माहिती यशस्वीरीत्या आत्मसात करून त्यामध्ये प्रावीण्य मिळवू, याबाबत कोणतीच शंका नव्हती.

पैशांची आवक, उत्पन्न आणि नफा यांतील फरक आणि ज्याला 'खासगी क्षेत्र' म्हणतात, असे आता मला कळाले होते, त्याबाबतच्या काही प्राथमिक बाबी इत्यादींशी वरवरच्या परिचयाने सज्ज झालेल्या आम्हाला, जगभरातील आपापल्या नियोजित कार्यालयांमध्ये पाठवून देण्यात आले. तिथे आम्ही अन्य सल्लागारांच्या गटांमध्ये सहभागी होणार होतो आणि आमच्या दिशेने ज्या काही समस्या भिरकावल्या जातील, त्या सोडवण्यासाठी कॉर्पोरेट अशीलांच्या संपर्कात येणार होतो.

मॅकिन्सेचा मूलभूत व्यवसाय सिद्धान्त साधासरळ असल्याचे अल्पावधीतच माझ्या लक्षात आले. ज्या समस्यांवर अगोदरपासून काम करणाऱ्या लोकांसाठी, त्या सोडवणे जेव्हा खूपच काटेरी बनते, तेव्हा कंपन्या दर महिन्याला भरपूर पैसे मोजून त्या समस्या सोडवण्याकरिता मॅकिन्सेच्या गटाला नियुक्त करू शकतात. या एकत्र येण्यासाठी मॅकिन्सेमध्ये 'एंगेजमेंट' हा शब्द वापरला जात होता आणि एंगेजमेंटच्या अखेरीस आम्ही असा अहवाल तयार करणे अपेक्षित होते, जो संबंधित कंपनीत तयार केल्या जाऊ शकणाऱ्या कशाहीपेक्षा लक्षणीयरीत्या अधिक मर्मदृष्टी देणारा असेल.

वैद्यकीय उत्पादने बनवणाऱ्या एका अब्जावधी डॉलर्सच्या उद्योगसमूहासाठी धाडसी, दूरगामी शिफारशींचा सारांश मांडणाऱ्या स्लाइड्स एकत्र करताना, आपण कशाविषयी बोलतो आहोत, त्याची आपल्याला अजिबात कल्पना नसल्याचा साक्षात्कार मला झाला. त्या गटामध्ये काही वरिष्ठ सल्लागार होते आणि त्यांना बहुधा अधिक माहीत असावे; परंतु नुकतेच महाविद्यालयातून पदवी घेऊन बाहेर पडलेले काही माझ्याहून कनिष्ठ सल्लागारही होते आणि त्यांना निश्चितच माझ्याहीपेक्षा कमी माहिती होती.

मग, आम्हाला इतका वारेमाप खर्च करून का नियुक्त करण्यात येते? पहिली गोष्ट म्हणजे अंतर्गत राजकारणाचा डाग नसणारा, बाहेरील त्रयस्थ दृष्टिकोन ही आमची जमेची बाजू होती. त्याचप्रमाणे, आमच्याकडे व्यवसायाशी निगडित समस्या सोडवण्याची गृहीतप्रमेय आणि आकडेवारीवर आधारित शास्त्रशुद्ध पद्धत होती. कंपन्यांच्या सीईओंनी मॅकिन्सेला पाचारण करण्याची बहुधा बरीच चांगली कारणे होती; परंतु त्यांच्याकडे अगोदरपासूनच असलेल्या लोकांपेक्षा आम्ही चाणाक्ष असणे अपेक्षित होते, हे त्यांपैकी एक कारण असल्याचे मला वाटते. मॅकिन्सेला

नियुक्त करण्याचा अर्थ अगदी 'सर्वोत्तम आणि सर्वांत हुशार' लोकांना नियुक्त करणे, असा होता – जणू काही हुशार असण्याने आम्ही सर्वोत्तमही बनलो होतो.

दि वॉर ऑफ टॅलेंटच्या मते, आपल्या सर्वांत गुणवान नोकरदारांना आक्रमकपणे बढती देणाऱ्या आणि त्याचबरोबर कमी गुणवान नोकरदारांना आक्रमकपणे वेचणाऱ्या कंपन्या या वेगाने प्रगती करणाऱ्या असतात. अशा कंपन्यांमध्ये, वेतनामधील प्रचंड तफावत ही केवळ समर्थनीयच नसते, तर ती इच्छितही असते. का? कारण, स्पर्धात्मक, 'जो जिता वही सिकंदर' हे वातावरण सर्वांत गुणवान लोकांना तिथेच टिकून राहण्यास आणि कमी गुणवान लोकांना पर्यायी नोकऱ्या शोधण्यास प्रोत्साहन देते.

अशा प्रकारच्या विशिष्ट व्यावसायिक तत्त्वज्ञानासाठी *दि वॉर ऑन कॉमन सेन्स* हे अधिक योग्य शीर्षक ठरेल, असे मॅकिन्सेबाबत आजवर सर्वांत सखोल संशोधन करणारे पत्रकार डफ मॅक्डोनाल्ड यांनी सुचवले आहे. मॅकिन्सेच्या मूळ अहवालामध्ये 'त्यांच्या पुरस्कर्त्या रणनीतीची उदाहरणे' म्हणून ठळकपणे नमूद करण्यात आलेल्या कंपन्यांनी हा अहवाल प्रसिद्ध झाल्यानंतरच्या वर्षांमध्ये फारशी चांगली कामगिरी केली नसल्याकडेही मॅक्डोनाल्ड लक्ष वेधतात.

पत्रकार माल्कम ग्लॅडवेल यांनीही *दि वॉर फॉर टॅलेंटवर* टीका केली आहे. मॅकिन्सेतर्फे पुरस्कार करण्यात येणाऱ्या व्यवस्थापनामध्ये 'गुणवत्ताधारित मानसिकता' बाळगण्याच्या दृष्टिकोनाचे एन्रॉन हे मूर्तिमंत उदाहरण असल्याचे ग्लॅडवेल नमूद करतात. एकेकाळी जगातील सर्वांत मोठ्या ऊर्जा व्यापार कंपन्यांपैकी एक असणाऱ्या एन्रॉनला *फॉर्च्युन* नियतकालिकाने सलग सहा वर्षे अमेरिकेची 'सर्वांत नवप्रयोगक्षम कंपनी' म्हणून गौरवले होते. असे असूनही, २००१च्या अखेरीपर्यंत, जेव्हा या उद्योगसमूहाने दिवाळखोरीसाठी अर्ज दाखल केला, तेव्हा कंपनीचा असामान्य नफा हा प्रत्यक्षात प्रचंड आणि पद्धतशीरपणे केलेल्या हिशेबातील घोटाळ्यामुळे असल्याचे स्पष्ट झाले. एन्रॉन जेव्हा कोसळली, तेव्हा या सर्व गैरव्यवहारामध्ये अजिबात हात नसणाऱ्या कंपनीच्या हजारो कर्मचाऱ्यांना त्यांच्या नोकऱ्या, त्याचबरोबर आरोग्यविमा आणि निवृत्तीसाठीची बचतही गमवावी लागली. त्या काळी, ती अमेरिकेच्या इतिहासातील सर्वांत मोठी कॉर्पोरेट दिवाळखोरी होती.

एन्रॉनच्या बोजवाऱ्यासाठी तुम्ही बुद्ध्यंकाच्या अतिरेकाला दोष देऊ शकत नाही; परंतु त्याचप्रमाणे तुम्ही त्यासाठी निग्रहाच्या अभावालाही दोषी ठरवू शकत नाही; परंतु एन्रॉनचे नोकरदार हे इतर सर्वांपेक्षा चाणाक्ष असल्याचे सिद्ध करण्याच्या मागणीने कंपनीच्या आत्मपूजक संस्कृतीमध्ये हातभार लावल्याचा, तसेच या कंपनीमध्ये अविश्वसनीयरीत्या आत्मसंतुष्ट आणि विद्वत्तेचे प्रदर्शन करत राहण्याच्या

खोलवर रुजलेल्या असुरक्षिततेने प्रेरित नोकरदारांचे अतिप्रतिनिधित्व असल्याचा मुद्दा ग्लॅडवेल पटण्याजोग्या पद्धतीने मांडतात. अशा प्रकारची संस्कृती अल्पकालीन कामगिरीस प्रोत्साहन देत होती. मात्र दीर्घकालीन शिकण्यार्ची प्रक्रिया आणि वाढ यापासून परावृत्त करत होती.

दि स्मार्टेस्ट गाइज् इन दि रूम या अतिशय योग्य शीर्षक लाभलेल्या एन्रॉनविषयी विच्छेदन करणाऱ्या माहितीपटामध्येही हाच मुद्दा येतो. कंपनीचे वर्चस्व असतानाच्या काळामध्ये उद्धट आणि कुशाग्र बुद्धिमान असणारे जेफ स्किलिंग नावाचे मॅकिन्सेचे माजी सल्लागार हे एन्रॉनचे मुख्य कार्यकारी अधिकारी होते. स्किलिंग यांनी एन्रॉनकरिता कामगिरीचा आढावा घेणारी व्यवस्था विकसित केली होती. या व्यवस्थेमध्ये वार्षिक स्तरावर कर्मचाऱ्यांना श्रेणी देण्यात यायची आणि तळातील १५ टक्के कर्मचाऱ्यांना तातडीने कामावरून कमी करण्यात यायचे. अन्य भाषेत सांगायचे तर तुमच्या कामगिरीचा संपूर्ण स्तर काहीही असला, तरीही जर तुम्ही इतरांच्या संदर्भात कमकुवत असाल, तर तुम्हाला काढून टाकले जायचे. एन्रॉनमध्ये ही पद्धत 'रँक अँड यँक' म्हणून ओळखली जात होती. ही आपल्या कंपनीच्या सर्वांत महत्त्वाच्या रणनीतींपैकी एक आहे, असे स्किलिंग मानत होते; परंतु शेवटी या पद्धतीने, लबाडीला इनाम देणाऱ्या आणि सचोटीचे खच्चीकरण करणाऱ्या कार्य वातावरणास हातभार लावलेला असू शकतो.

गुणवत्ता ही वाईट गोष्ट असते का? आपण सर्व जण समानरीत्या गुणवान आहोत का? नाही, निश्चितच नाही. कोणतेही कौशल्य आत्मसात करण्याचा आलेख वेगाने चढणे ही साहजिकच खूप चांगली गोष्ट आहे आणि आवडो किंवा न आवडो, आपल्यापैकी काही जण हे याबाबतीत इतरांपेक्षा अधिक चांगले असतात.

मग, 'प्रयत्नकर्त्यां'पेक्षा 'नैसर्गिकरीत्या गुणवान' लोकांना पसंती देणे ही इतकी वाईट गोष्ट का आहे? *अमेरिकाज् गॉट टॅलेंट, दि एक्स फॅक्टर* आणि *चाइल्ड जिनियस* यांसारख्या टीव्हीवरील कार्यक्रमांची तोट्याची बाजू काय आहे? सात किंवा आठ वर्षांइतक्या कमी वयाच्या मुलांची विभागणी – 'निसर्गदत्त देणगी लाभलेले व गुणवान' अशी थोडी मुले आणि या गोष्टी नसणारी इतर बरीच मुले – या दोन गटांमध्ये आपण का करता कामा नये? गुणवत्ताधारित कार्यक्रमाचे नाव 'टॅलेंट शो' असे असण्यात वाईट काय आहे?

माझ्या मते, गुणवत्तेसोबतची पूर्वमग्नता हानिकारक असण्याचे सर्वांत मोठे कारण सोपे आहे : गुणवत्तेवरील आपला प्रकाशझोत उजळवून, आपण इतर सर्व गोष्टी झाकोळण्याचा धोका पत्करतो. निग्रहासहीत हे इतर सर्व घटक प्रत्यक्षात

जितके महत्त्वाचे असतात, तितके ते महत्त्वाचे नसल्याचा संदेश आपण अनावधानाने देत असतो.

उदाहरणादाखल, स्कॉट बॅरी कॉफमन यांची गोष्ट घेऊ. माझ्या कार्यालयापासून दोन दरवाजे सोडून स्कॉट यांचे कार्यालय आहे आणि तेसुद्धा माझ्या माहितीतील इतर बऱ्याच शैक्षणिक मानसशास्त्रज्ञांप्रमाणेच आहेत : आपल्या जागृतावस्थेतील बरेचसे तास ते वाचन, विचारमंथन, माहिती जमवणे, संख्याशास्त्रीय प्रक्रिया करणे आणि लेखन यांमध्ये घालवतात. वैज्ञानिक नियतकालिकांमध्ये त्यांची संशोधने प्रकाशित होतात. त्यांना अनेक बहुअवयवी जटिल शब्द माहीत आहेत. त्यांनी कार्नेजी मेलॉन, केंब्रिज विद्यापीठ आणि येल येथून पदव्या घेतलेल्या आहेत. विरंगुळा म्हणून ते चेलोवादन करतात.

परंतु लहान असताना, स्कॉट यांना संथ विद्यार्थी समजण्यात आले होते – जे खरेही होते. 'मुळात, लहान असताना माझ्या कानामध्ये खूप संसर्ग झाला होता,' स्कॉट सांगतात, 'आणि त्याची परिणती, त्या विशिष्ट कालावधीत ऐकू येणाऱ्या आवाजांवरून माहिती आत्मसात करण्याबाबतच्या अडचणीमध्ये झाली होती. माझ्या वर्गातील अन्य मुलांपेक्षा मी नेहमीच एक किंवा दोन पावलं मागे असायचो.' त्यांच्या शैक्षणिक प्रगतीला इतका खीळ बसला होता की, किंबहुना त्यांना गतिमंदांच्या शिक्षणवर्गामध्ये दाखल करण्यात आले. तिसऱ्या इयत्तेमध्ये ते पुन्हा बसले. साधारणतः त्याच काळात, ते बुद्ध्यंक चाचणी देण्यासाठी शाळेच्या मानसशास्त्रज्ञांना भेटले. त्या चिंताग्रस्त चाचणीसत्राचे वर्णन ते 'यातनादायक' असे करतात. स्कॉट यांची त्या चाचणीमधील कामगिरी इतकी वाईट होती की, शैक्षणिक दौर्बल्य असणाऱ्या मुलांसाठीच्या विशेष शाळेमध्ये त्यांना पाठवण्यात आले.

स्कॉट चौदा वर्षांचे असताना, त्यांचे निरीक्षण करणाऱ्या एका विशेष शिक्षणवर्गाच्या शिक्षकांनी त्यांना बाजूला घेतले आणि ते अधिक आव्हानात्मक वर्गांमध्ये का नाहीत, असे विचारले. तोपर्यंत, स्कॉट यांनी कधीच स्वतःच्या बौद्धिक दर्जावर प्रश्नचिन्ह उपस्थित केले नव्हते. त्याउलट, आपल्याकडील गुणवत्तेच्या अभावाने, आपल्याला आयुष्यात काय करता येऊ शकेल, यासंबंधीची कमाल मर्यादाच कमी केल्याची समजूत त्यांनी करून घेतली होती.

त्यांच्या क्षमतेवर विश्वास ठेवणाऱ्या शिक्षकांशी झालेली भेट हा महत्त्वाचा कलाटणीचा क्षण होता. '*तू इतकेच काही करू शकतोस*' या केंद्रबिंदूपासून ते '*कोणास ठावूक, तू काय काय करू शकतोस?*' या केंद्रबिंदूपर्यंतची ती गिरकी होती. त्या क्षणी, स्कॉट यांनी आयुष्यात अगदी पहिल्यांदा विचार करण्यास सुरुवात केली : *मी कोण आहे? मी कोणतेही खरेखुरे भविष्य नसणारा दुर्बल शिकाऊ विद्यार्थी आहे का? की मी कोणीतरी वेगळा आहे?*

आणि मग, याचे उत्तर शोधण्यासाठी स्कॉट यांनी त्यांच्या शाळेत उपलब्ध असणाऱ्या जवळपास प्रत्येक आव्हानासाठी प्रवेश घेतला. लॅटिन भाषेचे वर्ग. शाळेची सांगीतिका. चर्चमधील गायनसमूह. ते काही प्रत्येक गोष्टीतच यशस्वी झाले, असे नाही; परंतु ते सर्व काही शिकले. काहीही आशा न बाळगण्याजोगे 'ढ' आपण नाही, हेसुद्धा स्कॉट यांनी जाणले.

चेलो हे वाद्य आपण बऱ्यापैकी सहजरीत्या शिकतो आहोत, असे स्कॉट यांना आढळले. त्यांचे आजोबा फिलाडेल्फियातील एका ऑर्केस्ट्रामध्ये जवळपास पन्नास वर्षे चेलोवादक होते आणि आपले आजोबाच आपल्याला चेलोवादनाचे धडे देऊ शकतात, याची स्कॉट यांना अजिबात कल्पना नव्हती. आजोबांनी स्कॉट यांना शिकवले आणि ज्या उन्हाळ्यामध्ये स्कॉट यांनी सर्वप्रथम चेलो हाती घेतले होते, त्याच उन्हाळ्यात त्यांनी दरदिवशी आठ ते नऊ तास रियाज करण्यास सुरुवात केली. सुधारणा करण्याबाबत ते दृढनिश्चयी होते आणि हे काही केवळ चेलोवादनामध्ये आनंद मिळत असल्यामुळेच नव्हते : ''मी बौद्धिकदृष्ट्या काहीही करण्यास सक्षम आहे, हे कोणालातरी, कोणालाही दाखवून देण्याकरिता मी खूप प्रेरित होतो. त्या टप्प्यावर नेमके काय करण्यास सक्षम आहोत, याची मी फिकीरही केली नव्हती.''

त्यांचे वादन खचितच सुधारले आणि त्या वर्षी पावसाळ्यापर्यंत त्यांनी हायस्कूलच्या वाद्यवृंदामध्ये जागा पटकावली होती. जर ही कथा तिथे आणि तेवढ्यावरच संपली असती, तर ती कदाचित निग्रहाविषयी नसती; परंतु त्याचा पुढील घटनाक्रम असा होता : स्कॉट यांनी रियाज करणे सुरू ठेवले, अगदी रियाज वाढवलासुद्धा. रियाज करण्यासाठी ते दुपारच्या जेवणालाही फाटा द्यायचे. काही वेळा तर ते रियाजासाठी वर्गांनाही दांडी मारायचे. वरिष्ठ वर्ष येईपर्यंत, त्यांनी द्वितीय स्थान पटकावले होते – म्हणजेच ते वाद्यवृंदामधील दुसऱ्या क्रमांकाचे सर्वोत्तम चेलोवादक होते – आणि त्याचबरोबर ते चर्चमधील गायनसमूहातही होते, त्याचबरोबर संगीतविभागातील सर्व प्रकारचे पुरस्कार त्यांनी जिंकले होते.

त्यांच्या वर्गांमध्येही ते चांगली कामगिरी करू लागले. यांपैकी बरेचसे वर्ग हे आता 'ऑनर्सचे' (विषयाचा अधिक सखोल वेध घेणारा अभ्यासक्रम) वर्ग होते. त्यांच्या जवळपास सर्वच मित्रांना निसर्गदत्त आणि गुणवान विद्यार्थ्यांसाठीच्या विशेष अभ्यासवर्गांमध्ये प्रवेश मिळाला होता आणि स्कॉट यांनाही त्यांच्यामध्ये सहभागी व्हायचे होते. त्यांना प्लेटोविषयी बोलायचे होते, बौद्धिक कोडी सोडवायची होती आणि ते सध्या शिकत असलेल्या गोष्टींपेक्षा अधिक काहीतरी शिकायचे होते. अर्थातच, त्यांच्या बालपणीच्या बुद्ध्यंक गुणांमुळे हे सर्व करता येण्याची शक्यता नव्हती. शाळेच्या मानसशास्त्रांनी नॅपकिनच्या मागील बाजूस एक घंटेसारखा वक्राकार आलेख काढल्याचे त्यांना आठवते, मग त्याच्या टोकाकडे निर्देश करत ते म्हणाले होते – ''ही सरासरी आहे'' – मग उजव्या बाजूला निर्देश करत ते

म्हणाले – ''निसर्गदत्त देणगी लाभलेल्या आणि गुणवान विद्यार्थ्यांसाठीच्या विशेष अभ्यासवर्गामध्ये बसण्यासाठी तुला इथे असावे लागेल'' – आणि त्यानंतर डावीकडे येत ते म्हणाले – ''आणि तू इथे आहेस.''

''नक्की कोणत्या टप्प्यावर यशस्वी कामगिरी ही क्षमतेपेक्षा वरचढ ठरते?'' स्कॉट यांनी विचारले.

त्या शालेय मानसशास्त्रज्ञांनी नकारार्थी मान हलवली आणि स्कॉट यांना बाहेरचा रस्ता दाखवला.

ही 'बुद्धिमत्ता' म्हणून ओळखली जाणारी गोष्ट आपल्याला शिकायची आहे, असे स्कॉट यांनी त्या पावसाळ्यामध्ये ठरवले आणि ते स्वतःच्या निष्कर्षाप्रत येऊन पोहोचले. त्यांनी कार्नेजी मेलॉन युनिव्हर्सिटी या विद्यापीठामध्ये 'कॉग्निटिव्ह सायन्स' (संज्ञानात्मक विज्ञान) शिकण्यासाठी अर्ज केला. त्यांना प्रवेश नाकारण्यात आला. नकारपत्रामध्ये अर्थातच, 'का' याचे नेमके स्पष्टीकरण देण्यात आले नव्हते, मात्र त्यांनी मिळवलेल्या उत्कृष्ट श्रेण्या आणि अभ्यासेतर उपक्रमांमधील त्यांचे यश पाहता, त्यांचे 'सॅट'मधील कमी गुण हाच एकमेव अडथळा असल्याचा निष्कर्ष स्कॉट काढू शकत होते.

''माझ्यामध्ये निग्रह होता,'' स्कॉट सांगतात. ''मी म्हटलं, मी ते करणार, काहीही झालं तरी. मला जे शिकायची इच्छा आहे, ते शिकण्याचा मार्ग मी शोधून काढणार.'' आणि मग स्कॉट यांनी कार्नेजी मेलॉनच्या ऑपेरा अभ्यासक्रमासाठी चाचणी दिली. का? कारण, ऑपेरा अभ्यासक्रमामध्ये सॅटच्या गुणांकडे तितक्या कटाक्षाने पाहिले जात नव्हते आणि त्याऐवजी सांगीतिक क्षमता आणि अभिव्यक्ती या गोष्टींवर लक्ष केंद्रित करण्यात येत होते. पहिल्या वर्षी स्कॉट यांनी मानसशास्त्राचा अभ्यासक्रम पर्यायी विषय म्हणून निवडला. त्यानंतर अल्पावधीतच, त्यांनी मानसशास्त्र हा दुय्यम विषय म्हणून घेतला आणि मग, आपला प्रमुख विषय ऑपेरावरून बदलून मानसशास्त्र हा केला. पुढे ते 'फी बेटा कप्पा' (अमेरिकतील विद्यापीठांमध्ये पदवीस्तरावर उच्च प्रावीण्य मिळवणाऱ्या विद्यार्थ्यांसाठीची ही सर्वांत जुनी मानद संस्था असून, त्यातील समाविष्ट पदवीधरांनाही या नावाने संबोधले जाते) पदवीधर झाले.

———

स्कॉट यांच्याप्रमाणेच, मीसुद्धा माझ्या शालेय जीवनाच्या सुरुवातीच्या टप्प्यामध्ये बुद्ध्यंक चाचणी दिली होती आणि निसर्गदत्त व गुणवान विद्यार्थ्यांसाठीच्या अभ्यासवर्गांचा लाभ मिळण्यासाठी मी पुरेशी हुशार नसल्याचे ठरवण्यात आले होते. काहीतरी कारणामुळे – कदाचित, माझी पुन्हा चाचणी केली जावी, अशी मागणी

शिक्षकांनी केल्यामुळे – पुढील वर्षी, माझे पुन्हा मूल्यमापन करण्यात आले आणि त्या वर्षी मी ती प्रवेशसीमा ओलांडली. मला वाटतं, नैसर्गिक देणगी लाभण्याबाबत मी काठावर होते, असे तुम्ही म्हणू शकता.

गुणवत्ता ही खूप चांगली गोष्ट आहे; परंतु गुणवत्तेच्या चाचण्या तिरस्करणीय आहेत, हा या कथांचा अन्वयार्थ काढण्याचा एक मार्ग आहे. गुणवत्तेच्या चाचण्या – आणि त्याचबरोबर मानसशास्त्रज्ञांचे अभ्यासविषय असलेल्या कोणत्याही गोष्टीच्या चाचण्या, मग त्यात निग्रहसुद्धा आला – या अचूक नसण्याचे प्रमाण खूप अधिक असते, असा युक्तिवाद निश्चितच करता येण्याजोगा आहे.

परंतु दुसरा निष्कर्ष असा आहे की, गुणवत्तेवर लक्ष केंद्रित झाल्यामुळे तितक्याच महत्त्वाच्या असणाऱ्या दुसऱ्या एका गोष्टीपासून आपले लक्ष विचलित होते आणि ती गोष्ट म्हणजे प्रयत्न. गुणवत्तेचे मूल्य कितीही असले, तरी प्रयत्नांचे मूल्य दुप्पट असते, हा युक्तिवाद मी पुढील प्रकरणामध्ये मांडणार आहे.

➡ *प्रकरण ३*

प्रयत्नाचे मूल्य असते दुप्पट

आजकाल, गुणवत्ता हा शब्द वाचनात किंवा कानावर येत नाही, असा एकही दिवस जात नाही. वृत्तपत्राच्या प्रत्येक विभागामध्ये – क्रीडा पानापासून ते व्यवसाय विभागापर्यंत, साप्ताहिक पुरवण्यांमधील अभिनेते आणि संगीत कलावंतांच्या व्यक्तिचित्रांपासून ते पहिल्या पानावर प्रसिद्ध होणाऱ्या राजकारणातील उगवत्या ताऱ्यांच्या बातम्यांपर्यंत – गुणवत्तेचा उल्लेख विपुल प्रमाणात असतो. असं वाटतं की, कोणीही जेव्हा त्याच्या/तिच्याविषयी लिहिण्याइतपत कामगिरी करतो/ते तेव्हा आपण घाईघाईने त्या व्यक्तीला असामान्यरीत्या 'गुणवत्ताधारक' म्हणून अभिषेक घालतो.

जर आपण गुणवत्तेवर अतिजोर देत असू, तर आपण अन्य सर्व गोष्टींना कमी महत्त्व देत आहोत. टोकाला जाऊन सांगायचे, तर आपण जणू मनोमन खोलवर खालील आकृती सत्य मानतो :

उदाहरणार्थ, आकाशवाणीवरील एका भाष्यकारांनी हिलरी आणि बिल क्लिंटन यांच्यादरम्यान केलेली तुलना मी अलीकडेच ऐकली. ते दोघेही असामान्यरीत्या प्रभावी संवादक आहेत, असे निरीक्षण भाष्यकारांनी नोंदवले; परंतु हिलरी यांचे पती बिल हे नैसर्गिक देणगी लाभलेले राजकारणी असताना, हिलरी यांनी मात्र स्वतःला त्या भूमिकेमध्ये कसेतरी वेडेवाकडे बसवले आहे. बिल हे नैसर्गिक आहेत; हिलरी

या निव्वळ प्रयत्नरत आहेत. स्पष्ट बोलले गेले नसले, तरी हिलरी कधीच बिल यांची बरोबरी करू शकणार नाहीत, असा याचा साहजिक ध्वनितार्थ आहे.

आपण स्वतःही अशीच पारख करत आहोत, असे मला आढळले. जेव्हा कोणीतरी खरोखरच मला प्रभावित करतं, तेव्हा बहुधा प्रतिक्षिप्तपणे मी स्वतःशी म्हणते: *काय जिनिअस आहे!* मला अधिक माहीत असायला हवे. मी करते असं म्हणजे हे काय चालू असतं? गुणवत्तेबाबतचा हा नेणिवेतला पक्षपात का कायम राहतो?

काही वर्षांपूर्वी, मी 'दि मंडेनिटी ऑफ एक्सलन्स' (सर्वोत्कृष्टतेची नीरसता) असे शीर्षक असणारा स्पर्धात्मक जलतरणपटूंविषयीचा एक अभ्यास वाचला होता. या लेखाच्या शीर्षकानेच त्याच्या महत्त्वाचा निष्कर्ष सारांशरूपाने मांडला होता : सर्वांत देदीप्यमान मानवी यशोप्राप्ती ही अगणित एकेकट्या घटकांची बेरीज असते आणि यातील प्रत्येक घटक हा एकार्थी सामान्य असतो.

हा अभ्यास पूर्ण करणारे समाजशास्त्रज्ञ डॅन चॅम्ब्लिस यांनी पुढील निरीक्षण नोंदवले होते : 'अत्युत्कृष्ट कामगिरी हा खरेतर खूपसारी लहान कौशल्ये आणि कार्यांचा संगम असतो, यातील प्रत्येक गोष्ट शिकावी लागते किंवा तिचा शोध घ्यावा लागतो, ती काळजीपूर्वकरीत्या पुनःपुन्हा करून सवय बनवावी लागते आणि सर्व गोष्टींना एकत्र आणून पूर्णरूप द्यावे लागते. यांपैकी कोणत्याही एका कृतीमध्ये असामान्य किंवा अतिमानवी असे काहीही नसते; केवळ त्या सातत्यपूर्णरीत्या आणि अचूकपणे, तसेच एकत्रितपणे करण्यात येतात, हो बाबच सर्वोत्कृष्टता निर्माण करते.'

परंतु नीरसता ही काही सहजासहजी भुरळ पडणारी गोष्ट नसून, ती परिश्रमपूर्वक पटवून द्यावी लागते. डॅन यांनी त्यांचे विश्लेषण संपवत आणले होते, तेव्हा त्यांनी एका सहकाऱ्याला त्यातील काही प्रकरणे वाचावयास दिली. ''तुला यामध्ये चैतन्य आणण्याची गरज आहे. या लोकांना तुला अधिक रोचक बनवावे लागेल..,'' तो मित्र म्हणाला.

डॅन यांच्या काही निरीक्षणांविषयी चौकशी करण्यासाठी मी त्यांच्याशी संपर्क साधला, तेव्हा ते स्वतः अगोदर एक जलतरणपटू म्हणून आणि त्यानंतर काही वर्षांनी अर्ध वेळ प्रशिक्षक म्हणून गुणवत्ता या संकल्पनेबाबत – आणि त्यातून आपल्याला खरेच जे अभिप्रेत असते, त्याबाबत – भारावून गेले होते, असे मला समजले. एक तरुण साहाय्यक प्राध्यापक म्हणून डॅन यांनी जलतरणपटूंचा सखोल, गुणात्मक अभ्यास करायचे ठरवले. एकूणात, डॅन यांनी स्थानिक जलतरण क्लबपासून ते

भविष्यातील ऑलिंपिकपटूंचा समावेश असणाऱ्या विशेष संघांपर्यंत सर्व स्तरांतील जलतरणपटूंच्या आणि प्रशिक्षकांच्या मुलाखती घेण्यात, त्यांचे निरीक्षण करण्यात, काही वेळा त्यांच्यासोबत राहण्यात आणि प्रवास करण्यात सहा वर्षे खर्ची घातली.

'गुणवत्ता हे बहुधा खेळाडूंच्या यशासाठी आपल्याकडे असणारे सर्वांत व्यापक स्पष्टीकरण आहे,' असे निरीक्षण ते नोंदवतात. जणू काही, गुणवत्ता म्हणजे वास्तवातील कामगिरीच्या पाठीमागे असणारा कुठलातरी अदृश्य घटक असून, तो अखेरीस सर्वोत्तम खेळाडूंना अन्य खेळाडूंपासून वेगळा बनवतो आणि या महान खेळाडूंना 'काहीतरी खास भेट लाभलेली असावी, जवळजवळ त्यांच्या आतमध्ये असणाऱ्या एखाद्या गोष्टीप्रमाणे, उर्वरित आपल्या सर्वांना नाकारण्यात आली, अशी गोष्ट – कदाचित, शारीरिक, आनुवंशिक, मानसिक किंवा शरीरशास्त्रविषयक. काही जणांमध्ये 'ती' असते आणि काहींमध्ये नसते. काही नैसर्गिकरीत्या खेळाडू असतात आणि काही नसतात.'

मला वाटते की, डॅन यांचे तंतोतंत बरोबर आहे. एखाद्या खेळाडूने, संगीत कलावंताने किंवा अन्य कोणीही आ–वासायला लावण्याइतक्या अद्‌भुतपणे काहीतरी कसे करून दाखवले, याचे स्पष्टीकरण आपण देऊ शकत नसू, तर आपला कल स्वतःचे हात वर करण्याकडे आणि 'ही ईश्वरी भेट आहे! कोणीही तुम्हाला हे शिकवू शकत नाही,' असे म्हणण्याकडे असतो. अन्य शब्दांत सांगायचे, तर अनुभव आणि प्रशिक्षण कशा प्रकारे कोणाला तरी सामान्य मानकांच्या इतक्या स्पष्टपणे पलीकडे असणाऱ्या उत्कृष्टतेच्या पातळीपर्यंत नेतात, हे जेव्हा आपण पाहू शकत नाही, तेव्हा हमखास आपण त्या व्यक्तीवर 'नैसर्गिक' असल्याच्या शिक्का मारतो.

महान जलतरणपटूंच्या अंतिम यशामध्ये अनेक विविध घटकांचे योगदान असल्याचे त्यांच्या चरित्रकारांनी उघड केले आहे, याकडे डॅन लक्ष वेधतात. उदाहरणार्थ, बहुतांश यशस्वी जलतरणपटूंच्या पालकांना जवळपास न चुकता खेळांमध्ये रुची होती. प्रशिक्षण, जलतरण स्पर्धांसाठीचा प्रवास आणि तितकेच महत्त्वाचे म्हणजे जलतरण तलावाची उपलब्धता, याकरिता खर्च करण्यासाठी त्यांनी पुरेसा पैसा कमावलेला होता आणि महत्त्वपूर्णरीत्या, वर्षानुवर्षे जलतरण तलावामध्ये केलेला हजारो तासांचा सराव – अनेक एकेकट्या घटकांना कसदार बनवण्यामध्ये घालवलेली ही वर्षे, या सर्वांच्या बेरजेतून एक निर्दोष, परिपूर्ण कामगिरी निर्माण होते.

देदीप्यमान कामगिरीसाठी गुणवत्ता हे संपूर्ण स्पष्टीकरण आहे, असे गृहीत धरणे चुकीचे वाटत असले, तरी ते समजण्याजोगेही आहे. ''असे करणे सोपे आहे. विशेषतः, जर कोणाला केवळ दर चार वर्षांतून एकदा टीव्हीवर ऑलिंपिक पाहताना अग्रगण्य खेळाडूंचे दर्शन होत असेल किंवा जर कोणीही या खेळाडूंना दैनंदिन प्रशिक्षण घेताना पाहण्याऐवजी केवळ स्पर्धेमध्ये कामगिरी करताना पाहत असेल, तर असे करणे सोपे आहे,'' असे डॅन समजावतात.

जलतरणामध्ये यशस्वी होण्यासाठी गरजेची असणारी किमान गुणवत्ता ही आपल्यापैकी बहुतांश जणांना वाटते, त्याहीपेक्षा कमीच आहे, असाही एक मुद्दा डॅन मांडतात.

''तुमच्या म्हणण्याचा अर्थ आपल्यापैकी कोणीही मायकेल फेल्प्स बनू शकेल, असा आहे, असं मला वाटत नाही,'' मी म्हटलं, ''नाही का?''

''नाही, अर्थातच नाही,'' डॅन यांनी उत्तर दिले, ''सुरुवातीलाच सांगायचं, तर शरीररचनेच्या दृष्टीने काही जमेच्या बाजू असतात आणि त्यासाठी खरंच प्रशिक्षण देता येऊ शकत नाही.''

''आणि सर्व जलतरणपटू जरी सारखेच कठोर प्रयत्न करत असतील आणि त्यांना सारखेच प्रशिक्षण मिळत असेल, तरी त्यातील काही जलतरणपटूंची कामगिरी इतरांपेक्षा अधिक सुधारते, असंही तुम्ही म्हणाल का?'' मी पुढे विचारले.

''हो; परंतु मुख्य गोष्ट अशी आहे की, महानता ही साध्य करता येण्याजोगी आहे. महानता ही अनेकानेक एकेकट्या गोष्टींची मिळून बनलेली असते आणि ही प्रत्येक गोष्ट साध्य करता येण्याजोगी असते.''

डॅन यांचा मुद्दा असा आहे की, जर उत्कृष्टता निर्माण करणारे तास व दिवस आणि आठवडे व वर्षे यांची डोळ्यांसमोरून संथपणे सरकणारी चित्रफीत जर तुम्ही पाहिली असती, तर त्यांनी जे पाहिले, ते तुम्हाला पाहता आले असते : उच्चस्तरीय कामगिरी ही प्रत्यक्षात, नीरस कृतींची एकत्रित वृद्धी असते; परंतु एकेकट्या नीरस घटकांचे हे वाढते प्रभुत्व सर्वच गोष्टी स्पष्ट करते का? असा प्रश्न मला पडला होता. हेच सर्व काही असतं का?

''खरंतर आपल्या सर्वांनाच गूढ आणि जादू आवडते,'' ते म्हणाले, ''मलासुद्धा आवडते.''

त्यानंतर, रॉडी गेन्स आणि मार्क स्पिट्झ यांना जलतरण तलावामध्ये पोहताना डॅन यांना पाहता आले होते, त्या दिवसाविषयी त्यांनी मला सांगितले. ''स्पिट्झ यांनी ७२च्या ऑलिंपिकमध्ये सात सुवर्णपदकं जिंकली होती आणि मायकेल फेल्प्सच्या अगोदरची ती खूप मोठी कामगिरी होती,'' असे ते म्हणाले. १९८४मध्ये म्हणजेच निवृत्तीनंतर बारा वर्षांनी स्पिट्झ अवतरले होते. त्यांचे वय तेव्हा तिशीच्या मध्यात होते आणि ते रॉडी गेन्स यांच्यासह पाण्यात उतरले, गेन्स यांच्या नावावर तेव्हा १०० मीटर फ्रीस्टाइल प्रकारातील विश्वविक्रम जमा होता. त्यांनी पन्नास मीटरच्या काही शर्यती केल्या – सोप्या शब्दांत, दोन वेळा तलावाचे अंतर पार केले, वेगाने पोहत, छोटेखानी शर्यतींसारखे. गेन्स यांनी त्यांपैकी बहुतांश शर्यती जिंकल्या; परंतु ते शर्यतींच्या मध्यापर्यंत पोहोचले असताना, संपूर्ण संघ स्पिट्झ यांना फक्त पोहताना पाहण्यासाठी तलावाच्या काठाभोवती उभा होता.''

संघातील प्रत्येक जण गेन्स यांच्यासोबत सराव करत होता आणि ते किती चांगले जलतरणपटू आहेत, हे सर्वांनाच माहीत होते. ऑलिंपिक सुवर्णपदक जिंकण्यासाठीचे ते प्रबळ दावेदार आहेत, हे त्यांना माहीत होते; परंतु वयातील अंतरामुळे कोणीही स्पिट्झ यांच्यासह जलतरण केले नव्हते.

एक जलतरणपटू डॅन यांच्याजवळ आला आणि स्पिट्झ यांच्याकडे निर्देश करत म्हणाला, ''आई शप्पथ, हा तर मासा आहे रे.''

डॅन यांच्या आवाजातील आश्चर्यकारक भाव मला ऐकू येत होते. अगदी हा नीरसतेचा विद्यार्थीही सहजपणे गुणवत्तेच्या त्या स्पष्टीकरणांनी शांत झाला असावा, असे वाटत होते. मी त्यांना थोडे अधिक खोलात जाऊन विचारले. तशा प्रकारच्या जादुई कामगिरीमध्ये काहीतरी दैवी होते का?

डॅन यांनी मला जाऊन नित्श्चे वाचण्याचा सल्ला दिला.

नित्श्चे? तो *तत्त्वज्ञ*? मार्क स्पिट्झ यांच्या कामगिरीचे स्पष्टीकरण देऊ शकेल, असे एकोणिसाव्या शतकातील जर्मन तत्त्वज्ञाकडे सांगण्यासारखे काय असणार? पण वाचल्यावर कळाले की, नित्श्चे यांनीही सारख्याच प्रश्नावर दीर्घकाळ आणि बराच सखोल विचार केला होता.

'जेव्हा सर्व काही तंतोतंत असते, तेव्हा ते कसे घडले, हा प्रश्न आपण विचारत नाही,' असे नित्श्चे लिहितात, 'त्याऐवजी, आपण वर्तमान बाबींमध्ये आनंदित होतो, जणू काही ती गोष्ट जादूनेच या भूमीतून उगवली आहे.'

मी तो परिच्छेद जेव्हा वाचला, तेव्हा जवळपास मानवी वाटणार नाही, अशा कामगिरीचे प्रदर्शन करताना स्पिट्झ यांना पाहणाऱ्या त्या तरुण जलतरणपटूंचा विचार मी करत होते.

'कलावंताच्या कार्यामध्ये कोणालाही ते कसे घडले आहेत, हे दिसू शकत नाही,' असे नित्श्चे यांनी म्हटले आहे. 'ही त्याची जमेची बाजू आहे, कारण जिथे कुठे एखाद्याला ही घडण्याची क्रिया पाहता येऊ शकली, तर त्याचे स्वारस्य व उत्साह काही प्रमाणात निघून जाईल.' अन्य शब्दांत सांगायचे, तर मार्क स्पिट्झ यांचा जन्मच एकार्थी पोहण्यासाठी झाला होता, तसे ना आपल्यापैकी कोणी जन्मलो होतो आणि ना आपल्यापैकी कोणी तसे पोहू शकतो, यावर आपल्याला विश्वास ठेवायचा असतो. आपल्याला जलतरण तलावाच्या काठावर बसून स्पिट्झ यांना हौशी ते पारंगत जलतरणपटू अशी प्रगती करताना पाहायचे नसते. आपण परिपक्व उत्कृष्टता पसंत करतो. आपण नीरसतेपेक्षा गूढतेला प्राधान्य देतो.

पण का? मार्क स्पिट्झ यांनी त्यांचे प्रभुत्व कमावलेले नाही, असा विचार करून आपण स्वतःलाच मूर्ख बनवण्याचे काय कारण आहे?

'आपला वृथाभिमान, आपले स्वयंप्रेम यांतून श्रेष्ठांचा विशेष पंथ तयार होण्यास प्रोत्साहन मिळते,' असे नित्श्चे सांगतात. 'कारण, आपण जर श्रेष्ठ म्हणजे काहीतरी जादुई असा विचार केला, तर स्वतःची त्यांच्याशी तुलना करण्याचे आणि स्वतःच्या त्रुटी शोधण्याचे बंधन आपल्यावर राहत नाही. 'दैवी असण्याचा अर्थ : इथे स्पर्धा करण्याची काहीच गरज नाही,' असा होतो.'

अन्य शब्दांत, नैसर्गिक गुणवत्तेला पौराणिक स्वरूप दिल्याने आपल्या सर्वांना कठीण परिस्थितीतून निसटता येते, त्यामुळे आपण जैसे थे स्थितीत निवांत राहू शकतो. माझ्या अध्यापनाच्या सुरुवातीच्या दिवसांमध्ये निःसंशयपणे हेच घडले होते, तेव्हा मी चुकून गुणवत्तेची बरोबरी यशाशी केली होती आणि असे करण्याद्वारे – माझ्या विद्यार्थ्यांच्या आणि माझ्या स्वतःच्या, अशा दोघांच्याही परिश्रमांबाबत अधिक विचार करण्यास फाटा दिला होता.

मग, महानतेचे वास्तव काय असते? याबाबत डॅन चॅम्ब्लिस यांनी जो निष्कर्ष काढला होता, त्याच निष्कर्षाप्रत नित्श्चेही आले होते. 'ज्या लोकांची विचारप्रक्रिया एकाच दिशेने कार्यरत असते, जे त्यांच्याकडील प्रत्येक गोष्टीचा वापर साहित्य म्हणून करतात, जे नेहमीच आपल्या आणि इतरांच्याही आंतरिक जीवनाचे समरसून निरीक्षण करतात, ज्यांना सर्वत्र कार्यनमुने आणि प्रेरक गोष्टी पाहता येतात आणि त्यांच्या हाती असणाऱ्या सर्व साधनांना एकत्र आणण्यात जे कधीच थकत नाहीत,' तेच लोक महान गोष्टी साध्य करतात.

आणि मग गुणवत्तेचे काय? इतर कशाहीपेक्षा कारागीर बनण्याच्या उदाहरणाचा विचार करण्याची गळ नित्श्चे आपल्याला घालतात : 'ईश्वरदत्त देणगीविषयी, जन्मजात गुणवत्तेविषयी बोलू नका! अगदी कमी प्रमाणात देणे लाभलेल्या अशा सर्व क्षेत्रांतील महान लोकांची नावे कोणालाही सांगता येतील. त्यांनी महानता कमावली, (आपण म्हणतो, त्याप्रमाणे) ते 'अलौकिक' बनले... त्या सर्वांमध्ये, महान संपूर्णत्व घडवण्याचे धाडस करण्यापूर्वी प्रथम सर्व सुटे भाग योग्यरीत्या जोडायला शिकणाऱ्या कार्यक्षम कारागिराचे गांभीर्य होते; त्यांनी यासाठी स्वतःला वेळ दिला, कारण त्यांनी देदीप्यमान संपूर्णत्वाच्या परिणामामधील आनंदापेक्षा लहान, दुय्यम गोष्टी तयार करण्यामध्ये अधिक आनंद घेतला.'

पदव्युत्तर शिक्षणाच्या द्वितीय वर्षाला असताना, मी माझे सल्लागार मार्टी सेलिग्मन यांच्यासमोर साप्ताहिक बैठकीसाठी बसले होते. मी थोडी जास्तच

अस्वस्थ होते. मार्टी यांचा लोकांवर, विशेषतः त्यांच्या विद्यार्थ्यांवर होणारा परिणामच असा आहे.

तेव्हाच वयाच्या साठीमध्ये पोहोचलेल्या मार्टी यांनी मानसशास्त्राच्या क्षेत्रात दिला जाणारा जवळपास प्रत्येक सन्मान मिळवला होता. त्यांच्या सुरुवातीच्या संशोधनाने, वैद्यकीय नैराश्याविषयी (क्लिनिकल डिप्रेशन) अभूतपूर्व आकलनाची दिशा दाखवली होती. अलीकडेच, अमेरिकन सायकॉलॉजिकल असोसिएशन या संस्थेचे अध्यक्ष या नात्याने त्यांनी, मानवी उत्कर्षाच्या प्रश्नांना लागू होणाऱ्या शास्त्रीय संशोधनपद्धतीची विद्याशाखा असणाऱ्या 'सकारात्मक मानसशास्त्राच्या' क्षेत्राचे नामकरण केले होते.

मार्टी हे रुंद छातीचे आणि खर्जातला आवाज असणारे गृहस्थ होते. ते सुखसमाधान आणि हितकल्याण या गोष्टींचा अभ्यास करत असले, तरी त्यांचे वर्णन करण्यासाठी मी 'प्रसन्न' हा शब्द वापरणार नाही.

मी जे काही सांगत होते – बहुधा मागील आठवड्यामध्ये मी तयार केलेला अहवाल असावा किंवा आमच्या एका संशोधन अभ्यासकार्यातील पुढील टप्पे असावेत, – त्याच्या मध्यातच मार्टी यांनी माझे बोलणे तोडले. 'तुला दोन वर्षांमध्ये पुरेशी कल्पना आलेली नाहीये.'

मी आ–वासून त्यांच्याकडे पाहतच राहिले, ते आता काय म्हणाले, ते पचवण्याचा मी प्रयत्न करत होते. त्यानंतर, मी डोळ्यांची उघडझाप केली. दोन वर्षे? मी पदव्युत्तर शिक्षणाला सुरुवात करूनच दोन वर्षं झाली नव्हती!

थोडा वेळ *शांतता* पसरली.

मग त्यांनी हातांची घडी घातली, त्यांच्या कपाळावर आठ्या उमटल्या आणि ते बोलू लागले : ''तू सर्व प्रकारची चमकदार संख्याशास्त्रीय आकडेवारी तयार करू शकतेस. शाळेतील प्रत्येक पालकांना त्यांचे संमतिपत्र भरून देण्यासाठी तू कसंतरी तयार केले आहेस. तू काही मर्मदृष्टीपूर्वक निरीक्षणं नोंदवली आहेस; परंतु तुझ्याकडे सिद्धान्त नाहीये. यशाच्या मानसशास्त्रासाठी तुझ्याकडे सिद्धान्त नाहीये.''

पुन्हा *शांतता.*

''सिद्धान्त म्हणजे?'' ते काय बोलताहेत, याच्याविषयी अजिबात काहीच कल्पना नसल्याने अखेर मी विचारले.

शांतता.

''इतकं सारं वाचन थांबव आणि जा विचार कर.''

मी त्यांच्या कार्यालयातून बाहेर पडले, माझ्या कार्यालयात आले आणि रडले. घरी गेल्यावर माझ्या पतीसमोर बसून मी आणखी रडले. मी मनातल्या मनात – आणि काही वेळा मोठ्यानेही – मार्टी यांना इतका त्रासदायक माणूस असल्याबद्दल

दूषणं दिली. मी काय चुकीचं करते आहे, हे ते मला का सांगत होते? मी जे बरोबर करत होते, त्यासाठी ते माझं कौतुक का करत नव्हते?

तुझ्याकडे सिद्धान्त नाहीये...

ते शब्द काही दिवस माझ्या मनामध्ये खदखदत राहिले. शेवटी, माझे अश्रू सुकले, माझी दूषणे थांबली आणि मी माझ्या कॉम्प्युटरसमोर जाऊन बसले. मी वर्ड प्रोसेसर उघडला आणि टिकटिकणाऱ्या कर्सरकडे निरखत राहिले. आयुष्यात यशस्वी होण्यासाठी गुणवत्ता पुरेशी नाही, या प्राथमिक निरीक्षणापलीकडे मी फारशी पोहोचले नव्हते, याची जाणीव मला झाली. गुणवत्ता व प्रयत्न आणि कौशल्य व यश हे सर्व घटक नेमके एकमेकांसोबत कसे योग्यरीत्या जुळतात, हे मी शोधले नव्हते.

सिद्धान्त हे स्पष्टीकरण असते. वास्तविक बाबी आणि निरीक्षणांचे वादळ सिद्धान्त झेलतो आणि नक्की काय घडते, हे सर्वांत प्राथमिक संज्ञांमध्ये समजावतो. मूलभूतरीत्या सिद्धान्त हा अपूर्ण असतो. तो अतिसुलभीकरण करतो; परंतु असे करताना तो आपल्याला आकलन होण्यासाठी साहाय्यक ठरतो.

यशाचे स्पष्टीकरण देण्यामध्ये जर गुणवत्ता अपुरी पडत आहे, तर नक्की कशाचा अभाव आहे?

यशाच्या मानसशास्त्राविषयी सिद्धान्त नसल्याबद्दल मार्टी यांनी माझी कानउघाडणी केली होती, तेव्हापासून मी याविषयीच्या सिद्धान्तावर काम करत आहे. माझ्याकडे दहा-बारापेक्षा जास्त प्रयोगशाळेतील वह्या भरतील इतक्या पानांच्या आकृत्या आहेत. दशकभराहून अधिक काळ, काही वेळा एकटीनेच तर काही वेळा जवळच्या सहकाऱ्यांसोबत, याविषयी विचार केल्यानंतर, अखेरीस मी एक लेख प्रकाशित केला. त्यामध्ये तुम्हाला गुणवत्तेपासून यशापर्यंत कसे जाता येईल, हे स्पष्ट करणारी दोन साधी समीकरणे मी मांडली होती.

ती समीकरणे पुढीलप्रमाणे आहेत :

गुणवत्ता X प्रयत्न = कौशल्य

कौशल्य X प्रयत्न = यश

तुम्ही प्रयत्नांची गुंतवणूक केल्यानंतर, किती वेगाने तुमची कौशल्ये सुधारतात, ती तुमची गुणवत्ता असते. जेव्हा तुम्ही ही तुमची कमावलेली कौशल्ये घेऊन त्यांचा वापर करता, तेव्हाच यश प्रत्यक्षात येते. अर्थातच, तुमच्या संधी – उदाहरणार्थ, महान प्रशिक्षक किंवा शिक्षक मिळणे – या गोष्टीही प्रचंड आणि बहुधा एका व्यक्तीबाबत अन्य कशाहीपेक्षा अधिक महत्त्वाच्या ठरतात. माझ्या सिद्धान्तामध्ये या बाह्यशक्तींची दखल घेण्यात आलेली नाही, त्याचप्रमाणे नशीबही यामध्ये समाविष्ट नाही. हा सिद्धान्त यशाच्या मानसशास्त्राविषयी आहे; परंतु मानसशास्त्र हेच एकटे महत्त्वाचे नसल्यामुळे तो अपूर्णही आहे.

तरीही मला वाटते हा सिद्धान्त उपयुक्त आहे. तुम्ही जेव्हा सारख्याच परिस्थितीमधील व्यक्तींविषयी विचार करता, तेव्हा त्यांपैकी प्रत्येक जण किती यश मिळवेल, हे केवळ गुणवत्ता आणि प्रयत्न या दोन गोष्टींवर अवलंबून असते, असे हा सिद्धान्त सांगतो. आपण किती वेगाने कौशल्यांमध्ये सुधारणा करतो, यासाठी गुणवत्ता ही पूर्णपणे महत्त्वाची असते; परंतु प्रयत्नांचे अवयव पडून ते एकदा नाही, तर दोनदा मोजले जातात. प्रयत्नांमुळे कौशल्यबांधणी होते. त्याच वेळी, प्रयत्न हे कौशल्याला अधिक उत्पादक बनवतात. याची काही उदाहरणे मी आता देणार आहे.

मिनेसोटा येथे राहणारे वॉरेन मॅकेन्झी नावाचे प्रसिद्ध कुंभार आहेत. आता ब्याण्णव वर्षे इतके वय असणारे मॅकेन्झी हे सज्ञान झाल्यापासूनचे जवळपास संपूर्ण आयुष्य कोणताही खंड न पडता, त्यांच्या हस्तकलेमध्ये गुंतलेले आहेत. सुरुवातीच्या काळामध्ये ते आणि आता दिवंगत असणारी त्यांची पत्नी यांनी खूप भिन्न प्रकारच्या गोष्टी करून पाहिल्या. त्यांच्या पत्नीही कलावंत होत्या. ''तुम्हाला माहितीये, तुम्ही तरुण असता तेव्हा आपण काहीही करू शकतो, असं तुम्हाला वाटतं आणि आम्ही विचार करायचो की, आपण कुंभार बनू या, आपण चित्रकार बनू या, आपण टेक्स्टाइल डिझायनर बनू या, आपण आभूषणकार, जवाहिर बनू या, आपण थोडे हे, थोडे ते असं बनू या. आम्ही नवनिर्मिती करणारे लोक बनणार होतो.''

खूप साऱ्या गोष्टींमध्ये हौशी म्हणून राहण्यापेक्षा एकच गोष्ट अधिकाधिक चांगल्या पद्धतीने करणे हे जास्त समाधानकारक असू शकेल, हे अल्पावधीतच स्पष्ट झाले : 'अखेरीस, आम्ही दोघांनीही चित्ररेखाटन आणि रंगकाम सोडून दिले, सिल्क-स्क्रिनिंग सोडले, टेक्स्टाइल डिझाइन करणे थांबवले आणि मातीकामावर लक्ष केंद्रित केले, कारण याच कामामध्ये आपल्याला खराखुरा रस वाटत असल्याचे आम्हाला जाणवले.''

''एक चांगला कुंभार एका दिवसात चाळीस ते पन्नास कुंभ बनवू शकतो,'' असे मॅकेन्झी यांनी मला सांगितले. ''यांपैकी काही मडकी चांगली असतात, काही सर्वसाधारण असतात आणि काही वाईट असतात. केवळ थोडीच कुंभे विक्री करण्यायोग्य असतात आणि त्यांपैकीही अगदी मोजकीच कुंभ दैनंदिन वापरानंतरही इंद्रियांचा ठाव घेत राहतात.''

अर्थातच, मॅकेन्झी यांनी बनवलेल्या चांगल्या मडक्यांच्या केवळ संख्येमुळे काही कलाविश्व त्यांच्या दाराशी उभे राहिलेले नाही. त्यांच्या कुंभांची रचना आणि सौंदर्य हीच त्यामागची कारणे आहेत : ''मी अशा गोष्टी बनवण्याचा प्रयत्न करतो, ज्या मला बनवता येऊ शकणाऱ्या सर्वांत चित्तवेधक गोष्टी असतील आणि त्या लोकांच्या घरांमध्ये स्थान पटकावतील.'' तरीही सुलभीकरणासाठी तुम्हो असे म्हणू शकता की, एकूणात, मॅकेन्झी यांना निर्माण करता आलेल्या चिरस्थायो सुंदर आणि त्याचबरोबर उत्कृष्टरीत्या उपयुक्त अशा कुंभांची संख्या त्यांना कलावंत म्हणून यशस्वी बनवेल. सर्वांत निष्णात; परंतु आपल्या संपूर्ण जीवनकाळामध्ये एक किंवा दोन कलाकृती निर्माण करणाऱ्या कुंभारांपैकी एक बनल्याने ते समाधानी होणारे नाहीत.

मॅकेन्झी आजही दररोज चक्रावर ओली माती फेकतात आणि या प्रयत्नांतून त्यांचे कौशल्य सुधारले आहे : ''मी भूतकाळात जाऊन, आम्ही कुंभारकामाला सर्वप्रथम सुरुवात केली, तेव्हा आम्ही बनवलेल्या काही मडक्यांचा विचार करतो आणि ती अतिशय वाईट मडकी होती. आम्हाला त्या वेळी ती चांगली आहेत, आम्हाला बनवता येऊ शकणारी ती सर्वोत्तम मडकी आहेत, असं वाटलं होतं; परंतु आमचे विचार इतक्या प्राथमिक दर्जाचे होते की, त्या मडक्यांमध्येही तोच दर्जा उतरला होता आणि त्यामुळेच आज माझ्या कामात मी ज्या संपन्नतेचा शोध घेतो, ती संपन्नता त्या कुंभांमध्ये नव्हती.''

''सुरुवातीची १०,००० मडकी बनवणं कठीण होतं आणि त्यानंतर ते थोडंसं सोपं बनत गेलं,'' असे ते सांगतात.

गोष्टी जशा सोप्या बनत गेल्या आणि जशी मॅकेन्झींच्या कामात सुधारणा होऊ लागली, तसे ते दिवसागणिक अधिक चांगली कुंभ तयार करू लागले :

गुणवत्ता X प्रयत्न = कौशल्य

आणि त्याच वेळी ते या जगात आणत असलेल्या चांगल्या कुंभांची संख्याही वाढली :

कौशल्य X प्रयत्न = यश

प्रयत्नांती, मॅकेन्झी हे 'लोकांच्या घरांमध्ये स्थान पटकावतील, अशा त्यांना बनवता येऊ शकणाऱ्या सर्वांत चित्तवेधक गोष्टी' निर्माण करण्यात अधिकाधिक पारंगत झाले आहेत. त्याच वेळी, तितक्याच प्रयत्नांची गुंतवणूक करून ते अधिक यशस्वीही बनले आहेत.

'गार्प हा नैसर्गिक कथाकथनकार आहे.'

दि वर्ल्ड अकॉर्डिंग टू गार्प या जॉन आयर्विंग यांच्या चौथ्या कादंबरीतील ही ओळ आहे. या कादंबरीच्या काल्पनिक कथानायकाप्रमाणेच, आयर्विंगसुद्धा खूप उत्कृष्ट कथा सांगतात. 'अमेरिकन साहित्यक्षेत्रातील आजघडीचे महान कथाकार,' असा त्यांचा गौरव करण्यात आलेला आहे. त्यांनी आजवर बारांहून अधिक कादंबऱ्या लिहिलेल्या आहेत, त्यांपैकी बऱ्याचशा कादंबऱ्यांनी विक्रीचे उच्चांक गाठले आहेत आणि अर्ध्याहून अधिक कादंबऱ्यांवर आधारित चित्रपट बनले आहेत. *दि वर्ल्ड अकॉर्डिंग टू गार्प* या कादंबरीने नॅशनल बुक अॅवॉर्ड हा पुरस्कार पटकावला आणि *दि सायडर हाउस रुल्स* या चित्रपटासाठी आयर्विंग यांच्या पटकथेने ऑस्कर पुरस्कारही जिंकला.

परंतु गार्प याच्या उलट, आयर्विंग हे काही नैसर्गिक कथाकथनकार नव्हते. गार्प हा 'एकामागोमाग एक गोष्टी बनवू शकत होता आणि त्या एकमेकांशी तंतोतंत जुळायच्या,' मात्र आयर्विंग हे त्यांच्या कादंबऱ्यांचे पुनःपुन्हा बरेच खर्डे लिहायचे. आपल्या लेखनाच्या सुरुवातीच्या प्रयत्नांविषयी आयर्विंग सांगतात, ''बहुतांश वेळा, मी सर्व काही पुन्हा लिहीत असे... माझ्यातील गुणवत्तेचा अभाव मी गांभीर्याने घेऊ लागलो होतो.''

आयर्विंग यांना अजूनही हायस्कूलमध्ये इंग्रजी विषयामध्ये 'सी–' शेरा मिळाल्याचे आठवते. सॅट परीक्षेमध्ये त्यांचे वाचन-लेखनविषयक गुण ८०० पैकी ४७५ इतके होते, म्हणजेच सॅट परीक्षा देणाऱ्या जवळपास दोन तृतीयांश विद्यार्थ्यांनी त्यांच्यापेक्षा चांगली कामगिरी केली होती. उत्तीर्ण होण्याकरिता पुरेसे क्रेडिट्स मिळवण्यासाठी त्यांना हायस्कूलमध्ये एक अतिरिक्त वर्ष काढावे लागले होते. आयर्विंग हे 'आळशी' आणि 'बावळट' असे दोन्हीही आहेत, असे त्यांच्या शिक्षकांना वाटत असल्याचेही आयर्विंग यांना आठवते.

आयर्विंग हे ना आळशी होते, ना बावळट होते; परंतु ते गंभीररीत्या डिस्लेक्सियाग्रस्त (लेखन व वाचनदोष असणारी व्यक्ती) होते. ''मी कमकुवत होतो... माझे वर्गातील सहकारी आमच्या इतिहासाचा स्वाध्याय एका तासामध्ये वाचू शकत होते, तर मी ते वाचण्यासाठी दोन ते तीन तास घ्यायचो. जर मला स्पेलिंग

करणे शिकता येत नसले, तर माझ्या सर्वांत नियमितपणे स्पेलिंगच्या चुका होणाऱ्या शब्दांची यादी मी बाळगायचो.'' जेव्हा त्यांच्या स्वतःच्या मुलाला डिस्लेक्सिया असल्याचे निदान झाले, तेव्हा अखेर आयर्विंग यांना ते स्वतः इतके सुमार विद्यार्थी का होते, हे लक्षात आले. आयर्विंग यांच्या मुलाचे वाचन त्याच्या सहाध्यायांपेक्षा लक्षणीयरीत्या संथ होते, ''त्याचे बोट ज्याप्रमाणे वाक्यावरून फिरायचे – तसाच मी वाचायचो, मी अजूनही तसाच वाचतो. मी स्वतः लिहिलेल्या मजकुराव्यतिरिक्त इतर जे काही असेल, ते मी खूप संथपणे वाचतो – आणि त्यावर बोट ठेवून वाचतो.''

आयर्विंग यांना वाचन आणि लेखन सहजरीत्या अवगत न झाल्यामुळे, 'जर एखादी गोष्ट खरंच चांगली करायची असेल, तर तुम्हाला अतिश्रम करावेच लागतात,' हे आयर्विंग यांना समजले. ''माझ्या बाबतीत, मला नेहमीपेक्षा दुप्पट लक्ष देणं भाग आहे, हे मी शिकलो. एखादी गोष्ट पुनःपुन्हा करत राहिल्याने, जी कधीच नैसर्गिक नव्हती, अशी गोष्टही जवळपास नैसर्गिकरीत्या येऊ लागते, हे मला समजले. त्यासाठीची क्षमता तुमच्याकडे आहे आणि हे एका रात्रीत घडून येणार नाही, हे तुमच्या लक्षात येते.''

कालपूर्व बौद्धिक वाढ होणारे गुणवान लोक हा धडा शिकतात का? एखादी गोष्ट पुनःपुन्हा करण्याच्या, संघर्ष करण्याच्या, संयम बाळगण्याच्या क्षमतेवर प्रभुत्व मिळवता येऊ शकते – परंतु एका रात्रीत नाही, याचा शोध त्यांना लागतो का?

काही जणांना लागत असावा; परंतु जे सुरुवातीलाच संघर्ष करतात, ते हा धडा अधिक चांगल्या प्रकारे शिकत असावेत. ''मी ज्या प्रकारच्या कादंबऱ्या लिहितो, त्या लिहिण्याचा आत्मविश्वास माझ्यामध्ये आहे, याचे एक कारण म्हणजे एखादी गोष्ट कितीही कठीण असली, तरी त्याकडे पुनःपुन्हा लक्ष देण्याच्या माझ्या कुवतीविषयी मला आत्मविश्वास आहे,'' असे आयर्विंग यांनी सांगितले. ''एक लेखक म्हणून मी पुनर्लेखन सर्वोत्तम करतो. कादंबरी किंवा पटकथेचा पहिला खर्डा लिहिण्यासाठी मी जितका वेळ घेतो, त्यापेक्षा जास्त वेळ मी त्यामध्ये सुधारणा करण्यात घालवतो,'' असे निरीक्षण आयर्विंग यांनी त्यांच्या दहाव्या कादंबरीनंतर नोंदवले होते.

इतरांप्रमाणे अस्खलितपणे वाचता किंवा स्पेलिंग लिहिता येण्यातील आपली अकार्यक्षमता ही ''जमेची बाजू बनली आहे,'' असेही आयर्विंग यांचे निरीक्षण आहे. ''कादंबरी लिहीत असताना संथपणे पुढे गेल्यामुळे कोणाचेच नुकसान होत नाही. लेखक म्हणून एखाद्या गोष्टीकडे पुनःपुन्हा लक्ष द्यावे लागण्यामध्ये कोणाचेच नुकसान नाही.''

दैनंदिन प्रयत्नांमुळे, आयर्विंग हे इतिहासातील सर्वांत निपुण आणि सिद्धहस्त लेखक बनले. प्रयत्नांती ते पारंगत बनले आणि प्रयत्नांती त्यांच्या या प्रभुत्वातून निर्माण झालेल्या कथा माझ्यासह कोट्यवधी लोकांना स्पर्शून गेल्या आहेत.

ग्रॅमी पुरस्कारप्राप्त संगीत कलावंत आणि ऑस्कर पुरस्कारप्राप्त अभिनेते विल स्मिथ यांनी गुणवत्ता, प्रयत्न, कौशल्य आणि यश यांविषयी खूप जास्त विचार केला आहे. ''खासकरून गुणवान म्हणून कधीच खरेतर स्वतःकडे पाहिलेले नाही,'' असे ते एकदा म्हणाले होते, ''मी जर कुठे वरचढ असलो, तर तो हास्यास्पद, उबग येण्याजोगी वाटावीत, अशा कार्यतत्त्वांबाबत आहे.''

विल यांच्या नजरेतून यश हे बऱ्याच प्रमाणात अखेरपर्यंत टिकून राहण्यामध्ये आहे. मनोरंजन विश्वातील उच्चस्थानापर्यंत चढत जाण्याचे स्पष्टीकरण विचारता विल सांगतात की,

> मी पाहिलेली स्वतःबाबतची एकमेव अनन्यसाधारण वेगळी गोष्ट म्हणजे मी ट्रेडमिलवर मृत्यू ओढावण्याबाबत घाबरत नाही. मला काही केल्या अतिश्रम होणार नाहीत म्हणजे नाहीत. तुमच्यामध्ये कदाचित माझ्याहून अधिक गुणवत्ता असेल, तुम्ही कदाचित माझ्याहून अधिक चाणाक्ष असाल, तुम्ही कदाचित माझ्यापेक्षा अधिक आकर्षकही असाल. तुमच्यामध्ये बहुधा या सर्व गोष्टी असतील. तुम्ही नऊ विभागांमध्ये माझ्यावर मात कराल; परंतु आपण जर एकत्र ट्रेडमिलवर चढलो, तर दोन गोष्टी संभवतात : एकतर तुम्ही ट्रेडमिलवरून माझ्याआधी उतराल किंवा मी धावता धावता मरून जाईन. हे खरंच इतकं सोपं आहे.

हार्वर्ड विद्यापीठातील संशोधकांना १९४०मध्ये अशीच संकल्पना सुचली. 'लोकांना अधिक आनंदी, अधिक यशस्वी आयुष्य जगण्याकरिता साहाय्य' करण्याच्या उद्देशाने 'निरोगी, सुदृढ तरुण लोकांची वैशिष्ट्ये समजून घेण्यासाठी' एक अभ्यास तयार करण्यात आला आणि त्यामध्ये महाविद्यालयातील दुसऱ्या वर्षामध्ये शिक्षण घेणाऱ्या १३० विद्यार्थ्यांना पाच मिनिटांसाठी ट्रेडमिलवर धावण्यास सांगण्यात आले. हे ट्रेडमिल इतक्या तीव्र चढाच्या कोनात उभे करण्यात आले होते आणि त्याचा वेग इतका वाढवण्यात आला होता की, सामान्य माणसाला त्यावर केवळ चारच मिनिटे तग धरता येईल. काही लोक तर त्यावर अवघे दीडच मिनिट टिकले.

ही ट्रेडमिल चाचणी रचनात्मकदृष्ट्या दमवणारी होती. केवळ शारीरिकच नाही, तर मानसिकरीत्याही. किमान आधारभूत शारीरिक सुदृढतेसाठी प्रथम मूल्यमापन आणि त्यानंतर कमी–अधिक फेरफार करण्याद्वारे, संशोधकांनी 'इच्छाशक्तीचा दम आणि ताकद' मोजण्याच्या दृष्टीने ट्रेडमिल चाचणीची रचना केली. कसोशीने धावणे हे केवळ शरीराची प्राणवायू ग्रहण करण्याची क्षमता आणि स्नायूंची ताकद यांचेच कार्य नसून, 'संबंधित व्यक्तीची स्वतःला पुढे रेटण्याची इच्छाशक्ती किंवा शिक्षा अधिक कठोर होण्यापूर्वीच काम सोडून देण्याची प्रवृत्ती' यांचे प्रमाण किती आहे, त्यावरही ते अवलंबून असल्याचे हार्वर्डच्या संशोधकांना खासकरून आढळले.

त्यानंतर काही दशकांनी, जॉर्ज व्हॅलिएंट नावाच्या मानसोपचारतज्ज्ञांनी मूळ ट्रेडमिल चाचणी देणाऱ्या युवा लोकांचा मागोवा घेतला. तोपर्यंत वयाच्या साठीमध्ये पोहोचलेल्या त्या लोकांशी संशोधक ते महाविद्यालयातून पदवीधर झाल्यापासून दर दोन वर्षांनी संपर्क साधत होते, हार्वर्ड विद्यापीठामध्ये त्या प्रत्येक व्यक्तीशी संबंधित एक फाइल फोल्डर होता व तो प्रश्नावल्या, पत्रव्यवहार आणि दीर्घ मुलाखतींमधून केलेल्या टिपणांनी शब्दशः ओसंडत होता. उदाहरणार्थ, संशोधकांनी प्रत्येक व्यक्तीचे उत्पन्न, कारकिर्दीतील प्रगती, आजारी पडल्याचे दिवस, सामाजिक कार्ये, काम आणि विवाह यांबाबत त्यांनी स्वतःच नोंदवलेले समाधान, मानसोपचारतज्ज्ञांच्या घेतलेल्या भेटी आणि ट्रँक्विलायझरसारख्या (झोपेसाठीची औषधे) मनोभावांमध्ये बदल करणाऱ्या औषधांचा वापर आदींविषयी नोंदी केल्या होत्या. या सर्व माहितीच्या आधारे, प्रौढ वयामध्ये त्या लोकांच्या एकूण मानसशास्त्रीय बदलांविषयी संमिश्र अंदाज वर्तवण्यात आले होते.

यावरून, वयाच्या विशीमध्ये दिलेल्या ट्रेडमिल चाचणीतील धावण्याचा कालावधी हा संपूर्ण प्रौढत्वामधील मानसशास्त्रीय बदलांचा आश्चर्यकारकरीत्या विश्वासार्ह भाकीतकार ठरला असल्याचे स्पष्ट झाले. त्याचबरोबर, हे लोक तारुण्यामध्ये शारीरिकदृष्ट्या किती सुदृढ होते, याच्याशीसुद्धा त्यांचे ट्रेडमिलवर तग धरणे संबंधित असून, 'शारीरिक आरोग्याने त्यांच्या पुढील आयुष्यातील मानसिक क्षेम-कुशलतेसंबंधी अंदाज बांधल्याचे' या निष्कर्षाने निव्वळ सूचित केले, असे जॉर्ज आणि त्यांच्या गटाने मानले. तथापि, शारीरिक सुदृढतेच्या आधाररेषेमध्ये केलेला बदल हा 'धावण्याचा कालावधी आणि मानसिक आरोग्य यांच्यातील परस्परसंबंधांवर खूपच कमी परिणाम करत असल्याचे' त्यांना आढळून आले.

अन्य शब्दांत सांगायचे, तर विल स्मिथ यांच्या सांगण्यात काहीतरी तथ्य आहे. आपण आयुष्याच्या मॅरेथॉनमध्ये कशी कामगिरी करतो, हा मुद्दा जेव्हा येतो, तेव्हा परिश्रमांचे मूल्य प्रचंड असते.

''तुम्ही किती वेळ ट्रेडमिलवर तग धरून राहिला असता?'' असे मी अलीकडेच जॉर्ज यांना विचारले. मला हे जाणून घ्यायचे होते, कारण माझ्या नजरेत जॉर्ज हे स्वतःसुद्धा निग्रहाचे मेरुमणी होते. मानसोपचारातील निवासी शिकाऊ कार्यक्रम पूर्ण केल्यानंतर अल्पावधीतच, जॉर्ज यांना आपल्या कारकिर्दीच्या सुरुवातीच्या टप्प्यामध्ये ट्रेडमिलविषयीच्या आकडेवारीचा आणि त्याचबरोबर त्या काळापर्यंत त्या लोकांसंबंधी जमवण्यात आलेल्या अन्य सर्व माहितीचा शोध लागला होता. रिले शर्यतीतील बॅटनप्रमाणे हे संशोधन संशोधकांच्या एका गटाकडून दुसऱ्या गटाकडे हस्तांतरित करण्यात आले होते आणि प्रत्येक वेळी त्यातील स्वारस्य आणि ऊर्जा कमी कमी होत होती आणि मग ते संशोधन त्यांच्या हाती आले.

जॉर्ज यांनी हे संशोधन पुनरुज्जीवित केले. त्यांनी ई-मेल आणि दूरध्वनीद्वारे त्या संशोधनातील सहभागी लोकांशी पुन्हा संपर्क प्रस्थापित केला आणि त्याचबरोबर जगाच्या सर्व कानाकोपऱ्यांमध्ये जाऊन व्यक्तिशः त्यांच्या मुलाखतीही घेतल्या. जॉर्ज यांनी आता वयाची ऐंशी वर्षे ओलांडली असून, मूळ अभ्यासातील बहुतांश लोकांपेक्षा ते अधिक जगले आहेत. आजघडीला, मानवी विकासाविषयी हाती घेण्यात आलेल्या या सर्वांत दीर्घ एकसलग संशोधनकार्यावरील आपले चौथे पुस्तक ते सध्या लिहीत आहेत.

ट्रेडमिलवर टिकून राहण्याच्या त्यांच्या स्वतःच्या क्षमतेविषयीच्या माझ्या प्रश्नाला उत्तर देताना जॉर्ज म्हणाले, ''अरे, मी इतका काही सातत्यपूर्ण चिकाटी असणारा माणूस नाही. मी जेव्हा विमानात शब्दकोडी सोडवतो, तेव्हा जराशी निराशा झाली तरी मी नेहमीच उत्तरं पाहतो.''

म्हणजे शब्दकोड्यांच्या बाबतीत ते फारसे निग्रही नव्हते.

''आणि जेव्हा घरात काही मोडतं किंवा बंद पडतं, तेव्हा मी ते पत्नीकडे सोपवतो आणि ती ते दुरुस्त करते.''

''म्हणजे, तुम्ही निग्रही नाही, असं तुम्हाला वाटतं?'' मी विचारलं.

''हार्वर्डचं संशोधन यशस्वी झालं, याचं कारण मी सातत्यपूर्णरीत्या आणि चिकाटीने ते करत राहिलो आहे. त्या कार्यावरील माझी नजर मी नेहमीच खिळवून ठेवली आहे. कारण, मी त्या संशोधनाने पूर्णपणे भारलो गेलो आहे. लोकांची वाढ होताना पाहण्याहून अधिक कुतूहलपूर्वक असं काहीही नाही.''

आणि मग एक अल्पसा विराम घेऊन जॉर्ज यांनी त्यांच्या शाळेतील दिवसांची आठवण सांगितली, तेव्हा विद्यापीठस्तरीय मैदानी खेळांमधील खेळाडू म्हणून जॉर्ज पोल-व्हॉल्ट प्रकारातील स्पर्धक होते. खेळातील सुधारणेसाठी ते आणि इतर पोल-व्हॉल्ट खेळाडू पुल-अप्स मारायचे. ते यांना 'चिन्स' म्हणतात, कारण त्यामध्ये तुम्ही खांबाला लटकण्यापासून सुरुवात करता, तुमची हनुवटी (चिन) खांबाच्या वर जाईपर्यंत स्वतःला वर खेचता आणि मग पुन्हा खाली जाता आणि याच क्रियेची पुनरावृत्ती करता.

''मी इतर कोणाहीपेक्षा जास्त 'चिन्स' मारू शकायचो आणि ते मी अतिशय दणकट होतो म्हणून नव्हतं - कारण मी नव्हतोच. मी खूप साऱ्या चिन-अप्स मारल्या होत्या, हेच त्याचं कारण होतं. मी सराव केला होता.''

सिद्धहस्त लेखक आणि दिग्दर्शक वुडी ॲलन यांना एकदा युवा कलावंतांसाठीचा त्यांचा सल्ला विचारण्यात आला होता, तेव्हा ते म्हणाले होते :

> बरेच लोक मला लिहिणं ही त्यांची महत्त्वाकांक्षा असल्याचे सांगतात; परंतु पहिल्या टप्प्यावरच अपयशी ठरतात आणि खरंतर कधीच नाटक किंवा पुस्तक लिहीत नाहीत, त्याउलट माणूस एकदा जेव्हा प्रत्यक्षात एखादं नाटक किंवा कादंबरी पूर्ण करतो, तेव्हा तो त्या नाटकाच्या निर्मितीच्या किंवा पुस्तक प्रकाशनाच्या वाटेवर असतो, असं माझं निरीक्षण आहे.

किंवा ॲलन यांच्या टोकदार शब्दमांडणीत सांगायचे झाल्यास, 'आयुष्याचे ऐंशी टक्के यश हे उपस्थित असण्यामध्ये आहे.'

१९८०च्या दशकामध्ये जॉर्ज एच. डब्ल्यू. बुश आणि मारिओ कॉमो हे दोघेही नियमितपणे त्यांच्या एकामागोमाग एक भाषणांमध्ये या सुज्ञतेचा पुनरुच्चार करायचे इतका की, त्यामुळे हे सुवचन चक्क 'मीम'सारखे काहीतरी बनले होते. त्यामुळे, रिपब्लिकन आणि डेमोक्रेटिक पक्षांच्या या नेत्यांमध्ये खूप साऱ्या गोष्टींबाबत असहमती असली, तरी एखाद्याने जे सुरू केले आहे, त्याचा पाठपुरावा करण्याच्या महत्त्वाबाबत या दोघांमध्ये पूर्णतः सहमती होती.

मी जर १९४०च्या दशकामध्ये हार्वर्डच्या संशोधकांच्या गटामध्ये असते, तर मी एक सूचना केली असती, असे मी जॉर्ज व्हॅलिएंट यांना सांगितले. मी दुसऱ्या दिवशी त्या तरुणांना पुन्हा येऊ दिले असते आणि त्यांची इच्छा असल्यास त्यांना पुन्हा ट्रेडमिल चाचणीवर प्रयत्न करू दिले असते. आपण आणखी दीर्घकाळ ट्रेडमिलवर राहू शकतो का, हे पाहण्यासाठी काही जण परतले असते, तर काही जणांनी पहिल्या वेळच्या प्रयत्नांवरच समाधान मानले असते, अशी मला शंका आहे. ट्रेडमिलवर जास्तकाळ तग धरण्यासाठी काही शारीरिक किंवा मानसिक व्यूहरचना संशोधकांना माहीत आहेत का, असे कदाचित काही जणांनी त्यांना विचारले असते आणि कदाचित, यांपैकी काही जणांना तिसऱ्या आणि चौथ्या वेळीही प्रयत्न करण्यात रस असता... मग, आपण सुधारणा करू शकतो का, हे पाहण्यासाठी लोक कितीवेळा स्वेच्छेने परततात, यावर आधारित मी ग्रिट स्कोअर तयार करणार होते.

ट्रेडमिलवर तग धरणे ही एक गोष्ट आहे आणि तिचा संबंध आपल्याला साजेशी परिस्थिती नसतानाही आपल्या निष्ठांसोबत प्रामाणिक राहण्याशी आहे, असे मला वाटते; परंतु पुन्हा प्रयत्न करण्याच्या तीव्र इच्छेने दुसऱ्या दिवशी ट्रेडमिलवर परतणे हे माझ्या दृष्टिकोनातून निग्रहाचे अधिक जास्त प्रतिबिंब आहे. कारण, तुम्ही जेव्हा दुसऱ्या दिवशी परत येत नाही – जेव्हा तुम्ही तुमच्या निष्ठेकडे, कटिबद्धतेकडे कायमची पाठ फिरवता – तेव्हा तुमचे प्रयत्न पुन्हा शून्यावर येऊन थांबतात. परिणामी, तुमची कौशल्ये सुधारणे थांबते आणि त्याच वेळी जी काही कौशल्ये तुमच्याकडे आहेत, त्यातून तुम्ही काहीतरी निर्माण करण्याचेही थांबता.

किंबहुना, ट्रेडमिल हे योग्य रूपक आहे. काही अंदाजांनुसार, घरी व्यायाम करण्यासाठी यंत्रे विकत घेणाऱ्यांपैकी ४० टक्के लोक नंतर त्यांच्या अपेक्षेपेक्षा त्या यंत्राचा वापर ते खूपच कमी करत असल्याचे सांगतात. संबंधित व्यायामसत्रामध्ये आपण किती कठोरपणे स्वतःच्या मर्यादा ताणतो, हे अर्थातच महत्त्वाचे आहे, मात्र काही वेळा आपण पूर्णपणे व्यायाम करायचेच थांबवणे, हा प्रगतीतील अधिक मोठा अडथळा आहे, असे मला वाटते. कोणताही प्रशिक्षक किंवा खेळाडू तुम्हाला सांगेल, त्यानुसार दीर्घकाळामध्ये, प्रयत्नांचे सातत्य हेच सर्वकाही असते.

लोक एखाद्या मार्गावर चालायला सुरुवात करतात आणि मग तो मार्गच पूर्णपणे सोडून देतात, असे किती नियमितपणे घडते? या क्षणी, देशातील तळघरांमध्ये किती ट्रेडमिल, व्यायामाच्या सायकली आणि वजनांचे संच धूळखात पडून आहेत? किती मुलं एखादा क्रीडाप्रकार खेळण्यासाठी जातात आणि अगदी तो मोसम पूर्ण होण्यापूर्वीच सोडून देतात? आपल्यापैकी किती जण, मित्रपरिवारासाठी स्वेटर विणण्याच्या शपथा घेतात; परंतु केवळ अर्धी बाही शिवून झाल्यावरच सूया खाली ठेवतात? आपल्या घरातील भाजीपाल्याच्या मळ्याबाबत, कंपोस्ट खतनिर्मितीबाबत आणि आहार नियमनाबाबतही हेच घडते. आपल्यापैकी किती जण खूप उत्साहाने आणि आणि चांगल्या उद्देशाने काहीतरी नवीन सुरू करतात आणि मग जेव्हा पहिल्या खऱ्याखुऱ्या अडथळ्याशी, प्रगतीच्या वाटेतील पहिल्या दीर्घ पठाराशी आपला सामना होतो, तेव्हा आपण ती गोष्ट सोडून देतो – कायमची?

आपल्यापैकी बरेच जण, जे आपण सुरू करतो ते खूपच लवकर आणि खूपच नियमितपणे सोडून देतो, असे दिसते. निग्रही व्यक्तीने एका विशिष्ट दिवशी केलेल्या प्रयत्नांपेक्षाही अधिक, तो व्यक्ती दुसऱ्या, तिसऱ्या आणि त्या पुढच्याही दिवशी उठून त्या ट्रेडमिलवर जाण्यासाठी सज्ज झाला आणि जात राहिला, हे अधिक महत्त्वाचे ठरते.

जर माझे गणित ढोबळमानाने बरोबर असेल, तर अन्य एका व्यक्तीपेक्षा दुप्पट गुणवान; परंतु निम्माच कष्टाळू असणारा कोणीतरी हा कदाचित सारखीच कौशल्यपातळी गाठू शकेलही; पण त्या काळातील त्याची निर्मिती मात्र लक्षणीयरीत्या कमी असेल. याचे कारण म्हणजे प्रयत्नकर्ते जेव्हा त्यांची कौशल्ये सुधारतात, तेव्हा त्याबरोबरच ते ती कौशल्ये – कुंभ बनवण्यासाठी, पुस्तके लिहिण्यासाठी, चित्रपट दिग्दर्शित करण्यासाठी आणि संगीत कार्यक्रमांमध्ये – अमलातही आणत असतात. जर त्या कुंभांचा, पुस्तकांचा, चित्रपटांचा आणि संगीत कार्यक्रमांचा गुणात्मक आणि संख्यात्मक दर्जा महत्त्वाचा ठरणार असेल, तर अधिक कठोर परिश्रम करून

नैसर्गिकरीत्या गुणवान असणाऱ्या व्यक्तीच्या कौशल्यांशी बरोबरी करणारा प्रयत्नकर्ता हा दीर्घकाळामध्ये अधिक यशस्वी ठरेल.

''गुणवत्ता आणि कौशल्य यांना विभक्त करणे, ही प्रगती करू पाहणाऱ्या, स्वप्न बाळगणाऱ्या आणि गोष्टी साध्य करू पाहणाऱ्या लोकांसाठी सर्वांत चुकीचा अर्थ लावण्यात आलेल्या संकल्पनांपैकी एक आहे. गुणवत्ता नैसर्गिकतः तुमच्याकडे असते. कौशल्य हे केवळ तासन्तास तुमच्या कलेला, गुणांना पैलू पाडल्याने विकसित होते,'' असे विल स्मिथ नमूद करतात.

त्याचबरोबर, कौशल्य आणि यश या दोन्ही सारख्याच गोष्टी नाहीत, अशी पुस्तीही मी याला जोडेन. प्रयत्नांशिवाय, तुमची गुणवत्तेचे मोल तुमच्या सुप्त क्षमतेइतकेच आहे. प्रयत्नांशिवाय, तुमचे कौशल्याचे मोल निव्वळ 'तुम्ही जे करू शकत होता; परंतु केले नाही' तितकेच आहे. प्रयत्नांमुळे गुणवत्ता ही कौशल्य बनते आणि त्याच वेळी प्रयत्न हे कौशल्यांना *निर्मितीक्षम* बनवतात.

प्रकरण ४

तुम्ही किती निग्रही आहात?

व्हॉर्टन स्कूल ऑफ बिझनेस या शिक्षणसंस्थेमध्ये पदवीचे शिक्षण घेणाऱ्या विद्यार्थ्यांना मी अलीकडेच निग्रहाविषयी व्याख्यान दिले. व्याख्यानानंतर मी अगदी व्यासपीठावर माझ्या टिपणांची आवराआवर करण्यापूर्वीच एक महत्त्वाकांक्षी उद्योजक स्वतःची ओळख करून देण्यासाठी घाईघाईने माझ्याजवळ आला.

तो आकर्षक होता - ऊर्जा आणि उत्साहाने सळसळणारा होता की, या गोष्टींमुळेच युवावर्गाला शिकवणे इतके लाभदायी बनते. त्याने एका श्वासात, मला त्याच्या अफाट निग्रहाचे प्रदर्शन करणारी त्याची कथा सांगितली. त्या वर्षाच्या सुरुवातीस त्याने स्वतःच्या स्टार्ट-अपसाठी हजारो डॉलर्सचे भांडवल उभारले होते, त्यासाठी त्याने बरेच नायकप्रधान प्रयत्न केले होते आणि त्या प्रक्रियेमध्ये बऱ्याच रात्री जागून काढल्या होत्या.

मी प्रभावित झाले आणि तसे त्याला सांगितलेही; परंतु निग्रह हा दीर्घकाळ टिकून राहण्याची क्षमता आणि तीव्रतेशी अधिक संबंधित असल्याचेही मी लागलीच म्हणाले. ''त्यामुळे, जर तू त्याच प्रकल्पावर एक किंवा दोन वर्षांनंतरही तितक्याच ऊर्जेने काम करत असशील, तर मला ई-मेल कर. त्या वेळी मी तुझ्या निग्रहाबाबत अधिक सांगू शकते.''

तो कोड्यात पडला. ''बहुधा, मी पुढील काही वर्षांमध्ये सारख्याच गोष्टीवर पुन्हा काम करणार नाही.''

चांगला मुद्दा आहे. सुरुवातीला आश्वासक वाटणारे बरेचसे उद्योगउपक्रम पुढे वाईट कामगिरी करतात. बऱ्याचशा आशावादी व्यवसाय योजना अखेरीस केराच्या टोपलीत जातात.

''ठीक आहे, बहुधा या *विशिष्ट* स्टार्ट-अपसंबंधी तू काम करणार नसशील; परंतु जर तू संबंधित उद्योगक्षेत्रातच काम करणार नाहीएस, जर तू याच्याशी पूर्णपणे

असंबंधित असणाऱ्या उद्योगधंद्यामध्ये प्रयत्न करणार आहेस, तर तुझ्या कथेतून निग्रहाचे दर्शन होते का, याविषयी मला साशंकता आहे.''

''तुमच्या म्हणण्याचा अर्थ, एकाच कंपनीत थांबावं?'' त्याने विचारलं.

''अगदी तसंच नाही; परंतु एका प्रकारच्या उद्योगावरून दुसऱ्यावर – एका कौशल्यसंचावरून पूर्णपणे वेगळ्या अशा कौशल्यसंचावर – उड्या मारणं हे निग्रही लोक करत नाहीत.''

''परंतु मी खूप साऱ्या क्षेत्रांमध्ये संचार केला आणि ते करत असताना मी अतिशय मेहनतीने काम करत आहे, तर?''

''निग्रह हा केवळ अतिशय मेहनतीने काम करण्यासंबंधी नाही आहे. हा फक्त त्याचा एक भाग झाला.''

तो क्षणभर काहीच बोलला नाही.

''का?'' मग त्याने विचारले.

''त्याचं असं आहे की, पहिली गोष्ट म्हणजे उत्कृष्टता साध्य करण्याचे सोपे मार्ग, शॉर्टकट्स नसतात. खरं नैपुण्य विकसित करणे, खऱ्याखुऱ्या खडतर समस्या शोधून काढणे या सगळ्यांसाठी वेळ लागतो – बऱ्याच लोकांच्या कल्पनेपेक्षाही जास्त वेळ आणि मग तुम्हाला ती कौशल्ये वापरायची असतात आणि त्याद्वारे लोकांसाठी मौल्यवान ठरतील, अशा वस्तू व सेवांची निर्मिती करायची असते. म्हणतात ना, रोम हे काही एका दिवसात बांधून झालं नव्हतं.''

तो ऐकून घेत होता, त्यामुळे मी पुढे बोलू लागले.

''आणि इथेच खरी महत्त्वाची गोष्ट आहे. एकाच गोष्टीशी एकनिष्ठ राहण्याइतपत तुम्हाला ज्या गोष्टीची काळजी असते, तिच्यावर काम करणं हा निग्रह आहे.''

''हे म्हणजे तुम्हाला जे आवडतं, ते करत राहणं. मला समजलं.''

''बरोबर, तुम्हाला जे आवडतं ते करत राहणं; परंतु फक्त त्याच्या प्रेमात पडणं नव्हे, तर त्याच्यावरचं प्रेम कायम जपणं.''

तुम्ही किती निग्रही आहात? वेस्ट पॉइंटमधील माझ्या अभ्यासासाठी मी विकसित केलेल्या आणि या पुस्तकामध्ये वर्णन करण्यात आलेल्या अन्य संशोधनांसाठी मी वापरलेल्या 'ग्रिट स्केल' चाचणीची एक आवृत्ती पुढे दिली आहे. त्यातील प्रत्येक वाक्य वाचा आणि उजवीकडे दिलेल्या चौकोनांपैकी योग्य वाटणाऱ्या चौकोनात बरोबरची खूण करा. या प्रश्नांवर अतिविचार करू नका. त्याऐवजी, आपण कशी तुलना करतो – केवळ तुमचे सहकारी, मित्र किंवा कुटुंबीयांशीच नाही, तर – 'बहुतांश लोकांशी' हा प्रश्न स्वतःला विचारा.

	अजिबातच माझ्यासारखं वर्तन नाही	फारसं माझ्यासारखं वर्तन नाही	काही प्रमाणात माझ्यासारखंच वर्तन आहे	बरंचसं माझ्यासारखं वर्तन आहे	अगदी माझ्यासारखंच वर्तन आहे
१. नव्या संकल्पना आणि प्रकल्प मला काही वेळा अगोदरच्या गोष्टींपासून विचलित करतात.	५	४	३	२	१
२. पिछेहाट झाल्याने मी निराश होत नाही. मी सहजरीत्या प्रयत्न सोडत नाही.	१	२	३	४	५
३. मी नेहमी एक ध्येय निश्चित करतो; परंतु नंतर दुसऱ्याच ध्येयाच्या मागे जातो.	५	४	३	२	१
४. मी कष्टाळू आहे.	१	२	३	४	५
५. पूर्ण होण्यासाठी काही महिन्यांपेक्षा अधिक काळ घेणाऱ्या प्रकल्पांवर लक्ष केंद्रित करणे मला अवघड जाते.	५	४	३	२	१
६. मी ज्या कशाची सुरुवात करतो, ते संपवतोच.	१	२	३	४	५
७. माझ्या आवडीनिवडी वर्षागणिक बदलत असतात.	५	४	३	२	१
८. मी मेहनती आहे. मी कधीच हार मानत नाही.	१	२	३	४	५
९. मी अल्पकाळासाठी विशिष्ट संकल्पना किंवा प्रकल्पाने झपाटलेला असतो; परंतु मग माझा त्यातील रस निघून जातो.	५	४	३	२	१
१०. महत्त्वाच्या आव्हानांवर मात करण्यासाठी मी बसलेल्या फटक्यांमधून सावरलो आहे.	१	२	३	४	५

तुमचा 'ग्रिट स्कोअर' मोजण्यासाठी तुम्ही खूण केलेल्या प्रत्येक चौकटीतील गुणांची बेरीज करा आणि त्याला दहाने भागा. या मापकामधील सर्वाधिक गुण ५ असून, (अतिशय निग्रही) सर्वांत कमी संभाव्य गुण एक आहे (अजिबात निग्रही नाही).

तुमच्या गुणांची तुलना अमेरिकन प्रौढ व्यक्तींच्या खूप मोठ्या नमुन्याशी कशी होते, हे पाहण्यासाठी तुम्ही पुढील तक्त्याचा वापर करू शकता.[१]

तौलनिक टक्केवारी	ग्रिट स्कोअर
१०%	२.५
२०%	३.०
३०%	३.३
४०%	३.५
५०%	३.८
६०%	३.९
७०%	४.१
८०%	४.३
९०%	४.५
९५%	४.७
९९%	४.९

तुमचे हे गुण म्हणजे तुम्ही सध्या स्वतःकडे कसे पाहता, याचे प्रतिबिंब आहे, हे ध्यानात असू द्या. तुमच्या आयुष्यामध्ये तुम्ही आता किती निग्रही आहात, हे बहुधा तुम्ही तरुण असताना किती निग्रही होता, यापेक्षा वेगळे असू शकेल आणि तुम्ही पुढे कधी पुन्हा ही निग्रह चाचणी दिली, तर कदाचित तुमचे गुण भिन्न असतील. हे पुस्तक सातत्याने दर्शवणार आहे, त्याप्रमाणे निग्रहामध्ये बदल होऊ शकतो, असे मानण्यास स्वाभाविक जागा आहे.

निग्रहाचे दोन घटक असतात : उत्कट आवड किंवा तीव्रेच्छा आणि जिद्द किंवा चिकाटी. तुम्हाला जर थोडे अधिक खोलात जायचे असेल, तर या प्रत्येक घटकासाठी तुम्ही भिन्न गुणांचे गणित मांडू शकता. तुमच्या उत्कट आवडीबाबतच्या गुणांसाठी, वरच्या तक्त्यामध्ये तुम्हाला प्रत्येक मुद्द्यानध्ये मिळालेल्या गुणांपैकी विषम

१ उदाहरणार्थ, जर तुमचे गुण ४.१ इतके असतील, तर तुम्ही आमच्या नमुन्यातील साधारणतः ७० टक्के प्रौढ व्यक्तींपेक्षा अधिक निग्रही आहात.

संख्येच्या गुणांची बेरीज करा व त्याला पाचने भागा. त्याचप्रमाणे, चिकाटीबाबतच्या गुणांकरिता सम संख्येच्या गुणांची बेरीज करा आणि त्याला पाचने भागा.

तुमचे जर उत्कट आवडीबाबतचे गुण अधिक असतील, तर तुमचे चिकाटीबाबतचेही गुण अधिक असण्याची शक्यता आहे आणि हेच उलटपक्षीही खरे आहे, तरीही मी असा अंदाज बांधते की, तुमचे चिकाटीबाबतचे गुण हे तुमच्या उत्कट आवडीबाबतच्या गुणांपेक्षा थोडेसे अधिक असतील. हे काही सर्वच लोकांबाबत खरे नसते; परंतु मी अभ्यास केलेल्या बहुतांश लोकांबाबत हे खरे ठरले आहे. उदाहरणार्थ, मी स्वतःसुद्धा हे प्रकरण लिहिताना सदर चाचणी दिली आणि माझे एकूण गुण ४.६ इतके होते. माझे चिकाटीबाबतचे गुण ५.० इतके होते, तर माझे उत्कट आवडीबाबतचे गुण ४.२ इतके होते. ऐकायला कितीही विचित्र वाटत असले, तरी दीर्घकाळ सातत्यपूर्ण ध्येयावर लक्ष केंद्रित करून राहणे हे माझ्यासाठी कठोर परिश्रम करणे आणि पिछेहाट झाल्यावर नव्या जोमाने प्रयत्न करण्यापेक्षा अधिक खडतर असते.

उत्कट आवडीबाबतच्या गुणांपेक्षा चिकाटीबाबतचे गुण बहुतांश वेळा अधिक असण्याची सातत्यपूर्ण तऱ्हा, हीच मुळी उत्कट आवड आणि चिकाटी या दोन्ही गोष्टी नेमक्या सारख्याच नसल्याची चुणूक आहे. या प्रकरणातील उर्वरित भागामध्ये, या दोन्ही गोष्टी कशा वेगळ्या आहेत हे समजावण्याचा मी प्रयत्न करणार असून, एका संपूर्ण गोष्टीचे दोन भाग म्हणून त्यांचे आकलन कसे करून घ्यावे, हे दाखवणार आहे.

ग्रिट स्केल ही चाचणी देताना, तुम्ही तुमच्या ध्येयांबाबत किती तीव्रतेने समर्पित किंवा निष्ठावान आहात, हे *उत्कट* आवडीबाबतच्या कोणत्याच प्रश्नामध्ये विचारण्यात आले नसल्याचे कदाचित तुमच्या लक्षात आले असेल. हे काहीसे विचित्र वाटू शकेल, कारण *आवड*, उत्कटता हा शब्द बऱ्याचदा तीव्र भावनांचे वर्णन करण्यासाठी वापरला जातो. खूप साऱ्या लोकांसाठी आवड हा आसक्ती किंवा झपाटलेपणासाठी समानार्थी शब्द असतो; परंतु यशस्वी होण्यासाठी काय करावे लागते, यासंबंधीच्या मुलाखतींमध्ये उच्च यश मिळवणारे बऱ्याचदा वेगळ्या प्रकारच्या निष्ठेबाबत बोलतात. *तीव्रतेपेक्षा अधिक दीर्घकालीन* सातत्याच्या संकल्पनेचा उल्लेख त्यांच्या टिप्पण्यांमध्ये वारंवार होतो.

उदाहरणार्थ, टीव्हीवर ज्युलिया चाइल्ड यांचे कार्यक्रम पाहत मोठे झालेल्या आणि प्रौढ वयातही पाककलेविषयीचे आकर्षण कायम राहिलेल्या शेफना, खानसाम्यांना बोलताना मी ऐकले आहे. मी अशा काही गुंतवणूकदारांचे म्हणणे

ऐकले आहे, जे गुंतवणूक व्यवहाराच्या अगदी पहिल्या दिवशी जितके उत्सुक होते, तितकीच उत्सुकता त्यांच्यामध्ये गुंतवणुकीच्या चौथ्या किंवा पाचव्या दशकातही आहे. एखादे गणित – तेच ते गणित सोडवताना, एकदाही 'खड्ड्यात गेलं हे प्रमेय! मी आता दुसऱ्या कशाकडेतरी वळतो,' असा निर्णय न घेता अभ्यास करणाऱ्या गणितींना मी ऐकलं आहे आणि म्हणूनच उत्कट आवडीसंबंधीचे तुमचे गुण मांडणारे प्रश्न हे तुम्ही किती खंबीरपणे दीर्घकाळ तुमच्या ध्येयाला धरून राहता यावर विचार करायला तुम्हाला सांगतात. शाश्वत, स्थायी समर्पणभावाचे वर्णन करण्यासाठी आवड हा योग्य शब्द आहे का? मी अधिक चांगला शब्द शोधला पाहिजे, असे काही जण म्हणू शकतात. तसे असेलही कदाचित; परंतु ही संकल्पनाच महत्त्वाची आहे : उत्साह हा सर्वसामान्य आहे, तग धरण्याची क्षमता दुर्मीळ आहे.

उदाहरणार्थ, जेफ्री गेटलमन यांच्याकडे पाहा. सुमारे दशकभर जेफ हे *न्यू यॉर्क टाइम्स* वृत्तपत्राचे पूर्व आफ्रिका विभागाचे प्रमुख होते. पूर्व आफ्रिकेतील संघर्षाविषयी त्यांनी केलेल्या वार्तांकनासाठी त्यांना २०१२मध्ये 'पुलित्झर प्राइझ फॉर इंटरनॅशनल रिपोर्टिंग' हा पुरस्कार मिळाला. आंतरराष्ट्रीय पत्रकारितेच्या क्षेत्रातील ते वलयांकित पत्रकार असून, स्वतःचे आयुष्य धोक्यात घालूनही वृत्तकथांचा माग घेण्याचे त्यांचे धाडस आणि कल्पनेपलीकडे भयंकर असणाऱ्या घटनांचे न डगमगता वार्तांकन करण्याची त्यांची तयारी यांकरिता त्यांचे सर्वत्र कौतुक केले जाते.

मी जेफ यांना भेटले, तेव्हा आम्ही नुकताच वयाच्या विशीच्या सुरुवातीच्या टप्प्यामध्ये होतो. त्या वेळी आम्ही दोघेही ऑक्स्फर्ड विद्यापीठामध्ये पदव्युत्तर शिक्षण घेत होतो. माझ्यासाठी, हा मॅकिन्सेपूर्वीचा, अध्यापनापूर्वीचा आणि मानसशास्त्रज्ञ बनण्यापूर्वीचा काळ होता. जेफबाबत हा त्याने स्वतःची पहिली वृत्तकथा लिहिण्यापूर्वीचा काळ होता. आमच्या दोघांपैकी कोणालाही आपल्याला मोठेपणी काय व्हायचे आहे, हे माहीत नव्हते – आणि आम्ही दोघेही ते माहीत करून घेण्याचा कसोशीने प्रयत्न करत होतो, असे म्हणणे मला वाटते योग्य ठरेल.

अलीकडेच मी कॉलवरून जेफशी संपर्क साधला. तो नैरोबीमध्ये होता, आफ्रिकेच्या विविध भागांमधील दौऱ्यांदरम्यान हे त्याच्या मुक्कामाचे शहर आहे. त्या कॉलदरम्यान दर काही मिनिटांनी आमचा आवाज समोरच्याला ऐकू येतोय ना, हे आम्हाला एकमेकांना विचारावे लागत होते. आमच्या वर्गमित्रांच्या आठवणींना उजाळा दिल्यानंतर आणि एकमेकांच्या मुलांविषयी खबरबात घेतल्यानंतर, मी जेफला त्याचे 'उत्कट आवड' या संकल्पनेबाबतचे मंथन विचारले आणि त्याच्या आयुष्यामध्ये तिने कशा प्रकारे भूमिका बजावली, याबाबत विचारणा केली.

''मला दीर्घकाळापासून, आपल्याला काय बनायचं आहे, याची अतिशय स्पष्ट जाणीव होती,'' जेफ मला म्हणाला. ''आणि माझी ती उत्कट आवड पूर्व आफ्रिकेमध्ये राहणं आणि काम करणं ही होती.''

''हो का, मला माहीत नव्हतं. मी समजत होते की, तुझी आवड जगाचा एखादा विशिष्ट भाग नसून पत्रकारिता आहे. जर तुला फक्त पत्रकार होता आलं असतं किंवा फक्त पूर्व आफ्रिकेमध्ये राहता आलं असतं, तर तू काय निवडलं असतंस?''

माझी अपेक्षा होती की, जेफ पत्रकारिता निवडेल; परंतु त्याने तसे केले नाही.

''हे बघ, पत्रकारिता हे माझ्यासाठी साजेसं क्षेत्र होतं. माझा नेहमीच लिखाणाकडे ओढा होता. नव्या परिस्थितींमध्ये जगण्यास मी नेहमीच तयार होतो. अगदी पत्रकारितेची संघर्षात्मक बाजूही माझ्या व्यक्तिमत्त्वाला साद घालणारी होती. मला अधिकारस्थानाला आव्हान द्यायला आवडतं; परंतु एका अर्थाने पाहिल्यास, पत्रकारिता हे माझ्या उदरनिर्वाहाचं साधन राहिलं आहे, असं मला वाटतं.''

जेफची आवड काही वर्षांच्या कालखंडामध्ये उदयास आली आणि ही काही केवळ – त्याच्या मानसिकतेमध्ये खोलवर कुठेतरी लपून राहिलेले लहानसे रत्न प्रकाशात येण्यासारखी – क्रियाशून्य शोधाची प्रक्रिया नव्हती, तर ही सक्रिय रचनात्मक बांधणी होती. जेफ केवळ त्याच्या आवडीच्या शोधात गेला नव्हता, तर त्याने आवड निर्माण करण्यास मदत केली होती.

इव्हान्स्टन, एलिनॉस येथून जेफ इथाका, न्यू यॉर्क येथे स्थलांतरित झाला, तेव्हा तो अठरा वर्षांचा होता आणि स्वतःच्या भविष्यातील कारकिर्दीचा अंदाज बांधू शकत नव्हता. कॉर्नेलमध्ये शिकत असताना त्याने तत्त्वज्ञान हा प्रमुख विषय घेतला, त्यामागे ''त्या अभ्यासक्रमाच्या आवश्यकता पूर्ण करणे सर्वांत सोपे होते,'' हे अंशतः कारण होते. मग, शिक्षणाचे पहिले वर्ष पूर्ण झाल्यानंतरच्या उन्हाळ्यात तो पूर्व आफ्रिकेत गेला आणि नव्या प्रारंभाची ती सुरुवात होती : ''ते कसं समजावून सांगावं, हे मला कळत नाही. या जागेने माझ्या मनाचा ठाव घेतला. इथे काहीतरी चेतना होती आणि मला तिच्याशी स्वतःला जोडून घ्यायचं होतं आणि तिला माझ्या आयुष्याचा भाग बनवायचं होतं.''

तिथून कॉर्नेलला परतताच, जेफने स्वाहिली भाषेचे धडे गिरवायला सुरुवात केली आणि दुसरे वर्ष पूर्ण झाल्यानंतर त्याने बॅकपॅकिंग करत जगभर हिंडण्यासाठी शिक्षणातून एका वर्षाचा विराम घेतला. या यात्रेदरम्यान, तो पुन्हा पूर्व आफ्रिकेमध्ये आला आणि त्याने पहिल्यांदा इथे भेट दिली होती, त्या वेळच्या त्याच अद्‌भुततेचा अनुभव त्याला पुन्हा आला.

इतके होऊनही, इथे आयुष्य जगण्यासाठी काय करावे लागेल, याबाबत त्याला स्पष्टता नव्हती. मग, कारकिर्दीचा मार्ग म्हणून पत्रकारितेचा विचार त्याच्या डोक्यात कसा आला? जेफच्या लेखनाची प्रशंसा करणाऱ्या एका प्राध्यापकांनी तसे सुचवले होते आणि त्यावर ''ही मी ऐकलेली सर्वांत मूर्ख कल्पना आहे... रुक्ष, कंटाळवाण्या वृत्तपत्रासाठी कोणाला लेखन करायचंय?'' असा विचार आपण केला

होता, असे जेफला आठवते. (मी स्वतःलाही प्राध्यापक बनण्याबाबत एकदा असाच विचार केल्याचे आठवते : *रुक्ष, कंटाळवाणी प्राध्यापिका कोणाला बनायचंय?*) अखेरीस, जेफने लेखक म्हणून नाही, तर छायाचित्रकार म्हणून *कॉर्नेल डेली सन* या विद्यार्थी वृत्तपत्रासाठी काम केले.

''मी जेव्हा ऑक्स्फर्डमध्ये प्रवेश घेतला, तेव्हा मी शैक्षणिकदृष्ट्या बऱ्यापैकी हरवलेला होतो. मला काय करायचंय, हे खरंच माहीत नसणं म्हणजे ऑक्स्फर्डच्या प्राध्यापकांसाठी धक्कादायकच होतं. 'मग तू इथे काय करतोयस? ही गांभीर्याने शिकण्याची जागा आहे. एकतर तुम्हाला काय शिकायचंय, याचं निश्चित भान तुम्हाला असलं पाहिजे किंवा तुम्ही इथे नसलं पाहिजे,' अशी एकंदर त्यांची प्रतिक्रिया होती.''

जेफ हा छायाचित्र-पत्रकारितेचे शिक्षण घेईल, असा माझा त्यावेळचा कयास होता. आम्ही मित्र बनलो, त्याच्या आसपासच *दि ब्रिजेस ऑफ मॅडिसन काउंटी* हा चित्रपट प्रदर्शित झाला होता. त्यामध्ये क्लिंट ईस्टवूड यांनी रॉबर्ट किनसेड या हुशार पत्रकाराचे पात्र साकारले होते आणि जेफला पाहून मला त्या पात्राची आठवण व्हायची. किंबहुना, जेफने वीस वर्षांपूर्वी मला दाखवलेली छायाचित्रे मला अजून आठवतात. ती *नॅशनल जिओग्राफिक* नियतकालिकातील आहेत, असे मला वाटले होते; पण ती प्रत्यक्षात त्याने स्वतः काढली होती.

ऑक्स्फर्डमध्ये दुसऱ्या वर्षांत शिकत असताना पत्रकारिता ही आपल्यासाठी अधिक साजेशी आहे, हे त्याने ओळखले : ''पत्रकार असण्याबाबत आणि त्यामार्गे मी पुन्हा आफ्रिकेत कसा जाऊ शकतो, याबाबत मी अधिक माहितो जाणून घेतल्यानंतर, त्याचबरोबर ते करणं प्रत्यक्षात आनंददायी कसं आहे आणि अगोदर पत्रकारितेची जी कल्पना केली होती, त्यापेक्षा अधिक सर्जनशीलपणे मी कसं लिहू शकतो, हे एकदा मला समजल्यानंतर मी म्हटलं, 'काहीही होऊ दे, मी हेच करणार आहे.' शक्य असलेल्या अतिशय हेतुपुरस्सर मार्गाने मी प्रवास सुरू केला, कारण पत्रकारिता उद्योग हा खूप श्रेणीबद्ध होता आणि अ ते ब ते, क ते ड इत्यादी वाटचाल कशी करावी हे स्पष्ट होतं.''

चेर्वेल या ऑक्स्फर्डच्या विद्यार्थी वृत्तपत्रासाठी लेखन करणे ही पहिली पायरी होती. त्यानंतर, विस्कॉन्सिनमधील एका लहानशा वृत्तपत्रासाठी उन्हाळी अंतर्वासिता (इंटर्नशीप) करणे ही दुसरी पायरी होती. फ्लोरिडामधील *सेंट पीटर्सबर्ग टाइम्स* या वृत्तपत्रासाठी मेट्रो विभागात काम करणे ही त्यापुढची पायरी होती. चौथी पायरी लॉस एंजेलिस टाइम्समध्ये काम करण्याची होती. त्यापुढील पायरी *न्यू यॉर्क टाइम्सचा* ॲटलांटा येथील राष्ट्रीय प्रतिनिधी बनण्याची होती. सहाव्या पायरीवर त्याला युद्धकथांचे वार्तांकन करण्यासाठी देशाबाहेर पाठवण्यात आले आणि २००६मध्ये म्हणजेच त्याने स्वतःसाठी लक्ष्य निश्चित केल्यास दशकभराहून थोडा अधिक काळ

लोटल्यानंतर तो अखेरीस सातव्या पायरीवर पोहोचला : *न्यू यॉर्क टाइम्सचा* पूर्व आफ्रिकेतील वृत्तविभाग प्रमुख बनणे ही ती पायरी होती.

''हा खरोखरच वळणावळणांचा रस्ता होता आणि तो मला सर्व प्रकारच्या ठिकाणी घेऊन गेला आणि तो रस्ता कठीण होता, नाउमेद करणारा होता, हताश करणारा होता आणि भयावहसुद्धा होता, त्याचप्रमाणे इतरही बरेच काही होता; परंतु अखेरीस मी इथे पोहोचलो. मी जिथे यायचं होतं, नेमके तिथेच मी आलो.''

निग्रहाचा उत्कृष्ट नमुना असणाऱ्या इतर अनेक जणांप्रमाणेच, जेफ गेटलमेन यांच्यासाठी उत्कट आवडीचा अर्थ काय, असा विचार तुम्ही करता, तेव्हा सर्वसामान्यपणे आवडीकरिता दिल्या जाणाऱ्या आतषबाजीच्या उपमेला काही अर्थ उरत नाही. आतषबाजीने प्रसिद्धीचा झगमगाट होतो; परंतु तो अल्पावधीतच विझूनही जातो आणि मागे केवळ धुरांचे पुंजके आणि एकेकाळी जे देदीप्यमान होते, त्याच्या आठवणी राहतात. त्याउलट, आवड ही होकायंत्राप्रमाणे असल्याचे जेफ यांचा प्रवास सुचवतो – ती गोष्ट तयार करण्यासाठी, तिची जुळवाजुळव करण्यासाठी आणि अखेरीस ती अचूक बनवण्यासाठी तुम्हाला थोडा वेळ लागतो; परंतु त्यानंतर ती तुमच्या दीर्घ वळणावळणांच्या रस्त्यांवरून तुम्हाला अंतिमतः जिथे जायचे आहे, तिकडे जाण्यासाठी मार्गदर्शन करते.

सिएटल सीहॉक्स संघाचे प्रशिक्षक पीट कॅरल ही गोष्ट पुढीलप्रमाणे मांडतात: ''तुमच्याकडे आयुष्याचे तत्त्वज्ञान आहे का?''

आपल्यापैकी काही जणांसाठी या प्रश्नाला काही अर्थ नसतो. आपण बहुधा म्हणू : ''*तसं तर, मी अनेक गोष्टींच्या मागे आहे. माझी खूप सारी ध्येयं आहेत. खूप प्रकल्प आहेत. यांपैकी तुम्हाला नेमकं काय अभिप्रेत आहे?*''

परंतु अन्य काही जणांना दृढविश्वासाने या प्रश्नाचे पुढील उत्तर देण्यात अडचण येत नाही : *हो, मला हेच हवे आहे.*

पीट हे ध्येयाच्या ज्या स्तराविषयी विचारत आहेत, तो तुम्ही समजून घेता, तेव्हा सर्व काही थोडेसे अधिक स्पष्ट बनते. तुम्हाला विशेषकरून आज काय झालेले हवे आहे किंवा अगदी या वर्षी काय व्हायला हवे आहे, याविषयी ते विचारत नाही आहेत. तुम्ही आयुष्यात काय मिळवण्याचा प्रयत्न करता आहात, याबाबत ते विचारत आहेत. निग्रहाच्या संदर्भात बोलायचे झाल्यास, ते तुमच्या उत्कट आवडीविषयी, तुमच्या तीव्र इच्छेविषयी विचारत आहेत.

गोष्टी यापूर्वी कधीही करण्यात आल्या असतील, त्यापेक्षा अधिक चांगल्या प्रकारे करा, हे पीट यांचे तत्त्वज्ञान आहे. जेफच्या बाबतीत घडले, त्याचप्रमाणे,

पीट यांनाही व्यापक अर्थाने, ते कोणत्या ध्येयावर लक्ष केंद्रित आहेत, हे निश्चित करण्यासाठी थोडा वेळ लागला. प्रशिक्षक म्हणून त्यांच्या कारकिर्दीतील नीचतम बिंदूवर असताना त्यांच्या आयुष्यात तो महत्त्वाचा क्षण आला : न्यू इंग्लंड पॅट्रियट्स या संघाच्या मुख्य प्रशिक्षक पदावरून हटवण्यात आल्यानंतर लागलीच ते क्षण आला. पीट हे खेळाडू आणि प्रशिक्षक या दोन्ही प्रकारे फुटबॉलपासून दूर असण्याचे ते त्यांच्या आयुष्यातील पहिले आणि एकमेव वर्ष होते. त्या टप्प्यावर, त्यांच्या चांगल्या मित्रांपैकी एकाने त्यांना, पुढील काम कोणते स्वीकारावे, यापेक्षा अधिक अमूर्त अशा गोष्टीबाबत विचार करण्याची विनंती केली : ''तुझ्याकडे तत्त्वज्ञान असलं पाहिजे.''

आपल्याकडे तत्त्वज्ञान नाही आणि ते असणे गरजेचे आहे, हे पीट यांना जाणवले : ''जर मला पुन्हा कधीही संस्था चालवण्याची संधी मिळणार असेल, तर माझ्या सर्व कृतींना उद्युक्त करेल, अशा तत्त्वज्ञानाने मी सज्ज असणार होतो.'' पीट यांनी खूप विचार आणि आत्मचिंतन केले : ''पुढील काही आठवडे आणि महिने, माझं आयुष्य टिपणं लिहिण्याने आणि नोंदवह्या भरण्याने व्यापलेलं होतं.'' त्याच काळामध्ये, ते विक्रमी दहा राष्ट्रीय विजेतेपदे जिंकणारे महान यूसीएलए बास्केटबॉल प्रशिक्षक जॉन वूडन यांच्या पुस्तकांचाही फडशा पाडत होते.

इतर बऱ्याच प्रशिक्षकांप्रमाणे, पीट यांनी अगोदरच वूडन यांचे साहित्य वाचले होते; परंतु या वेळी ते वूडन यांचे लेखन वाचत होते आणि या महान प्रशिक्षकाला काय म्हणायचे होते, ते खूप सखोल स्तरावर समजून घेत होते आणि वूडन यांनी सांगितलेली सर्वांत महत्त्वाची गोष्ट म्हणजे एखाद्या संघाला भले लक्षावधी गोष्टी चांगल्या कराव्या लागणार असतील, त्या सर्वांना व्यापणारा दृष्टिवेध निश्चित करणे ही सर्वांत महत्त्वाची गोष्ट असते.

त्या क्षणी पीट यांना जाणवले की, – विशिष्ट सामना जिंकणे किंवा अगदी मोसमाचे विजेतेपद पटकावणे किंवा आक्रमण फळीचे हे मूलतत्त्व शोधून काढणे किंवा खेळाडूंशी संवाद साधण्याचा मार्ग शोधणे – या विशिष्ट ध्येयांकरिता समन्वय गरजेचा होता, हेतू आवश्यक होता : ''स्पष्ट, योग्य प्रकारे विशद केलेले तत्त्वज्ञान तुम्हाला मार्गदर्शक तत्त्वं व मर्यादा पुरवते आणि त्या तुम्हाला योग्य मार्गावर ठेवतात,'' असे त्यांनी सांगितले.

पीट हे काय बोलत आहेत, हे समजून घेण्याचा एक मार्ग म्हणजे, ध्येयाच्या उतरंडीची दृश्यकल्पना करणे.

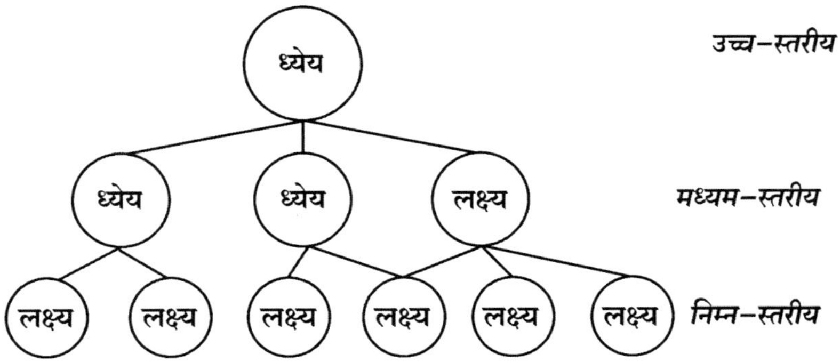

ध्येय

या उतरंडीच्या तळाशी आपली सर्वांत ठोस आणि विशिष्ट उद्दिष्टे असतात – म्हणजेच अल्पकाळात करावयाच्या यादीमध्ये असणारी आपली कामे : आज सकाळी आठ वाजायच्या आत मला घराबाहेर पडायचेय. मला आठवणीने माझ्या व्यावसायिक भागीदाराला कॉल करायचाय. काल लिहायला सुरुवात केलेला ई–मेल मला आज संपवायचाय. ही निम्नस्तरीय उद्दिष्टे निव्वळ साध्यापर्यंत पोहोचण्याची साधने म्हणून अस्तित्वात असतात. आपल्याला केवळ ती पूर्ण करायची असतात, कारण आपल्याला हव्या असलेल्या अन्य कोणत्यातरी गोष्टीकडे ती आपल्याला नेत असतात. त्याउलट, या उतरंडीमध्ये ध्येय हे जितके उच्चस्तरावर असेल, तितके ते अधिक अमूर्त, सर्वसाधारण आणि महत्त्वाचे असते. ध्येय हे जितके उंच असेल, तितके ते साध्यापर्यंत पोहोचण्याचे साधन म्हणून कमी आणि स्वतःच साध्य अधिक असते.

मी येथे रेखाटलेल्या आकृतीमध्ये केवळ तीनच स्तर आहेत. हे अतिसुलभीकरण आहे. सर्वांत निम्न आणि सर्वोच्च स्तरादरम्यान मध्यमस्तरीय ध्येयांचे बरेच पापुद्रे असू शकतात. उदाहरणार्थ, सकाळी आठ वाजण्यापूर्वी घराबाहेर पडणे हे निम्नस्तरीय ध्येय आहे. त्याचे महत्त्व केवळ, कामावर वेळेत उपस्थित राहणे, या मध्यमस्तरीय ध्येयामुळेच आहे. तुम्ही त्याच्याविषयी का फिकीर करता? कारण तुम्हाला वक्तशीर राहायचे आहे. वक्तशीर राहण्याची पर्वा तुम्ही का करता? कारण, तुम्ही ज्यांच्यासोबत काम करता, त्या लोकांप्रतीचा आदरभाव वक्तशीर राहण्यातून दिसतो. तो आदरभाव का महत्त्वाचा आहे? कारण, तुम्हाला चांगले नेतृत्व करणारा संघनायक बनायचे आहे.

जर स्वतःला हे ''का?''चे प्रश्न विचारण्याच्या घटनाक्रमातील तुमचे उत्तर फक्त ''कारण, यासाठी!'' असे असेल, तर तुम्ही ध्येयाच्या उतरंडीमध्ये वर चालला आहात, हे तुम्हाला समजते. उच्चस्तरीय ध्येय हे अन्य कोणत्या तरी साध्यापर्यंत पोहोचण्याचे साधन नसते. त्याउलट, ते स्वतःच साध्य असते. काही मानसशास्त्रज्ञ

याला 'अंतिम चिंता' असे संबोधतात. मी स्वतः या उच्चस्तरीय ध्येयाचा विचार त्याच्याखालील सर्व ध्येयांना दिशा आणि अर्थ देणारे होकायंत्र असा करते.

'हॉल ऑफ फेम'मध्ये समाविष्ट बेसबॉलपटू टॉम सिव्हर यांचेच उदाहरण घ्या. पिचर (बेसबॉलमधील गोलंदाज) असणारे सिव्हर १९८७ साली, वयाच्या बेचाळिसाव्या वर्षी निवृत्त झाले, तेव्हा त्यांच्या नावावर ३११ विजय, ३,६४० स्ट्राइकआउट; ६१ शटआउट; आणि २.८६ इतकी अर्न्ड रन सरासरी होती. १९९२ मध्ये, सिव्हर यांची 'हॉल ऑफ फेम'मध्ये निवड करण्यात आली, तेव्हा त्यांना मिळालेल्या मतांची टक्केवारी तोपर्यंतची सर्वोच्च होती : तब्बल ९८.९ टक्के. व्यावसायिक बेसबॉलपटू म्हणून वीस वर्षांच्या कारकिर्दीदरम्यान, सिव्हर यांनी 'दिवसेंदिवस, वर्षांमागून वर्षे त्यांना शक्य तितक्या सर्वोत्तमरीत्या पिचिंग करण्याचे' ध्येय बाळगले होते. या उद्देशाने त्यांच्या सर्व निम्नस्तरीय ध्येयांना पुढीलप्रमाणे अर्थ आणि रचना बहाल केली :

> पिचिंग... ही एक गोष्टच मी काय खातो, कोणत्या वेळी झोपतो, जागेपणी काय करतो, हे ठरवते. मी पिचिंग करत नसतो, तेव्हा मी स्वतःचे आयुष्य कसे घालवतो, हेसुद्धा याच गोष्टीवरून निश्चित होते. जर याचा अर्थ, 'फ्लोरिडाला येऊनही मी उघडा होऊन उन्हात जाऊ शकत नाही, कारण असे केल्यास माझ्या त्वचेला जखमा होऊन, त्यामुळे मला काही दिवस चेंडू फेकण्यापासून दूर राहावे लागेल,' असा असल्यास मी कधीच शर्ट काढून सूर्यप्रकाशात जाणार नाही... जर याचा अर्थ, मला पाळीव कुत्र्याला डाव्या हाताने फिरवावे लागणार असल्याची आठवण स्वतःला करून देणे किंवा डाव्या हातानेच शेकोटीत लाकडाच्या ढलप्या फेकणे, असा असेल, तर मी तेही करतो. जर यामुळे, मला माझे वजन कमी राखण्यासाठी हिवाळ्यात चॉकलेट चिप कुकीज्‌ऐवजी कॉटेज चीज खावं लागणार असेल, तर मी कॉटेज चीजच खातो.

सिव्हर यांनी वर्णन केलेले आयुष्य निष्ठुर वाटते; परंतु सिव्हर याकडे अशा नजरेतून पाहत नव्हते : ''पिचिंग ही गोष्ट मला आनंदी ठेवते. मी माझं आयुष्य त्याकरिता समर्पित केलं आहे... आपल्याला हे करायचं आहे, यासाठी मी मनाची तयारी केली आहे. मी जेव्हा अचूक पिच करतो, तेव्हा मी आनंदी असतो. त्यामुळे मी स्वतःला आनंदी ठेवण्यासाठीच या गोष्टी करतो.''

मला उत्कट आवड या शब्दातून जे अभिप्रेत आहे, ते म्हणजे केवळ तुम्हाला ज्याची पर्वा आहे, अशी तुमच्याकडील कोणतीतरी गोष्ट नाही. तुम्ही त्या अंतिम ध्येयाची तितक्याच कटिबद्धतेने, प्रामाणिकपणे आणि खंबीरपणे पर्वा करत राहणे, हे मला अभिप्रेत आहे. तुम्ही त्याबाबत लहरी असत नाही. दररोज तुम्ही ज्या

प्रश्नांविषयी विचार करत जागे होता, त्याच प्रश्नांविषयी विचार करत झोपीही जाता. एका अर्थाने, तुम्ही एकाच दिशेने निर्देश करत आहात, मार्गातून बाजूला, कोणत्यातरी अन्य स्थानाच्या दिशेने पाऊल टाकण्यापेक्षा याच मार्गावर अगदी छोट्यात छोटे पाऊल पुढे टाकण्याबाबत तुम्ही सदैव आग्रही आहात. अगदी टोकाला जाऊन, एखादा तुमच्या एकाग्रतेला पछाडलेपणाही म्हणेल कदाचित. तुमच्या बहुतांश कृतींची निष्ठा ही तुमच्या अंतिम चिंतेप्रती, तुमच्या जीवनविषयक तत्त्वज्ञानाप्रती असल्यामुळेच त्या कृतींना महत्त्व प्राप्त होते.

तुम्ही तुमच्या प्राधान्यक्रमांची मांडणी योग्यरीत्या केलेली असते.

निग्रह हा दीर्घकाळासाठी सारखेच उच्चस्तरीय ध्येय कायम ठेवण्यासंबंधी आहे. त्याउप्पर, पीट कॅरल यांनी बहुधा मांडले असते त्याप्रमाणे, हे 'जीवनविषयक तत्त्वज्ञान' इतके वेधक आणि महत्त्वाचे आहे की, तुम्ही जागेपणी करत असलेल्या बहुतांश कार्यांचे ते नियोजन करते. अतिशय निग्रही लोकांची, बऱ्यापैकी मध्यम-स्तरीय आणि निम्नस्तरीय ध्येय ही येनकेन प्रकारेण त्यांच्या अंतिम ध्येयाशी संबंधित असतात. त्याउलट, निग्रहाचा अभाव हा कमी सुसंगत ध्येयरचना असण्यामधून येऊ शकतो.

निग्रहाचा अभाव हा पुढील काही मार्गांनी दिसून येऊ शकतो. मी अशा बऱ्याच तरुण लोकांना भेटले आहे, ज्यांना स्वप्नाची शब्दबद्ध मांडणी करता येऊ शकते – उदाहरणार्थ, डॉक्टर बनणे किंवा एनबीए लीगमध्ये बास्केटबॉल खेळणे – आणि हे स्वप्न किती छान असेल, याची अतिशय स्पष्ट कल्पना ते करू शकतात; परंतु त्यांना तिथपर्यंत घेऊन जातील, अशा मध्यमस्तरीय आणि निम्नस्तरीय ध्येयांवर ते बोट ठेवू शकत नाहीत. त्यांच्या धेयाच्या उतरंडीमध्ये उच्चस्तरीय ध्येय असते; परंतु त्याला आधार देणारी मध्यमस्तरीय किंवा निम्नस्तरीय ध्येय नसतात :

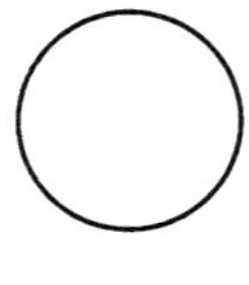

माझा चांगला मित्र आणि सहकारी मानसशास्त्रज्ञ गॅब्रिएल ओटिंगेन हा याला 'सकारात्मक कल्पनाविलास' म्हणतो. वाटेत उभे असणारे अडथळे प्रामुख्याने विचारात घेऊन, सकारात्मक भविष्यापर्यंत कसे पोहोचायचे, हे न शोधता त्या सकारात्मक भविष्याच्या स्वप्नवेधात गुंतणे, याची अल्पकाळासाठी काही फलिते असली, तरी दीर्घकाळामध्ये त्याची किंमत मोजावी लागते, असे गॅब्रिएलच्या

संशोधनावरून सूचित होते. डॉक्टर बनण्याच्या तुमच्या आकांक्षेमुळे तुम्हाला अल्पकाळापुरते खूप छान वाटते; परंतु दीर्घकाळामध्ये, तुम्हाला तुमचे ध्येय साध्य करता न आल्याच्या निराशेसह तुम्ही जगता.

कोणत्याही एकसंध, उच्चस्तरीय ध्येयाशी अनुरूप नसणारे मध्यमस्तरीय ध्येयांचे संच बाळगणे ही त्याहीपेक्षा अधिक सामान्यपणे आढळणारी बाब आहे, असे मला वाटते.

किंवा परस्परांशी कोणत्याही प्रकारे संबंधित नसणाऱ्या, काही स्पर्धक ध्येयांची उतरंड असणे, हीसुद्धा सामान्य बाब आहे.

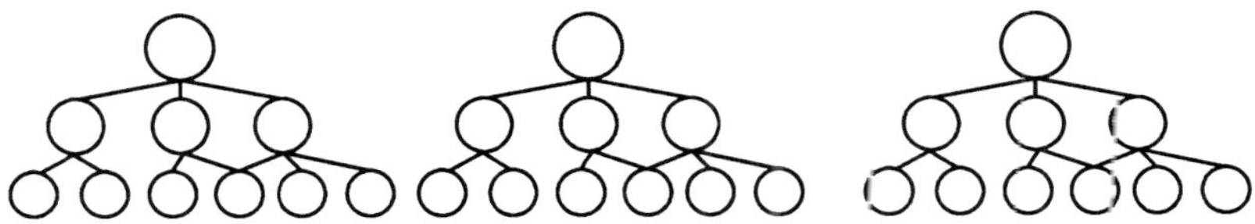

काही एक प्रमाणात, ध्येयामधील संघर्ष हे मानवी अस्तित्वाचे आवश्यक वैशिष्ट्य आहे. उदाहरणार्थ, व्यावसायिक म्हणून माझी ध्येयाची एक श्रेणीरचना आहे आणि आई म्हणून दुसरी आहे. अगदी टॉम सिव्हर हेसुद्धा व्यावसायिक बेसबॉलपटूच्या प्रवास आणि सरावाच्या वेळापत्रकामुळे, त्यांना जितका वेळ पत्नी व मुलांसोबत घालवायला आवडला असता, तितका वेळ देणे कठीण असल्याचे मान्य करतात, त्यामुळे पिचिंग ही जरी त्यांची व्यावसायिक आवड असली, तरी साहजिकच अन्य ध्येय श्रेणीरचनाही त्यांच्यासाठी महत्त्वाच्या होत्या.

सिव्हर यांच्याप्रमाणेच, माझीही कामासाठी एक ध्येय श्रेणीरचना आहे : *लहान मुलांना उत्कर्षासाठी मदत करण्याच्या दृष्टीने मानसशास्त्रीय विज्ञानाचा वापर करणे*; परंतु त्याचबरोबर माझी एक भिन्न ध्येय श्रेणीरचनाही आहे व त्यामध्ये माझ्या दोन मुलींकरिता मी शक्य तितकी सर्वोत्तम आई बनण्याचे ध्येय समाविष्ट आहे. कोणत्याही व्यावसायिकदृष्ट्या कार्यरत पालकास माहीत असतेच, त्याप्रमाणे दोन 'अंतिम चिंता' बाळगणे हे सोपे नाही. वेळ, ऊर्जा किंवा देता येण्याइतके लक्ष कधीच पुरेसे नसल्यासारखे वाटते. तरुण असताना मी – माझे करिअर सोडून देणे किंवा कुटुंब न वाढवणे – या पर्यायांचा विचार केला होता आणि नैतिकदृष्ट्या

'योग्य निर्णय' असा कोणताही नसून, निर्णय हा केवळ माझ्यापुरता योग्य ठरणारा आहे, असे मी ठरवले.

त्यामुळे आपल्या एका उच्चस्तरीय ध्येयाने आपल्या आयुष्यातील जागेपणीच्या प्रत्येक क्षणाला मार्गदर्शन केले पाहिजे, ही संकल्पना म्हणजे आदर्शवत टोक आहे आणि आपल्यापैकी अगदी सर्वांत निग्रही लोकांनाही बहुधा तसे इच्छित असणार नाही. असे असले तरीही, मध्यमस्तरीय आणि निम्नस्तरीय कार्यध्येयांच्या लांबलचक यादीमधून, ती ध्येये सर्वाधिक महत्त्वाच्या ध्येयासाठी किती उपयुक्त आहेत, हे ठरवून त्यानुसार त्यांची काटछाट करणे शक्य आहे, असा मुद्दा मी मांडेन आणि अन्य कोणत्याही संख्येपेक्षा एकच उच्चस्तरीय *व्यावसायिक* ध्येय असणे, हे आदर्श आहे, असे मला वाटते.

एकूणच, आपल्या ध्येय श्रेणीरचना जितक्या जास्त एकसंध, पंक्तिबद्ध आणि सुसूत्र असतील, तितके चांगले.

स्वकष्टार्जित बहुअब्जाधीश बनलेले वॉरेन बफे यांनी त्यांच्या संपूर्ण जीवनकाळामध्ये कमावलेली वैयक्तिक संपत्ती ही ढोबळमानाने हार्वर्ड विद्यापीठास मिळणाऱ्या देणगीच्या दुप्पट आहे. बफे यांनी त्यांच्या वैमानिकाला प्राधान्यक्रम ठरवण्यासाठी सोपी त्रिसूत्री दिल्याचे सांगितले जाते.

त्याची कथा पुढीलप्रमाणे आहे : बफे त्यांच्या विश्वासू वैमानिकाकडे गेले आणि त्याला म्हणाले की, बफे यांना ज्या वेळी कुठे जाणे गरजेचे असेल, त्या वेळी त्यांच्या विमानाचे उड्डाण करण्यापलीकडे वैमानिकाची मोठी स्वप्ने असली पाहिजेत. हो, माझीही स्वप्ने आहेत, असे वैमानिकाने कबूल केले आणि मग बफे यांनी त्याला त्रिसूत्री सांगितली.

पहिली पायरी म्हणजे तू कारकिर्दीतील पंचवीस ध्येयांची यादी लिहून काढ.

दुसरी पायरी, तू थोडा मनाचा कल जाणून घे आणि त्यापैकी सर्वोच्च प्राधान्याच्या पाच ध्येयांभोवती वर्तुळाने खूण कर. फक्त पाच.

तिसरी पायरी, वर्तुळाची खूण न केलेल्या उर्वरित वीस ध्येयांकडे कठोरपणे पाहा. ही ध्येय तुला कोणत्याही परिस्थितीत टाळायची आहेत. ती तुझे लक्ष विचलित करतात; ती तुझा वेळ आणि ऊर्जा खातात, अधिक महत्त्वाच्या असणाऱ्या ध्येयांपासून तुझी नजर हटवतात.

मी जेव्हा पहिल्यांदा ही कथा ऐकली होती, तेव्हा *पंचवीस इतकी भिन्न करियरविषयक ध्येय कोणाकडे असू शकतात? हे एक प्रकारे हास्यास्पद आहे, नाही का?* असा विचार मी केला होता. त्यानंतर, मी रेषा आखलेल्या एका कागदावर मी

सध्या काम करत असलेले सर्व प्रकल्प लिहून काढण्यास सुरुवात केली. मी जेव्हा बत्तिसाव्या ओळीपर्यंत आले, तेव्हा या अभ्यासातून मला लाभ होऊ शकतो, हे मला जाणवले.

विशेष म्हणजे मी उत्स्फूर्तपणे विचार केलेली बहुतांश ध्येये ही मध्यमस्तरीय ध्येये होती. लोकांना जेव्हा फक्त एक नाही, तर बरीच ध्येय लिहिण्यास सांगितले जाते, तेव्हा सर्वसामान्यतः लोक हमखास याच स्तरावरील ध्येयांचा विचार करतात.

मला प्राधान्यक्रम ठरवण्यास मदत करण्यासाठी, मी त्यामध्ये काही रकान्यांची भर घातली आणि त्यानुसार ते प्रकल्प किती वेधक आणि महत्त्वाचे आहेत, याचे वर्गीकरण मला करता आले. मी प्रत्येक ध्येयाचे १ ते १०च्या प्रमाणामध्ये सर्वांत कमी ते सर्वाधिक वेधक आणि मग पुन्हा सर्वांत कमी ते सर्वांत महत्त्वाचे असे मूल्यांकन केले. १ ते १०० दरम्यानचे आकडे मिळवण्यासाठी मी या मूल्यांकनातील संख्यांचा एकत्रित गुणाकार केला. माझ्या कोणत्याच ध्येयाचा 'वेधक गुणिले महत्त्वाचे' हा गुणाकार १०० इतका उच्च झाला नसला, तरी कोणत्याच ध्येयाचा गुणाकार १ इतका कमीही नव्हता.

त्यानंतर मी बफे यांचा सल्ला अवलंबण्याचा प्रयत्न केला आणि सर्वांत वेधक व सर्वांत महत्त्वाच्या अशा काही ध्येयांभोवती वर्तुळ करून, उर्वरित ध्येयांची रवानगी कोणत्याही परिस्थितीत टाळण्याजोग्या विभागामध्ये केली.

मी प्रयत्न केला; परंतु मला ते काही केल्या जमतच नव्हते.

मी बरोबर होते की वॉरेन बफे, या गोष्टीचा एखाददोन दिवस विचार केल्यानंतर, माझी बहुतांश ध्येय ही खरेतर परस्परांशी संबंधित होती, याची जाणीव मला झाली. किंबहुना, बरीचशी ध्येये ही साध्यापर्यंत पोहोचण्याची साधने होती, तसेच 'मुलांना यशस्वी होण्यासाठी आणि त्यांचा उत्कर्ष होण्यासाठी मदत करणे' या एका अंतिम ध्येयाच्या दिशेने प्रगती करण्यासाठी मला तयार करणारी होती. केवळ काही तुरळक व्यावसायिक ध्येयांबाबत हे खरे नव्हते. नाखुशीनेच, त्या ध्येयांना मी कोणत्याही परिस्थितीत टाळण्याच्या यादीत टाकायचे ठरवले.

आता, जर मला कधी बफे यांच्यासोबत बसून माझी यादी त्यांच्यासह पाहण्याची संधी मिळू शकली (याची फारशी शक्यता नाही, कारण त्यांच्या ध्येयविषयक श्रेणीरचनेमध्ये माझ्या गरजांना स्थान असेल का, याबाबत मी साशंक आहे.), तर वेळ आणि ऊर्जा हे घटक मर्यादित असल्याचे वास्तव स्वीकारणे हा या उपक्रमाचा मूळ मुद्दा असल्याचे ते नक्की मला सांगतील. कोणत्याही यशस्वी व्यक्तीला काय करायचे नाही, हे ठरवण्याद्वारे अंशतः, काय करायचे हे ठरवावे लागते. हे मला समजले आणि मला अद्यापही त्या मुद्द्यावर बराच पल्ला पार करायचा आहे.

परंतु मी असेही म्हणेन की, पारंपरिक प्राधान्यक्रम ठरवणे हे पुरेसे नाही. परस्परांपासून अतिशय भिन्न असणाऱ्या उच्चस्तरीय करियरविषयक ध्येयांकरिता तुम्हाला तुमच्या कार्यांचे विभाजन करावे लागते, तेव्हा तुमचा स्वतःशीच तीव्र झगडा सुरू असतो. तुम्हाला एकच आंतरिक होकायंत्र आवश्यक असते - दोन, तीन, चार किंवा पाच होकायंत्रे नाही.

फ्रँक मॉडेल, *दि न्यू यॉर्कर*, ७ जुलै १९६२, दि न्यू यॉर्क कलेक्शन/ दि कार्टून बँक.)

त्यामुळे बफे यांच्या प्राधान्यक्रम ठरवण्याच्या त्रिस्तरीय उपक्रमात मी एका अतिरिक्त पायरीची भर घालेन. *ही ध्येयं किती प्रमाणात सामाईक हेतूसाठी उपयुक्त ठरतात?* हा प्रश्न स्वतःला विचारा. ती जितकी अधिक सामान ध्येय श्रेणीरचनेचा भाग असतील - म्हणजेच ती तुमच्या समान अंतिम चिंतेकरिता उपयुक्त ठरत असल्यामुळे महत्त्वाची असतील - तितकी, तुमची उत्कट आवड अधिक केंद्रित आहे.

जर तुम्ही प्राधान्यक्रमाची ही पद्धत अवलंबिली, तर तुम्ही 'हॉल ऑफ फेम'मधील पिचर व्हाल का? किंवा इतिहासातील इतर कोणाहीपेक्षा अधिक पैसे तुम्ही कमवाल का? कदाचित नाही; परंतु यामुळे तुम्हाला पर्वा असणाऱ्या गोष्टीमध्ये कुठेतरी पोहोचण्याची अधिक चांगली शक्यता तुमच्याकडे असेल - तुम्हाला जे बनण्याची इच्छा आहे, त्याच्या अधिक जवळ पोहोचण्याची चांगली संधी तुमच्याकडे असेल.

जेव्हा तुमची ध्येये श्रेणीरचनेमध्ये व्यवस्थित मांडलेली तुम्ही पाहता, तेव्हा निग्रह म्हणजे सर्वथा हट्टीपणे – कोणत्याही परिस्थितीत आणि अनंतकाळासाठी – तुमच्या यादीतील प्रत्येक एका निम्नस्तरीय ध्येयाच्या मागे लागणे नव्हे, हे तुम्हाला जाणवते. किंबहुना, तुम्ही या क्षणी ज्या गोष्टींवर अतिशय परिश्रमपूर्वक काम करत आहात, त्यातील काही गोष्टी सोडून देण्याची अपेक्षाही तुम्ही ठेवू शकता. त्यातील सगळ्याच गोष्टी काही फलद्रूप होणार नाहीत. नक्कीच, तुम्ही कठोर प्रयत्न केले पाहिजेत – अगदी जितके आवश्यक आहेत, असे तुम्हाला वाटते, त्याहीपेक्षा थोडा अधिक काळ प्रयत्न करायला हवेत. तथापि, अधिक महत्त्वाच्या साध्यापर्यंत पोहोचण्याचे निव्वळ एक साधन असणारी कोणतीतरी गोष्ट पूर्ण करण्याच्या प्रयत्नात नाहक तुमचे डोके भिंतीवर आपटू नका.

*न्यू यॉर्कर*चे वलयांकित व्यंग्यचित्रकार रोझ चास्ट यांनी एका स्थानिक वाचनालयामध्ये दिलेले व्याख्यान मी ऐकले, तेव्हा एखाद्याच्या संपूर्ण श्रेणीरचनेमध्ये निम्नस्तरीय ध्येय योग्यरीत्या कशी बसतात, हे जाणून घेणे कसे महत्त्वाचे आहे, याविषयी मी विचार करू लागले. त्यांच्या कारकिर्दीच्या या टप्प्यावरही त्यांचा नकाराचा दर हा ९० टक्क्यांच्या आसपास असल्याचे त्यांनी आम्हाला सांगितले. पूर्वी तो यापेक्षाही बराच जास्त होता, असा दावाही त्यांनी केला.

हा आकडा किती प्रातिनिधिक आहे, हे विचारण्यासाठी मी न्यू यॉर्करचे व्यंग्यचित्र संपादक बॉब मँकॉफ यांच्याशी संपर्क साधला. मला तो धक्कादायकरीत्या जास्त वाटत होता. रोझ या नक्कीच प्रमाणाविरुद्ध होत्या, असे बॉब यांनी मला सांगितले. व्वा! मला वाटलेच होते. जगातील सर्व व्यंग्यचित्रकारांना दहांपैकी नऊ वेळा नकार मिळतो, असा विचार करायची माझी इच्छा नव्हती; परंतु बहुतांश व्यंग्यचित्रकारांना अगदी यापेक्षाही अधिक नकार पचवत जगावे लागते, असे त्यानंतर बॉब यांनी मला सांगितले. अन्य कोणाहीपेक्षा आपले व्यंग्यचित्र छापून येण्याची शक्यता लक्षणीयरीत्या अधिक असलेले 'कंत्राटी व्यंग्यचित्रकार' एकत्रित मिळून दर आठवड्याला बॉब यांच्या नियतकालिकाकडे साधारणतः पाचशे व्यंग्यचित्रे पाठवत होते. नियतकालिकाच्या कोणत्याही एका अंकामध्ये, त्यांपैकी केवळ सतरा व्यंग्यचित्रांसाठी जागा होती. मी त्याचे गणित मांडले : या नकाराचे प्रमाण ९६ टक्क्यांपेक्षाही अधिक होते.

''बापरे! शक्यता इतकी नगण्य असताना कोण चित्रं काढत राहील?''

तसे, एका व्यंग्यचित्रकाराबाबत सांगायचे झाल्यास, बॉब स्वतः.

ध्येयविषयक श्रेणीरचनेमध्ये उच्चस्तरीय ध्येयाप्रती आग्रही जिद्द बाळगण्यासाठी निम्नस्तरीय ध्येयांबाबत काही प्रमाणात लवचीकता कशी ठेवावी लागते, या विरोधाभासाबाबत बॉब यांची कथा खूप काही सांगून जाते. जणू काही, एकदा का तुम्ही पुरेसे आयुष्य बघितल्यानंतर आणि सर्वोच्चस्तरीय ध्येय काय आहे, हे जाणून

घेण्यासाठी पुरेसे चिंतन केल्यानंतर ते ध्येय ठळक शाईमध्ये लिहिले जाते आणि निम्नस्तरीय ध्येय ही पेन्सिलीने लिहिली जातात, जेणे करून तुम्ही त्यामध्ये बदल, सुधारणा करू शकता आणि काही वेळा ती पूर्णपणे खोडू शकता आणि त्यानंतर, त्यांची जागा घेणारी नवी ध्येये कोणती आहेत, हे ठरवू शकता.

मला काय म्हणायचेय, ते दर्शवणारे माझे अजिबातच न्यू यॉर्करच्या दर्जाचे नसलेले रेखाटन पुढीलप्रमाणे आहे :

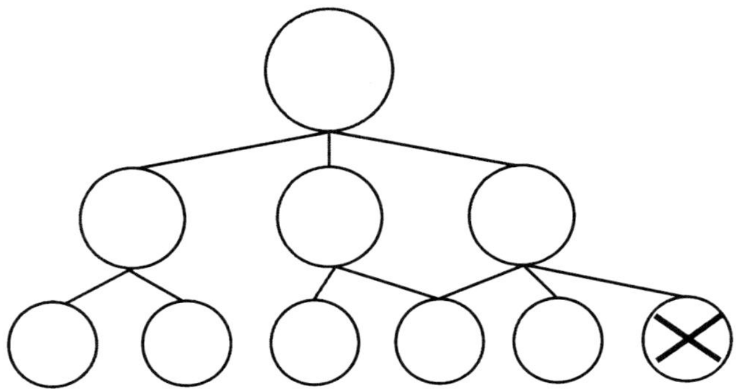

चित्रातील चिडखोर दिसणाऱ्या X ने एका निम्नस्तरीय ध्येयावर फुली मारली आहे. ते नकारपत्र असते, पिछेहाट असते, कुठेच न नेणारा मार्गावरील शेवट असतो, अपयश असते. निग्रही व्यक्तीही यामुळे निराश होईल किंवा त्याचा अगदी हृदयभंगही होईल; परंतु फार काळासाठी नाही.

लवकरच, निग्रही व्यक्ती सारख्याच हेतुकरिता उपयुक्त ठरणारे नवे निम्नस्तरीय ध्येय शोधतो – उदाहरणार्थ, नवे व्यंग्यचित्र रेखाटतो.

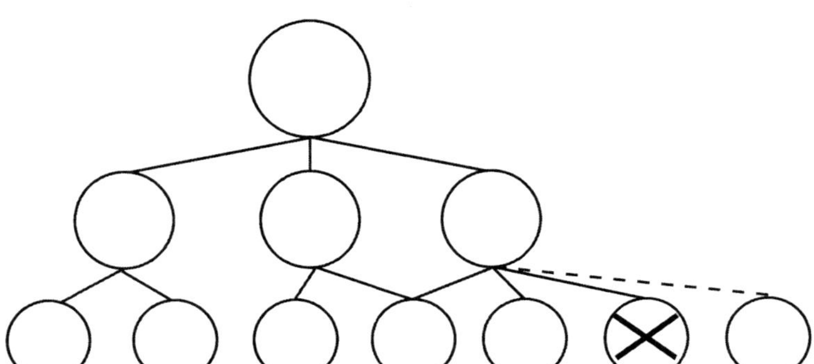

'इंप्रोव्हाइज, अॅडाप्ट, ओव्हरकम,' (उत्स्फूर्तप्रयोग करा, जुळवून घ्या, मात करा) हे ग्रीन बॅरेट्सचे एक बोधवाक्य आहे. आपल्यापैकी अनेकांना लहान असताना ''जर पहिल्या प्रयत्नात तुम्ही यशस्वी ठरला नाही, तर प्रयत्न करा, पुन्हा प्रयत्न करा,'' असे सांगण्यात आले होते. हा सल्ला योग्य आहे; परंतु ते म्हणतात ना, ''प्रयत्न करा, पुन्हा प्रयत्न करा आणि मग काहीतरी वेगळा प्रयत्न करून पाहा.'' ध्येयविषयक श्रेणीरचनेतील निम्नस्तरांसाठी नेमके हेच गरजेचे आहे.

बॉब मॅंकॉफ यांची कथा पुढीलप्रमाणे आहे :

न्यू यॉर्क टाइम्सचे पूर्व आफ्रिकेचे वृत्तविभाग प्रमुख जेफ गेटलमन यांच्याप्रमाणेच, बॉब यांच्याकडेही नेहमीच स्पष्टपणे विशद केलेली उत्कट आवड नव्हती. लहान असताना बॉब यांना चित्रे काढायला आवडायची आणि ब्राँक्समधील त्यांच्या स्थानिक हायस्कूलमध्ये शिकण्याऐवजी ते 'ला गॉर्डिआ हायस्कूल ऑफ म्युझिक अँड आर्ट' या शाळेत गेले. फेम या चित्रपटामध्ये हीच शाळा काल्पनिक रूपात आहे. एकदा तिथे पोहोचल्यानंतर मात्र त्यांनी स्पर्धा पाहिली आणि त्यांना भीती वाटली.

''चित्रकलेतील खऱ्याखुऱ्या गुणवत्तेशी परिचय झाल्यामुळे माझ्यातील चित्रकला कोमेजली. तेथील शिक्षण पूर्ण केल्यानंतरची तीन वर्षं मी पेन, पेन्सिल किंवा चित्रकलेच्या कुंचल्याला हातही लावला नाही,'' अशी आठवण बॉब सांगतात. त्याऐवजी, त्यांनी सिरॅकस विद्यापीठामध्ये प्रवेश घेतला आणि तत्त्वज्ञान व मानसशास्त्राचे शिक्षण घेतले.

वरिष्ठ वर्षात शिकत असताना, त्यांनी महान व्यंगचित्रकार सईद हॉफ यांचे 'लर्निंग टू कार्टून' नावाचे पुस्तक खरेदी केले. हॉफ हे 'प्रयत्नांची दुहेरी गणना' या नीतीवचनाचे उदाहरण आहेत. आपल्या जीवनकाळामध्ये हॉफ यांनी न्यू यॉर्करसाठी ५७१ व्यंग्यचित्रे काढली, लहान मुलांसाठी साठहून अधिक पुस्तके लिहिली व त्यांसाठी रेखाटने केली, नियतकालिकांमध्ये दोन विनोदी चित्रमालिका चालवल्या आणि अन्य प्रकाशनांसाठी शब्दशः हजारो चित्रे आणि व्यंग्यचित्रे रेखाटली. हॉफ यांच्या पुस्तकाची सुरुवात 'व्यंग्यचित्रकार बनणे कठीण आहे का? नाही. कठीण नाहीये आणि हे सिद्ध करण्यासाठी मी हे पुस्तक लिहिले आहे...' अशी प्रोत्साहकरीत्या होते. त्या पुस्तकाच्या अखेरच्या प्रकरणाचे नाव 'नकारपत्रे कशी पचवावीत,' असे आहे. सुरुवात आणि शेवटादरम्यान चित्रमांडणी, दृष्टिकोन, मानवी शरीरआकृत्या, चेहऱ्यावरील हावभाव आणि यांसारख्या अन्य गोष्टींसंबंधीचे धडे आहेत.

हॉफ यांचा सत्तावीस व्यंग्यचित्रे तयार करण्याचा सल्ला बॉब यांनी उपयोगात आणला. त्या व्यंग्यचित्रांची विक्री करण्यासाठी ते एकामागून एक अशा बऱ्याच नियतकालिकांमध्ये गेले; परंतु *न्यू यॉर्करमध्ये* गेले नाहीत, कारण तिथे व्यंग्यचित्रकारांची व्यक्तिशः भेट घेण्यात येत नव्हती आणि अर्थातच, त्यांनी भेट

घेतलेल्या प्रत्येक संपादकाने सारांशरूपाने त्यांना नकार दिला. बहुतांशजणांनी त्यांना आणखी व्यंग्यचित्रांसह पुढील आठवड्यामध्ये पुन्हा प्रयत्न करण्यास सांगितले. ''आणखी?'' बॉब यांना प्रश्न पडला. ''सत्तावीसपेक्षा अधिक व्यंग्यचित्रे कोणीही कसा काय काढू शकतो?''

हॉफ यांच्या पुस्तकातील नकारपत्रांविषयीचे अखेरचे प्रकरण पुन्हा वाचण्यापूर्वीच, बॉब यांना व्हिएतनाममधील लढाईकरिता सैन्यात भरती होण्यासाठी ते पात्र असल्याची नोटीस मिळाली. त्यांची तिकडे जाण्याची काही फारशी इच्छा नव्हती; किंबहुना तिथे न जाण्याचीच त्यांची तीव्र इच्छा होती, त्यामुळे त्यांनी लागलीच, एक्सपिरिमेंटल सायकॉलॉजीचे (प्रयोगक्षम मानसशास्त्र) पदव्युत्तरप्रविष्ट विद्यार्थी म्हणून स्वतःस पुनर्हेतू बहाल केला. पुढील काही वर्षे, प्रयोगांसाठी चक्रव्यूहांमध्ये उंदरांना पळवताना, मिळू शकला तेव्हा त्यांनी चित्र रेखाटण्यासाठी वेळ काढला. मग, डॉक्टरेट मिळवण्याच्या थोडेच अगोदर संशोधनात्मक मानसशास्त्र ही आपली ओढ नसल्याची जाणीव त्यांना झाली : ''माझे व्यक्तिमत्त्व विशद करणारे गुणवैशिष्ट्य अन्य काहीतरी असल्याचा विचार मी करत होतो, हे मला आठवतंय. तुम्हाला भेटणारा मी सर्वांत गमतीशीर माणूस आहे – असा विचार मी स्वतःबाबत करत होतो – मी *गमत्या* आहे.''

काही काळासाठी, बॉब यांनी विनोदाला स्वतःचे करियर बनवण्याच्या दोन मार्गांचा विचार केला होता. ''मी म्हटलं, ठीक आहे, मी स्टँड-अप कॉमेडी करेन किंवा मी व्यंग्यचित्रकार होईन.'' त्यांनी या दोन्ही क्षेत्रांमध्ये उत्साहाने स्वतः ला झोकून दिलं : ''मी पूर्ण दिवस नित्यनेमाने लेखन करायचो आणि मग, रात्री चित्रं काढायचो.'' परंतु कालांतराने या दोन मध्यमस्तरीय ध्येयांपैकी एक ध्येय हे दुसऱ्यापेक्षा अधिक आकर्षक बनले : ''त्या काळी स्टँड-अपचं क्षेत्र पूर्णपणे वेगळं होतं. तेव्हा खरंतर कॉमेडी क्लब असे नव्हतेच. मला त्यासाठी बॉर्श्ट बेल्टला जावे लागणार होते आणि मला जायची खरंच इच्छा नव्हती... त्या लोकांवर माझ्या विनोदाचा जसा परिणाम मला अपेक्षित होता, तसा तो होणार नाही हे मला माहीत होतं.''

त्यामुळे बॉब यांनी स्टँड-अप कॉमेडी सोडून दिली आणि त्यांची संपूर्ण ऊर्जा व्यंग्यचित्रांसाठी समर्पित केली. ''दोन वर्षं चित्रं सुपुर्द केल्यानंतरही, माझ्याकडे दाखवण्यासाठी फक्त *न्यू यॉर्करची* इतकी नकारपत्रे होती की, त्यापासून माझ्या संपूर्ण बाथरूमचा वॉलपेपर झाला असता.'' काही छोटे विजयही होते – अन्य नियतकालिकांना व्यंग्यचित्रे विकली गेली होती – परंतु त्या काळापर्यंत बॉब यांचे उच्चस्तरीय ध्येय हे खूप जास्त विशिष्ट आणि महत्त्वाकांक्षी बनले होते : त्यांना उपजीविकेसाठी केवळ गमतीशीर व्हायचे नव्हते, तर त्यांना जगातील सर्वोत्तम व्यंग्यचित्रकारांपैकी एक बनायचे होते. ''बेसबॉलमध्ये न्यू यॉर्क यँकीज् संघाचं जे

महत्त्व आहे, तेच व्यंग्यचित्राच्या क्षेत्रामध्ये *दि न्यू यॉर्करचं* होतं – सर्वोत्तम संघ. जर तुम्ही त्या संघात स्थान मिळवू शकलात, तर तुम्हीही सर्वोत्तमपैकी एक आहात,'' असे बॉब स्पष्ट करतात.

नकारपत्रांच्या गठ्ठ्यांनी बॉब यांना 'पुनःपुन्हा प्रयत्न करा,' हा सल्ला उपयोगी ठरत नसल्याचे सुचवले होते, त्यामुळे त्यांनी काहीतरी वेगळे करायचे ठरवले. ''मी न्यू यॉर्क पब्लिक लायब्ररीमध्ये गेलो आणि *न्यू यॉर्करमध्ये* छापून आलेली १९२५ सालापासूनची सर्व व्यंग्यचित्रं पाहिली.'' आपण कदाचित पुरेसे चांगले रेखाटन करत नाही, असे प्रथमतः त्यांना वाटले; परंतु न्यू यॉर्करचे काही सर्वांत यशस्वी व्यंग्यचित्रकार हे तिय्यम दर्जाचे आरेखनकार असल्याचे उघडपणे दिसत होते. आपल्या चित्रओळींच्या लांबीबाबत बहुतेक काहीतरी चुकत असावे – त्या खूपच त्रोटक किंवा खूपच लांबलचक असाव्यात – असाही विचार बॉब यांनी केला; परंतु या शक्यतेचीही पुष्टी होत नव्हती. त्यांच्या चित्रओळी सामान्यतः आटोपशीर होत्या; परंतु दरवेळी तशाच होत्या असे नाही आणि तसेही बॉब यांना त्याबाबतीत काही फार असाधारण वाटले नव्हते. मग, बॉब यांना आपल्या विनोदची शैली कदाचित न्यू यॉर्करच्या तोडीची नसल्याचेही वाटून गेले. पुन्हा तसेही नव्हते : काही यशस्वी व्यंग्यचित्रे विक्षिप्त होती, काही उपहासात्मक होती, काही तात्त्विक होती आणि काही केवळ चित्तवेधक होती.

सर्व व्यंग्यचित्रांमध्ये सामाईक असणारी एक बाब म्हणजे, ती सर्व वाचकाला विचार करायला लावत होती आणि त्यांच्यामध्ये आणखी एक समान धागा होता. प्रत्येक व्यंग्यचित्रकाराची एक वैयक्तिक शैली होती आणि ती सर्वांपेक्षा भिन्न अशी त्याची स्वतःची होती. एकच एक 'सर्वोत्तम' अशी कोणतीही शैली नव्हती. त्याउलट, प्रत्येक शैली ही कोणत्यातरी खूप सखोल आणि खास चमत्कारिक पद्धतीने त्या एका व्यंग्यचित्रकाराची अभिव्यक्ती होती, हे महत्त्वाचे होते.

न्यू यॉर्करने आजवर प्रसिद्ध केलेल्या शब्दशः प्रत्येक व्यंग्यचित्राचे पान उलगडल्यानंतर, आपणही असे किंवा याहीपेक्षा चांगले व्यंग्यचित्र काढू शकतो, हे बॉब यांना समजले. ''आपण हे करू शकतो, हो... आपण हे करू शकतो,'' असा विचार मी केला. मला संपूर्ण आत्मविश्वास होता. लोकांना विचार करायला लावतील, अशी व्यंग्यचित्रे आपण काढू शकतो, हे बॉब यांना माहीत होते आणि आपण स्वतःची शैली विकसित करू शकतो, हेसुद्धा त्यांना ठाऊक होते. ''मी विविध शैलींमध्ये काम करून पाहिले. अखेरीस, मी स्वतःची ठिपक्यांची शैली तयार केली.'' आता प्रसिद्ध असलेली बॉब यांच्या व्यंग्यचित्रांची ठिपक्यांची शैली 'स्टिपलिंग' या नावाने ओळखली जाते आणि बॉब यांना मूलतः हायस्कूलमध्ये असताना जेव्हा फ्रेंच कलावंत जॉर्ज स्युरट यांच्याविषयी समजले होते, तेव्हा त्यांनी ही शैली वापरून पाहिली होती.

*न्यू यॉर्कर*कडून १९७४ ते १९७७ दरम्यान सुमारे दोन हजार वेळा नकार मिळाल्यानंतर बॉब यांनी पुढील व्यंग्यचित्र त्यांच्याकडे पाठवले. ते स्वीकारण्यात आले.

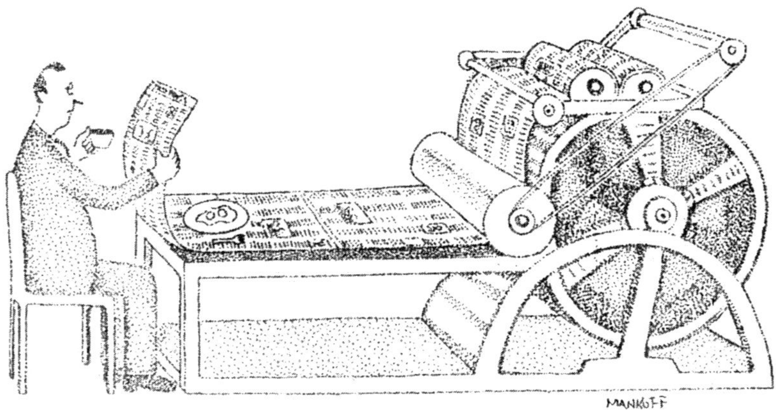

(रॉबर्ट मँकॉफ, दि न्यू यॉर्कर, जून २०, १९७७, दि न्यू यॉर्कर कलेक्शन/दि कार्टून बँक.)

पुढच्या वर्षी त्यांनी न्यू यॉर्करला आपली तेरा व्यंग्यचित्रे विकली, मग त्यानंतरच्या वर्षी पंचवीस आणि त्यानंतरच्या वर्षी सत्तावीस. १९८१ साली, बॉब यांना या नियतकालिकाकडून ते कंत्राटी व्यंग्यचित्रकार बनण्याचा विचार करत आहेत का, अशी विचारणा करणारे पत्र मिळाले. त्यांनी यासाठी होकार दिला.

संपादक आणि मार्गदर्शकाच्या भूमिकेतून बॉब हे उदयोन्मुख व्यंग्यचित्रकारांना त्यांची रेखाटने दहाच्या संचामध्ये सुपुर्द करण्यास सांगतात, ''कारण जीवनाप्रमाणेच, व्यंग्यचित्रकलेमध्येही दहापैकी नऊ गोष्टी कधीच सुफळ होत नाहीत.''

नक्कीच; निम्नस्तरीय ध्येये सोडून देणे हे केवळ क्षम्यच नाही, तर काही वेळा ते पूर्णपणे आवश्यकही असते. जेव्हा दुसरे एखादे अधिक व्यवहार्य ध्येय अगोदरच्या ध्येयाची जागा घेऊ शकत असेल, तेव्हा तुम्ही ते अगोदरचे ध्येय सोडून दिले पाहिजे. जेव्हा एखादे भिन्न निम्नस्तरीय ध्येय – सारख्याच साध्याकडे नेणारे दुसरे साधन – हे अधिक सक्षम किंवा अधिक आनंददायी असेल किंवा कुठल्याही कारणामुळे तुमच्या मूळ योजनेपेक्षा ते अधिक अर्थपूर्ण असेल, तर तुम्ही तुमचा मार्ग बदलणेही योग्य ठरते.

कोणत्याही दीर्घ प्रवासामध्ये, काही वळसे अपेक्षितच असतात.

तथापि, ध्येय जितके उच्च-स्तरीय असेल, तितके ते दुराग्रही असणे अधिक अर्थपूर्ण आहे. व्यक्तिगत बोलायचे झाल्यास, अनुदानाचा अर्जास, शैक्षणिक प्रबंधास

मिळालेल्या विशिष्ट नकारामध्ये किंवा अपयशी ठरलेल्या प्रयोगामध्ये मी फारशी अडकून न पडण्याचा प्रयत्न करते. या अपयशांमुळे झालेल्या वेदना खऱ्याखुऱ्या असतात, मात्र मी त्यांचा फारसा विचार न करता पुढे जात राहते. त्याउलट, मध्यमस्तरीय ध्येयांबाबत मी सहजासहजी प्रयत्न सोडत नाही आणि स्पष्टपणे सांगायच, तर माझे अंतिम उद्दिष्ट किंवा पीट म्हणतात त्यामध्ये माझे जीवनविषयक तत्त्वज्ञान कशामुळेही बदलण्याची मी कल्पनाही करू शकत नाही. एकदा का मला माझ्या होकायंत्राचे सर्व सुटे भाग सापडले आणि ते मी एकत्र आणले की, मग ते होकायंत्र आठवड्यांमागून आठवडे, महिने आणि वर्षे मला एकच दिशा दाखवत राहते.

ज्यांनी मला निग्रहाचा माग काढण्यासाठी धाडले, त्या पहिल्या काही मुलाखती मी घेण्याच्याही खूप आधी, कॅथरिन कॉक्स नावाच्या स्टॅनफर्डच्या मानसशास्त्रज्ञांनी स्वतः उच्च यश मिळवणाऱ्यांच्या गुणवैशिष्ट्यांची यादी केली होती.

कॉक्स यांनी असामान्यरीत्या यशस्वी असणाऱ्या ३०१ ऐतिहासिक व्यक्तिमत्त्वांच्या चरित्रात्मक तपशिलांवर आधारित त्यांचे निष्कर्ष १९२६ साली प्रसिद्ध केले. या उल्लेखनीय व्यक्तींमध्ये कवी, राजकीय आणि धार्मिक नेते, शास्त्रज्ञ, सेनानी, तत्त्वज्ञ, कलावंत आणि संगीतकार यांचा समावेश होता. हे सर्व जण कॉक्स यांच्या संशोधन तपासाच्या चार शतके अगोदरच जगले व निवर्तले होते आणि त्या सर्वांनी आपल्या पाठीमागे, सहा लोकप्रिय विश्वकोषांमध्ये दस्तऐवजीकरण करण्यायोग्य असलेल्या कामगिरीचे दस्तऐवज ठेवले होते.

या व्यक्तींपैकी प्रत्येक जण किती हुशार, चाणाक्ष होता, याचा अंदाज बांधणे हे कॉक्स यांचे सुरुवातीचे ध्येय होते. त्यांची परस्परांशी तुलना आणि त्याचबरोबर उर्वरित मानवजातीशी तुलना या दोन्ही गोष्टी यामध्ये समाविष्ट होत्या. हे अंदाज बांधण्याच्या प्रयत्नांमध्ये, त्यांनी सर्व उपलब्ध पुरावे पडताळले, त्यांच्या बौद्धिक प्रौढत्वाची लक्षणे शोधली आणि त्यांचे वय व त्यांच्या कामगिरीतील सरसता यांवरून कॉक्स यांनी त्यातील प्रत्येक व्यक्तीच्या बालपणीच्या बुद्ध्यंकाचे गणित मांडले. हा अभ्यास त्यांनी सारांशरूपाने – जर आठशेंहून अधिक पानांच्या पुस्तकाला तुम्ही सारांश म्हणू शकत असाल, तर – प्रकाशित केला. त्यामध्ये कॉक्स यांनी अभ्यासलेल्या ३०१ जणांपैकी प्रत्येकाच्या संपूर्ण नोंदींचा इतिहास, सर्वांत कमी बुद्धिमान ते सर्वाधिक बुद्धिमान अशा क्रमाने मांडलेला होता.

कॉक्स यांच्या मते, जॉन स्टुअर्ट मिल हे तत्त्वज्ञ या संचातील सर्वांत हुशार व्यक्ती होते. त्यांचा बालपणीचा बुद्ध्यंक १९० इतका होता. त्यांनी वयाच्या तिसऱ्या वर्षी ग्रीक भाषा आत्मसात करून, वयाच्या सहाव्या वर्षी रोमचा इतिहास लिहून

आणि वयाच्या बाराव्या वर्षी वडिलांना भारताच्या इतिहासाविषयीच्या मुद्रितांमध्ये सुधारणा करण्यास साहाय्य करून हा बुद्ध्यंक कमावला होता. कॉक्स यांच्या क्रमवारीतील सर्वांत कमी हुशार व्यक्तींचा बालपणीचा अंदाजित बुद्ध्यंक हा १०० ते ११० दरम्यान, म्हणजे सरासरी मानवजातीच्या बुद्ध्यंकापेक्षा अगदी थोडासाच अधिक होता. त्यामध्ये आधुनिक अवकाशशास्त्राचे जनक निकोलस कोपर्निकस; रसायन शास्त्रज्ञ आणि पदार्थविज्ञान शास्त्रज्ञ मायकेल फॅराडे आणि स्पॅनिश भाषेतील कवी व कादंबरीकार मिग्युएल डे सर्व्हेंटेस यांचा समावेश होता. आयझॅक न्यूटन हे १३० इतक्या बुद्ध्यंकासह बरोबर मधोमध होते – आजकालच्या बऱ्याच विशेष गुणवान विद्यार्थी कार्यक्रमांकरिता पात्र ठरण्यासाठी मुलांमध्ये आवश्यक असणारा हा किमान बुद्ध्यंक आहे.

या बुद्ध्यंकांच्या अंदाजांवरून, इतिहासातील यशस्वी व्यक्ती या एक गट म्हणून आपल्यापैकी बहुतांश जणांपेक्षा हुशार, चाणाक्ष होत्या, असा निष्कर्ष कॉक्स यांनी काढला. यामध्ये काहीच नवल नव्हते.

सर्वांत कर्तृत्ववान आणि सर्वांत कमी कर्तृत्ववान व्यक्तींमध्ये फरक करताना बुद्ध्यंक हा किती कमी महत्त्वाचा ठरला, हे या अभ्यासातील त्याहूनही अधिक अनपेक्षित निरीक्षण होते. सर्वांत श्रेष्ठतम बुद्धिवंतांना कॉक्स यांनी 'फर्स्ट टेन' (पहिले दहाजण) असे नाव दिले होते आणि त्यांचा बालपणीचा सरासरी बुद्ध्यंक १४६ इतका होता. 'लास्ट टेन' (अखेरचे दहाजण) म्हणून गणल्या गेलेल्या सर्वांत कमी श्रेष्ठतम लोकांचा सरासरी बुद्ध्यंक १४३ इतका होता. अन्य शब्दांत सांगायचे, तर कॉक्स यांच्या नमुन्यामधील बुद्धिमत्ता आणि श्रेष्ठत्व यांच्यातील परस्परसंबंध हा अतिशय किरकोळ होता.

कॉक्स यांचे 'फर्स्ट टेन' (सर्वांत श्रेष्ठतम बुद्धिवंत)

सर फ्रान्सिस बेकन
नेपोलियन बोनापार्ट
एडमंड बर्क
जोहान वुल्फगँग वॉन गोएथ
मार्टिन ल्युथर
जॉन मिल्टन
आयझॅक न्यूटन
विल्यम पीट
व्हॉल्टायर
जॉर्ज वॉशिंग्टन

कॉक्स यांचे 'लास्ट टेन' (सर्वांत कमी श्रेष्ठ बुद्धिवंत)

ख्रिस्टियन के. जे. वॉन बन्सन
थॉमस चॅमर्स
थॉमस चॅटर्टन
रिचर्ड कॉब्डेन
सॅम्युअल टेलर कोलरिज
जॉर्जेस जे. डॅन्टन
जोसेफ हेडन
ह्युजेस फेलिसिट-रॉबर्ट डि लॅमेनाइस
जियुसेप मॅझिनी
जोकिम मुराट

व्यक्ती 'फर्स्ट टेन'मध्ये विराजमान झाली की 'लास्ट टेन'मध्ये राहिली, हे निश्चित करणारा घटक जर बौद्धिक गुणवत्ता हा नसेल, तर तो कोणता होता? या व्यक्तींच्या चरित्रात्मक माहितीची हजारो पाने काळजीपूर्वक अभ्यासताना, कॉक्स आगि त्यांच्या साहाय्यकांनी शंभर बुद्धिवंतांच्या उपसंचासाठी, व्यक्तिमत्त्वातील सदुसष्ठ विभिन्न गुणवैशिष्ट्यांचेही मूल्यांकन केले. या श्रेष्ठ बुद्धिवंतांना उर्वरित मानवजातीपासून वेगळे करणाऱ्या आणि पुढे जाऊन 'फर्स्ट टेन' व 'लास्ट टेन' यांना परस्परांपासून वेगळे करणाऱ्या फरकांचा शक्य तितका संपूर्ण उलगडा व्हावा, या हेतूने कॉक्स यांनी जाणीवपूर्वक वेगवेगळ्या प्रकारची गुणवैशिष्ट्ये निवडली होती - किंबहुना, आधुनिक मानसशास्त्रज्ञ महत्त्वाच्या मानतात, अशा सर्व गुणवैशिष्ट्यांच्या छटा त्यांनी समाविष्ट केल्या होत्या.

सदुसष्ठपैकी बहुतांश निदर्शकांबाबत, कॉक्स यांना श्रेष्ठतम बुद्धिवंत आणि सर्वसामान्य जनता यांच्यादरम्यान केवळ नगण्य फरक आढळून आले. उदाहरणार्थ, श्रेष्ठत्वाचा बहिर्मुखता, आनंदीपणा किंवा विनोदबुद्धीशी फारसा काही संबंध नव्हता. त्याचप्रमाणे, सर्वच उच्च यश मिळवणाऱ्यांनी काही शाळेत असताना उच्च गुण मिळवलेले नव्हते. त्यापेक्षा, श्रेष्ठतम लोकांना उर्वरित मानवजातीपेक्षा निश्चितपणे वेगळे करणारा असा चार निदर्शकांचा संच होता. लक्षणीय बाब म्हणजे हेच चार निदर्शक 'फर्स्ट टेन'ना 'लास्ट टेन'पासून - म्हणजेच, अलौकिक श्रेष्ठतम लोकांना जेमतेम श्रेष्ठ असणाऱ्या लोकांपासून वेगळे करत होते. कॉक्स यांनी या चार निदर्शकांचा एक गट करून त्याला 'पर्सिस्टन्स ऑफ मोटिव्ह' (उद्देशाचे सातत्य) असे नाव दिले.

यांपैकी दोन निदर्शकांची सहजपणे 'ग्रिट स्केल'साठी उत्कट आवड ठरवणारे घटक म्हणून पुनर्मांडणी केली जाऊ शकते.

> *(तातडीच्या गरजांसाठी जगण्याच्या उलट) दूरस्थ उद्दिष्टांवर नजर ठेवून एखादी व्यक्ती काम करत असण्याचे प्रमाण. नंतरच्या आयुष्यासाठीची सक्रिय तयारी. निश्चित ध्येयाच्या दिशेने कृतीक्षम वाटचाल.*
>
> *निव्वळ परिवर्तनशीलतेमुळे कामगिरी सोडून न देण्याची प्रवृत्ती. केवळ नावीन्याखातर काहीतरी नवे मिळवण्याचा प्रयत्न न करणे. 'बदलाच्या शोधात' नसणे.*

आणि उर्वरित दोन निदर्शक हे सहजपणे 'ग्रिट स्केल'साठी चिकाटी ठरवणारे घटक म्हणून पुनर्शब्दबद्ध केले जाऊ शकतात.

> *इच्छाशक्ती किंवा चिकाटीच्या ताकतीचे प्रमाण. एकदा ठरवलेल्या गतिमार्गास चिकटून राहण्याचा शांत निर्धार.*
>
> *अडथळे समोर येऊनही कामगिरी सोडून न देण्याची प्रवृत्ती. जिद्द, दृढता आणि अढळता.*

'''बुद्धिमत्तेचे सर्वोच्च प्रमाण आणि काही प्रमाणात कमी सातत्य' यापेक्षा 'सर्वोच्च नसली तरी उच्च बुद्धमत्ता आणि त्याजोडीला सातत्याचे सर्वोच्च प्रमाण' याद्वारे अधिक श्रेष्ठत्व साध्य केले जाईल,'' असा निष्कर्ष कॉक्स यांनी त्यांच्या सारांशात्मक टिप्पण्यांमध्ये नोंदवला होता.

तुम्ही 'ग्रिट स्केल'वर कितीही गुण मिळवले असले, तरी त्यामुळे स्वप्रतिबिंब पाहण्यासाठी चालना मिळेल, अशी मला आशा आहे. तुमच्या उद्दिष्टांबाबत स्पष्टता असणे आणि त्याचबरोबर एकाच सर्वोच्च महत्त्वाच्या उत्कट आवडीशी ती किती प्रमाणात सुसंगत आहेत – किंवा नाहीत, हे स्पष्ट असणे, ही प्रगती आहे. आयुष्याची नकारपत्रे समोर आल्यास चिकाटी कायम ठेवण्यास तुम्ही सध्या किती चांगल्या प्रकारे सक्षम आहात, याचे योग्य आकलन होणे, हीसुद्धा प्रगती आहे.

ही सुरुवात आहे. निग्रह कसा बदलू शकतो आणि बदलतो, हे पाहण्यासाठी, आपण पुढील प्रकरणामध्ये ही चर्चा सुरू ठेवणार आहोत आणि मग, उर्वरित पुस्तकामध्ये ही प्रगती अधिक वेगवान कशी करायची, हे आपण शिकणार आहोत.

प्रकरण ५

वाढता वाढे निग्रह

'आपल्या जनुकांमधील निग्रहाचे आपल्यामध्ये असणाऱ्या एकूण निग्रहातील प्रमाण किती?'

मी निग्रहाविषयी व्याख्यान देते, त्या जवळपास कुठल्याही वेळी मला विविध रूपांमध्ये हा प्रश्न विचारण्यात येतो. नैसर्गिक की संस्कारित हा सर्वांत मूलभूत प्रश्न आहे. आपल्याबाबतच्या काही गोष्टी – जसे की आपली उंची – या बऱ्यापैकी जनुकीय लाभावरून निश्चित होतात, तर अन्य काही गोष्टी – जसे की आपण इंग्रजी भाषा बोलतो की फ्रेंच – या आपले संगोपन, जडणघडण आणि अनुभवाचा परिपाक असतात, हे अंतर्ज्ञान आपल्याला आहे. 'तुम्ही उंचीचा सराव करू शकत नाही,' ही बास्केटबॉलच्या प्रशिक्षणातील लोकप्रिय म्हण आहे आणि निग्रहाविषयी शिकणाऱ्या बऱ्याच लोकांना तो जास्त उंचीप्रमाणे असतो की, भाषाज्ञानाप्रमाणे अधिक असतो, हे जाणून घ्यायचे असते.

आपल्या डीएनएमधून आपल्याला निग्रह मिळतो का, या प्रश्नाचे एक संक्षिप्त उत्तर आहे आणि एक दीर्घ उत्तर आहे. 'अंशतः मिळतो' हे संक्षिप्त उत्तर आहे. दीर्घ उत्तर हे थोडे गुंतागुंतीचे आहे. माझ्या दृष्टिकोनातून, दीर्घ उत्तर हे आपण लक्ष देण्याजोगे आहे. आपण जसे आहोत, तसे बनण्यामध्ये जनुके, अनुभव आणि त्यांच्यातील परस्परक्रिया कशा प्रकारे काम करतात हे शोधून काढण्याबाबत विज्ञानाने खूप मोठे अंतर पार केले आहे. मी तुम्हाला सांगू शकते त्यानुसार, या शास्त्रीय बाबींमधील उपजत गुंतागुंत ही दुर्दैवाने त्यांबाबत सातत्याने गैरसमज होण्यास कारणीभूत ठरली आहे.

सुरुवातीलाच, मी संपूर्ण विश्वासाने तुम्हाला हे सांगू शकते की, प्रत्येक मानवी गुणवैशिष्ट्य हे जनुके आणि अनुभव या दोन्हींनी प्रभावित असते.

उंचीचेच पाहा. उंची ही नक्कीच आनुवंशिक आहे : काही लोक हे खरोखरच उंच आणि काही जण खरेच खूप बुटके आणि उर्वरित बरेचसे जण हे यादरम्यानच्या विविध उंचींचे का असतात, यामागचे मोठे कारण जनुकीय फरक हे आहे.

परंतु मागील काही पिढ्यांमध्ये पुरुष आणि महिलांची सरासरी उंची लक्षणीयरीत्या वाढली आहे, हेसुद्धा खरे आहे. उदाहरणार्थ, साधारणतः दीडशे वर्षांपूर्वी, सर्वसामान्य ब्रिटिश पुरुष हा पाच फूट पाच इंच इतका उंच असल्याचे लष्करी दस्तऐवज दर्शवतात; परंतु आज हीच सरासरी उंची पाच फूट दहा इंच इतकी आहे. इतर देशांमध्ये तर याहूनही नाट्यमयरीत्या उंचीमध्ये वाढ झाली आहे. नेदरलँड्समध्ये आजघडीला सर्वसामान्य पुरुषाची उंची जवळपास सहा फूट एक इंच इतकी आहे – यामध्ये मागील दीडशे वर्षांत सहा इंचांहून अधिक वाढ झाली आहे. जेव्हा कधी मी माझ्यासोबत काम करणाऱ्या डच लोकांना भेटते, तेव्हा मला या पिढीनिहाय झालेल्या नाट्यमय वाढीची आठवण होते. ते अदबशीरपणे खाली वाकतात; पण तरीही त्यांच्यासोबत असताना मला ताड–माड वृक्षांच्या जंगलात उभे राहिल्यासारखे वाटते.

अवघ्या काही पिढ्यांमध्ये जनुकीय समूह इतक्या नाट्यमयरीत्या बदलण्याची शक्यता नाही. त्याऐवजी, पोषण आहार, स्वच्छ हवा व पाणी आणि आधुनिक औषधे हे सर्वांत शक्तिशाली उंचीवर्धक राहिले आहेत. (त्याच अनुषंगाने, वजनामध्ये पिढीनिहाय झालेले बदल हे याहूनही अधिक नाट्यमय आहेत आणि पुन्हा ते आपल्या डीएनएमधील बदलांमुळे कमी, तर अधिक आहार आणि कमी हालचाल याचा परिणाम म्हणून अधिक असल्याचे दिसताहेत.) एका पिढीमध्येही, आसपासच्या वातावरणाचा उंचीवर होणारा परिणाम तुम्हाला पाहता येऊ शकतो. ज्या मुलांना विपुल प्रमाणात सकस आहार पुरवण्यात येतो, ती मुले अधिक उंच होतील, तर कुपोषणामुळे उंची वाढण्यास खीळ बसतो.

त्याचप्रमाणे प्रामाणिकपणा, औदार्य आणि हो, निग्रह यांसारखी गुणवैशिष्ट्येही जुनकांनी प्रभावित असतात आणि भरीस भर म्हणून अनुभवांचाही प्रभाव त्यांच्यावर पडतो. बुद्ध्यंक, बहिर्मुखता, बाहेरील वातावरणाचा आनंद घेता येणे, गोड पदार्थांची आवड, तुम्हाला धूम्रपानाचे व्यसन जडण्याची शक्यता, तुम्हाला त्वचेचा कर्करोग होण्याचा धोका आणि त्याचबरोबर तुम्हाला विचार करता येण्याजोग्या कोणत्याही गोष्टीबाबत तंतोतंत असेच घडते. नैसर्गिकतेला महत्त्व असते, त्याचप्रमाणे ते संस्कार, संगोपन, संवर्धनालाही असते.

सर्व प्रकारच्या गुणवत्ता या जनुकीयरीत्या प्रभावित असतात. आपल्यापैकी काही जण अशा जनुकांसह जन्माला येतात, त्यामुळे त्यांना सांगीतिक धून पकडण्यास किंवा बास्केटबॉल खेळण्यास किंवा गणितीय समीकरणे सोडवण्यास शिकणे सोपे जाते; परंतु रूढ समजाच्या उलट, गुणवत्ता या पूर्णपणे आनुवंशिक नसतात : आपण कोणतेही कौशल्य ज्या वेगाने विकसित करतो, ती निर्णायकरीत्या अनुभवजन्य क्रिया असते.

उदाहरणार्थ, समाजशास्त्रज्ञ डॅन चॅम्ब्लिस हे हायस्कूलमध्ये असताना स्पर्धात्मक जलतरण करायचे; परंतु आपण राष्ट्रीय स्तरावर क्रमांक पटकावणारे जलतरणपटू बनणार नाही, हे स्पष्टपणे दिसल्यानंतर त्यांनी जलतरण थांबवले.

'मी उंचीने लहान होतो आणि पोहताना माझ्या पायांच्या घोट्यांची हालचाल (प्लँटर फ्लेक्स) योग्यरीत्या होणार नव्हती,' असे त्यांनी सांगितले. म्हणजे काय? 'पोहताना मी माझ्या पायाची बोटे योग्यरीत्या रोखून धरू शकत नाही. मी केवळ ती ताणू शकतो. ही एक शारीरिक मर्यादा आहे. प्राथमिकतः याचा अर्थ, उच्च स्तरावर, मी केवळ ब्रेस्टस्ट्रोक प्रकारात पोहू शकणार होतो,' ते म्हणाले. आमचे हे संभाषण झाल्यानंतर मी 'प्लँटर फ्लेक्शन'बाबत थोडे वाचन केले. स्ट्रेचिंगच्या व्यायामप्रकारांनी तुमच्या हालचालींचे प्रमाण सुधारू शकते, मात्र काही विशिष्ट हाडांच्या लांबीमुळे तुमची पावले आणि घोटे किती लवचीक आहेत, यामध्ये फरक पडतो.

असे असले, तरी शरीररचना हा डॅन यांच्या सुधारणेतील सर्वांत मोठा अडथळा नव्हता; तर त्यांना ज्या प्रकारचे प्रशिक्षण मिळाले, तोच त्यांच्यासाठी अडथळा ठरला : 'सिंहावलोकन करताना मी मागे वळून पाहतो, तेव्हा दोन महत्त्वाच्या टप्प्यांवर मला भयानक वाईट प्रशिक्षक लाभल्याचे मला दिसू शकते. माझ्या हायस्कूलच्या प्रशिक्षकांपैकी एक जण हे चार वर्षे माझे प्रशिक्षक होते आणि त्यांनी अक्षरशः मला शून्य गोष्टी शिकवल्या. काही म्हणजे काहीही नाही. 'ब्रेस्टस्ट्रोक' प्रकारात पोहताना वळायचे कसे, हे त्यांनी मला शिकवले आणि ते त्यांनी मला चुकीचे शिकवले.'

डॅन हे राष्ट्रीय आणि ऑलिंपिक दर्जाच्या प्रशिक्षकांविषयी अभ्यास करत असताना त्यांना या प्रशिक्षकांसोबत काहीअंशी वेळ घालवण्याची संधी मिळाली. मग, डॅन यांना अखेरीस चांगल्या प्रशिक्षणाचा अनुभव आला, तेव्हा काय घडले?

'बऱ्याच वर्षांनी, मी पुन्हा जलतरण तलावात उतरलो, मी पुन्हा जलतरणपटूची शरीरयष्टी कमावली आणि हायस्कूलमध्ये मी जितक्या वेगात २०० मीटर वैयक्तिक मिडले शर्यत पूर्ण करायचो, तितक्याच वेगात मी ती शर्यत पूर्ण केली.'

पुन्हा तीच कथा. केवळ नैसर्गिक नाही आणि केवळ संस्कारितही नाही. दोन्ही.

गुणवत्ता आणि निग्रहासारख्या गोष्टी निश्चित करण्यामध्ये नैसर्गिक आणि संस्कारित या दोन्हींची भूमिका असते, हे शास्त्रज्ञांना इतक्या अढळ विश्वासासह कसे माहीत आहे? मागील काही दशकांपासून संशोधक हे एकाच कुटुंबामध्ये किंवा भिन्न कुटुंबांमध्ये वाढलेल्या, एकसारखी जनुकीय रचना असणाऱ्या (आयडेंटिकल) आणि भिन्न जनुकीय रचना असणाऱ्या (फ्रॅटर्नल) जुळ्या भावंडांचा अभ्यास करत आले आहेत. आयडेंटिकल जुळ्या भावंडांचा डीएनएसारखाच असतो, तर फ्रॅटर्नल जुळ्या भावंडांमध्ये हे प्रमाण सरासरी निम्मे असते. ही गोष्ट आणि यांसारखी बरीच चमत्कृतीपूर्ण आकडेवारी (खरेतर, ती इतकी चमत्कृतीपूर्णही नाही – जर एखाद्या चांगल्या शिक्षकाने एकदा तुम्हाला ती समजावली, तर ती साधीशीच आहे) यांवरून संशोधकांना, जुळी भावंडांमध्ये मोठेपणी किती साधर्म्य असेल, गुणवैशिष्ट्याची आनुवंशिकता किती असेल, याचे अनुमान लावता येते.

ब्रिटनमध्ये राहणाऱ्या तेरा ते एकोणीस वर्षे वयोगटातील दोन हजारांहून अधिक जुळ्या भावंडांच्या जोड्यांच्या 'ग्रिट स्केल'वर लंडनमधील संशोधक लक्ष ठेवून आहेत, असे त्यांनी अगदी अलीकडेच मला सांगितले. या अभ्यासाने चिकाटीच्या उपप्रमाणाची आनुवंशिकता ३७ टक्के इतकी वर्तवली असून, उत्कट आवडविषयक उपप्रमाणाच्या आनुवंशिकतेचा अंदाज २० टक्के इतका वर्तला आहे. हे अंदाज व्यक्तिमत्त्वातील अन्य स्वभाववैशिष्ट्यांच्या आनुवंशिकतेच्या अंदाजांशी समतुल्य आहेत. सोप्या भाषेत सांगायचे, तर याचा अर्थ, लोकसंख्येमध्ये निग्रहाबाबत आढळणाऱ्या काही प्रमाणातील तफावतीसाठी जनुकीय घटक कारणीभूत असू शकतात, तर उर्वरित तफावत ही अनुभवांमुळे असू शकते.

येथे मला घाईने ही गोष्टसुद्धा नमूद केली पाहिजे की, निग्रहाच्या आनुवंशिकतेचे स्पष्टीकरण देणारे केवळ एकच जनुक नसते. त्याउलट, जवळपास सर्व मानवी स्वभावगुणवैशिष्ट्ये ही बहुजनुकीय असतात, हे बऱ्याच संशोधनात्मक अभ्यासांनी दर्शवले आहे. याचा अर्थ, त्यांच्यावर एकापेक्षा अधिक जनुकांचा, किंबहुना खूप जास्त जनुकांचा प्रभाव पडलेला असतो. उदाहरणार्थ, आतापर्यंतच्या अभ्यासानुसार उंची ही किमान ६९७ विविध जनुकांनी प्रभावित असते आणि उंचीवर प्रभाव पाडणारी काही जनुके ही अन्य स्वभाववैशिष्ट्यांनाही प्रभावित करत असतात. एकूणच, मानवी जनुकसंचामध्ये तब्बल पंचवीस हजार वेगवेगळी जनुके असतात आणि त्यांचे आपापसांत होणाऱ्या, तसेच वातावरणीय प्रभावांशी होणाऱ्या आदानप्रदानाचे प्रकार गुंतागुंतीचे असून, अद्यापही त्याविषयी पुरेसे स्पष्ट आकलन झालेले नाही.

सारांशरूपाने, आपण काय शिकलो? पहिले म्हणजे निग्रह, गुणवत्ता आणि आयुष्यातील यशाशी सुसंगत असणारी अन्य सर्व मानसशास्त्रीय स्वभावगुणवैशिष्ट्ये ही जनुकांनी आणि त्याचबरोबर अनुभवांनी प्रभावित असतात. दुसरे म्हणजे

निग्रहासाठी किंवा खरेतर अन्य कोणत्याही मानसशास्त्रीय स्वभावगुणवैशिष्ट्यांसाठी एकच असे कोणतेही जनुक नसते.

आता मला तिसरा आणि महत्त्वाचा मुद्दा मांडायला आवडेल : आनुवंशिकतेच्या अंदाजांमुळे लोक सरासरीपेक्षा भिन्न का आहेत, याचे स्पष्टीकरण मिळते; परंतु हे अंदाज सरासरीबाबत कोणतेही भाष्य करत नाहीत.

उंचीविषयक आनुवंशिकता ही तफावतीसंबंधी – विशिष्ट लोकसंख्येमध्ये काही जण इतरांहून अधिक उंच आणि काही इतरांपेक्षा बुटके का आहेत – यासंबंधी काही गोष्टी सांगते. मात्र, सरासरी उंची कशी बदलली आहे, याविषयी ती काहीही सांगत नाही. हे महत्त्वाचे आहे, कारण आपण ज्या वातावरणात वाढतो, ते खरेतर महत्त्वाचे असल्याचा आणि त्याचे महत्त्व खूप जास्त असल्याचा पुरावा यातून मिळतो.

याचे एक लक्षवेधक आणि यशाच्या विज्ञानाशी अधिक सुसंगत असणारे उदाहरण म्हणजे 'फ्लिन इफेक्ट.' या परिणामाचा शोध लावणारे न्यूझिलंडचे समाजशास्त्रज्ञ जिम फ्लिन यांच्यावरून त्याला 'फ्लिन इफेक्ट' हे नाव देण्यात आले असून, त्याचा संदर्भ मागील शतकात बुद्ध्यंकामध्ये झालेल्या अचंबित करणाऱ्या वाढीशी आहे. ही वाढ किती मोठी आहे? 'वेश्लर इंटेलिजन्स स्केल फॉर चिल्ड्रन' आणि 'वेश्लर ॲडल्ट इंटेलिजन्स स्केल' या आजच्या काळात सर्वांत व्यापक स्तरावर वापरण्यात येणाऱ्या अनुक्रमे लहान मुलांसाठी आणि प्रौढांसाठीच्या बुद्ध्यंक चाचण्या आहेत. फ्लिन इफेक्टसाठी ज्या तीसहून अधिक देशांचा अभ्यास करण्यात आला, तिथे मागील पन्नास वर्षांत, या चाचण्यांनुसार बुद्ध्यंकामध्ये सरासरी पंधरापेक्षा अधिक गुणांची वाढ झाली आहे. दुसऱ्या प्रकारे सांगायचे तर, जर तुम्ही शंभर वर्षांपूर्वीच्या लोकांचे गुणांकन आजच्या नियमांनुसार केले असते, तर त्यांच्या सरासरी बुद्ध्यंक ७० इतका – म्हणजेच बौद्धिक अपंगत्व असण्याच्या सीमेवरचा असला असता. त्याचप्रमाणे, जर तुम्ही आजच्या लोकांचे गुणांकन शंभर वर्षांपूर्वीच्या नियमांनुसार केले, तर आपला सरासरी बुद्ध्यंक १३० इतका – म्हणजेच हमखास विशेष बुद्धिमान मुलांसाठीच्या कार्यक्रमांमध्ये प्रवेश मिळवण्याकरिता किमान आवश्यक बुद्ध्यंक असला असता.

मला जेव्हा पहिल्यांदा फ्लिन इफेक्टबद्दल समजले, तेव्हा माझा विश्वासच बसला नाही. आपण सगळ्यांनीच इतक्या लवकर इतके हुशार होणे, हे कसे शक्य आहे?

माझी अविश्वसनीयता आणि त्याचबरोबर, याबाबत जाणून घेण्याची माझी इच्छा बोलून दाखवण्यासाठी मी जिम यांना कॉल केला आणि जात्याच भ्रमणकर्ते

असणारे जिम हे मला भेटण्यासाठी आणि त्यांच्या कार्याविषयी व्याख्यान देण्यासाठी उड्डाण करून थेट फिलाडेल्फियाला पोहोचले. आमच्या पहिल्या भेटीमध्ये, उंच, काहीसे हडकुळे, डोळ्यांवर बारीक काड्यांचा चष्मा आणि डोक्यावर करडे-कुरळे विस्कटलेले केस या रूपातील जिम हे एखाद्या अभ्यासकाच्या व्यंग्यचित्रासारखे दिसत असल्याचा विचार माझ्या मनात आला होता, हे मला आठवते.

फ्लिन यांनी बुद्ध्यंक बदलासंबंधीच्या प्राथमिक बाबींसह त्यांच्या व्याख्यानाला सुरुवात केली. वर्षानुवर्षे घेण्यात आलेल्या बुद्ध्यंक चाचण्यांचे मूळ गुण अभ्यासताना काही चाचण्यांमधील सुधारणा ही अन्य चाचण्यांपेक्षा खूपच जास्त असल्याचे त्यांना आढळले. ते फळ्याजवळ गेले आणि अमूर्त तर्कबुद्धीचे (ॲब्स्ट्रॅक्ट रिझनिंग) विश्लेषण करणाऱ्या बुद्ध्यंक चाचण्यांबाबतीत गुणांची झालेली सर्वांत तीव्र वाढ दर्शवणारी तिरपी रेषा त्यांनी फळ्यावर काढली. उदाहरणार्थ, 'कुत्रे आणि ससे : यांच्यामध्ये साम्य काय?' या प्रश्नाचे उत्तर आजच्या काळातील बरीच लहान मुले देऊ शकतात. कुत्रे आणि ससे हे दोघेही सजीव आहेत किंवा ते दोघेही प्राणी आहेत, असे कदाचित ते तुम्हाला सांगतील. गुण मार्गदर्शिकेमध्ये या उत्तरांसाठी केवळ अर्धा गुण आहे. ते दोघेही सस्तन प्राणी आहेत, हे सांगण्याइतकी काही मुले बहुधा पुढे जातील आणि या मर्मदृष्टीसाठी त्यांना पूर्ण गुण मिळेल. त्याउलट, शतकभरापूर्वीची लहान मुले ही बहुधा कोड्यात पडल्याप्रमाणे तुमच्याकडे पाहतील आणि म्हणतील, 'कुत्रे सशांचा पाठलाग करतात.' शून्य गुण.

एक प्रजाती म्हणून आपण अमूर्त तर्कबुद्धीमध्ये अधिकाधिक चांगले बनत आहोत.

बुद्ध्यंकाच्या विशिष्ट उपसंचांमध्ये प्रचंड प्रमाणात झालेली; परंतु अन्य उपसंचांमध्ये न झालेली वाढ समजावताना, फ्लिन यांनी मला बास्केटबॉल आणि टीव्हीची कथा सांगितली. बास्केटबॉल हा खेळ मागील शतकभरामध्ये स्पर्धेच्या सर्व स्तरांवर अधिक स्पर्धात्मक झाला आहे. फ्लिन हे स्वतः विद्यार्थीदशेमध्ये थोडाफार बास्केटबॉल खेळले होते आणि अवघ्या काही वर्षांमध्येही या खेळात बदल होत गेल्याचे त्यांना आठवते. मग नक्की झाले तरी काय?

फ्लिन यांच्या मते हा टीव्हीचा परिणाम आहे. बास्केटबॉल हा टीव्हीवर पाहून आनंद लुटण्यासाठी खूप चांगला खेळ आहे आणि या प्रसिद्धीने बास्केटबॉलच्या लोकप्रियतेमध्ये भर घातली. एकदा टीव्ही हा प्रत्येक घरामध्ये पोहोचल्यानंतर, अधिक लहान मुलांनी हा खेळण्यास सुरुवात केली, ती डाव्या हाताने लेअप्स, क्रॉस-ओव्हर ड्रिबल्स, नजाकतपूर्ण हूक शॉट्स आणि वलयांकित खेळाडूंसाठी नित्याची बाब वाटणारी अन्य कौशल्ये आत्मसात करण्याचा प्रयत्न करू लागली आणि आपला खेळ अधिकाधिक सुधारण्याद्वारे, प्रत्येक मुला-मुलीने अनावधानाने त्याच्या किंवा तिच्याविरुद्ध खेळणाऱ्या मुला-मुलींसाठी शिकण्याचे वातावरण

अधिक समृद्ध केले. कारण, तुमच्यापेक्षा थोडेसे जास्त कुशल आणि दर्जेदार असणाऱ्या मुलांशी खेळणे ही एक गोष्ट तुम्हाला बास्केटबॉलमध्ये अधिक पारंगत बनवते.

कौशल्य सुधारणेच्या या गुणचक्राला फ्लिन 'सोशल मल्टिप्लायर इफेक्ट' असे संबोधतात आणि अमूर्त तर्कबुद्धीविषयक पिढीनिहाय बदल स्पष्ट करण्यासाठी ते हेच तर्कशास्त्र वापरतात. मागील शतकभरामध्ये आपल्या कामाने आणि दैनंदिन आयुष्याने आपल्याला अधिकाधिक विश्लेषणात्मक आणि तार्किकदृष्ट्या विचार करायला लावला आहे. आपण दीर्घ कालावधीसाठी शाळेत जाऊ लागलो आणि शाळेमध्ये आपल्याला घोकंपट्टी व पाठांतरावर अवलंबून राहण्याऐवजी अधिकाधिक कारणमीमांसा आणि तर्क करण्यास सांगितले जाते.

एकतर छोटे वातावरणात्मक फरक किंवा जनुकीय फरक हे गुणचक्राला चालना देऊ शकतात. यांपैकी मार्ग कोणताही असला, तरी त्याचे परिणाम हे संस्कृतीमार्फत सामाजिकदृष्ट्या काहीपटींनी वाढतात, कारण आपल्यापैकी प्रत्येक जण हा आपल्या सर्वांचेच वातावरण समृद्ध करत असतो.

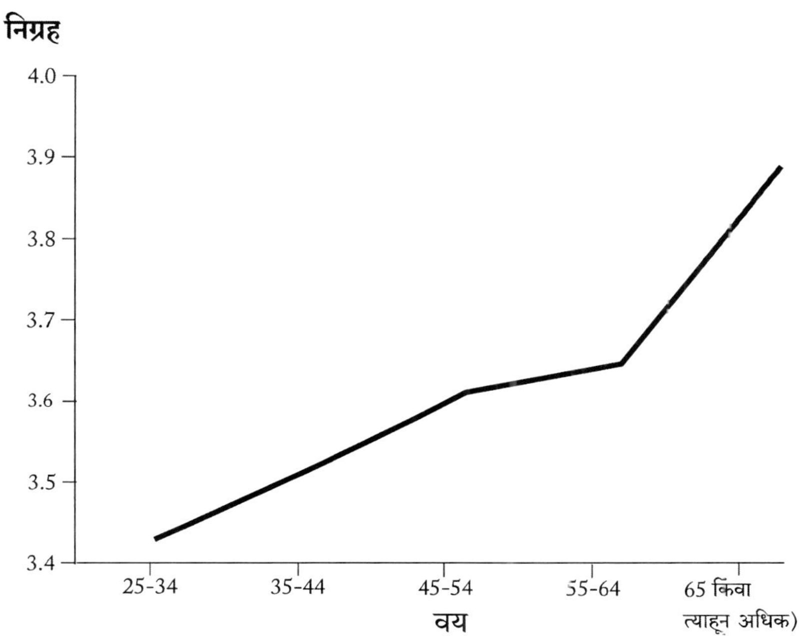

ग्रिट स्केलच्या गुणांमध्ये वयोमानानुसार कसे बदल होतात, हे पुढील आलेखामध्ये दर्शवले आहे. अमेरिकास्थित प्रौढांच्या मोठ्या नमुन्यावरून ही आकडेवारी काढण्यात आली असून माझ्या नमुनासंख्येतील सर्वांत निग्रही प्रौढ हे वयाच्या साठीतील किंवा त्याहूनही अधिक वयाचे असल्याचे तुम्ही आडव्या एक्स अक्षावरून पाहू शकता. त्याचप्रमाणे, सर्वांत कमी निग्रही लोक हे वयाच्या विशीमध्ये असल्याचेही तुम्हाला दिसू शकते.

निग्रहाबाबत एकप्रकारे 'उलट फ्लिन इफेक्ट' दिसतो, हे या आकडेवारीचे एक स्पष्टीकरण आहे. उदाहरणार्थ, वयाच्या सातव्या दशकामध्ये जगणारे प्रौढ हे अतिशय वेगळ्या सांस्कृतिक कालखंडामध्ये वाढले असल्यामुळे, अलीकडच्या काळाच्या तुलनेत त्या काळातील मूल्ये आणि नियमांचा जोर हा बहुधा शाश्वत आवड आणि चिकाटीवर असल्याने, ते अधिक निग्रही असणे शक्य आहे. अन्य शब्दांत सांगायचे, तर ग्रेटेस्ट जनरेशन (आर्थिक महामंदी आणि दुसऱ्या महायुद्धाच्या काळात जन्मलेली पिढी) ही मिलेनियल्सपेक्षा (एकविसाव्या शतकामध्ये प्रौढ झालेली पिढी) अधिक निग्रही असू शकते, कारण अगोदरच्या काळापेक्षा आजच्या काळातील सांस्कृतिक शक्ती भिन्न आहेत.

निग्रह आणि वय हे परस्परांशी इतके जोडलेले का आहेत, याचे स्पष्टीकरण मला वयाने ज्येष्ठ असणाऱ्या माझ्या एका सहकाऱ्यांनी सुचवले होते. माझ्या खांद्यावरून या आलेखाकडे डोकावल्यावर त्यांनी स्वतःची मान हलवली आणि ते म्हणाले, 'मला हे माहीत होतं! मी गेली काही दशकं एकाच विद्यापीठामध्ये, एकाच अभ्यासक्रमातील सारख्याच पदवीच्या विद्यार्थ्यांना शिकवत आलो आहे आणि मी तुला सांगतो, ते आधीच्या काळात जितके कष्ट करायचे, तितके कष्ट ते आजकाल घेत नाहीत!' स्वतःचे संपूर्ण व्यावसायिक आयुष्य रसायनतज्ज्ञ म्हणून ड्युपाँट कंपनीला समर्पित केलेले आणि शब्दशः सुवर्ण घड्याळासह निवृत्त झालेले माझ्या वडीलही, माझ्या व्याख्यानानंतर मला भेटायला आलेल्या त्या व्हॉर्टनच्या उद्योजकाबाबत कदाचित हेच उद्गार काढतील. त्याच्या सध्याच्या उद्योगासाठी तो अगदी रात्र-रात्र जागून काम करत असला, तरीही तो तरुण अवघ्या काही वर्षांमध्ये, पूर्णपणे नवे काहीतरी करत असणे अपेक्षित आहे.

याचे पर्यायी स्पष्टीकरण म्हणजे या वयोमानविशिष्ट प्रवाहांचा निग्रहामध्ये पिढीनिहाय होणाऱ्या बदलांशी काहीही संबंध नसणे शक्य आहे. त्याऐवजी, ही आकडेवारी बहुधा लोक कालपरत्वे कसे प्रगल्भ होत जातात, हे दर्शवते. आपले जीवनविषयक तत्त्वज्ञान आपण शोधतो, नकार व निराशेनंतर स्वतःला पुन्हा उभे

राहण्यास शिकवतो, तसेच तातडीने सोडून दिली पाहिजेत अशी निम्नस्तरीय ध्येये आणि अधिक दृढतेची मागणी करणारी उच्चस्तरीय ध्येये यांच्यादरम्यान फरक सांगण्यास शिकतो, तसा निश्चितच निग्रह वाढतो, हे माझे स्वतःचे अनुभव आणि निग्रहाचे मूर्तिमंत उदाहरण असणाऱ्या जेफ गेटलमन व बॉब मॅंकॉफसारख्यांच्या कथा, यांवरून सूचित होते. आपले वय जसे वाढत जाते, तसे दीर्घकालीन उत्कट आवड आणि चिकाटी बाळगण्याची आपली क्षमता विकसित होते, ही परिपक्वतेची कथा आहे.

या परस्परविरोधी स्पष्टीकरणांदरम्यान फरक करण्यासाठी आपल्याला वेगळ्या प्रकारचा अभ्यास आवश्यक आहे. मी तुम्हाला आताच दाखवलेली आकडेवारी मिळवण्यासाठी, मी वेगवेगळ्या वयाच्या लोकांना त्यांच्या सध्याच्या निग्रहपातळीविषयी विचारले. त्यातून मला तरुण आणि वयस्कर प्रौढांमधील निग्रहाची झलक मिळाली. आदर्शरीत्या, मानसशास्त्रज्ञ जॉर्ज व्हॅलिएंट यांनी हार्वर्डमधील पुरुषांचा आढावा घेतला, तसा मी या लोकांच्या उर्वरित आयुष्यासाठी त्यांचा आढावा घ्यायला हवा. 'ग्रिट स्केल' ही दीर्घकाळापासून वापरली जात नसल्याने, मी तुमच्यासमोर संपूर्ण जीवनकाळामधील निग्रहाचा संक्षिप्तरूपातील चित्रपट दाखवू शकत नाही. मलाही तो चित्रपट हवा आहे; परंतु आता माझ्याकडे केवळ झलक आहे.

सुदैवाने, मानवी व्यक्तिमत्त्वाच्या इतर अनेक पैलूंचे प्रदीर्घ काळासाठी परीक्षण करण्यात आले आहे. वर्षानुवर्षे आणि काही दशके लोकांचा आढावा घेणाऱ्या बऱ्याच संशोधनांमधून हे प्रवाह स्पष्ट झाले आहेत. आपल्यापैकी बहुतांश जण जीवनानुभवांसह सदसद्विवेकी, आत्मविश्वासपूर्ण, प्रेमळ आणि शांत बनतात. यातील बऱ्यापैकी बदल हा वीस ते चाळीस वर्षे या वयादरम्यान घडतो. तथापि, मानवी जीवनकाळामध्ये व्यक्तिमत्त्वाची उत्क्रांती थांबते, असा कोणताही कालखंड नाही. एकूणात पाहिल्यास, व्यक्तिमत्त्व अभ्यासक मानसशास्त्रज्ञ आता ज्याला 'मॅच्युरिटी प्रिन्सिपल' (प्रगल्भतेचे तत्त्व) असे संबोधतात, ते या आकडेवारीमध्ये दिसून येते.

आपली वाढ होते किंवा किमानपक्षी आपल्यापैकी बहुतांश जणांची होते.

काही प्रमाणात हे बदल उपजत आणि शरीरशास्त्रीय असतात. उदाहरणार्थ, पौगंडावस्था आणि रजोनिवृत्ती या गोष्टींमुळे आपले व्यक्तिमत्त्व बदलते; परंतु एकंदर विचार केल्यास, व्यक्तिमत्त्वातील बदल हे अधिकतः जीवनानुभवाचे कार्य असते.

जीवनानुभव नक्की कशा प्रकारे आपले व्यक्तिमत्त्व बदलतात?

आपल्याला अगोदर माहीतच नव्हते, असे काहीतरी आपण शिकतो, हे आपल्या बदलाचे एक कारण आहे. उदाहरणार्थ, वारंवार एकाच्या जागी दुसरी अशी कारकिर्दीविषयक महत्त्वकांक्षा बदलत राहणे, हे समाधान देणारे नसल्याचे आपण चुकतमाकत शिकू शकतो. मी वयाच्या विशीमध्ये असताना माझ्याबाबत नेमके

हेच घडले होते. स्वयंसेवी संस्था चालवल्यानंतर, मग न्यूरोसायन्सविषयक संशोधन केल्यानंतर, त्यानंतर व्यवस्थापकीय सल्लागार, मग अध्यापन हे सर्व केल्यानंतर, 'आश्वासक नवशिके' असणे हे आनंददायी असले, तरी प्रत्यक्षात तज्ज्ञ बनणे हे अमर्यादितरीत्या अधिक समाधान देणारे आहे, हे मी शिकले. त्याचबरोबर, वर्षानुवर्षांच्या परिश्रमांना बऱ्याचदा चुकून उपजत गुणवत्ता समजले जाते आणि जागतिक दर्जाच्या सर्वोत्कृष्टतेसाठी चिकाटीइतकीच उत्कट आवडही आवश्यक आहे, हेसुद्धा मी शिकले.

त्याचप्रमाणे कादंबरीकार जॉन आयर्विंग यांनी केले, तसे 'कोणतीही गोष्ट खरोखरच चांगली करण्यासाठी तुम्हाला स्वतःच्या प्रयत्नांच्या मर्यादा ओलांडाव्या लागतात. एखादी गोष्ट पुनःपुन्हा केल्यामुळे जे यापूर्वी कधीच तुम्हाला नैसर्गिकरीत्या येत नव्हते, ते जवळपास नैसर्गिक बनते,' हे समजून घेण्यास आपण शिकतो, तसेच सरतेशेवटी इतक्या परिश्रमपूर्वक काम करण्याची क्षमता ही 'एका रात्रीत येत नसते,' हेही आपण शिकतो.

मानवी अवस्थेविषयीच्या या मर्मदृष्टीव्यतिरिक्त, वयासोबत आणखी काय काय बदल होतात?

मला वाटतं की, आपली परिस्थिती बदलते. आपले वय वाढते, तसे आपण नव्या परिस्थितींमध्ये ढकलले जातो. आपल्याला पहिली नोकरी मिळते. बहुधा आपण विवाहित होतो. आपले पालक वृद्ध होतात आणि आपण त्यांचे काळजीवाहक बनतो. बऱ्याचदा, या नव्या परिस्थिती आपण अगोदर करत होतो, त्यापेक्षा वेगळ्या प्रकारे कृती करण्याची मागणी करतात आणि या पृथ्वीवर दुसऱ्या कुठल्याही प्रजातीपेक्षा आपण अधिक जुळवून घेणारे असल्याने आपण बदलतो. आपण प्रसंगानुरूप उभे राहतो.

अन्य शब्दांत सांगायचे, तर आपल्याला बदलायची गरज असेल, तेव्हा आपण बदलतो. गरज ही जुळवून घेण्याचीही जननी आहे.

एक छोटेसे उदाहरण देते. कशी कुणास ठावूक; पण माझी सर्वांत लहान मुलगी ल्युसी ही तीन वर्षांची होईपर्यंत पॉटी (लहान मुलांसाठीचे शौचकूप) वापरायला शिकलीच नव्हती. माझ्या पतीने आणि मी तिचे डायपर सोडवण्यासाठी तिला लाच देण्यापासून ते लाडीगोडी लावण्यापर्यंत हरप्रकारे प्रयत्न केले. यासाठी कोणत्या गोष्टी करणे योग्य आहे, हे सांगणारी सर्व पुस्तके आम्ही वाचली आणि आम्ही त्या सर्व गोष्टी करून पाहिल्या – किंवा किमान, व्यावसायिक काम करणाऱ्या पालकांना त्यांच्या करण्याजोग्या यादीतील अन्य गोष्टी सांभाळून जितक्या ऊर्जेने हे करणे शक्य होते, तितक्या ऊर्जेने आम्ही प्रयत्न केले. या कशाचाही काही परिणाम झाला नाही. ल्युसीची इच्छाशक्ती आमच्यापेक्षा अधिक प्रबळ ठरली.

तिच्या तिसऱ्या वाढदिवसानंतर अल्पावधीतच, तिच्या प्रि-स्कूलच्या तुकड्या बदलल्या. जिथे जवळपास सर्वच मुले अद्याप डायपरमध्ये असतात, अशा लहान मुलांच्या तुकडीतून ती 'मोठ्या मुलांच्या' तुकडीमध्ये गेली. त्या तुकडीमध्ये डायपर बदलण्यासाठीचे टेबलही नव्हते. पहिल्या दिवशी, मी तिला नव्या खोलीत सोडले, तेव्हा तिचे डोळे विस्फारलेले होते, ती या नव्या वातावरणावरून नजर फिरवत होती - ती थोडीशी घाबरलेलीही होती. मला वाटते, बहुधा ती जिथे अधिक सरावली होती, अशा जुन्या वर्गात राहण्याची इच्छा तिला असावी.

त्या दुपारी, ल्युसीला आणायला जाण्याचा प्रसंग मी कधीही विसरणार नाही. तिने माझ्याकडे पाहून अभिमानाने स्मितहास्य केले आणि आपण पॉटी वापरल्याचे सांगितले आणि मग आपण डायपरचा वापर थांबवला असल्याचे तिने तितक्याच शब्दांमध्ये मला सांगितले आणि खरेच तिने डायपर वापरणे बंद केले. पॉटी वापरण्याचे प्रशिक्षण हे काळाच्या एका क्षणात घडून आले. कसे? कारण, ती जेव्हा इतर सर्व मुलांसोबत पॉटी वापरण्यासाठीच्या रांगेमध्ये उभी होती आणि आपली वेळ आल्यावर आपणही पॉटी वापरणे अपेक्षित असल्याचे जेव्हा तिने पाहिले, तेव्हा तिने नेमके तेच केले. तिने जेव्हा ते करणे गरजेचे होते, तेव्हा ते करण्यास ती शिकली.

सिएटलमधील लेकसाइड स्कूल या शाळेचे मुख्याध्यापक बर्नी नोई यांनी अलीकडेच त्यांच्या स्वतःच्या मुलीबद्दल पुढील कथा सांगितली. ही कथा तंतोतंत 'मॅच्युरिटी प्रिन्सिपल' दर्शवते. नोई यांचे कुटुंब शाळेच्या आवारात राहते आणि किशोरवयीन असताना त्यांच्या मुलीला जवळपास दररोज शाळेत जायला उशीर व्हायचा. एका उन्हाळी सुट्टीमध्ये, त्यांच्या मुलीला 'अमेरिकन ईगल' ब्रँडच्या स्थानिक दुकानामध्ये कपडे घडी करण्याचे काम मिळाले. तिच्या कामाच्या पहिल्या दिवशी दुकानाचे व्यवस्थापक तिला म्हणाले, 'हां, एक सांगायचं म्हणजे तुला एकदाही कामावर येण्यास उशीर झाला, तर तुला काढून टाकण्यात येईल.' तिला धक्काच बसला. दुसरी संधीच नाही? आतापर्यंतचे संपूर्ण आयुष्य, तिच्याबाबत संयम बाळगला जात होता, समजून घेतले जात होते आणि दुसरी संधी दिली जात होती.

मग काय झाले?

'जे घडलं, ते खूपच छान होतं,' नोई आठवण सांगतात. 'मी आतापर्यंत पाहिलेला, तिच्यामधील तो अक्षरशः सर्वांत तातडीचा वर्तनात्मक बदल होता.' जिथे उशीर खपवून घेतलाच जात नाही, अशा कामावर वेळेवर किंवा वेळेअगोदर पोहोचण्याची खातरजमा करण्यासाठी अचानक त्यांची मुलगी दोन गजर लावू लागली. एक मुख्याध्यापक म्हणून लहान मुलांना बोट धरून प्रगल्भतेकडे घेऊन जाण्याची कामगिरी असते. याबाबतीत, आपले अधिकार काही प्रमाणात मर्यादित असल्याचे नोई यांना वाटते. 'जर तुम्ही व्यवसायामध्ये असाल, तर एखादा मुलगा/मुलगी स्वतःला विशेष समजते का, याची पर्वा तुम्ही करत नाही. तुम्ही

केवळ, 'ते अपेक्षित निकाल देऊ शकतात का?' याची पर्वा करता. जर तुम्ही अपेक्षित निकाल देऊ शकत नसाल, तर आम्हाला तुमचा काहीही उपयोग नसतो.'

मुलांची कानउघाडणी करण्याची परिणामकारकता या पडसादांच्या निम्मीही नसते.

मला वाटते की, मॅच्युरिटी प्रिन्सिपलचे सार हे आहे. काळानुरूप, आपण जीवनाचे असे धडे शिकतो, जे आपण विसरत नाही आणि आपल्या परिस्थितींच्या वाढत्या मागण्यांना प्रतिसाद म्हणून आपण जुळवून घेतो. अखेरीस, विचार आणि कृती करण्याच्या नव्या पद्धती सवयीच्या बनतात आणि एक दिवस असा येतो की, स्वतःचे जुने अप्रगल्भ रूप आपल्याला जवळपास आठवतही नाही. आपण जुळवून घेतो, स्वीकारतो, त्या स्वीकृती दीर्घकालीन बनतात आणि अखेरीस आपली ओळख – आपण स्वतःला ज्याप्रकारची व्यक्ती बनलेले पाहत असतो – ती उत्क्रांत होते. आपण प्रगल्भ होतो.

एकत्र विचार केल्यास मी निग्रह आणि वयासंबंधी जमवलेली माहिती, आकडेवारी ही दोन भिन्न प्रकारच्या कथांशी सुसंगत आहे. आपण ज्या सांस्कृतिक कालखंडामध्ये वाढतो, त्याचा परिपाक म्हणून आपला निग्रह वाढत असल्याचे एक कथा सांगते. आपले वय वाढत जाते, तसे आपण अधिकाधिक निग्रही बनतो, असे दुसरी कथा सांगते. या दोन्ही कथा बरोबर असू शकतात आणि त्या दोन्हीही किमान काही प्रमाणात तरी बरोबर आहेत, असा मला संशय आहे. यांपैकी कोणत्याही प्रकारे पाहिले तरी, निग्रह हा पूर्णपणे निश्चित नसतो, हे या अल्पचित्रावरून उघड होते. तुमच्या मानसशास्त्रीय गुणवैशिष्ट्याच्या प्रत्येक पैलूप्रमाणेच, निग्रहही तुम्हाला वाटतो, त्यापेक्षा अधिक घडणसुलभ असतो.

जर निग्रह वाढू शकत असेल, तर ते कसे घडते?

आपल्याकडे अधिक निग्रह असता तर... अशी इच्छा बाळगणाऱ्या लोकांची ई-मेल आणि पत्रे माझ्याकडे जवळपास दररोज येत असतात. एखाद्या गोष्टीत खरोखरच पारंगत बनण्याच्या उद्देशाने आपण कधीच कशाला चिकटून राहिलो नसल्याचा विलाप ते करतात. आपण स्वतःच्या गुणवत्तांचा अपव्यय केला, असे त्यांना वाटते. त्यांना निकराने दीर्घकालीन ध्येय हवे असते आणि संपूर्ण आवडीने व चिकाटीने त्यांना त्या ध्येयाचा पाठलाग करायचा असतो.

परंतु सुरुवात कुठून करावी, हे त्यांना माहीत नसते.

तुम्ही आज कुठे आहात, हे समजून घेणे ही सुरुवात करण्यासाठी चांगली जागा आहे. तुम्हाला जितके निग्रही व्हायचे आहे, तितके निग्रही तुम्ही आता नाही आहात, तर स्वतःला 'का?' असे विचारा.

लोकांकडून सर्वांत स्वाभाविक उत्तर येते, ते साधारणतः पुढीलप्रमाणे असते :

''मला वाटतं, मी फक्त आळशी आहे.''

दुसरे एक उत्तर असे असते : ''मी लहरी, चंचल आहे.''

किंवा : ''मी जन्मजातच गोष्टींना चिकटून राहण्याबाबत असमर्थ आहे.''

मला वाटते, ही सर्व उत्तरे चुकीची आहेत.

किंबहुना, लोक जेव्हा गोष्टी सोडून देतात, तेव्हा ते काहीएक कारणामुळे असे करतात. खरेतर, ते विविध कारणांमुळे असे करतात. तुम्ही जे करत असता, ते करणे थांबवण्याच्या जरा आधी पुढील चारपैकी एक विचार बहुधा तुमच्या मनामध्ये घोळत असतो :

'मला कंटाळा आलाय.'

'माझ्या श्रमांचे चीज होणार नाही.'

'ही गोष्ट माझ्यासाठी महत्त्वाची नाही.'

'मी हे करू शकत नाही, त्यामुळे मी बहुधा हे सोडून देणंच बरं.'

यांसारखे विचार येण्यामध्ये – नैतिकदृष्ट्या किंवा अन्य कोणत्याही प्रकारे – चुकीचे असे काहीच नाही. मी या प्रकरणामध्ये दाखवले, त्याप्रमाणे निग्रहाचे मूर्तिमंत उदाहरण असणारे लोकही ध्येय सोडून देतात. मात्र, जेव्हा उच्चस्तरीय ध्येयाचा प्रश्न येतो, तेव्हा ते प्रयत्न सुरू ठेवण्याबाबत अधिक दुराग्रही असतात. सर्वांत महत्त्वाचे म्हणजे, निग्रहाचे अत्युच्च निग्रही लोक होकायंत्रे बदलत नाहीत : जेव्हा ते करत असलेल्या जवळपास इतर सर्व गोष्टींना दिशा देणाऱ्या त्या एका, एकमेव महत्त्वाच्या ध्येयाची बात येते, तेव्हा अतिशय निग्रही लोकांचा कल वरील विधाने उच्चारण्याकडे नसतो.

निग्रह कसा वाढतो, याविषयी मी शिकलेल्या बऱ्याच गोष्टी या, आवड आणि चिकाटी या गुणांचे मूर्तिमंत उदाहरण असणाऱ्या ज्या स्त्री–पुरुषांच्या मुलाखती मी घेतल्या, त्यांच्याकडून आलेल्या आहेत. त्या संभाषणांचे लहानसे तुकडे मी या पुस्तकामध्ये सर्वत्र समाविष्ट केलेले आहेत, त्यामुळे तुम्हीही या अत्युच्च निग्रही लोकांच्या मनात व हृदयात डोकावू शकता आणि त्यांच्या काही धारणा, दृष्टिकोन किंवा सवयी अनुकरणीय आहेत का, हे पाहू शकता.

या निग्रहकथा ही एकप्रकारची माहिती आहे आणि त्या 'वेस्ट पॉइंट' व 'नॅशनल स्पेलिंग बी'सारख्या ठिकाणी मी केलेल्या अधिक पद्धतशीर, संख्यात्मक

अभ्यासाला पूरक ठरतात. एकत्रितरीत्या हे संशोधन, निग्रहाच्या प्रगल्भ मेरुमणींमध्ये सामाईक असणारे मानसशास्त्रीय गुण उघड करते. असे चार गुण आहेत. वर यादी केलेल्या प्रत्येक नकारघंटेला ते प्रत्युत्तर देतात आणि काळानुरूप विशिष्ट क्रमानुसार त्यांचा विकास होतो.

पहिले आहे स्वारस्य. तुम्ही जे करता त्यामध्ये आंतरिक आनंद मिळण्यापासून उत्कट आवडीची सुरुवात होते. मी ज्यांचा अभ्यास केला आहे, तो प्रत्येक निग्रही माणूस त्याच्या कामातील अशा काही पैलूंवर बोट ठेवू शकतो, जे अन्य पैलूंच्या तुलनेत कमी आनंद देणारे आहेत आणि त्यातील बहुतांश जणांनी त्यांना अजिबात आनंद न मिळणारी किमान एक किंवा दोन कामे नमूद केली आहेत. नपेक्षा, ते संपूर्ण प्रयासाकडे आकर्षित झाले आहेत. चिरस्थायी आकर्षण आणि लहान मुलासारखी जिज्ञासा यांच्याआधारे ते प्रत्यक्षात 'मी जे करतो, ते मला आवडते!' असे छातीठोकपणे सांगतात.

दुसरा गुण आहे, सरावाची क्षमता. कालपेक्षा आज अधिक चांगल्या रीतीने गोष्टी करण्याचा प्रयत्न करण्याची दैनंदिन शिस्त हे चिकाटीचेच एक रूप आहे. त्यामुळे विशिष्ट क्षेत्रामध्ये तुमचे स्वारस्य निर्माण झाल्याचे आणि ते विकसित होत असल्याचे लक्षात आल्यानंतर, तुम्ही एकाग्रतेने, मनस्वीपणे आणि आव्हाने उंचावत नेणारा कौशल्य सराव करण्यासाठी स्वतःला समर्पित केले पाहिजे. हाच सराव नैपुण्य व प्रभुत्वाकडे घेऊन जातो. तुम्ही तुमच्या कमकुवत बाजू निश्चित केल्या पाहिजेत आणि दिवसातील काही तास, मग आठवडे, महिने आणि वर्षे पुनःपुन्हा त्या गोष्टी केल्या पाहिजेत. निग्रही बनणे म्हणजे आत्मसंतुष्टतेला प्रतिरोध करणे आहे. 'काहीही झाले तरी, मला सुधारणा करायची आहे!' हे सर्व अत्युच्च निग्रही लोकांचे पालुपद आहे, मग विशिष्ट स्वारस्याचे क्षेत्र कोणतेही असो आणि ते अगोदरच त्या क्षेत्रामध्ये कितीही उत्कृष्ट असोत.

तिसरा गुण आहे, हेतू. तुमचे कार्य महत्त्वाचे आहे, या अढळ विश्वासातूनच आवड परिपक्व होते. बऱ्याच लोकांबाबत, हेतूविना आवड ही संपूर्ण आयुष्यभर टिकून राहणे हे जवळपास अशक्य असते, त्यामुळेच तुम्ही स्वतःच्या कार्यास एकीकडे व्यक्तिशः स्वारस्यपूर्ण आणि त्याच वेळी, अविभाज्यपणे इतरांच्या हिताशी संबंधित म्हणून ओळखणे, हे अत्यावश्यक आहे. काही लोकांबाबत, या हेतूच्या जाणीवेचा उदय लवकर होतो; परंतु बऱ्याच लोकांबाबत, स्वारस्याचा विकास आणि वर्षानुवर्षांच्या शिस्तबद्ध सरावानंतर इतरांची सेवा करण्याची प्रेरणा वाढीस लागते. यांपैकी काहीही असो, निग्रहाची संपूर्ण प्रगल्भ उदाहरणे असणाऱ्या लोकांनी न चुकता मला हे सांगितले आहे, 'माझे काम महत्त्वाचे आहे – माझ्यासाठी आणि इतरांसाठी, दोघांसाठीही.'

आणि अखेरचा गुण आहे, आशा. आशा ही प्रसंगानुरूप उभे राहणे या प्रकारची चिकाटी आहे. या पुस्तकामध्ये, मी स्वारस्य, सराव आणि हेतू या गुणांनंतर आशेविषयी चर्चा केली असली, तरी आशा ही निग्रहाचा अखेरचा टप्पा विशद करत नाही. ती प्रत्येक टप्पा विशद करते. नुकत्याच सुरुवातीपासून ते अगदी शेवटापर्यंत, जेव्हा कधी गोष्टी अवघड बनतील, अगदी जेव्हा आपल्याला साशंकता असेल, तेव्हा पुढे जात राहण्यास शिकणे हे आत्यंतिकरीत्या महत्त्वाचे आहे. विविध टप्प्यांवर, लहान आणि मोठ्या प्रकारे, आपण खाली पाडले जाऊ. जर आपण पडलेलेच राहिलो, तर निग्रह पराभूत होतो. जर आपण उठून उभे राहिलो, तर निग्रह विजयी होतो.

माझ्यासारख्या मानसशास्त्रज्ञाच्या लुडबुडीशिवायही, कदाचित तुमचे तुम्ही स्वतः निग्रहाचा शोध घेतला असेल. कदाचित, तुमच्याकडे अगोदरच सखोल आणि अतूट स्वारस्य असेल, सातत्यपूर्ण आव्हानांसाठी सज्ज अशी भूक असेल, हेतूची उत्क्रांत जाणीव असेल आणि कोणत्याही अडथळ्यांनी हार मानणार नाही, असा पुढे जात राहण्याच्या तुमच्या क्षमतेवरचा उत्साही आत्मविश्वास असेल. असे असल्यास, गिट स्केल चाचणीवर तुम्ही बहुधा ५ पैकी ५ गुणांच्या जवळ असाल. मी तुमचे कौतुक करते!

दुसरीकडे, जर तुम्ही जितकी इच्छा बाळगली होती, तितके निग्रही तुम्ही नसाल, तर पुढे येणाऱ्या प्रकरणांमध्ये तुमच्यासाठी काहीतरी आहे. कॅल्क्युलस आणि पियानोप्रमाणेच, तुम्ही आपल्या आपणही निग्रहाचे मानसशास्त्र शिकू शकता, मात्र थोडेसे मार्गदर्शन हे प्रचंड सहाय्यक ठरू शकते.

स्वारस्य, सराव, हेतू आणि आशा ही चार मानसशास्त्रीय गुणवैशिष्ट्ये म्हणजे काही 'एकतर तुमच्याकडे असतात किंवा तुमच्याकडे नसतात,' अशा वस्तू नाहीत. तुम्ही स्वतःचे स्वारस्य शोधण्यास, विकसित करण्यास आणि सखोल बनवण्यास शिकू शकता. तुम्ही शिस्तीची सवय अंगी बाणवू शकता. तुम्ही हेतूची आणि अर्थपूर्णतेची जाणीव निर्माण करू शकता आणि तुम्ही स्वतःला आशा बाळगण्यास शिकवू शकता.

तुम्ही अंतर्बाह्य तुमचा निग्रह वाढवू शकता. जर तुम्हाला कसा, हे जाणून घ्यायचे असेल, तर पुढे वाचत राहा.

भाग २

अंतर्बाह्य निग्रह वाढवणे

प्रकरण ६

स्वारस्य

फॉलो युवर पॅशन (तुमच्या आवडीचा पाठलाग करा) हे प्रारंभसमयी दिल्या जाणाऱ्या भाषणांचे लोकप्रिय सूत्र आहे. विद्यार्थी आणि प्राध्यापिका म्हणूनही माझ्या वाट्याला आलेल्या अशा भाषणांना मी श्रोती म्हणून बसले आहे. ही भाषणे देणाऱ्यांपैकी किमान निम्मे वक्ते, कदाचित निम्म्याहूनही अधिक वक्ते हे तुम्हाला जे आवडते ते करण्याचे महत्त्व अधोरेखित करतात, यावर मी पैजही लावेन.

उदाहरणार्थ, न्यू यॉर्क टाइम्सच्या शब्दकोडे विभागाचे दीर्घकाळ संपादक असणारे विल शॉर्ट्झ यांनी इंडियाना विद्यापीठाच्या विद्यार्थ्यांना सांगितले होते : ''आयुष्यात काय करण्यात तुम्हाला सर्वांत जास्त आनंद मिळतो, ते शोधून काढा आणि मग ते पूर्ण वेळ करण्याचा प्रयत्न करा, असा माझा तुम्हाला सल्ला आहे. आयुष्य हे लहान आहे. तुमच्या आवडीचा पाठलाग करा.''

जेफ बॅझोस यांनी ॲमेझॉन सुरू करण्यासाठी उच्च-वेतन व उच्च सामाजिक स्थान असणारी मॅनहॅटनमधील वित्तीय क्षेत्रातील नोकरी सोडल्याची कथा प्रिन्स्टनच्या पदवीधरांना ऐकवली होती : ''बराच विचार केल्यानंतर, मी स्वतःच्या आवडीचा पाठलाग करण्यासाठी कमी सुरक्षित मार्ग निवडला. तुम्हाला जे करायचे आहे ते काही का असेना, तुम्हाला आयुष्यात आढळेल की, जर तुम्ही करत असलेल्या कामाबाबत तुम्हाला उत्कटता, आवड नसेल, तर तुम्ही त्या कामाला चिकटून राहणार नाही.''

आणि हा सल्ला काही आपल्याला केवळ जूनच्या उकाड्याच्या दिवसांमध्ये आपण स्नातकाचा गाऊन आणि टोपी घातलेली असतानाच मिळत नाही. मी मुलाखत घेतलेल्या निग्रहाचे मूर्तिमंत उदाहरण असणाऱ्या लोकांकडून, हीच गोष्ट मी वारंवार, जवळपास शब्दशः अशीच्या अशी ऐकली आहे.

हेस्टर लॅसी यांनीही माझ्याप्रमाणे हीच गोष्ट ऐकली आहे.

हेस्टर या ब्रिटिश पत्रकार आहेत आणि त्या २०११पासून दर आठवड्याला एक याप्रमाणे, शॉर्ट्स आणि बेझोस यांच्या दर्जाचे यश मिळवणाऱ्या लोकांच्या मुलाखती घेत आल्या आहेत. *फायनान्शियल टाइम्स* या वृत्तपत्रामध्ये त्यांचा साप्ताहिक स्तंभ प्रसिद्ध होतो. हे लोक फॅशन डिझायनर (निकोल फारही), लेखक (सलमान रश्दी), संगीतकार (लँग लँग), कॉमेडियन (मायकेल पॅलिन), चॉकलेटियर्स (चँटल कोडी) किंवा बारटेंडर्स (कॉलिन फिल्ड) यांपैकी कोणीही असले, तरी हेस्टर त्यांना काही समान प्रश्न विचारतात. 'तुम्हाला वाटचाल सुरू ठेवण्यास कारणीभूत ठरणारी गोष्ट कोणती?' आणि 'जर उद्या तुम्ही सर्वकाही गमावून बसला, तर तुम्ही काय कराल?' या प्रश्नांचाही त्यामध्ये समावेश आहे.

माझ्या हेस्टर यांच्यासोबत झालेल्या संभाषणादरम्यान त्यांनी या पाहुण्यांचे वर्णन 'महायशस्वी' असे केले. त्या वेळी, अशा दोनशेंहून अधिक महायशस्वी लोकांशी बोलताना त्या काय शिकल्या, असे मी हेस्टर यांना विचारले.

''मी जे करतो/करते, ते मला आवडते,' ही एक गोष्ट वारंवार समोर येते. लोक हे वेगवेगळ्या प्रकारे व्यक्त करतात. बऱ्याचदा ते फक्त 'मी जे करतो/करते, ते मला आवडते,' इतकेच म्हणतात; परंतु त्याचबरोबर ते 'मी खूप भाग्यवान आहे, मला दररोज सकाळी काम करण्याच्या उत्सुकतेने जाग येते, मला कधी एकदा स्टुडिओमध्ये पोहोचतोय, कधी एकदा माझा पुढचा प्रकल्प सुरू करतोय, असं होतं,' असेही सांगतात. हे लोक, त्यांना कराव्या लागताहेत किंवा त्या आर्थिकदृष्ट्या फलदायी आहेत म्हणून गोष्टी करत नाहीत.'

मी लहानाची मोठी होत असताना, तुमच्या आवडीचा पाठलाग करा, हा संदेश ऐकला नव्हता.

त्याऐवजी, 'खऱ्या जगात' टिकून राहण्याच्या व्यावहारिक वास्तविकता या माझ्यासारख्या 'सुरक्षित आयुष्य' जगणाऱ्या कोणत्याही किशोरवयीन व्यक्तीला कल्पना करता येऊ शकेल, त्यापेक्षा खूप जास्त महत्त्वाच्या असल्याचे मला सांगण्यात आले होते. 'आपल्याला आवडणाऱ्या कशाचा तरी शोध घेण्याची' अतिआदर्शवादी स्वप्ने ही किंबहुना दारिद्र्य आणि निराशेकडे घेऊन जाणारी वाट ठरू शकते, असा इशाराही मला देण्यात आला होता. डॉक्टर बनण्यासारख्या काही विशिष्ट पेशांमध्ये उच्च उत्पन्न आणि सामाजिक उच्च स्थान या दोन्ही गोष्टी आहेत आणि तत्क्षणी मला त्या जितक्या महत्त्वाच्या वाटताहेत, त्यापेक्षा दीर्घकाळामध्ये या गोष्टी माझ्यासाठी खूप जास्त मोलाच्या ठरणार असल्याची आठवणही मला करून देण्यात आली होती.

तुम्ही कदाचित ओळखले असेल, त्याप्रमाणे हे सल्ले देऊ करणारी व्यक्ती हे माझे वडील होते.

'मग, तुम्ही रसायनशास्त्रज्ञ का बनलात?' असे मी त्यांना एकदा विचारले होते.

'कारण, माझ्या वडिलांनी मला तसे बनायला सांगितले होते,' त्यांनी दिलेल्या या उत्तरामध्ये संतापाचा लवलेशही नव्हता. 'मी जेव्हा लहान होतो, तेव्हा इतिहास हा माझा आवडता विषय होता.' त्यानंतर, आपल्याला गणित व विज्ञानामध्येही आनंद मिळत असल्याचे त्यांनी स्पष्ट केले. तथापि, ते महाविद्यालयात काय शिकतील, हा प्रश्न उभा राहिला, तेव्हा त्यांच्याकडे खरेच काही निवडस्वातंत्र्य नव्हते. कुटुंबाचा कापड उद्योग होता आणि माझ्या आजेबांनी त्यांच्या प्रत्येक मुलाला कापडनिर्मितीच्या या ना त्या टप्प्याशी सुसंगत असणारे शिक्षण घेण्यास पाठवले होते. 'आमच्या उद्योगाला रसायनशास्त्रज्ञाची गरज होती, इतिहासकाराची नव्हती.'

आणि घडामोडीच अशा घडल्या की, चीनमधील साम्यवादी क्रांतीमुळे कुटुंबाचा कापडउद्योग अकाली बंद पडला. मग, येथे अमेरिकेत स्थायिक झाल्यानंतर अल्पावधीतच, माझे वडील ड्युपाँट कंपनीमध्ये नोकरी करण्यासाठी गेले. त्यानंतर, पस्तीस वर्षांनी ते कंपनीचे अग्रगण्य शास्त्रज्ञ म्हणून निवृत्त झाले.

माझे वडील त्यांच्या कामामध्ये किती गुंतून जायचे – सतत कोणत्यातरी शास्त्रीय किंवा व्यवस्थापकीय समस्येविषयी त्यांची तंद्री लागलेली असायची– आणि ते त्यांच्या संपूर्ण कारकिर्दीमध्ये किती यशस्वी झाले, हे पाहिल्यानंतर आवडीपेक्षा व्यावहारिकतेची निवड करणे सर्वोत्तम असते, ही शक्यता विचारात घेण्याजोगी वाटते.

बाहेर पडा आणि तुम्हाला आवडेल ते करा, हा सल्ला तरुण लोकांना देणे किती हास्यास्पद आहे? स्वारस्यांविषयी संशोधन करणारे शास्त्रज्ञ मागील दशकभराच्या काळामध्ये, या प्रश्नाच्या निश्चित उत्तरापर्यंत येऊन पोहोचले आहेत.

पहिले म्हणजे लोक जेव्हा त्यांच्या वैयक्तिक स्वारस्याला साजेसे काहीतरी करतात, तेव्हा ते त्यांच्या कामामध्ये खूप जास्त समाधानी असतात, असे संशोधन दर्शवते. एकत्रितरीत्या, शक्य त्या सर्व नोकरी–व्यवसायामध्ये काम करत असणाऱ्या प्रौढांना समाविष्ट करून घेणाऱ्या जवळपास शंभर विविध संशोधनांतून जमवण्यात आलेल्या माहितीच्या, आकडेवारीच्या विश्लेषणाद्वारे हा निष्कर्ष हाती आला आहे. उदाहरणार्थ, अमूर्त संकल्पनांबाबत विचार करण्यात आनंद मिळणारे लोक वाहतूक–पुरवठ्याच्या दृष्टीने गुंतागुंतीच्या प्रकल्पांशी संबंधित तपशिलांचे व्यवस्थापन करण्यात आनंदी राहणार नाहीत; त्याऐवजी, ते गणिते सोडवतील आणि ज्या लोकांना इतर लोकांशी संवाद साधण्यात, आदानप्रदान करण्यात खरेच

आनंद मिळतो, त्यांची नोकरी जर दिवसभर एकट्याने संगणकासमोर काम करण्याची असल्यास ते आनंदी राहणार नाहीत; त्यापेक्षा ते विक्री किंवा अध्यापनासारखी कामे अधिक चांगली करतील. त्याउप्पर, ज्या लोकांचे काम त्यांच्या वैयक्तिक स्वारस्याशी साजेसे असते, ते सर्वसामान्यतःच त्यांच्या एकूण आयुष्यामध्ये अधिक आनंदी असतात.

दुसरे म्हणजे लोकांना ते जे करताहेत, त्यामध्ये स्वारस्य वाटत असल्यास ते अधिक चांगली कामगिरी करतात. हासुद्धा मागील साठ वर्षांमध्ये करण्यात आलेल्या साठ संशोधनांच्या आणखी एका विश्लेषणाचा निष्कर्ष आहे. ज्या नोकरदारांचे अंगभूत वैयक्तिक स्वारस्य त्यांच्या पेशास साजेसे असते, ते त्यांची कामे अधिक चांगल्या प्रकारे करतात, त्यांच्या सहकर्मचाऱ्यांप्रती अधिक सहकार्यशील असतात आणि त्यांच्या नोकऱ्यांवर दीर्घकाळ टिकून राहतात. ज्या महाविद्यालयीन विद्यार्थ्यांचे वैयक्तिक स्वारस्य त्यांनी निवडलेल्या मुख्य विषयाशी मिळतेजुळते असते, ते अधिक चांगली श्रेणी मिळवतात, तसेच त्यांनी शिक्षण अर्धवट सोडण्याची शक्यता कमी असते.

केवळ आवडणारे काहीही केल्यामुळे तुम्हाला नोकरी मिळू शकत नाही, हे खचितच खरे आहे. तुम्ही 'माइनक्राफ्ट'मध्ये (कॉप्युटर गेम) कितीही पारंगत असलात, तरी केवळ तो गेम खेळून उपजीविका मिळवणे कठीण आहे आणि जगात असेही बरेचसे लोक आहेत, ज्यांची परिस्थिती त्यांच्या पेशाविषयक पर्यायांच्या विस्तृत पंक्तीतून निवड करण्याच्या चैनीस अटकाव करते. आवडो किंवा न आवडो, आपण उपजीविका कशी करणार आहोत, यासंबंधीची निवड करू शकण्यावर अतिशय वास्तविक खऱ्याखुऱ्या मर्यादा असतातच.

नपेक्षा, विल्यम जेम्स यांनी शतकभरापूर्वीच सांगून ठेवले होते, त्याच शुभारंभाच्या भाषणामधील सुज्ञ शब्दांवर या नव्या शास्त्रीय संशोधनांच्या निष्कर्षांनी शिक्कामोर्तब केले आहे : कुठल्याही प्रयत्नामध्ये आपण किती चांगल्या कामगिरीची अपेक्षा करू शकतो, याबाबत 'इच्छा, आवड आणि आपल्या स्वारस्याची ताकद यांचे मत निर्णायक ठरते...'

'गॅलप पोल' म्हणून ओळखल्या जाणाऱ्या गॅलप कंपनीच्या २०१४ सालातील सर्वेक्षणामध्ये, दोन तृतीयांशपेक्षा अधिक प्रौढांनी त्यांची कामामध्ये गुंतवणूक नसल्याचे सांगितले होते. यांपैकी बरेचसे प्रौढ तर 'सक्रियरीत्या कामापासून तुटलेले' होते.

अमेरिकेबाहेरील चित्र तर याहूनही भकास आहे. १४१ देशांमध्ये केलेल्या सर्वेक्षणावरून गॅलपला, कॅनडाचा अपवाद वगळता अन्य प्रत्येक देशामध्ये 'गुंतलेले

नसणाऱ्या' आणि 'सक्रियरीत्या तुटलेले' असणाऱ्या कर्मचाऱ्यांची आकडेवारी ही अमेरिकेपेक्षाही अधिक असल्याचे आढळले होते. जगभरात केवळ १३ टक्के प्रौढ स्वतःला कामाच्या जागी 'गुंतलेले' म्हणवून घेत होते.

म्हणजेच खूप कमी लोकांना उवजीविकेसाठी ते करत असलेले काम आवडल्याचे दिसते.

प्रेरणादायी भाषणांमध्ये देऊ करण्यात येणाऱ्या स्पष्ट सूचना आणि कामाप्रती असणाऱ्या उदासीनतेचे सर्वत्र फैलावलेले प्रमाण यांमध्ये समेट घडवणे कठीणच आहे. आपल्याला ज्यामध्ये आनंद मिळतो, त्याच्याशी आपले काम सुसंगत ठेवण्याच्या बाबतीत, इतके सारे लोक अपयशी कसे काय ठरतात? आणि माझ्या वडिलांचे यश हे आवडीविषयीच्या युक्तिवादास प्रत्युत्तर देणारे उदाहरण आहे का? मी या जगात आले, तोपर्यंत माझ्या वडिलांचे काम त्यांची आवड बनले होते, या वास्तविक बाबीचा आपण काय अर्थ काढायला हवा? आपण लोकांना 'आवडीचा पाठलाग करा' असे सांगणे थांबवायला हवे का आणि त्याऐवजी, 'तुम्हाला देण्यात येणाऱ्या आदेशांचे पालन करा' असे त्यांना सांगायला हवे का?

मला असे वाटत नाही.

किंबहुना, काम कसे असू शकते, याबाबतच्या उत्कृष्ट प्रेरणा म्हणून मी विल शॉर्ट्स आणि जेफ बेझॉस यांच्याकडे पाहते. आपण जे करतो, त्यातील प्रत्येक मिनिट आपल्यापैकी कोणालाही आवडू शकते, असा विचार करणे हे भाबडेपणाचे असले, तरी स्वारस्य हे महत्त्वाचे आहे, या व्यवहारज्ञानातील अंतःप्रेरणेवर शिक्कामोर्तब करणाऱ्या त्या विश्लेषणामधील आकडेवारीच्या हजारो मुद्द्यांवर माझा विश्वास आहे. सगळ्या गोष्टींमध्ये स्वारस्य कोणालाच नसते; परंतु सगळ्याच लोकांना कशाततरी स्वारस्य असतेच, त्यामुळे तुमचे लक्ष आणि कल्पनेचा वेध घेणाऱ्या गोष्टीशी तुमचे काम मिळतेजुळते असणे हे कधीही चांगले त्यामुळे आनंद आणि यशाची खात्री मिळत नसेलही कदाचित; परंतु ते मिळण्याची शक्यता वाढण्यास नक्कीच मदत होते.

असे असले तरी बहुतांश तरुण मुलांना त्यांच्या आवडीचा पाठलाग करण्यासाठी प्रोत्साहनाची गरज असते, असे मला वाटत नाहो. प्रथमतः, जर केवळ त्यांच्याकडे विशिष्ट आवड असेल, तर – एका दमात – बहुतांश लोक नेमके तेच करतील. जर मला कधी प्रारंभिक भाषण देण्यासाठी निमंत्रित करण्यात आले, तर 'तुमच्या आवडीचे संवर्धन करा,' या सल्ल्यासह मी सुरुवात करेन आणि मग, ते प्रत्यक्षात कसे घडते, याबाबत तरुण मने वळवण्याचा प्रयत्न करण्यामध्ये मी स्वतःचा उर्वरित वेळ खर्ची घालेन.

निग्रहाचे उत्कृष्ट उदाहरण असणाऱ्या लोकांच्या मुलाखती घेण्यास मी पहिल्यांदा जेव्हा सुरुवात केली, तेव्हा त्या सर्वांकडे, ज्या वेळी त्यांना स्वतःच्या देवदत्त आवडीचा अचानक शोध लागला, अशा एका खास क्षणाविषयीच्या कथा असतील, असे मी गृहीत धरले होते. माझ्या मनःचक्षूंनुसार, नाट्यमय प्रकाशयोजना आणि त्याच्या चिरस्मरणीय, आयुष्य बदलून टाकणाऱ्या अर्थास अनुरूप अशा वाढत जाणाऱ्या पार्श्वसंगीतासह चित्रित केला जाण्याजोगा तो प्रसंग होता.

ज्युली अँड ज्युलिया या चित्रपटाच्या सुरुवातीच्या प्रसंगामध्ये आपल्या सर्वांनी टीव्हीवर पाहिलेल्यापेक्षा लहान असणारी ज्युलिया चाइल्ड ही तिचा पती पॉलसोबत एका दिमाखदार, उच्चभ्रू फ्रेंच रेस्टॉरंटमध्ये भोजन करत असते. खरपूसरीत्या भाजलेल्या, काही क्षणांपूर्वीच वेटरने अचूकरीत्या काटे काढलेल्या आणि आता नॉर्मेंडी बटर, लिंबू आणि पार्स्लेच्या सॉसमध्ये पहुडलेल्या *सोल म्युनिए* या पदार्थाचा ज्युलिया पहिला घास घेते. तिला ग्लानी येते. यासारखे काहीच तिने यापूर्वी अनुभवलेले नसते. तिला नेहमीच खायला आवडत होते; परंतु अन्न हे इतके चांगले असू शकते, हे तिला यापूर्वी कधीच माहीत नव्हते.

''हा संपूर्ण अनुभव माझ्यासाठी मनाची आणि आत्म्याची कवाडे उघडणारा होता,'' असे त्यानंतर बऱ्याच वर्षांनी ज्युलिया यांनी सांगितले. ''मी त्या अनुभवाशी आयुष्यभरासाठी जोडले गेले.''

मला मुलाखत देणाऱ्या अत्युच्च निग्रही लोकांकडून अशाच फिल्मी क्षणांची अपेक्षा मी केली होती आणि युवा पदवीधरही – त्यांच्या दीक्षांत समारंभावेळच्या टोप्या आणि गाउनमध्ये उष्णतेने भाजून निघत असताना, त्या घडी होणाऱ्या खुर्च्यांच्या कडा त्यांच्या मांड्यांना काचत असताना – तुमच्या आयुष्याची उत्कट आवड सापडणे हे अशासारखेच काहीतरी असले पाहिजे, अशी कल्पना करतात, असे मला वाटते. एका क्षणी, या पृथ्वीवर तुमच्या हाती असलेल्या वेळेचे काय करायचे याची तुम्हाला अजिबात कल्पना नसते आणि पुढच्या क्षणी, सगळे स्फटिकासारखे स्पष्ट होते – तुम्हाला काय व्हायचे आहे, हे अगदी नेमकेपणाने तुम्हाला समजते.

परंतु निग्रहाच्या शिखरावर पोहोचलेल्या माझ्या बहुतांश मुलाखतदारांनी, बऱ्याच विविधप्रकारच्या स्वारस्यविषयांचा शोध घेण्यामध्ये त्यांनी बरीच वर्षे खर्ची घातल्याचे, तसेच अखेरीस ज्या स्वारस्यविषयाने त्यांचे जागेपणीचे (आणि काही प्रमाणात झोपेतलेही) सर्व विचार व्यापले, तो पहिल्या परिचयावेळी 'हेच त्यांच्या आयुष्याचे विधिलिखित' म्हणून ओळखता येण्याजोगा नव्हता.

उदाहरणार्थ, ऑलिंपिक सुवर्णपदकविजेते जलतरणपटू रॉडी गेन्स यांनी मला सांगितले होते : ''लहानपणी मला खेळांची आवड होती. मी जेव्हा हायस्कूलमध्ये गेलो, तेव्हा फुटबॉल, बेसबॉल, बास्केटबॉल, गोल्फ आणि टेनिस हे खेळ याच

क्रमाने खेळायला गेलो आणि त्यानंतर जलतरणाकडे वळलो. मी नेटाने प्रयत्न करत राहिलो. मी खरोखरच ज्याच्या प्रेमात पडू शकेन, असे काहीतरी मला सापडेपर्यंत मी केवळ एका खेळाकडून दुसऱ्या खेळाकडे जात राहिलो होतो, हे मला समजले.'' ते जलतरणावर येऊन थांबले, मात्र तेसुद्धा खरेतर पहिल्या नजरेतील प्रेम नव्हते. ''मी जलतरण संघात स्थान मिळवण्यासाठी ज्या दिवशी चाचणी दिली, त्याच दिवशी मी शाळेच्या वाचालयामध्ये 'ट्रॅक अँड फिल्ड' क्रीडाप्रकारांविषयी माहिती घेण्यासाठी गेलो होतो, कारण मला संघात जागा मिळणार नाही, असे मला वाटत होते, त्यामुळे यापुढे आपल्याला 'ट्रॅक अँड फिल्ड' खेळांमध्ये प्रयत्न करावे लागणार आहेत, असा अंदाज मी बांधला होता.''

जेम्स बिअर्ड ॲवॉर्डविजेते शेफ मार्क व्हेट्री हे किशोरवयीन असताना त्यांना पाककलेइतकेच संगीतामध्येही स्वारस्य होते. महाविद्यालयीन शिक्षण संपल्यानंतर ते लॉस एंजेलिसला गेले. ''मी वर्षभरासाठी तेथील एका संगीतशाळेमध्ये शिकत होतो आणि पैसे कमावण्यासाठी मी रात्री रेस्टॉरंट्समध्ये काम करत असे. त्यानंतर, मी जेव्हा एका बँडचा सदस्य बनलो, तेव्हा रात्री सांगीतिक कार्यक्रम करता यावेत, म्हणून मी सकाळी रेस्टॉरंट्समध्ये काम करू लागलो. मग मला वाटले की, 'अरे, रेस्टॉरंट्समध्ये आपल्याला पैसे मिळताहेत आणि मला खरंच हे आवडू लागलंय आणि संगीतात आपण असं काहीच करत नाही आहोत.' मग, मला इटलीला जाण्याची संधी मिळाली आणि तीच निर्णायक ठरली.'' माझ्या आवडत्या शेफची पास्ता बनवण्याऐवजी गिटार वाजवतानाची प्रतिमा नजरेपुढे आणणे माझ्यासाठी कठीण होते, मात्र न निवडलेल्या वाटेविषयी त्यांना काय वाटते, असे मी विचारता ते म्हणाले, ''असं आहे की, संगीत आणि पाककला – ही दोन्ही सर्जनशील उद्योगक्षेत्रं आहेत. मला आनंद आहे की, मी या मार्गाने आलो. मात्र मला वाटतं की, मी याऐवजी संगीत कलावंतही बनू शकलो असतो.''

ज्युलिया चाइल्डबाबत बोलायचे, तर त्या सोल म्युनिएचा प्रत्येक स्वर्गीय घास हा खरोखरच उलगडा करणारा होता; परंतु तिला झालेला साक्षात्कार 'अभिजात फ्रेंच खानपान हे दैवी आहे,' असा होता, तिला स्वतःला शेफ, पाककृतींच्या पुस्तकाची लेखिका किंवा अखेरीस अमेरिकेला त्यांच्या स्वतःच्या स्वयंपाकघरांमध्ये 'कॉक औ विन' पदार्थ बनवण्यास शिकवणारी स्त्री व्हायचे आहे, असा नव्हता. खरेतर, त्या संस्मरणीय भोजनानंतर लागोपाठ स्वारस्य चाळवणारे अनुभव आल्याचे ज्युलिया यांच्या आत्मचरित्रावरून उघड होते. पॅरिसच्या बिस्ट्रोंमधील अगणित सुग्रास भोजनग्रहण; शहरातील खुल्या बाजारामध्ये खाटीक, मासेविक्री करणारे आणि शेतीमाल विकणारे आदी मैत्रीपूर्ण लोकांशी झालेल्या गप्पा आणि मैत्री; फ्रेंच पाककृतींच्या विश्वकोषासमान असणाऱ्या दोन पुस्तकांशी पडलेली गाठ – त्यांपैकी एक पुस्तक ज्युलिया यांना त्यांच्या फ्रेंच शिकवणाऱ्या शिक्षकांनी उधार दिले होते,

तर दुसरे पुस्तक हे सदैव पाठिंबा देणारे त्यांचे पती पॉल यांच्याकडून मिळालेली भेट होती; अतिशय उत्साही, मात्र तितक्याच अधिक अपेक्षा बाळगणारे शेफ बगनार्ड यांच्या मार्गदर्शनाखाली ले कॉर्डन ब्ल्यू येथे पाककलेच्या वर्गांमध्ये घालवलेले तासन्तास आणि अमेरिकन लोकांसाठी पाककृतींचे पुस्तक लिहिण्याची कल्पना सुचलेल्या पॅरिसवासी दोन महिलांसोबतचा परिचय या सर्व गोष्टींचा समावेशही त्या अपूर्ण यादीमध्ये होईल.

एकेकाळी कादंबरीकार होण्याची स्वप्ने पाहिलेल्या आणि त्यांनीच म्हटल्याप्रमाणे, बालपणी 'स्वयंपाकामध्ये शून्य स्वारस्य' असणाऱ्या ज्युलिया पॅरिसमध्ये त्या अचूकरीत्या शिजवलेल्या माशाचा निर्णायक घास घेतल्यानंतर कॅलिफोर्नियाला त्यांच्या घरी परतल्या असत्या, तर काय घडले असते? आपल्याला याचे उत्तर खात्रीशीरपणे माहीत नसले, तरी स्पष्टपणे फ्रेंच खानपानासोबतच्या ज्युलिया यांच्या प्रणयाराधनेमध्ये, त्या सोल पदार्थाचा पहिला घास हा फक्त पहिल्या चुंबनाइतकाच होता. ''खरंच, मी जितकी जास्त स्वयंपाक करते, तितकी मला पाककला अधिकाधिक आवडते,'' असे त्यांनी नंतर त्यांच्या नणंदेला सांगितले होते. ''विचार केला, तर मला माझी खरी आवड (मांजर आणि पतीचा अपवाद वगळता) सापडण्यासाठी चाळीस वर्षं लागली आहेत.''

त्यामुळे जे लोक स्वतःला आवडणारेच काम उपजीविकेसाठी करतात, अशांचा आपल्याला बहुधा हेवा वाटत असला, तरी उर्वरित आपणा सर्वांपेक्षा वेगळ्या जागेवरून त्यांनी सुरुवात केली असेल, असे आपण गृहीत धरता कामा नये. त्यांनाही स्वतःच्या आयुष्यासोबत नेमके काय करायचे आहे, याचा शोध घेण्यासाठी बऱ्यापैकी वेळ लागला असण्याची शक्यता आहे. ''दुसरे काही करण्याची मी कल्पनाही करू शकत नाही,'' असे प्रारंभिक भाषणे देणारे लोक बहुधा त्यांच्या पेशांबाबत म्हणत असतीलही; परंतु प्रत्यक्षात त्यांच्या आयुष्यातील अगोदरचा एक काळ असाही होता, जेव्हा ते अशी कल्पना करू शकत होते.

काही महिन्यांपूर्वी, मी रेडिट या वेबसाइटवर 'सर्वच गोष्टींमध्ये क्षणभंगुर स्वारस्य, करियरची दिशाच नाही,' असे शीर्षक असणारी एक पोस्ट वाचली :

> मी तिशीच्या सुरुवातीच्या टप्प्यामध्ये आहे आणि करियरच्या दृष्टीने मी काय करावे, याची मला अजिबात कल्पना नाही. संपूर्ण आयुष्य, मी किती हुशार, चाणाक्ष आहे/माझ्यामध्ये किती क्षमता आहे, असे ज्याला सांगण्यात येते, अशा लोकांपैकी मी एक आहे. मला इतक्या

> साऱ्या गोष्टींमध्ये स्वारस्य वाटते की, मी कशाबाबतही प्रयत्न करण्यात दुर्बळ ठरतो. तुम्ही कोणतेही काम करून पाहण्यापूर्वीच - प्रत्येक काम करण्यासाठी विशेष प्रमाणपत्र किंवा हुद्द्याची आवश्यकना असते आणि त्यासाठी दीर्घकाळ वेळेची आणि आर्थिक गुंतवणूक करणे आवश्यक असते, असे वाटते आणि ही एक कटकटच आहे.

ही पोस्ट लिहिणाऱ्या त्या तिशीतील कोणत्यातरी व्यक्तीबाबत मला खूप सहानुभूती आहे. त्याचप्रमाणे, करियरविषयक सल्ला मागण्यासाठी माझ्याकडे येणाऱ्या विशीतील तरुणाईविषयीही एका महाविद्यालय प्राध्यापिका म्हणून मला खूप सहानुभूती आहे. माझे सहकारी बॅरी श्वार्ट्झ हे माझ्याहूनही दीर्घकाळ अस्वस्थ युवा प्रौढांना मार्गदर्शन, समुपदेशन करत आले आहेत. ते स्वार्थमोअर महाविद्यालयामध्ये तब्बल पंचेचाळीस वर्षे मानसशास्त्र शिकवत आहेत.

अवास्तव अपेक्षा या बहुतांश युवावर्गाला करियरविषयक गंभीर स्वारस्य विकसित करण्यास प्रतिबंध करतात, असे बॅरी यांना वाटते. ''बहुतांश तरुणाईला प्रेमसंबंधांकरिता जोडीदार शोधताना जी समस्या येते, तशीच खरंतर ही समस्या आहे. त्यांना खूप आकर्षक, हुशार, प्रेमळ, संवेदनशील, विचारी आणि गमतीशीर असणारं असं कुणीतरी हवं असतं. प्रत्येक बाबतीत सर्वार्थाने सर्वोत्कृष्ट असणारी व्यक्ती तुला भेटू शकत नाही, असे एखाद्या वीस वर्षीयाला सांगण्याचा प्रयत्न करा. ते ऐकत नाहीत. ते परिपूर्णतेसाठी थांबून राहतात.''

''तुमची एवढी छान पत्नी मायर्नाविषयी तुमचं काय म्हणणं आहे?''

''हो, ती छान आहे. नक्कीच, माझ्यापेक्षा अधिक चांगली आहे; परंतु ती परिपूर्ण आहे का? मी जिच्यासोबत आनंदी आयुष्य जगू शकलो असतो, अशी ती एकमेव व्यक्ती आहे का? ती ज्याच्यासह चांगला संसार करू शकली असती, असा मी या जगातला एकमेव पुरुष आहे का? मला नाही वाटत असं.''

करियरच्या प्रेमात पडण्याची क्रिया ही अचानक आणि वेगवान असली पाहिजे, ही मिथककथासुद्धा याच प्रकारची समस्या आहे, असे बॅरी सांगतात. ''अशा बऱ्याचशा गोष्टी आहेत, ज्यांच्याशी काही काळ जोडले गेल्यानंतर, कशामध्येतरी थोडे खोलवर गेल्यानंतर त्यांचे बारकावे आणि आनंदनिधानं गवसतात. बऱ्याच गोष्टींबाबत तुम्ही सुरुवात करेपर्यंत, त्या करणे तुम्हाला नीरस आणि उथळ वाटते आणि काही काळानंतर तुम्हाला सुरुवातीला माहीत नव्हते, असे अनेक पैलू त्यांना आहेत आणि तुम्ही कधीच एखादी समस्या पूर्णपणे सोडवू शकत नाही किंवा ती तुम्हाला पूर्णपणे समजत नाही किंवा यांसारख्या इतरही बऱ्याच गोष्टी तुम्हाला जाणवतात. यासाठी तुम्ही त्या गोष्टीसोबत काही काळ जोडलेलं राहणं गरजेचं असतं.''

काही क्षणांचा अर्थपूर्ण विराम घेऊन बॅरी पुढे म्हणाले, ''खरंतर, जोडीदार शोधणं हे अचूक रूपक आहे. संभाव्य जोडीदाराला – एकमेवाद्वितीय परिपूर्ण अशा जोडीदाराला नाही, तर आश्वासक जोडीदाराला – भेटणं, ही केवळ सुरुवात असते.

स्वारस्याच्या मानसशास्त्राविषयी अद्यापही आपल्याला खूप काही माहीत नाही. उदाहरणार्थ, आपल्यापैकी काही जणांना (माझ्यासह) पाककला हा चित्तवेधक विषय का वाटतो आणि इतर बऱ्याच जणांना त्याची अजिबातच फिकीर करावीशी का वाटत नाही, हे आपल्याला कळायला हवे, अशी माझी इच्छा आहे. मार्क व्हेट्री हे सर्जनशील उद्योगांकडे आकर्षित का झाले आणि रॉडी गेन्स यांना क्रीडा हा विषय का आवडतो? आपल्यासंबंधीच्या इतर प्रत्येक गोष्टींप्रमाणेच, स्वारस्य हेसुद्धा काही अंशी आनुवंशिक आणि काही अंशी अनुभवकार्याचा परिपाक असतो, या काहीशा संदिग्ध स्पष्टीकरणापलीकडे मी याबाबत तुम्हाला काही सांगू शकत नाही; परंतु स्वारस्याच्या उत्क्रांतीबाबत झालेल्या शास्त्रीय संशोधनातून काही महत्त्वाची मर्मदृष्टी लाभली आहे. दुर्दैवाने, या मूलभूत गोष्टींचे सर्वसामान्यरीत्या आकलन झालेले नाही, असे मला वाटते.

उत्कट आवडीविषयी जेव्हा आपण विचार करतो, तेव्हा तो अचानक, एकाएकी लागलेला शोध आहे, असे आपल्यापैकी बहुतांश जणांना वाटते – *सोल म्युनिएच्या* पहिल्या घासाने, तुम्ही आयुष्यातील बरीच वर्षे स्वयंपाकघरात घालवणार असल्याची निश्चितता आपल्यासोबत घेऊन येणे, पहिल्या जलतरण स्पर्धेवेळी पाण्यात सूर मारणे आणि एकेदिवशी तुम्ही ऑलिंपिकपटू बनाल, या भविष्यज्ञानासोबतच पाण्याबाहेर येणे... *दि कॅचर इन दि रे* कादंबरीच्या शेवटापर्यंत येणे आणि तुमचा जन्म लेखक बनण्यासाठीच झाला आहे, याची जाणीव होणे; परंतु अखेरीस आयुष्यभराच्या उत्कट आवडीकडे घेऊन जाऊ शकेल, अशा गोष्टीसोबत पडणारी पहिली गाठ ही नेमकी तेवढीच असते – खूप प्रदीर्घ, कमी नाट्यमय कथानकातील फक्त एका सुरुवातीच्या प्रसंगाएवढी.

'सर्वच गोष्टींमध्ये क्षणभंगुर स्वारस्य' असणाऱ्या आणि 'करियरची दिशाच नसणाऱ्या' त्या रेडिटवरील तिशीतील व्यक्तीला विज्ञान पुढील गोष्टी सांगते : तुमच्या कामाप्रती उत्कट आवड निर्माण होण्यामध्ये थोडासा शोध असतो, त्यापाठोपाठ येणारी खूप मोठी *विकासप्रक्रिया* असते आणि त्यानंतर, आयुष्यभर अधिकाधिक *खोलवर* जाणे असते.

म्हणजे काय, ते मी समजावते.

सर्वप्रथम म्हणजे मोठेपणी आपल्याला काय व्हायचे आहे, हे समजण्यासाठी बालपण हा सर्वसाधारणतः खूपच लवकरचा टप्पा आहे. विविध काळांतील हजारो

लोकांना अभ्यासणाऱ्या दीर्घकालीन संशोधनांनी हे दाखवून दिले आहे की, बहुतांश लोक माध्यमिक शाळेमध्ये शिकत असतानाच्या काळात विशिष्ट पेशांसंबधीच्या स्वारस्यविषयांकडे आकृष्ट होतात आणि इतर स्वारस्यविषयांपासून दूर जातात. माझ्या मुलाखतींच्या संशोधनामध्येही मी निश्चितपणे हा आकृतिबंध पाहिला आणि पत्रकार हेस्टर लॅसी यांनी 'महायशस्वी' लोकांच्या घेतलेल्या मुलाखतींमध्येही त्यांना हे आढळले आहे. तथापि, भविष्यातील निग्रहाचा मेरुमणी असला, तरी सातव्या इयत्तेतील विद्यार्थ्याची त्या वयामध्ये पूर्णतः स्पष्ट उत्कट आवड असण्याची शक्यता कमी आहे, हे ध्यानात ठेवा. सातव्या इयत्तेतील तो किंवा ती हे नुकतीच आपल्या आवडी आणि नावडी समजून घेण्यास सुरुवात करत असतात.

दुसरी गोष्ट म्हणजे स्वारस्यविषय हे आत्मचिंतनातून सापडत नाहीत. त्याउलट, बाहेरील जगाशी केलेल्या आदानप्रदानामधून आपल्या स्वारस्याला चालना मिळते. स्वारस्य सापडण्याची प्रक्रिया ही गोंधळाची, अपघाताने होणारी आणि अकार्यक्षम असू शकते. याचे कारण, कोणती गोष्ट तुमचे लक्ष वेधून घेईल आणि कोणती घेणार नाही, याचा अंदाज तुम्ही निश्चितपणाने खरेच लावू शकत नाही. त्याचप्रमाणे, तुम्ही स्वतःला गोष्टी आवडण्याचा निव्वळ संकल्पही करू शकत नाही. ''स्वतःवर स्वारस्य लादण्याचा प्रयत्न करणे ही लोकांकडून करण्यात येणाऱ्या मोठ्या चुकांपैकी एक आहे,'' असे निरीक्षण जेफ बॅझोस यांनी नोंदवले आहे. प्रयोग करून पाहिल्याशिवाय, कोणते स्वारस्यविषय तुमच्यासोबत राहतील आणि कोणते राहणार नाहीत, हे तुम्ही शोधू शकत नाही.

विरोधाभास म्हणजे स्वारस्याचा सुरुवातीच्या टप्प्यातील शोधाकडे बऱ्याचदा शोध घेणाऱ्याचे लक्षही जात नाही. अन्य शब्दांत सांगायचे, तर तुम्हाला कशामध्ये तरी नुकतेच स्वारस्य वाटण्यास सुरुवात होते, तेव्हा असे घडतेय, हे तुम्हाला कदाचित जाणवतही नाही. कंटाळ्याची भावना ही नेहमीच स्वयंजागृत असते – तुम्हाला कंटाळा येतो, तेव्हा लागलीच तुम्हाला ते समजते – परंतु तुमचे लक्ष जेव्हा नव्या कामाकडे किंवा अनुभवाकडे आकृष्ट होते, तेव्हा तुमच्याबाबत काय घडते आहे, याचे बहुधा तुम्हाला खूप कमी भान असते. याचा अर्थ असा की, नव्या उपक्रमाच्या सुरुवातीला, दर काही दिवसांनी स्वतःला अस्वस्थपणे 'आपल्याला स्वतःची उत्कट आवड सापडलीय का,' असे विचारणे हे कालपूर्व आहे.

तिसरी गोष्ट म्हणजे स्वारस्यविषयाचा सुरुवातीच्या शोधपाठोपाठ ते स्वारस्य विकसित करण्याचा बराच लांबलचक आणि अधिकाधिक क्रियाशील असा काळ येतो. महत्त्वाचे म्हणजे नवा स्वारस्यविषय सुरुवातीला उत्पन्न झाल्यानंतर त्यामागोमाग तुमचे लक्ष पुनःपुन्हा त्याकडे वेधून घेणारा पुनर्परिचय झाला पाहिजे.

उदाहरणार्थ, 'नासा'चे अवकाशशास्त्रज्ञ माइक हॉपकिन्स यांनी मला सांगितले होते की, हायस्कूलमध्ये असताना टीव्हीवर पाहिलेल्या अवकाशयानाच्या प्रक्षेपणाने

सुरुवातीला त्यांना अवकाशभ्रमणाच्या आयुष्यभराच्या स्वारस्यासाठी प्रेरणा दिली होती; परंतु केवळ एकाच प्रक्षेपणामुळे ते याच्याशी जोडले गेले नव्हते. काही वर्षांच्या कालावधीमध्ये वारंवार अशी बरीच प्रक्षेपणे दाखवण्यात आली होती. त्यानंतर अल्पावधीतच, त्यांनी नासाविषयी अधिक माहिती मिळवण्यास सुरुवात केली आणि 'माहितीच्या एका तुकड्याने दुसऱ्यापर्यंतचा मग दुसऱ्याने तिसऱ्यापर्यंतचा मार्ग दाखवला.'

निष्णात कुंभार वॉरेन मॅकेन्झी हे महाविद्यालयामध्ये असताना एकदा केवळ चित्रकलेच्या सर्व वर्गांची विद्यार्थीसंख्या पूर्ण भरल्यामुळे सुरुवातीला सिरॅमिक्सच्या वर्गात जाऊन बसले होते. त्यापाठोपाठ, महान कुंभार बर्नार्ड लिच यांच्या *ए पॉटर्स बुक* या पुस्तकाचा लागलेला शोध आणि त्यानंतर, दस्तरखुद्द लिच यांच्याकडेच वर्षभर केलेली उमेदवारी या गोष्टी घडल्या.

अखेरीस, पालक, शिक्षक, प्रशिक्षक आणि सहकारी यांसह पाठीराख्यांचे प्रोत्साहन मिळते, तेव्हा स्वारस्य जोमाने बहरते. इतर लोक इतके महत्त्वाचे का असतात? पहिले म्हणजे एखादी गोष्ट प्रत्यक्षात अधिकाधिक आवडण्यासाठी आवश्यक असणारे उत्तेजन आणि माहिती हे लोक वेळोवेळी पुरवतात. त्याचबरोबर, अधिक साहजिक बाब म्हणजे – सकारात्मक अभिप्राय हा आपल्याला आनंदी, सक्षम आणि सुरक्षित बनवतो.

मार्क व्हेट्री यांचेच उदाहरण घ्या. त्यांची पाककलाविषयक पुस्तके आणि खाद्यविषयक निबंध वाचण्याने मला नेहमीच खूप आनंद मिळत आला आहे. तथापि, संपूर्ण शालेय शिक्षणादरम्यान व्हेट्री हे 'क' श्रेणी मिळवणारे विद्यार्थी होते. ''मी शिक्षणामध्ये कधीच परिश्रम केले नाहीत,'' असे त्यांनी मला सांगितले. '''हे एक प्रकारे कंटाळवाणं आहे,' असं मला नेहमीच वाटायचं.'' त्याउलट, मार्क हे रविवारची आनंददायी दुपार साऊथ फिली येथील त्यांच्या सिसिलियन आज्जीच्या घरी घालवायचे. ती मिटबॉल्स आणि लसांज यांसारखे पदार्थ बनवायची आणि मला नेहमीच लवकर जाऊन तिला मदत करायला आवडायचे. मी साधारण अकरा वर्षांचा वगैरे झालो, तेव्हा मला घरीही ते पदार्थ करून बघण्याची इच्छा होऊ लागली.''

कुमारवयीन असताना मार्क एका स्थानिक रेस्टॉरंटमध्ये भांडी घासण्याचे अर्धवेळ काम करायचे. 'आणि मला ते आवडायचं. मी त्यासाठी खूप परिश्रम करायचो.' का? पैसे कमावणे ही एक प्रेरणा होती, मात्र स्वयंपाकघराशी असणारे सख्य ही दुसरी प्रेरणा होती. ''साधारणतः त्या काळामध्ये, मी एक प्रकारे सामाजिकदृष्ट्या वाळीत टाकलेला होतो. मी काहीसा अवघडलेला होतो. माझ्या बोलण्यात तोतरेपणा होता. 'मी विचित्र आहे,' असे शाळेमध्ये सर्वांना वाटायचे. रेस्टॉरंटमध्ये असताना, 'अरे, मी इथे भांडी घासू शकतो आणि भांडी घासताना

मी स्वयंपाक करणाऱ्या लोकांना पाहूही शकतो, त्याचबरोबर इथे खाऊही शकतो. सगळं काही छान आहे आणि त्यांना मी आवडतोय,' असं मला वाटायचं.''

जर तुम्ही मार्क यांची पाककलाविषयक पुस्तके वाचली, तर खानपानाच्या जगतामध्ये त्यांनी किती मित्र आणि मार्गदर्शक मिळवले आहेत, हे पाहून तुम्ही प्रभावित व्हाल. पाने उलटा आणि मार्क यांची एकट्याची छायाचित्रे शोधा, खूप प्रयत्न करूनही तुम्हाला ती फारशी मिळणार नाहीत. *ली व्हिएजिओ दि व्हेट्री* यांनी त्या पुस्तकाला लिहिलेला ऋणनिर्देश वाचा. त्यांचा प्रवास शक्य बनवणाऱ्या लोकांच्या नावांनी त्या ऋणनिर्देशाची दोन पाने भरली आहेत आणि त्यासोबतच, पुढील टिपणही आहे : ''आई आणि बाबा, तुम्ही मला नेहमीच माझा स्वतःचा मार्ग शोधू दिलात आणि त्या वाटेवरून जाण्यासाठी मदत केलीत. माझ्यासाठी याचे मोल किती आहे, हे तुम्हाला कधीच कळणार नाही. मला नेहमीच तुमची गरज असेल.''

उत्कट आवडी आपल्यामध्ये एकाएकी, साक्षात्कारासारख्या, सक्रियपणे, त्या विकसित करण्याच्या गरजेविना येत नाहीत, हे त्रासदायक आहे का? कदाचित; परंतु आपले सुरुवातीचे स्वारस्यविषय हे ठिसूळ, संदिग्धरीत्या स्पष्ट झालेले असतात आणि त्यांना उत्साही, वर्षानुवर्षांच्या संवर्धनाची आणि शुद्धीकरणाची गरज असते, हे वास्तव आहे.

काही वेळा मी जेव्हा अस्वस्थ पालकांशी बोलते, तेव्हा निग्रहाच्या मला अभिप्रेत असणाऱ्या अर्थाविषयी त्यांचा गैरसमज झाल्याचे मला जाणवते. निग्रहाचा अर्धा भाग हा जिद्द व चिकाटीचा आहे, असे मी त्यांना सांगते, तेव्हा त्याला प्रतिसाद म्हणून समोरून मान्यतेच्या माना डोलावल्या जातात; परंतु अंगभूतरीत्या स्वारस्यपूर्ण न वाटणाऱ्या कुठल्यातरी गोष्टीवर कोणीही आग्रहीपणे काम करत नसते, हेसुद्धा मी त्यांना सांगते. येथे माना डोलायच्या थांबतात आणि प्रश्नार्थकपणे उंचावतात.

''तुम्हाला काहीतरी फक्त आवडते, याचा अर्थ तुम्ही त्यात चांगले बनाल, असा नसतो. जर तुम्ही त्यावर काम केलं नाही, तर निश्चितच नाही. बहुतांश लोक त्यांना आवडणाऱ्या गोष्टींमध्ये खूप वाईट कामगिरी करतात,'' असे स्वयंघोषित 'टायगर मॉम' हे बिरुद स्वीकारणाऱ्या ख्यातकीर्त अमेरिकन वकील एमी चुआ म्हणतात. या विधानाशी मी अतिशय सहमत आहे. अगदी तुनच्या स्वारस्यविषयांच्या विकासामध्येही, मेहनत – सराव, अभ्यास, शिकणे इ. – करावी लागते. तरीही, माझा मुद्दा असा आहे की, आवडत नसणाऱ्या गोष्टींमध्ये बहुतांश लोकांची कामगिरी ही आणखीच वाईट असते.

त्यामुळे सर्व वयोगटांतील पालकांसाठी, लवकरच पालक बनणाऱ्यांसाठी आणि पालक नसणाऱ्यांसाठीही माझा एक संदेश आहे : परिश्रमाआधी प्रयोग येतो.

आपली उत्कट आवड अद्याप निश्चित नसणाऱ्यांनी त्यांच्या कौशल्यांना कसोशीने धार काढण्यासाठी दिवसाचे तासन्तास घालवण्यास सज्ज होण्यापूर्वी, काहीतरी करून पाहण्याचा, स्वारस्यविषयांना पुनःपुन्हा चालना देण्याचा टप्पा येतो. अर्थातच, स्वारस्यविषयाचा विकास करण्यासाठी वेळ आणि ऊर्जा, तसेच काही प्रमाणात शिस्त आणि त्यागही आवश्यक असतो; परंतु या सर्वांत सुरुवातीच्या टप्प्यावर नवोदित हे अधिक सरस होण्याने झपाटलेले नसतात. ते भविष्यातील वर्षानुवर्षांचा विचार करत नसतात. त्यांचे सर्वोच्चस्तरीय, जीवनाचे केंद्रस्थान ठरणारे ध्येय कोणते असेल, हे त्यांना माहीत नसते. अन्य कशाहीपेक्षा अधिक ते आनंद लुटण्यात गर्क असतात.

अन्य शब्दांत सांगायचे, तर अगदी सर्वांत परिपूर्ण तज्ज्ञही गांभीर्यशून्य नवशिके म्हणूनच सुरुवात करतात.

मानसशास्त्रज्ञ बेंजामिन ब्लूम यांचाही हाच निष्कर्ष आहे. ब्लूम यांनी कला, क्रीडा किंवा विज्ञान या विषयांमध्ये जागतिक दर्जाची कौशल्ये आत्मसात केलेल्या १२० जणांच्या – त्याचबरोबर त्यांच्या पालकांच्या, प्रशिक्षकांच्या आणि शिक्षकांच्या मुलाखती घेतल्या आहेत. कौशल्याचा विकास हा तीन भिन्न टप्प्यांमधून घडत जातो आणि यातील प्रत्येक टप्पा हा काही वर्षांचा असतो, हा ब्लूम यांच्या महत्त्वाच्या निष्कर्षांपैकी एक आहे. ब्लूम यांच्यात शब्दांत सांगायचे झाल्यास 'सुरुवातीच्या वर्षांमध्ये' स्वारस्यविषयाचा शोध लागतो आणि तो विकसित होतो.

या सुरुवातीच्या वर्षांदरम्यान प्रोत्साहन अतिशय महत्त्वाचे असते. कारण, या टप्प्यावर नवशिके आपल्याला कटिबद्ध राहायचे आहे की प्रयत्न सोडून द्यायचे आहेत, याचा अद्याप शोध घेत असतात म्हणूनच या टप्प्यावरील सर्वोत्तम मार्गदर्शक हे विशेषकरून प्रेमळ आणि पाठिंबा देणारे असतात, असे ब्लूम आणि त्यांच्या संशोधक गटाला आढळले : 'हे शिक्षक सुरुवातीची शिक्षणप्रक्रिया अतिशय आनंददायी आणि फलदायी बनवतात, हा बहुधा त्यांचा सर्वांत मोठा गुण असतो. संबंधित क्षेत्राची बरीचशी ओळख ही एखाद्या खेळकर कृतीप्रमाणे घडते आणि या टप्प्याच्या सुरुवातीचे शिक्षण हे बऱ्यापैकी एखाद्या खेळाप्रमाणे असते.'

सुरुवातीच्या वर्षांमधील स्वायत्ततेचे प्रमाणही महत्त्वाचे आहे. डोईजड पालक आणि शिक्षकांमुळे अंगभूत प्रेरणा विरून जाते, यावर शिकणाऱ्यांच्या नोंदी ठेवणाऱ्या दीर्घकालीन अभ्यासांनी शिक्कामोर्तब केले आहे. ज्या मुलांचे पालक मुलांना काय आवडते, याची निवड मुलांना स्वतःलाच करू देतात, त्या मुलांनी नंतर उत्कट आवड म्हणून ओळखले जाणारे स्वारस्यविषय विकसित करण्याची शक्यता अधिक असते, त्यामुळे माझ्या आजोबांनी १९५०मध्ये शांघाय येथे माझ्या वडिलांच्या करियरचा मार्ग ठरवण्याबाबत वडिलांनी एकदाही फेरविचार केला नसला तरी, आजच्या काळात बहुतांश तरुण मुलांना त्यांचा आवडीनिवडी विचारात न घेता त्यांच्यावर लादण्यात आलेले स्वारस्यविषय पूर्णपणे अंगिकारणे अवघड जाईल.

निवांत, खेळीमेळीच्या वातावरणामध्ये स्वारस्यविषय शोधण्याचा व विकसित करण्याचा हा टप्पा कमी करण्याचे गंभीर परिणाम होतात, असे क्रीडा मानसशास्त्रज्ञ जॉन कोएट यांना आढळले आहे. कोएट यांच्या संशोधनानुसार, एका खेळाप्रती कटिबद्ध राहण्यापूर्वी बालपणी विविध प्रकारचे क्रीडा प्रकार नमुन्यादाखल आजमावलेले रॉडी गेन्स यांच्यासारखे व्यावसायिक खेळाडू, सर्वसाधारणतः दीर्घकाळामध्ये बरीच चांगली कामगिरी करतात. तरुण खेळाडूंना कोणता खेळ इतर खेळांपेक्षा आपल्याला अधिक साजेसा आहे, हे निश्चित करण्यासाठी या सुरुवातीच्या टप्प्यातील अनुभवाची मदत होते. त्याचबरोबर, नमुन्यादाखल खेळलेल्या खेळांमुळे 'भिन्नप्रकारचे' स्नायू आणि कौशल्ये तयार होण्याची संधी उपलब्ध होते आणि या गोष्टी शेवटी अधिक एकाग्र प्रशिक्षणासाठी पूरक ठरतात. हा टप्पा टाळणाऱ्या खेळाडूंना बऱ्याचदा विशिष्ट खेळामध्ये कमी प्रावीण्य मिळवलेल्या प्रतिस्पर्ध्यांपेक्षा सुरुवातीला अधिक लाभ मिळत असला, तरी ते खेळाडू शारिरीकदृष्ट्या दुखापतग्रस्त होण्याची किंवा थकून त्यांची इच्छाशक्ती संपून जाण्याची शक्यता अधिक असल्याचे कोएट यांना आढळले.

ब्लूम ज्यांना 'मधली वर्षे' असे संबोधतात, त्यावर आपण सरावाविषयीच्या पुढील प्रकरणामध्ये चर्चा करणार आहोत. शेवटी, आठव्या प्रकरणामध्ये आपण जेव्हा हेतूविषयी चर्चा करू, तेव्हा आपण 'नंतरची वर्षे' यासंबंधीचे गूढ उकलणार आहोत.

आतापुरते तज्ज्ञ आणि नवशिके यांच्या प्रेरणात्मक गरजा भिन्न असतात, हे तुमच्यापर्यंत पोहोचल्याची आशा मी बाळगते. कोणत्याही उपक्रमाच्या सुरुवातीला, आपल्याला प्रोत्साहन आणि कशात आनंद मिळत आहे, हे शोधण्याचे स्वातंत्र्य मिळण्याची गरज असते. आपल्याला लहानसे विजय आवश्यक असतात. आपल्याला कौतुक गरजेचे असते. हो, आपण टिकेचे काही कडू घोट आणि सुधारणात्मक अभिप्राय पचवू शकतो. हो, आपल्याला सराव करणे गरजेचे असते; परंतु प्रमाणापेक्षा जास्त नाही आणि खूप लवकरही नाही. निवशिक्याला घाई कराल, तर तुम्ही त्यांचे उगवते स्वारस्य ठेचून टाकाल. तसे एकदा घडले, तर मग पुन्हा ते स्वारस्य मिळवणे खूप खूप कठीण असते.

आता पुन्हा आपल्या प्रारंभिक भाषणकर्त्यांकडे परतू या. ते सर्व उत्कट आवडीविषयीच्या संशोधनाचे विषय आहेत, त्यामुळे त्यांनी स्वतःची सुरुवातीची वर्षे कशी घालवली, यांपासून काहीतरी शिकण्याजोगे आहे.

माझी आई 'लेखिका आणि शब्दप्रेमी' होती, असे *न्यू यॉर्क टाइम्सच्या* शब्दकोडे विभागाचे संपादक विल शॉर्ट्स यांनी मला सांगितले होते. त्याचबरोबर,

त्यांची आई शब्दकोड्यांचीही चाहती होती, त्यामुळे भाषेकडील ओढा हा आपल्या रक्तात, जनुकांमध्येच असू शकेल, असा अंदाज शॉर्ट्स वर्तवतात.

परंतु ते ज्या विशेष वाटेवरून चालले, ते काही केवळ त्यांचे जनुकीय विधिलिखित नव्हते. वाचायला आणि लिहायला शिकल्यानंतर अल्पावधीतच, शॉर्ट्स यांच्या हाती कोड्यांचे पुस्तक लागले. ''त्या पुस्तकाने माझं कुतूहल चाळवलं,'' ते आठवण सांगतात. ''मला तसं माझं स्वतःचं पुस्तक बनवायचं होतं.''

त्यांच्या जिज्ञासेचा प्रारंभिक वेध घेणाऱ्या त्या पहिल्या कोड्याच्या पुस्तकापाठोपाठ अपेक्षितपणे, बरीच अन्य पुस्तके आली. ''शब्दकोडी, गणितीय कोडी, तुम्ही नुसते नाव घ्यायचा अवकाश...'' काही काळातच शॉर्ट्स यांना सर्व मोठे कोडीरचनाकार नावासहीत माहीत झाले. त्यांचे आदर्श सॅम लॉइड यांच्या 'डॉवर बुक्स'चा संपूर्ण संग्रह त्यांनी मिळवला, तसेच इतरही अर्धा डझन कोडीरचनाकारांचे संग्रह त्यांच्याकडे जमा झाली. या कोडीरचनाकारांची नावे मला जितकी अपरिचित होती, तितकीच ती शॉर्ट्स यांच्या परिचयाची होती.

ही सगळी पुस्तके आणली कोणी?

त्यांच्या आईने.

तिने आणखी काय केले?

''मला आठवतंय, मी जेव्हा अगदी लहान होतो, तेव्हा घरी माझ्या आईचा ब्रिज (पत्त्यांचा विशिष्ट खेळ) क्लब होता आणि दुपारभर मला शांत ठेवण्यासाठी तिने एक कागदाचा तुकडा घेतला, त्यावर छोटे चौकोन आखले आणि लांबलचक शब्द त्यामध्ये आडवे आणि उभे कसे भरायचे, हे मला दाखवले. स्वतःची लहानशी कोडी बनवण्यामध्ये माझी ती संपूर्ण दुपार खूप आनंदात गेली. ब्रिज क्लब जेव्हा सुटला, तेव्हा माझी आई आतमध्ये आली आणि माझ्याकरिता कोड्यातील ओळींना आकडे देऊन त्यासाठी सुगावे कसे लिहायचे, हे तिने मला दाखवलं, त्यामुळे ते माझं पहिलं शब्दकोडं होतं.''

आणि त्यानंतर, खूप कमी मातांनी – माझ्या आईसह – पुढाकार घेतला असता किंवा त्यांना कसे करायचे याची माहिती असती, असे काहीतरी शॉर्ट्झ यांच्या आईने केले. ''मी एकदा कोडी बनवायला सुरुवात केल्यानंतर, माझ्या आईने मला ती कोडी विकण्यासाठी प्रोत्साहन दिलं. कारण, एक लेखिका म्हणून ती नियतकालिके आणि वृत्तपत्रांकडे प्रसिद्धीसाठी लेख सुपुर्द करतच होती. मला यामध्ये स्वारस्य आहे, हे एकदा तिने पाहिल्यानंतर माझं काम कसं सुपुर्द करायचं, हे तिने मला दाखवलं.''

''मी चौदा वर्षांचा असताना माझे पहिले कोडं विकलं आणि त्यानंतर मी सोळा वर्षांचा झालो, तेव्हा मी 'डेल पझल मॅगझिन्स' या नियतकालिकासाठी कोड्यांचा नियमित पुरवठादार बनलो होतो.''

स्पष्टपणे, कोणती गोष्ट आपल्या मुलाच्या स्वारस्याला चेतवणारी ठरू शकेल, याच्या शोधात शॉर्ट्झ यांची आई होती. ''माझ्या आईने बऱ्याच चांगल्या गोष्टी केल्या,'' असे त्यांनी मला सांगितले. ''उदाहरणार्थ, मी लहान असताना मला रेडिओ ऐकण्याची, तसेच पॉप व रॉक संगीत ऐकण्याची आवड होती. तिने जेव्हा माझा यातील रस पाहिला, तेव्हा तिने शेजाऱ्यांकडून गिटार आणली आणि माझ्या पलंगाच्या वरच्या पलंगावर ठेवली. जर मला इच्छा झाली, तर ती गिटार उचलून वाजवण्यास सुरुवात करण्याची संधी माझ्याकडे होती.''

परंतु संगीत बनवण्याची इच्छा ही कोडी बनवण्याच्या इच्छेच्या तुलनेत काहीच नव्हती. ''नऊ महिने झाल्यानंतर, मी एकदाही त्या गिटारला स्पर्श न केल्याने तिने ती परत घेतली. मला वाटतं, मला संगीत ऐकायला आवडत होतं; परंतु ते वाजवण्यात मला कोणतंही स्वारस्य नव्हतं.''

शॉर्ट्झ यांनी जेव्हा इंडियाना विद्यापीठामध्ये प्रवेश घेतला, तेव्हा शॉर्ट्झ यांना स्वतःचा खास असा मुख्य विषय शिकणे शक्य व्हावे, असा व्यक्तिनिष्ठ अभ्यासक्रम त्यांच्या आईने शोधून काढला. आजच्या दिवसापर्यंत 'एनिग्मेटॉलॉजी' – म्हणजेच कोड्यांचा अभ्यास या विषयातील महाविद्यालयीन पदवी मिळवणारे शॉर्ट्झ हे जगातील एकमेव व्यक्ती आहेत.

जेफ बॅझोस यांची काय कथा आहे?

जेफ यांच्या असामान्यरीत्या स्वारस्यांनी भरलेल्या बालपणाचे बहुतांश श्रेय त्यांची असामान्यरीत्या जिज्ञासू आई जॅकी यांचे आहे.

जॅकी यांनी वयाची सतरा वर्षे पूर्ण केल्यानंतर दोनच आठवड्यांमध्ये जेफ यांचा जन्म झाला. ''त्यामुळे आपल्याला काय केलं पाहिजे, याचे माझे फारसे पूर्वकल्पित समज नव्हते,'' असे त्यांनी मला सांगितले.

जेफ तसेच त्यांचा लहान भाऊ आणि बहिणीबाबत आपल्याला खोलवर कुतूहल होते, असे जॅकी यांना आठवते. ''या लहानशा जीवांबद्दल, ते कोण आहेत आणि काय करणार आहेत, याबद्दल मला खूप जिज्ञासा होती. ते तिघंही परस्परांपेक्षा भिन्न होते – त्यांच्यापैकी प्रत्येकाला कशात स्वारस्य वाटतं, याकडे मी लक्ष दिलं आणि त्याचा मागोवा घेत गेले. त्यांना ज्यामध्ये आनंद मिळतो, त्यामध्ये त्यांना खोलवर सूर मारू देणं ही माझी जबाबदारी आहे, असं मला वाटलं.''

उदाहरणार्थ, जेफने तीन वर्षांचा असताना बऱ्याचदा 'मोठ्या पलंगावर' झोपण्याची मागणी केली. अखेरीस, त्याला 'मोठ्या पलंगावर' झोपायला मिळेल; परंतु इतक्यात नाही, हे जॅकी यांनी त्याला समजावून सांगितले. दुसऱ्या दिवशी

जॅकी या त्याच्या खोलीत गेल्या, तेव्हा तो स्क्रू-ड्रायव्हर हाती घेऊन त्याचा लहान मुलांसाठीचा पलंग खोलत असल्याचे त्यांना आढळले. जॅकी त्याला ओरडल्या नाहीत. उलट, त्या जमिनीवर बसल्या आणि त्यांनी त्याला मदत केली. त्या रात्री जेफ 'मोठ्या पलंगावर' झोपला.

मिडल स्कूलमध्ये पोहोचेपर्यंत त्याने सर्व प्रकारची यांत्रिक साधने तयार केली होती. त्यामध्ये, त्याच्या भावंडांपैकी कोणीही खोलीचा उंबरठा ओलांडल्यास मोठा आवाज करणाऱ्या त्याच्या बेडरूममधील गजराचाही समावेश होता. ''आम्ही रेडिओशॅक या इलेक्ट्रॉनिक वस्तू व सुटे भाग मिळणाऱ्या प्रसिद्ध दुकानाच्या बऱ्याच फेऱ्या मारल्या,'' जॅकी हसत सांगतात. ''काही वेळा तर आणखी एखादा सुटा भाग आवश्यक असल्याने आम्ही दिवसातून चार वेळाही या दुकानामध्ये गेलो होतो.''

''एकदा, त्याने एक दोरी घेतली आणि स्वयंपाकघरातील सर्व कपाटांची हँडल्स त्या दोरीने एकत्र बांधली. मग, तुम्ही जेव्हा एक दरवाजा उघडायचा, तेव्हा आपोआपच सर्व दरवाजे उघडत असत.''

मी स्वतःला या परिस्थितींमध्ये ठेवून पाहण्याचा प्रयत्न केला. घाबरगुंडी न उडालेल्या स्वतःला पाहण्याचा मी प्रयत्न केला. जॅकी यांनी जे केले म्हणजेच स्वतःचा सर्वांत मोठा मुलगा हा जागतिक दर्जाचा समस्या-मोचक म्हणून उमलत असताना त्याची दखल घेणे आणि नंतर आनंदाने त्याच्या स्वारस्याचे संवर्धन करणे, हे करताना स्वतःला कल्पिण्याचा प्रयत्न मी केला.

''घरात माझं नाव 'कॅप्टन ऑफ केऑस' (गोंधळाची नायिका) असं होतं आणि त्याचं कारण म्हणजे तुम्हाला जे काही करायची इच्छा आहे, ते कोणत्या ना कोणत्या पद्धतीने करणं स्वीकारार्ह असणार होतं,'' असे जॅकी यांनी मला सांगितले.

जेफ यांनी जेव्हा 'इन्फिनिटी क्युब' म्हणजे अनंतापर्यंत परस्परांच्या प्रतिमांची प्रतिबिंबे पाडणारा आरशांचा मोटारीवर चालणारा घनाकार संच तयार करण्याचे ठरवले, तेव्हा आपण एका मैत्रिणीसोबत पदपथावर बसलो होतो, असे जॅकी यांना आठवते. ''जेफ आमच्याजवळ येतो आणि त्यामागील सर्व विज्ञान आम्हाला सांगू लागतो, मी मान डोलावत ऐकत असते आणि दर थोड्या वेळाने एखादा प्रश्न विचारत असते. तो निघून गेल्यानंतर माझ्या मैत्रिणीने मला ते सर्वकाही समजलं का, असं विचारलं. मी म्हणाले, 'मला सर्व काही समजणं महत्त्वाचं नाहीय, मी ऐकून घेणं महत्त्वाचं आहे.'''

हायस्कूलमध्ये गेल्यांतर जेफने नव्या गोष्टींची निर्मिती आणि प्रयोग करण्यासाठी कुटुंबाच्या गॅरेजचे रूपांतर प्रयोगशाळेमध्ये केले. जेफ हा शाळेमध्ये जेवणाच्या सुटीनंतरच्या वर्गांना उपस्थित राहत नसल्याचे सांगण्यासाठी त्याच्या हायस्कूलमधून जॅकी यांना कॉल आला. तो घरी आल्यानंतर जॅकी यांनी त्याला दुपारनंतर तो

कुठे जातो, हे विचारले. मला एक स्थानिक प्राध्यापक सापडले आहेत आणि ते मला विमानाचे पंखे, घर्षण आणि गतिकर्षण यांबाबत प्रयोग करू देत आहे, असे जेफने त्यांना सांगितले. ''ठीक आहे, मला समजलं. आता आपण वाटाघाटीतून हे करण्याच्या कायदेशीर मार्ग काढू शकतो का, ते पाहूया,'' जॅकी म्हणाल्या.

महाविद्यालयामध्ये जेफ यांनी कॉम्प्युटर सायन्स आणि इलेक्ट्रिकल इंजिनिअरिंग हे मुख्य विषय घेतले आणि पदवी शिक्षण पूर्ण झाल्यानंतर गुंतवणूक निधीच्या व्यवस्थापनासाठी आपली प्रोग्रॅमिंग कौशल्ये वापरली. त्यानंतर काही वर्षांनी जॅफ यांनी जगातील सर्वांत मोठ्या नदीच्या नावावरून आपल्या इंटरनेट पुस्तकालयाची उभारणी केली : ॲमेझॉन डॉट कॉम. (त्यांनी www.relentless.com http://www.relentless.com या यूआरएलची नोंदणीही केली होती; तुमच्या ब्राउजरमध्ये ही यूआरएल टाइप करा आणि ती तुम्हाला कुठे घेऊन जाते, ते पाहा...)

''मी नेहमीच शिकत असतो,'' विल शॉर्ट्झ यांनी मला सांगितले होते. ''मी नेहमीच माझ्या मेंदूला नव्या मार्गाने ताण देत असतो, शब्दासाठीचा नवा सुगावा शोधण्याचा, नवी मांडणी शोधण्याचा प्रयत्न करत असतो. जर तुम्ही लिहिण्यास कंटाळले असाल, तर याचा अर्थ तुम्ही तुमच्या आयुष्यास कंटाळलेले आहात – असं एका लेखकाने म्हटल्याचं मी एकदा वाचलं होतं. मला वाटतं, कोड्यांबाबतही ही गोष्ट खरी आहे. तुम्ही जर कोड्यांना कंटाळले असाल, तर तुम्ही आयुष्याला कंटाळले आहात, कारण कोडी ही इतकी वैविध्यपूर्ण असतात.''

माझ्या वडिलांसह, निग्रहाचे शिखर गाठलेल्या ज्या ज्या लोकांशी मी बोलले, त्यांपैकी जवळपास प्रत्येकाने हीच गोष्ट सांगितली आणि एकामागून एक मोठ्या प्रमाणावर केलेली संशोधने अभ्यासल्यानंतर, माणूस जितका जास्त निग्रही असतो, तितके त्याने करियरविषयक बदल कमी करण्याची शक्यता असते, असे मला आढळले.

त्याउलट, सवयीने स्वतःला नव्या उपक्रमात अविचारीपणे झोकून देणारे, हिरिरीने स्वारस्यविषय विकसित करणारे आणि मग तीन, चार किंवा पाच वर्षांनी ते सोडून संपूर्णतः वेगळीच गोष्ट करणारे लोक आपल्या सर्वांच्याच परिचयामध्ये असतात. वेगवेगळ्या प्रकारचे छंद जोपासण्यामध्ये काही अपाय नाही, मात्र न थांबता नव्या पेशांशी सलगी करणे आणि कधीच एका पेशावर स्थिर न राहणे, हे अधिक गंभीर प्रकरण आहे.

''मी त्यांना शॉर्ट-टर्मर्स म्हणतो,'' असे जेन गोल्डन यांनी मला सांगितले होते.

जेन या आदराने नाव घेतले जाणाऱ्या 'म्युरल आर्ट्स प्रोग्रॅम'च्या संचालिका म्हणून फिलाडेल्फिया या माझ्या मूळ शहरामध्ये तीस वर्षांहून अधिक काळ सार्वजनिक कलेचा प्रसार करत आल्या आहेत. आतापर्यंत त्यांनी ३,६००हून अधिक इमारतींच्या भिंतींचे भित्तिशिल्पांमध्ये रूपांतर करण्यास मदत केली आहे. त्यांचा उपक्रम हा अमेरिकेतील एकटा सर्वांत मोठा सार्वजनिक कला उपक्रम आहे. त्यांना ओळखणारे बहुतांश जण शिल्पकलेप्रती असणाऱ्या त्यांच्या निष्ठेचे वर्णन 'अदम्य' असे करतील आणि जेनही याच्याशी सहमत आहेत.

''शॉर्ट-टर्मर्स इथे काही काळ काम करण्यासाठी येतात आणि मग ते यापासून दूर होतात. त्यानंतर ते दुसरीकडे कुठेतरी जातात, मग आणखी कुठेतरी जातात आणि हे सुरू राहते. मी नेहमी, ते एखाद्या दुसऱ्याच ग्रहावरून आल्याप्रमाणे त्यांच्याकडे पाहते. कारण, 'हे असं कसं घडतं? कुठल्याही गोष्टीशी तुम्ही बांधले कसे जात नाही?' असं मला त्यांच्याविषयी वाटत राहतं.''

अर्थातच, काही काळासाठी येऊन निघून जाणाऱ्या शॉर्ट-टर्मर्सच्या लक्ष देण्याच्या मर्यादित कालावधीचे नाही, तर जेन यांच्या अविचल एकाग्रतेचे स्पष्टीकरण गरजेचे आहे. मूलतः, एखादी गोष्ट काही काळाकरिता केल्यानंतर निर्माण होणारी कंटाळ्याची भावना ही खूप नैसर्गिक प्रतिक्रिया आहे. सर्व माणसांची, अगदी नवजात अर्भकांचीही प्रवृत्ती, त्यांनी पाहून झालेल्या गोष्टीपासून नजर हटवण्याची आणि त्याऐवजी, नव्या आणि आश्चर्यजनक वाटणाऱ्या गोष्टींकडे कटाक्ष वळवण्याची असते. किंबहुना, कुतुहल, स्वारस्य यांसाठी इंग्रजी प्रतिशब्द असणाऱ्या 'इंटरेस्ट' या शब्दाची व्युत्पत्तीच इंटरेसी (interesse) या लॅटिन शब्दापासून झाली असून त्याचा अर्थ 'भिन्न असणे' असा होतो. स्वारस्यपूर्ण असण्याचा शब्दशः अर्थ वेगळे असणे, असा आहे. आपण निसर्गतःच नावीन्याचा सोस असणारे आहोत.

विशिष्ट काळानंतर गोष्टींना कंटाळणे हे जरी सामान्य असले, तरी ते अटळ नसते. तुम्ही जर 'ग्रिट स्केल'चा तक्ता पुन्हा पाहिलात, तर त्यातील अर्धे प्रश्न हे तुमचे स्वारस्यविषय दीर्घकाळामध्ये किती सातत्यपूर्ण राहतात, याविषयी असल्याचे तुम्हाला दिसेल. याचा संबंध पुन्हा, सर्वाधिक निग्रही लोक हे केवळ त्यांना आनंद देणाऱ्या गोष्टी शोधून त्या स्वारस्य म्हणून विकसितच करत नाहीत, तर त्याबरोबरच ते लोक त्या विषयांमध्ये अधिक खोलवर जाण्यास शिकतात, या वास्तविक बाबीशी जोडला जातो.

तरुण असताना जेन यांनी आपण चित्रकार बनू, असा विचार केला होता. आता त्या नोकरशाहीच्या लालफितीचा कारभाराशी संघर्ष करतात, पैसे उभारतात आणि आसपासच्या राजकारणाला तोंड देतात. त्यांनी आपले आयुष्य अधिक अर्थपूर्ण; परंतु कमी स्वारस्यपूर्ण कार्यासाठी समर्पित केले, असे त्यांना वाटते का, हा प्रश्न मला पडला होता. त्यांनी नावीन्याचा ध्यास सोडून दिला का, असा प्रश्न मला पडला होता.

''मी जेव्हा चित्रं रंगवणं थांबवलं, तेव्हा ते खूप अवघड गेलं होतं,'' असे जेन यांनी मला सांगितले. ''परंतु त्यानंतर, म्युरल आर्ट प्रोग्रॅम वाढवणे हा सर्जनशील आणि निर्मितीक्षम उपक्रम ठरू शकतो, असं मला आढळलं आणि ते खूपच चांगलं होतं, कारण मी खूप जिज्ञासू व्यक्ती आहे.''

''बाहेरून पाहताना, तुम्हाला कदाचित माझं आयुष्य नीरस दिसेल : 'जेन, तू केवळ म्युरल आर्ट्स प्रोग्रॅम चालवते आहेस आणि बऱ्याच काळापासून तू तेच करते आहेस,' असं तुम्ही म्हणाल. त्यावर मी म्हणेन, 'तसं नाहीय. ऐका, आज मी अतिसुरक्षित कारागृहामध्ये गेले होते. मी उत्तर फिलाडेल्फियामध्ये होते. मी चर्चमध्ये गेले होते. मी संचालक मंडळाच्या बैठकीत होते, मी उपायुक्तांना भेटले. मी महानगरपालिकेतील व्यक्तीची भेट घेतली. मी कलावंतांच्या निवासी कार्यशाळेमध्ये काम केलं. मी मुलांना पदवीधर होताना पाहिलं.''

त्यानंतर, जेन यांनी चित्रकाराचं रूपक वापरलं : ''मी त्या कलावंतप्रमाणे आहे, ज्याला दररोज सकाळी आकाशाकडे पाहिल्यानंतर खरोखरच उत्तम रंगसंगतीची विविधता दिसते आणि इतरांना मात्र केवळ निळा आणि राखाडी रंग दिसतो. एका दिवसाच्या कालावधीत मी प्रचंड गुंतागुंत आणि सूक्ष्मता पाहत असते. सदैव उन्नत होणारे आणि समृद्ध असे काहीतरी मी पाहते.''

नेहमीच सखोल होत जाणारे तज्ज्ञांचे स्वारस्य समजून घेण्यास मदत व्हावी म्हणून मी मानसशास्त्रज्ञ पॉल सिल्व्हिया यांना भेटले.

स्वारस्याच्या भावनेबाबत अधिकारवाणी असणारे पॉल हे आघाडीचे मानसशास्त्रज्ञ आहेत. बाळं जन्माला येतात, तेव्हा त्यांना जवळपास काहीच माहीत नसते, याकडे लक्ष वेधून पॉल यांनी आमच्या संभाषणाला सुरुवात केली. इतर प्राण्यांकडे विशिष्ट प्रकारे कृती करण्याची ठाम सहजप्रवृत्ती असते, त्याउलट नवजात बालके जवळपास सर्वच गोष्टी अनुभवातून शिकतात. जर नवजात बाळांना नावीन्याचा तीव्र सोस नसेल, तर ती फारसं काही शिकणारच नाहीत आणि त्यामुळे ती जगात तग धरून जिवंत राहण्याची शक्यताही कमी होईल. ''त्यामुळे स्वारस्य – नव्या गोष्टी शिकण्याची, जगाचा शोध घेण्याची, नावीन्याच्या मागे जाण्याची, बदल आणि वैविध्य शोधण्याची इच्छा – ही मूलभूत अंतःप्रेरणा आहे.''

मग, सर्वांत निग्रही लोकांच्या टिकून राहिलेल्या स्वारस्यविषयांचे स्पष्टीकरण आपण कसे देतो?

''मला जितकं जास्त माहीत होतं, तितकं मला कमी समजतं,'' यांसारख्या गोष्टी तज्ज्ञ बऱ्याचदा सांगतात हे माझ्याप्रमाणेच पॉल यांनाही आढळले आहे.

उदाहरणार्थ, वैविध्यपूर्ण म्युच्युअल फंड्सच्या संकल्पनेचे प्रणेते सर जॉन टेम्पलटन यांनी त्यांच्या सेवाभावी संस्थेचे बोधवाक्य 'हाऊ लिटिल वी नो, हाऊ इगर टू लर्न' (आपल्याला किती कमी माहीत आहे, शिकण्यास किती आग्रही आहोत) असे बनवले आहे.

नवोदितांसाठी नावीन्य हे एका रूपात असते आणि तज्ज्ञांसाठी ते दुसऱ्याच रूपात असते, हा मुख्य मुद्दा आहे, असे पॉल यांनी स्पष्ट केले. नवोदितांसाठी, आतापर्यंत परिचय झालेला नाही, अशी कोणतीही गोष्ट नावीन्यच असते. तज्ज्ञांसाठी नावीन्य म्हणजे बारकावे, सूक्ष्मता असते.

''मॉडर्न आर्टचं उदाहरण घेऊ,'' पॉल म्हणाले. ''मॉडर्न आर्टच्या बऱ्याच कलाकृती नवख्या प्रेक्षकास एकसारख्या वाटू शकतात, त्याच कलाकृती एखाद्या तज्ज्ञाला खूप वेगळ्या दिसतात. नवख्यांकडे त्यासाठी आवश्यक पूर्वज्ञान नसते. त्यांना फक्त रंग आणि आकार दिसतात. हे सगळं कशासंबंधी आहे, याविषयी त्यांना खात्री नसते.'' परंतु त्यातुलनेत कलातज्ज्ञांचे आकलन प्रचंड असते. आपल्यासारख्या उर्वरितांना दिसूही शकत नाहीत, अशा तपशिलांप्रती त्याची किंवा तिची संवेदनशीलता विकसित झालेली असते.

दुसरे एक उदाहरण पाहू. तुम्ही कधी ऑलिंपिक पाहिले आहे का? समालोचकांना स्पर्धा सुरू असताना, ''ओह, ती तिहेरी उडी अगदी थोडक्यात कमी होती!'' किंवा ''त्या पुशऑफची वेळ अचूक होती,'' यांसारख्या टिप्पण्या करताना ऐकले आहे का? या समालोचकांना ते चित्रण पुन्हा स्लो-मोशनमध्ये न पाहता एका खेळाडूची कामगिरी विरुद्ध दुसऱ्या खेळाडूची कामगिरी यांतील इतके सूक्ष्म भेद कसे समजू शकत असतील, असा प्रश्न तुम्हाला तिथे बसून पडत असतो. मला ते चित्रण पुन्हा पाहावे लागते. कारण, मी त्या सूक्ष्मतांबाबत अनभिज्ञ आहे; परंतु मला एखाद्या नवख्याला दिसू शकत नाही, ते पाहण्यासाठीचे संचित ज्ञान आणि कौशल्य तज्ज्ञ व्यक्तीकडे असते.

जर तुम्हाला स्वतःच्या उत्कट आवडीच्या मार्गाने जायचे असेल; परंतु तुम्ही कोणतीच उत्कट आवड जोपासली नसेल, तर तुम्ही 'शोध' या प्रारंभबिंदूपासून सुरुवात केली पाहिजे.

स्वतःला काही सोपे प्रश्न विचारा : *मला कशाविषयी विचार करायला आवडते? माझ्या मनाचा संचार कुठे असतो? मी नक्की कशाची पर्वा करतो? माझ्यासाठी सर्वांत महत्त्वाचे काय आहे? माझा वेळ कसा घालवण्यात मला आनंद मिळतो? आणि त्याउलट, मला पूर्णपणे असहनीय असे काय वाटते?* जर तुम्हाला

या प्रश्नांची उत्तरे देणे कठीण जात असेल, तर तुमची किशोरवयीन वर्षे, आयुष्याच्या ज्या टप्प्यावर सामान्यतः पेशासंबंधीच्या स्वारस्याला अंकुर फुटू लागतात, तो काळ आठवण्याचा प्रयत्न करून पाहा.

एकदा, तुमच्या मनामध्ये अगदी सर्वसाधारण दिशाही पक्की झाली, की मग तुम्ही स्वतःच्या नुकत्याच अस्तित्वात आलेल्या स्वारस्यविषयांना चालना दिली पाहिजे. ही चालना देण्यासाठी बाहेर पडा आणि काहीतरी करून पाहा. काय करावे, या विचाराने युवा पदवीधर आपले हातांचे तळवे एकमेकांवर घासत असतात, तेव्हा मी त्यांना म्हणते, *प्रयोग करा! प्रयत्न करा! जर तुम्ही हे न करता जितके शिकाल, त्यापेक्षा नक्कीच जास्त हे करून शिकाल!*

शोधाच्या या सुरुवातीच्या टप्प्यावर, काही सुसंगत प्राथमिक नियम पुढे दिले असून, विल शॉर्ट्झ यांच्या '*न्यू यॉर्क टाइम्सचे* शब्दकोडे कसे सोडवावे,' या निबंधावरून ते नियम घेण्यात आले आहेत :

> तुम्हाला ज्या उत्तरांविषयी सर्वाधिक खात्री वाटते, तिथून सुरुवात करा आणि त्यावर आधारित उभारणी करा. तुमचे स्वारस्यविषय हे कितीही चुकीचे परिभाषित असले, तरी तुम्हाला जगण्यासाठी करायला अजिबात आवडणार नाहीत, अशा काही गोष्टी असतात आणि काही गोष्टी इतरांपेक्षा अधिक आश्वासक वाटत असतात. ही सुरुवात आहे.
>
> अंदाज लावण्यास घाबरू नका. आवडो किंवा न आवडो, स्वारस्यशोधाच्या प्रक्रियेमध्ये विशिष्ट प्रमाणात चाचणी करणे आणि चुकणे अंगभूत असते. शब्दकोड्यांमधील उत्तरांच्या उलट, तुमची उत्कट आवड विकसित करण्यासाठी तुम्ही करू शकता, अशी केवळ एकमेव गोष्ट नसते. बऱ्याच गोष्टी असतात. तुम्हाला एकच 'बरोबर' गोष्ट किंवा अगदी एकच 'सर्वोत्तम' गोष्ट शोधायची नाहीय, तर फक्त चांगली वाटणारी दिशा शोधायची आहे. तुम्ही काही काळ प्रयत्न करून पाहिल्याशिवाय, एखादी गोष्ट तुमच्यासाठी साजेशी ठरेल का, हे जाणून घेणेही कठीण जाऊ शकते.
>
> सफळ न ठरणारी उत्तरे खोडून काढण्यास घाबरू नका. एका टप्प्यावर, तुम्ही कदाचित तुमचे उच्चस्तरीय ध्येय पक्क्या शाईमध्ये लिहिण्याची निवड कराल; परंतु तुम्हाला तितक्या खात्रीशीरपणे ते माहीत होईपर्यंत, पेन्सिलीच्या सहाय्यानेच काम करा.

दुसरीकडे, आपला वेळ काय करण्यात घालवण्यातून आपल्याला आनंद मिळतो, याचे चांगले भान तुम्हाला अगोदरच जर असेल, तर आता तुनचे स्वारस्य विकसित करण्याची वेळ आली आहे. शोधानंतर विकास येतो.

लक्षात ठेवा, स्वारस्याला पुनःपुन्हा आणि वारंवार चालना दिली पाहिजे. हे करण्यासाठीचे मार्ग शोधून काढा आणि संयम ठेवा. स्वारस्याचा विकास व्हायला वेळ लागतो. प्रश्न विचारत राहा आणि त्या प्रश्नांच्या उत्तरांना तुम्हाला आणखी प्रश्नांकडे नेऊ द्या. खोदकाम करत राहा. तुमच्याशी मिळतेजुळते स्वारस्यविषय असणाऱ्या लोकांचा शोध घ्या. प्रोत्साहन देणाऱ्या मार्गदर्शकाच्या जवळ राहा. तुमचे वय कोणतेही असले, तरी कालांतराने तुमची भूमिका ही शिकाऊ व्यक्तीपासून ते अधिक सक्रिय आणि माहितगार व्यक्तीची बनेल. काही वर्षांच्या काळात, तुमचे ज्ञान आणि निपुणता वाढेल, त्याचबरोबर तुमचा आत्मविश्वास आणि अधिक जाणून घेण्याची जिज्ञासाही वाढेल.

अखेरीस, जर तुम्हाला आवडणारी एखादी गोष्ट तुम्ही काही वर्षे करत आहात आणि तरीही तुम्ही तिला उत्कट आवड म्हणत नसाल, तर तुम्हाला स्वतःच्या स्वारस्यविषयांमध्ये अधिक खोलवर जाता येते का, ते पाहा. तुमच्या मेंदूला नावीन्याची आस असल्याने, तुम्हाला एखाद्या नव्या गोष्टीकडे वळण्याचा मोह होईल आणि हीच सर्वांत अर्थपूर्ण गोष्ट ठरू शकते. तथापि, जर तुम्हाला कोणत्याही प्रयत्नामध्ये काही वर्षांपेक्षा जास्त काळ गुंतून राहण्याची इच्छा असेल, तर केवळ खरा शौकीनच दाद देऊ शकेल, अशा बारकाव्यांचा आनंद लुटण्याचा मार्ग तुम्ही शोधून काढणे गरजेचे आहे. ''नव्यातील जुन्या गोष्टी या लक्ष वेधून घेतात,'' असे विल्यम जेम्स म्हणाले होते. ''एका थोड्याशा नव्या वळणासह येणारी जुनी गोष्ट.''

एकूणात, तुमच्या *उत्कट आवडीचा पाठलाग* करण्याचा निर्देश हा काही वाईट सल्ला नाही; परंतु प्रथमतः उत्कट आवडी कशा जोपासल्या जातात, हे समजून घेणे बहुधा त्याहूनही जास्त उपयुक्त ठरू शकते.

प्रकरण ७

सराव

नॅशनल स्पेलिंग बी या स्पर्धेतील अधिक निग्रही मुले ही त्यांच्या कमी निग्रही सहस्पर्धकांपेक्षा अधिक सराव करतात, असे माझ्या अगदी सुरुवातीच्या संशोधन अभ्यासांपैकी एकामध्ये मला आढळले होते. त्यांचा अधिक तासांच्या सराव परिणामतः, अंतिम स्पर्धेतील त्यांच्या सरस कामगिरीवरून स्पष्ट होत होता.

या निष्कर्षाचा अर्थ खूप जास्त होता. गणिताची शिक्षिका म्हणून माझ्या विद्यार्थ्यांकडून घेण्यात येणाऱ्या परिश्रमांमध्ये मी बरीच तफावत पाहिली होती. काही मुले, त्यांच्या गृहपाठासाठी आठवड्याची अक्षरशः शून्य मिनिटे खर्च करत होती, तर अन्य काही मुले दिवसातील काही तास अभ्यास करत होती. इतरांच्या तुलनेत निग्रही लोक हे त्यांच्या कटिबद्धतेशी हमखास दीर्घकाळ चिकटून राहतात, हे सर्व संशोधनांमध्ये दिसून आल्याचे लक्षात घेतल्यास, कामावर खर्च होणारा *अधिक वेळ ही निग्रहाची* एक मोठी जमेची बाजू असल्याचे दिसत होते.

त्याच वेळी, ज्या लोकांकडे त्यांच्या कामातील काही दशकांचा अनुभव आहे; परंतु तरीही ते नपेक्षा कार्यक्षमतेच्या मध्यम स्तरावरच स्थितीशील असल्यासारखे वाटतात, अशाही बऱ्याच लोकांचा विचार माझ्या मनात येतो. मला खात्री आहे की, तुम्हीही असे लोक पाहिले असतील. याचा जरा विचार करा. तुम्हाला असे कोणी माहीत हे आहे का, जे एखादे कार्य खूप दीर्घकाळासाठी – बहुधा त्यांचे संपूर्ण व्यावसायिक जीवनभर – करत आल्यानंतरही, त्यांच्या कौशल्याबाबत फारतर तुम्ही इतकेच म्हणू शकता की, ती जेमतेम ठीकठाक आहेत किंवा कामावरून काढून टाकण्याइतकी वाईट नाहीत? माझा एक सहकारी विनोदाने म्हणतो, त्याप्रमाणे : काही लोकांकडे वीस वर्षांचा अनुभव असतो, तर अन्य काही लोक सलग वीस वेळा... एका वर्षाचा अनुभव मिळवतात.

कायझेन ही विकासाच्या निश्चल स्तराला प्रतिरोध करण्यासाठीची जपानी प्रणाली आहे. त्याचे शब्दशः भाषांतर 'अविरत सुधारणा' असे आहे. काही काळापूर्वी, जपानच्या नेत्रदीपकरीत्या कार्यक्षम उत्पादनकेंद्री अर्थव्यवस्थेमागील मूलभूत तत्त्व म्हणून या प्रणालीची प्रशंसा करण्यात आल्यामुळे, अमेरिकेच्या व्यावसायिक संस्कृतीमध्ये या संकल्पनेने बरेच कुतूहल जागृत केले होते. निग्रहाचे सर्वोत्तम उदाहरण असणाऱ्या अनेक लोकांच्या मुलाखती घेतल्यानंतर, त्या सर्वांमध्ये कायझेन झळकतो, हे मी तुम्हाला सांगू शकते. यामध्ये कोणीही अपवाद नाही.

त्याचप्रमाणे, पत्रकार हेस्टर लॅसी यांनीही 'महायशस्वी' लोकांच्या घेतलेल्या मुलाखतींमधून, त्या सर्वांकडे अगोदरच असलेल्या नैपुण्याच्या उल्लेखनीय पातळीपलीकडे जाऊन सर्वोत्कृष्टता मिळवण्याची लक्षवेधी इच्छा त्यांच्यात दिसत असल्याचे लॅसी यांना आढळले : 'एखादा अभिनेता बहुधा म्हणेल, 'मी कोणतीही भूमिका अचूकपणे कदाचित कधीच करू शकणार नाही; परंतु मला शक्य तितक्या उत्कृष्टरीत्या ती करण्याची माझी इच्छा आहे आणि प्रत्येक भूमिकेमध्ये मला काहीतरी नवीन घेऊन यायचं आहे. मला प्रगती करायची आहे.' एखादा लेखक बहुधा म्हणेल, 'माझ्या प्रत्येक पुस्तकासोबत मी अगोदरच्या पुस्तकापेक्षा अधिक चांगली कामगिरी करू इच्छितो.''

''ही चांगली कामगिरी करण्याची चिरस्थायी इच्छा आहे,'' असे हेस्टर यांनी स्पष्ट केले. ''हे आत्मसंतुष्टतेच्या उलट आहे; परंतु ही नकारात्मक नाही, तर *सकारात्मक* मानसिक स्थिती आहे. हे म्हणजे मागे पाहून असमाधान बाळगणे नाही. हे भविष्याकडे पाहणे आणि वाढीची इच्छा बाळगणे आहे.''

निग्रह म्हणजे केवळ स्वारस्यासाठी दिलेल्या वेळेचे *प्रमाण* नसून, त्याचबरोबर त्याचा संबंध दिलेल्या वेळेच्या दर्जाशीही आहे, असा विचार मी मुलाखतींद्वारे केलेल्या संशोधनामुळे माझ्या मनात आला. फक्त कामासाठी अधिक वेळ देणे नाही, तर कामासाठी *दर्जेदार वेळ* खर्च करणे.

त्यानंतर, कौशल्ये कशी विकसित होतात, याविषयी मी शक्य ते सर्वकाही वाचण्यास सुरुवात केली.

अल्पावधीतच, याने मला संज्ञानात्मक मानसशास्त्रज्ञ आंद्रेस एरिक्सन यांच्या दाराशी नेऊन उभे केले. तज्ज्ञ लोक जागतिक दर्जाची कौशल्ये कशी आत्मसात करतात, हे अभ्यासण्यामध्ये एरिक्सन यांनी स्वतःची कारकीर्द खर्ची घातली आहे. त्यांनी ऑलिंपिकपटू खेळाडू, बुद्धिबळातील ग्रँडमास्टर, ख्यातनाम पियानोवादक, आघाडीच्या बॅले नर्तिका, व्यावसायिक गोल्फपटू, स्क्रॅबल विजेते आणि तज्ज्ञ रेडिओलॉजिस्ट यांच्या अभ्यास केला असून ही यादी आणखीही बरीच मोठी आहे.

आपण असेही म्हणू शकतो की, एरिक्सन हे जागतिक तज्ज्ञांसंबंधीचे जागतिक तज्ज्ञ आहेत.

एरिक्सन काय शिकले, ते सारांशरूपाने मांडणारा आलेख मी पुढे रेखाटला आहे. आंतरराष्ट्रीयदृष्ट्या ख्यातनाम कलावंतांच्या प्रगतीचा जर तुम्ही मागोवा घेतला, तर त्यांचे कौशल्य काळाच्या ओघात हळूहळू सुधारल्याचे न चुकता तुम्हाला आढळेल. ते अधिकाधिक सरस होत जातात, तसा त्यांच्या सुधारणेचा दर मंदावतो. हे आपल्या सर्वांच्या बाबतीत खरे आहे. तुम्ही तुमच्या क्षेत्राविषयी अधिकाधिक जाणकार होत जाल, तसे दिवसागणिक तुमची सुधारणा संथ होत जाईल.

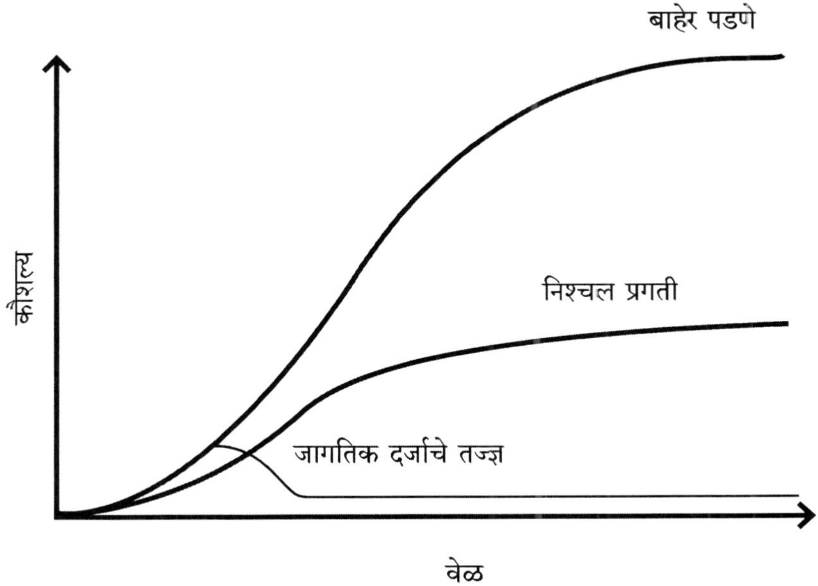

या आलेखातील कौशल्यविकासासाठीची वक्ररेषा ही आश्चर्यकारक नाही; परंतु हा विकास घडण्यासाठी लागणारा कालावधी आश्चर्यकारक आहे. एरिक्सन यांच्या एका संशोधनामध्ये, जर्मन संगीत अकादमीतील सर्वोत्तम व्हायोलिनवादकाने नैपुण्याचे विशेष स्तर गाठण्यापूर्वी, दहा वर्षांच्या काळात साधारणतः एकूण दहा हजार तास सराव केला होता. त्या तुलनेत, कमी यशस्वी विद्यार्थ्यांनी तितक्याच कालावधीमध्ये साधारणतः निम्माच वेळ सराव केला होता.

''प्रगल्भ नृत्यांगना बनण्यासाठी साधारणतः दहा वर्षं लागतात,'' हे प्रख्यात नृत्यांगना मार्था ग्रॅहम यांनी केलेले जाहीर विधान म्हणजे योगायोग नक्कीच नव्हे.

शतकभरापूर्वी, तारयंत्रणा वापरणाऱ्यांचा अभ्यास करणाऱ्या मानसशास्त्रज्ञांनी, मॉर्स कोडमध्ये संपूर्णपणे अस्खलित होणे दुर्मीळ आहे, कारण त्यासाठी ''बऱ्याच वर्षांची परिश्रमपूर्वक उमेदवारी करावी लागते,'' असे निरीक्षण नोंदवले होते. नेमकी किती वर्षे? ''संपूर्णपणे सराईत संदेशवाहक बनण्यासाठी दहा वर्षांचा कालावधी आवश्यक असल्याचे आमचा पुरावा सांगतो,'' असा निष्कर्ष त्या संशोधकांनी काढला होता.

जर तुम्ही एरिक्सन यांचे मूळ संशोधन वाचले, तर दहा वर्षांच्या कालावधीत दहा हजार तासांचा सराव ही फक्त ढोबळ सरासरी असल्याचे तुमच्या लक्षात येते. त्यांनी अभ्यासलेल्या काही संगीत कलावंतांनी त्याअगोदरच नैपुण्याची उच्चतम पातळी गाठली, तर काही जणांनी त्यानंतर गाठली; परंतु हा 'दहा हजार तासांचा नियम' आणि 'दहा वर्षांचा नियम' सर्वश्रुत होण्यामागे तितकेच सबळ कारण आहे. यांद्वारे आवश्यक गुंतवणुकीच्या प्रमाणाचे आंतरिक भान येते. काही तास नाही, डझन किंवा शंभरातही नाही. आवश्यक असतो, वर्षांमागून वर्षे केलेला हजारो तासांचा सराव.

असे असले तरी तज्ज्ञ अधिक तासांचा सराव साधतात, ही एरिक्सन यांच्या संशोधनाची खरी महत्त्वाची मर्मदृष्टी नाही, तर तज्ज्ञ भिन्न प्रकारे सराव करतात, ही खरी मर्मदृष्टी आहे. आपल्यापैकी बहुतांश लोकांच्या उलट, तज्ज्ञ हे हजारो तासांचा सराव ज्या प्रकारे करतात, त्याला एरिक्सन यांनी *हेतुपुरस्सर सराव* म्हटले आहे.

सराव हा जर इतका महत्त्वाचा असेल, तर अनुभव हा नेहमीच सर्वोत्कृष्टतेकडे का नेत नाही, या प्रश्नाची उत्तरे एरिक्सन देऊ शकतील, असा माझा कयास होता, त्यामुळे मी स्वतःचाच प्रमुख उदाहरण म्हणून वापर करून याविषयी त्यांना प्रश्न विचारण्याचे ठरवले.

''हे पाहा प्राध्यापक एरिक्सन, मी अठरा वर्षांची असल्यापासून आठवड्यातले काही दिवस दररोज एक तास धावण्याचा व्यायाम करते आणि पूर्वीपेक्षा एका सेकंदानेही मी अधिक वेगवान धावत नाही. मी काही हजार तास धावले आहे आणि मी ऑलिंपिकमध्ये धावण्याच्या जवळपासही पोहोचले आहे, असे दिसत नाही.''

''हे वेधक आहे,'' एरिक्सन म्हणाले. ''मी तुला काही प्रश्न विचारू का?''

''नक्कीच.''

''तुझ्या धावण्याच्या सरावासाठी तुझं काही विशिष्ट ध्येय आहे का?''

''निरोगी राहावं, माझी सध्याच्या मापाची जीन्स मला बरोबर यावी, ही ध्येय असू शकतात का?''

''हो, ही तर आहेतच; पण तू जेव्हा धावायला जातेस, तेव्हा तुला किती वेग राखायला आवडेल, यासंदर्भात तू काही लक्ष्य ठरवलं आहेस का? किंवा अंतराचं

लक्ष्य? अन्य शब्दांत विचारायचं, तर तुझ्या धावण्याबाबत असा कोणता विशिष्ट पैलू आहे का, ज्यामध्ये सुधारणा करण्याचा तू प्रयत्न करते आहेस?''

''अं... नाही. मला वाटतं, तसा कोणता नाहीय.''

मग, मी धावताना काय विचार करत असते, याविषयी त्यांनी मला विचारले.

''ओह, तुम्हाला माहितीये, मी एनपीआर ऐकत असते. काही वेळा मला दिवसभरात केल्या पाहिजेत, अशा गोष्टींविषयी मी विचार करत असते. बहुधा, मी रात्रीच्या जेवणासाठी काय बनवायचं, याचं नियोजनही करत असते.''

त्यानंतर, मी माझ्या धावण्याच्या कोणत्याही पद्धतशीर मार्गाने नोंदी ठेवत नाही, याचीही त्यांनी पडताळणी करून घेतली. माझ्या वेगाच्या किंवा मी कापलेल्या अंतराच्या, मी निवडलेल्या धावण्याच्या मार्गाच्या, धावण्याच्या शेवटी असणाऱ्या माझ्या हृदयाच्या ठोक्यांच्या किंवा संथगतीने धावण्याऐवजी किती वेळा मी वेगाने धावते, याच्या नोंदी ठेवणारी कोणतीही नोंदवही नव्हती. हे सर्वकाही करण्याची मला काय गरज आहे? माझ्या नियमित धावण्याच्या व्यायामात कोणताही बदल नव्हता. प्रत्येक वेळचे धावणे हे अगोदरच्या धावण्यासारखेच होते.

''मी असं गृहीत धरतो की, तुझ्याकडे प्रशिक्षकही नाहीये?''

यावर मी हसले.

''ओह, मला वाटतं, मला समजलं. तुझी कामगिरी सुधारत नाहीये. कारण, तू हेतुपुरस्सर सराव करत नाहीयेस,'' ते म्हणाले.

तज्ज्ञ हे पुढीलप्रमाणे सराव करतात.

प्रथमतः, ते आव्हानात्मक ध्येय निश्चित करतात, त्यांच्या संपूर्ण कामगिरीच्या फक्त एखादा संकुचित पैलू ठरवतात. ते अगोदरपासूनच जे चांगल्याप्रकारे करत आहेत, त्यावर लक्ष केंद्रित करण्याऐवजी तज्ज्ञ हे विशिष्ट कमकुवत बाजू सुधारण्याचा प्रयत्न करतात. ते हेतुपूर्वक त्यांना जमणार नाहीत, अशा आव्हानांचा शोध घेतात. उदाहरणार्थ, ऑलिंपिक सुवर्णपदक विजेते जलतरणपटू रॉर्डी गेन्स म्हणाले होते, ''प्रत्येक सरावसत्रामध्ये मी स्वतःला पराभूत करण्याचा प्रयत्न करायचो. जर माझ्या प्रशिक्षकांनी मला एका दिवसामध्ये दहा १०० मीटर फेऱ्या प्रत्येकी १ मि. १५ सेकंदांमध्ये पूर्ण करण्याची कामगिरी दिली, तर पुढच्या दिवशी ते जेव्हा मला दहा १०० मी. फेऱ्या द्यायचे, तेव्हा मी त्या प्रत्येकी १ मि. १४ सेकंदांमध्ये पूर्ण करण्याचा प्रयत्न करायचो.''[२] नामांकित व्हायोला वादक रॉबर्टो डियाझ हेसुद्धा

२ याचा अर्थ १०० मी. अंतर १ मि. १५ सेकंदांमध्ये पोहून पार करायचे आणि त्यानंतर तेच अंतर १ मि. १४ सेकंदांमध्ये व पुढे त्याहीपेक्षा कमी वेळेत पार करण्याचा प्रयत्न करायचा.

'वर्मस्थान – म्हणजेच समस्या दूर होण्याची गरज असणारा संगीतातील विशिष्ट पैलू – शोधण्यासाठी काम करत' असल्याचे सांगतात.

त्यानंतर, संपूर्ण लक्ष आणि खूप परिश्रमांसह तज्ज्ञ हे त्यांच्या आव्हानात्मक ध्येयापर्यंत पोहोचण्याचा प्रयत्न करतात. विशेष म्हणजे यांपैकी बरेच जण कोणीही पाहत नसताना हे करण्याचा पर्याय निवडतात. ''मी बहुधा माझा ७० टक्के वेळ स्वतःसोबत, माझ्या खेळावर मेहनत करण्यात, माझ्या खेळातील प्रत्येक बारीक-सारीक गोष्ट अधिक अचूक बनवण्याचा प्रयत्न करण्यात घालवतो,'' असे महान बास्केटबॉलपटू केव्हिन ड्युरंट यांनी सांगितले आहे. त्याचप्रमाणे, संगीत कलावंतांनी इतर कलावंतांसोबत रियाज करण्यात घालवलेल्या वेळेपेक्षा एकट्याने रियाज करण्यासाठी दिलेला वेळ हा ते किती वेगाने प्रगती करतात, याचा खूप चांगला भाकीतकार असतो.

शक्य तितक्या लवकर, तज्ज्ञ लोक आपण कशी कामगिरी केली, यावर अभिप्राय मिळवण्याचा अधाशीपणे प्रयत्न करतात. अपरिहार्यरीत्या, त्यांपैकी बहुतांश अभिप्राय हा नकारात्मक असतो. याचा अर्थ, आपण काय बरोबर केले, यापेक्षा आपण काय चुकीचे केले, यामध्ये तज्ज्ञांना अधिक रस असतो – जेणे करून ते त्या चुका सुधारू शकतात. हा अभिप्रायाचे सक्रिय मंथन हे त्याच्या तात्कालिकतेइतकेच आवश्यक असते.

अलिक ख्रिश्चनसन यांनी हा धडा असा शिकला होता. ख्रिश्चनसन हे डॉक्टर पेशाकडून उद्योजकतेकडे वळले आहेत आणि त्यांचे प्रतियोजक शिक्षणाचे सॉफ्टवेअर हे हेतुपुरस्सर सरावाच्या तत्त्वाभोवती तयार करण्यात आले आहे. स्ट्रोक, हृदयविकाराचा झटका यांसारख्या हृदयासंबंधीच्या तातडीच्या, गुंतागुंतीच्या परिस्थिती योग्यरीत्या हाताळण्याचे प्रशिक्षण डॉक्टरांना देणारा व्हर्च्युअल रिॲलिटी (आभासी वास्तव) गेम हा ख्रिश्चनसन यांच्या सुरुवातीच्या प्रकल्पांपैकी एक होता. त्यांच्या एका प्रशिक्षण सत्रादरम्यान, ते एकटेच एका डॉक्टरांसोबत मागे राहिले होते आणि त्याला हा गेम पूर्ण करणे जमत नसल्याचे दिसत होते.

''मला काय ते नेमकं शोधता येत नव्हतं,'' ख्रिश्चनसन यांनी मला सांगितले. ''ते डॉक्टर काही मूर्ख नव्हते; परंतु त्यांनी काय चुकीचे केलंय, यावर तासन्तास तपशीलवार अभिप्राय दिल्यानंतरही अद्याप ते योग्य उत्तरांपाशी पोहोचत नव्हते. बाकीचे सर्व जण घरी गेले होते आणि इथे आम्ही दोघंच अडकलो होतो.'' शेवटी ख्रिश्चनसन यांनी वैतागून, ते अभिप्रायाच्या पुढच्या फेरीपर्यंत पोहोचण्यापूर्वीच त्यांना थांबवले. ''वेळ संपली,'' ख्रिश्चनसन म्हणाले. ''या रुग्णावर उपचार करताना आता तुम्ही जे केलं, त्यामध्ये तुम्हाला ज्याबाबत साशंकता होती, असं काही तुम्ही केलंत का? नव्या मार्गदर्शक तत्त्वांशी अनुरूप असल्याची तुम्हाला खात्री नाही, असं काही होतं का?''

त्या डॉक्टरांनी क्षणभर विचार केला आणि मग त्यांना पूर्णपणे खात्री असलेल्या निर्णयांची एक यादी बनवली; त्यानंतर त्यांना तितकीशी खात्री नव्हती, असे काही निवडलेले पर्याय त्यांनी मांडले. अन्य शब्दांत सांगायचे, तर आपल्याला काय माहीत होते आणि काय नव्हते, यावर त्यांनी क्षणभर चिंतन केले.

ख्रिश्चनसन यांनी प्रतिसाद देत सर्व काही ऐकून घेतले आणि जेव्हा डॉक्टरांचे ते करून झाले, तेव्हा त्यांच्या कॉम्प्युटर स्क्रिनवर अगोदर दहा-बारा वेळा झळकलेला तोच अभिप्राय त्यांना पुन्हा पाहायला दिला. पुढच्याच चाचणीमध्ये डॉक्टरांनी सुविहितपणे ती प्रक्रिया पूर्ण केली.

आणि अभिप्रायानंतर, मग काय?

तज्ज्ञ लोक ती गोष्ट पुनःपुन्हा आणि वारंवार करत राहतात. त्यांनी जे करण्यास सुरुवात केली आहे, त्यामध्ये अखेरीस प्रभुत्व मिळवेपर्यंत. जे करणे अगोदर संघर्षमय होते, ता आता सुरळीत आणि निर्दोष होईपर्यंत. अकार्यक्षनतेची जागृत जाणीव कार्यक्षमतेच्या नेणिवेमध्ये रूपांतरीत होईपर्यंत.

क्षणभर थांबून, आपण नेमके काय करत आहोत, याचा विचार करणाऱ्या त्या डॉक्टरांच्या कथेमध्ये, डॉक्टरांनी ती प्रक्रिया कोणत्याही चुकीशिवाय पूर्ण करेपर्यंत ख्रिश्चनसन यांनी तो सराव सुरू ठेवला. एकामागोमाग एक अशा चार तंतोतंत अचूक आवर्तनांनंतर, ख्रिश्चनसन म्हणाले, ''गुड जॉब. आजचा आपला दिवस इथेच संपला.''

आणि... मग काय? आव्हानात्मक ध्येयावर प्रभुत्व मिळवल्यानंतर काय येते?

मग, तज्ज्ञ लोक नव्या आव्हानात्मक ध्येयासह पुन्हा नव्याने सुरुवात करतात.

एक एक करून, या बारीक-सारीक सुधारणांची भर नेत्रदीपक प्रभुत्वामध्ये पडत राहते.

हेतुपुरस्सर सरावाचा अभ्यास प्रथमतः बुद्धिबळपटूंमध्ये आणि त्यानंतर, संगीत कलावंत व खेळाडूंमध्ये करण्यात आला. तुम्ही जर बुद्धिबळपटू, संगीत कलावंत किंवा खेळाडू नसाल, तर हेतुपुरस्सर सरावाची सर्वसाधारण तत्त्वे तुम्हाला लागू होतात का, असा प्रश्न कदाचित तुम्हाला पडला असेल.

या प्रश्नाचे उत्तर मी तुम्हाला निःसंकोचपणे देऊ शकते : हो. सर्वांत जटिल, गुंतागुंतीच्या आणि सर्जनक्षम मानवी क्षमतांची फोडही त्यांच्या घटक कौशल्यांमध्ये करता येऊ शकते आणि त्यातील प्रत्येक कौशल्याचा वारंवार सराव करता येऊ शकतो.

उदाहरणार्थ, हेतुपुरस्सर सराव हा, बेंजामिन फ्रँकलिन यांनी आपल्या लेखन सुधारण्याचे वर्णन जसे केले होते, तसा असतो. त्यांच्या आत्मचरित्रामध्ये, फ्रँकलिन यांनी, त्यांच्या आवडत्या 'दि स्पेक्टेटर' या नियतकालिकातील सर्वोत्तम निबंध गोळा करण्याविषयी सांगितले आहे. फ्रँकलिन ते निबंध पुनःपुन्हा वाचायचे, टिपणे काढायचे आणि मग मूळ निबंध एका कप्प्यात लपवून ठेवायचे. त्यानंतर, फ्रँकलिन निबंधांचे पुनर्लेखन करायचे. ''मग, मी माझ्या 'स्पेक्टेटरची' मूळ निबंधाशी तुलना करायचो, माझ्या काही चुका शोधून काढायचो आणि त्या सुधारायचो.'' एरिक्सन यांनी अभ्यासलेल्या आधुनिक काळातील तज्ज्ञांप्रमाणेच फ्रँकलिनसुद्धा विशिष्ट त्रुटी निश्चित करायचे आणि अथकपणे त्यांचा सराव करायचे. उदाहरणार्थ, तार्किक युक्तिवाद करण्याची आपली क्षमता सुधारण्यासाठी फ्रँकलिन हे निबंधांवरील त्यांच्या टिपणांची सरमिसळ करायचे आणि त्यानंतर, ती टिपणे व्यवस्थित क्रमाने मांडण्याचा प्रयत्न करायचे : ''माझ्या विचारांची मांडणी करण्याची पद्धत स्वतःला शिकवण्यासाठी हे होते.'' त्याचप्रमाणे, भाषेवरील प्रभुत्व वाढवण्यासाठी, फ्रँकलिन हे वारंवार गद्याचा पद्यारूपामध्ये आणि पद्याचा गद्यरूपामध्ये अनुवाद करायचे.

फ्रँकलिन यांची लहानशी खुमासदार वाक्ये वाचून, ते सुरुवातीपासून ''नैसर्गिक'' लेखक नव्हते, यावर विश्वास ठेवण कठीण जाते; परंतु या मुद्द्याबाबत फ्रँकलिन यांचाच शब्द आपण अंतिम मानला पाहिजे : *वेदनांशिवाय लाभ नाहीत.*

पण, तुम्ही जर लेखक नसाल, तर?

जर तुम्ही उद्योग-व्यवसायामध्ये असाल, तर सीईओंना सल्ला देण्यात आयुष्य घालवल्यानंतर व्यवस्थापन गुरु पीटर ड्रकर काय सांगतात, ते ऐका. परिणामकारक व्यवस्थापन हे ''काही विशिष्ट आणि बऱ्यापैकी सोप्या गोष्टींची मागणी करते. हे व्यवस्थापन लहानशा संख्येच्या सरावांनी बनलेले असते...''

जर तुम्ही शल्यचिकित्सक असाल, तर अतुल गावंडे काय म्हणाले आहेत, त्याचा विचार करा : ''शल्यचिकित्सक होण्यासाठी तुमच्याकडे खूप कुशल हात असावे लागतात, असं लोक बऱ्याचदा गृहीत धरतात; परंतु ते खरं नाही. रात्रंदिवस न थांबता या एका अवघड गोष्टीचा सराव करत राहणं ही सर्वांत महत्त्वाची गोष्ट आहे,'' असे गावंडे सांगतात.

जादूगार डेव्हिड ब्लेन यांनी पाण्याखाली सतरा मिनिटे श्वास रोखून धरत विश्वविक्रम नोंदवला, तसा कोणता जागतिक विक्रम तुम्हाला मोडायचा असल्यास, त्यांचे 'टेड टॉक' व्याख्यान ऐका. आपल्या शरीरशास्त्राच्या प्रत्येक पैलूवर नियंत्रण ठेवू शकणारा हा गृहस्थ त्या व्याख्यानाच्या अगदी अखेरीस पाणावलेल्या डोळ्यांनी जड आवाजात सांगतो : ''अशक्य वाटणाऱ्या गोष्टी एक जादूगार म्हणून लोकांना दाखवण्याचा मी प्रयत्न करतो आणि माझं श्वास रोखून राहणं असो किंवा पत्त्यांची अदलाबदल करणं असो, जादू ही सोपी आहे, असं

मला वाटतं. तो सराव आहे, ते प्रशिक्षण आहे आणि – (इथे त्यांना अश्रू अनावर होतात) – मला शक्य आहे, तितका सर्वोत्तम बनण्यासाठी वेदनेतूनही स्वतःला पुढे रेटत केलेला तो – (ते पुन्हा अश्रूंना वाट मोकळी करून देतात) – 'प्रयोग' आहे आणि माझ्यासाठी हीच जादू आहे...''

एरिक्सन आणि मी एकमेकांना थोडे चांगले ओळखू लागल्यानंतर आम्ही नॅशनल स्पेलिंग बी स्पर्धेमध्ये निग्रही मुले नेमकी कशी विजयी होतात, हे शोधून काढणाऱ्या संशोधनाची आखणी केली.

अधिक निग्रही शब्दलेखनकार मुलांच्या गाठीशी अधिक सराव असतो आणि त्यांच्या कमी निग्रही स्पर्धकांपेक्षा ते अधिक चांगली कामगिरी करतात, हे मला अगोदरच माहीत होते. तथापि, हा कौशल्यविकास हेतुपुरस्सर सरावामुळे पुढे जातो का, तसेच निग्रहामुळेच या स्पेलिंग लिहिणाऱ्या मुलांना अधिक सराव करणे शक्य होते का, हे मला माहीत नव्हते.

'स्पेलिंग बी'ची अंतिम फेरी गाठणारी मुले या स्पर्धेच्या तयारीसाठी कोणकोणत्या प्रकारच्या गोष्टी करतात, हे जाणून घेण्याकरिता एरिक्सन यांच्या विद्यार्थ्यांच्या मदतीने आम्ही या अंतिम स्पर्धकांच्या मुलाखती घेण्यास सुरुवात केली. त्याच बरोबरीने आम्ही या विषयावरील प्रकाशित पुस्तके अभ्यासली, त्यामध्ये स्पर्धेच्या राष्ट्रीय संचालिका पेज किम्बल यांच्या *हाऊ टू स्पेल लाइक ए चॅम्प* या पुस्तकाचाही समावेश होता.

अनुभवी स्पेलर, त्यांचे पालक आणि प्रशिक्षक यांनी मूलतः तीन प्रकारच्या कृतींची शिफारस केली होती, असे आम्हाला आढळले : पहिली, आनंदासाठी वाचन करणे आणि स्क्रॅबलसारखे शब्दखेळ खेळणे. दुसरी, अन्य व्यक्तीतर्फे किंवा कॉम्प्युटर प्रोग्रॅममार्फत दिल्या जाणाऱ्या प्रश्नमंजूषेला सामोरे जाणे. तिसरी, कोणत्याही साहाय्याविना आणि एकट्याने स्पेलिंगचा सराव करणे, शब्दकोषातून नवे शब्द लक्षात ठेवणे, स्पेलिंगच्या वहीतील शब्दांचा आढावा घेणे आणि लॅटिन, ग्रीक आणि अन्य भाषांमधील मूळ असलेले शब्द शिकून मुखोद्गत करणे. ही फक्त तिसऱ्या विभागातील कृती हेतुपुरस्सर सरावाचा निकष पूर्ण करत होती.

स्पर्धेच्या अंतिम फेरीपूर्वी काही महिने, स्पर्धकांना ई-मेलद्वारे प्रश्नावल्या पाठवण्यात आल्या होत्या. ग्रिट स्केलबरोबरच, आम्ही त्यांना एक नोंदीपुस्तिका पूर्ण करण्यास सांगितली होती, या पुस्तिकेमध्ये त्यांनी, स्पेलिंगविषयक विविध कृतींकरिता दर आठवड्याला ते देत असलेल्या तासांचा अंदाज नोंदवला होता. या कृती करत असतानाच्या क्षणी – त्यांना मिळणारा आनंद आणि करावे लागणारे

परिश्रम, यांच्या संदर्भात – या कृती करण्याबाबत जाणवणाऱ्या भावनांचे गुणांकन करण्यासही त्यांना सांगण्यात आले होते.

त्या वर्षी मे महिन्यामध्ये, ईएसपीएन वाहिनीवर अंतिम फेरीचे प्रक्षेपण झाले आणि आंद्रेस एरिक्सन व मी अंतिम फेरी पाहत होतो.

चषक कोणी जिंकला? केरी क्लोज नावाच्या तेरा वर्षीय मुलीने. तिचे हे स्पर्धेतील सलग पाचवे वर्ष होते आणि आमच्या संशोधनांतर्गत तिने भरलेल्या नोंदीपुस्तिकेनुसार, तिने आतापर्यंत एकूण किमान तीन हजार तास स्पेलिंगचा सराव केल्याचा अंदाज मी वर्तवला. केरीने आत्मविश्वास आणि स्मितहास्यासह स्पर्धेमध्ये माइकवर उच्चारलेले अखेरचे शब्द होते : 'अस्प्राच – U-R-S-P-R-A-C-H-E. अस्प्राच.'

''हे मिळवण्यासाठी मागील एक वर्ष मी शक्य तितका कठोर अभ्यास करत आहे,'' असे केरीने तिच्या तयारीचा मागोवा घेणाऱ्या पत्रकारास सांगितले. ''नियमित यादीत नसणारे शब्द शिकण्याचा, स्पर्धेमध्ये येण्याची शक्यता असणारे अधिक अप्रसिद्ध शब्द शिकण्याचा मी प्रयत्न करते आहे.'' त्याच पत्रकाराने एका वर्षापूर्वी तिच्याविषयी निरीक्षण नोंदवताना म्हटले होते, ''केरी स्वतःहून अधिकाधिक शब्दांचा अभ्यास करत आहे. स्पेलिंगविषयक अभ्यासाच्या बऱ्याच मार्गदर्शिकांसह ती सराव करते, तिच्या वाचनात येणाऱ्या वेधक शब्दांची यादी तयार करते आणि शब्दकोशातून परिश्रमपूर्वक आपला मार्ग काढते.''

आम्ही जेव्हा आमच्याकडील माहितीचे विश्लेषण केले, तेव्हा प्रथमतः आम्हाला एका वर्षापूर्वी आढळलेल्या गोष्टीवर आम्ही शिक्कामोर्तब केले : अधिक निग्रही स्पेलर्स हे कमी निग्रही स्पेलर्सच्या तुलनेत जास्त सराव करतात; परंतु सरावाचा प्रकार प्रचंड महत्त्वाचा ठरतो, हा संशोधनातील सर्वांत महत्त्वाचा निष्कर्ष होता. *अन्य कोणत्याही प्रकारच्या तयारीपेक्षा हेतुपुरस्सर सराव हा अंतिम स्पर्धेच्या पुढच्या फेऱ्यांमध्ये आगेकूच करण्याविषयी खूपच चांगला अंदाज वर्तवत होता.*

मी जेव्हा हे निष्कर्ष पालकांना आणि विद्यार्थ्यांना सांगितले, तेव्हा प्रश्नमंजूषेला सामोरे जाण्याचे शिकण्याच्या दृष्टिकोनातून खूप खूप लाभ आहेत, अशी पुस्तीही मी घाईघाईने जोडली. आपल्याला जे माहीत आहे, असे तुम्हाला वाटते; परंतु प्रत्यक्षात तुम्ही अद्याप त्यावर प्रभुत्व मिळवलेले नाही, यावर पडणारा प्रकाशझोत हा त्यातील पहिला फायदा आहे. खरेच, विजेत्या केरी क्लोजने नंतर मला सांगितले की, तिच्या कमकुवत बाजूंचे निदान करण्यासाठी – ती सातत्याने ज्यांचे स्पेलिंग चुकीचे लिहीत होती, असे विशिष्ट शब्द किंवा शब्दांचे प्रकार ओळखण्यासाठी तिने प्रश्नमंजुषेचा वापर केला व त्यानुसार ती स्वतःचे परिश्रम अशा शब्दांवर प्रभुत्व मिळवण्यासाठी केंद्रित करू शकली. एका अर्थाने, अधिक लक्ष्यकेंद्री, अधिक कार्यक्षम असा हेतुपुरस्सर सराव करण्यासाठी प्रश्नमंजूषा ही बहुधा आवश्यक पूर्वपीठिका ठरू शकते.

आणि मग मनोरंजनासाठी वाचनाचे काय? *काहीच नाही.* नॅशनल स्पेलिंग बीमधील सर्व मुलांना भाषेविषयी बऱ्यापैकी स्वारस्य होते; परंतु त्या सर्वांना वाचनातून आनंद मिळत असला, तरी मनोरंजनासाठी वाचन आणि स्पेलिंगवरील प्रभुत्व यांदरम्यान परस्परसंबंधाची साधी चुणूकही सापडली नाही.

सरावामुळे तुमच्या कौशल्यामध्ये किती सुधारणा होते, या निकषावर जर तुम्ही पारख केली, तर हेतुपुरस्सर सरावाची स्पर्धा दुसऱ्या कशाशीही होऊ शकत नाही. स्पेलर जसे स्पर्धा करण्यामध्ये अधिकाधिक वेळ व्यतित करू लागतात, तसे ही बाब त्यांना अधिकाधिक स्पष्ट होत असल्याचे दिसते. दरवर्षी मिळत जाणाऱ्या अनुभवागणिक ते हेतुपुरस्सर सराव करण्यात अधिकाधिक वेळ खर्च करू लागतात. प्रत्यक्ष अंतिम फेरीच्या अगोदरच्या एका महिन्यामध्ये, जेव्हा सरासरी स्पेलर आठवड्यातील दहा तास हेतुपुरस्सर सराव करण्यासाठी देतात, त्यातूनही हाच प्रकार आणखीच स्पष्टपणे व्यक्त होतो.

तथापि, सराव करणे कसे वाटते, या आधारे जर तुम्ही सरावाची पारख केलीत, तर कदाचित तुम्ही वेगळ्या निष्कर्षापर्यंत पोहोचाल. सरासरी पाहिल्यास, स्पेलर्सनी स्पर्धेच्या तयारीसाठी त्यांनी केलेल्या अन्य कोणत्याही गोष्टीच्या तुलनेत, हेतुपुरस्सर सरावाला लक्षणीयरीत्या अधिक परिश्रमपूर्वक आणि लक्षणीयरीत्या अधिक आनंददायी म्हणून गुणांकन दिले आहे. त्याउलट, आनंदासाठी पुस्तके वाचणे आणि स्क्रॅबलसारखे शब्दांचे खेळ खेळणे हे 'आपले आवडते पदार्थ खाण्याइतके' सहज आणि आनंददायी असल्याचा अनुभव स्पेलर्सना आला.

हेतुपुरस्सर सराव कसा वाटू शकतो, याचे काहीसे अतिरंजित असले तरी, ठळक प्रथमपुरुषी वर्णन नृत्यांगना मार्था ग्रॅहम यांनी केले आहे : ''नृत्य हे मोहक, सहज आणि आनंददायक दिसतं; परंतु त्या साध्याच्या स्वर्गापर्यंतचा मार्ग हा अन्य कशाहीपेक्षा सोपा नसतो. थकवा इतका जास्त असतो की, शरीर झोपेतही कण्हत असतं. काही संपूर्ण निराशेचेही क्षण येतात. दररोज छोटं मरण मरावं लागतं.''

प्रत्येकजणच आपल्या सुस्थितीच्या बाहेर जाऊन काम करण्याचे वर्णन इतक्या टोकाच्या शब्दांमध्ये करणार नाही; परंतु हेतुपुरस्सर सरावाचा अनुभव हा अतिशय परिश्रमपूर्वक असल्याचे एरिक्सन यांना सर्वसाधारणतः आढळून येते. संपूर्ण एकाग्रतेसह आपल्या कौशल्यांच्या टोकापर्यंत जाऊन काम करणे हे दमवणारे असते, याचा पुरावा म्हणून एरिक्सन जागतिक दर्जाच्या कलावंत, खेळाडूंकडे निर्देश करतात. आपल्या करियरच्या शिखरावर असतानाही हे लोक जास्तीत जास्त सलग एका तासाचा हेतुपुरस्सर सराव करू शकतात, त्यानंतर त्यांना विरामाची गरज

भासते, तसेच दिवसभरामध्ये ते केवळ तीन ते पाच तासच हेतुपुरस्सर सराव करू शकतात.

बरेच खेळाडू किंवा संगीत कलावंत त्यांच्या सर्वांत उग्र सरावसत्रानंतर छोटीशी डुलकी काढतात, ही बाबसुद्धा याच्याशी सुसंगत आहे. का? कारण, विश्रांती आणि झीज भरून येणे ही खेळाडूंकरिता बहुधा साहजिक आवश्यकता असल्याचे दिसते; परंतु खेळाडू नसणारेही त्यांची सर्वांत तीव्र दमछाक होण्याबाबत हेच बोलतात, त्यावरून हेतुपुरस्सर सरावामध्ये शारीरिक ताणाबरोबरच होणारे बौद्धिक व मानसिक कष्ट हे या सरावास इतका तणावपूर्ण बनवतात, असे सूचित होते. उदाहरणार्थ, दिग्दर्शक जुड ॲपाटो हे चित्रपट बनवण्याचे वर्णन पुढीलप्रमाणे करतात : ''प्रत्येक दिवस हा प्रयोग असतो. प्रत्येक दृश्य हे कदाचित अचूक होणार नाही, आणि त्यामुळेच तुम्ही एकाग्रतेने लक्ष देत असता – *हे यशस्वी होतंय का? मी संकलनासाठी एखादी अतिरिक्त ओळ ठेवली पाहिजे का? मला जर बदल करावा लागला, तर मी काय करेन? जर मला हे तीन महिन्यांत अजिबात आवडलेलं नाही, तर मला ते का आवडत नाही?* आणि तुम्ही लक्ष एकाग्र करत असता आणि तुम्ही थकत असता... हे सगळंच खूप उग्र असतं.''

आणि अखेरीस, जे जागतिक दर्जाचे खेळाडू, कलावंत निवृत्त होतात, त्यांचा कल जवळपास त्याच पूर्वीच्या हेतुपुरस्सर सरावाच्या वेळापत्रकाचे अनुकरण करण्याकडे नसतो. जर सराव हा अंगभूतरीत्या आनंददायी होता – सरावामधूनच आनंद मिळणे अपेक्षित असते – तर त्यांनी तसाच सराव करत राहावा, अशी अपेक्षा तुम्ही कराल.

एरिक्सन आणि मी एकत्र काम करून लागल्यानंतर एका वर्षाने, मायहेली चिक्सेंटमिहाय[३] हे उन्हाळ्यामध्ये निवासी अभ्यासक म्हणून माझ्या विद्यापीठामध्ये आले होते. चिक्सेंटमिहाय हे एरिक्सन यांच्याप्रमाणेच ख्यातनाम मानसशास्त्रज्ञ आहेत आणि त्या दोघांनीही त्यांची कारकीर्द तज्ज्ञांविषयी अभ्यास करण्यासाठी समर्पित केली आहे. तथापि, जागतिक दर्जाच्या नैपुण्याविषयीचे त्यांचे स्पष्टीकरण हे परस्परांपेक्षा अतिशय भिन्न आहे.

चिक्सेंटमिहाय यांच्याकरिता, 'फ्लो' किंवा नैसर्गिक ओघ, ''उत्स्फूर्ततेच्या भावनेकडे नेणारी'' संपूर्ण एकाग्रतेची अवस्था, हा तज्ज्ञांचा हमखास येणारा अनुभव आहे. हा ओघ म्हणजे, आव्हानाच्या उच्च पातळ्यांवर काम करत असतानाही

३ याचा उच्चार इंग्रजीतील cheeks-sent-me-high या शब्दांच्या उच्चारांप्रमाणे आहे. कालांतराने त्यांचे Mihaly हे नावही 'माइक' असे बनले.

''जणू तुम्हाला त्याविषयी विचारच करावा लागत नाही आहे, तुम्ही फक्त ते करता आहात,'' इतकी ''सहजतेची'' भावना आहे.

उदाहरणार्थ, एका ऑर्केस्ट्राच्या संगीत संयोजकांनी एकदा चिक्सेंटमिहाय यांना सांगितले होते :

> तुम्ही इतक्या हर्षोल्हासित अवस्थेला पोहोचलेले असता की, जवळपास आपण जणू अस्तित्वातच नाही, असे तुम्हाला वाटू लागते... माझे हात माझ्यापासून स्वतंत्र झाल्यासारखे वाटतात, आणि काय घडतंय, याच्याशी मला काहीच देणं-घेणं नसतं. मी केवळ आ-वासून आणि आश्चर्यकारकतेच्या अवस्थेत ते पाहत बसलेला असतो आणि संगीत माझ्यातून आपणहून प्रवाहित होत राहतं.

आणि फिगर स्केटिंग करणाऱ्या एका स्पर्धकाने लयबद्धतेचे वर्णन पुढीलप्रमाणे केले होते :

> जमून गेलेल्या कार्यक्रमांपैकी तो एक होता. माझ्या म्हणण्याचा अर्थ, सर्व काही अचूक होतं, सर्व काही छान वाटत होतं.... तो सर्वांगातून सरसरत जाणाऱ्या चेतनेप्रमाणे असतो, जणू काही ते असंच निरंतर सुरू राहू शकतं, असं तुम्हाला वाटतं, जणू सारं काही इतकं चांगलं होतंय, की ते थांबावं, असं तुम्हाला वाटतच नाही. हे म्हणजे जवळपास तुम्हाला जणू काही विचारच करावा लागत नाही, सर्वकाही विचार न करता आपोआपच घडत जातं...

चिक्सेंटमिहाय यांनी शेकडो तज्ज्ञांकडून यांसारखे प्रथमपुरुषी वृत्तान्त गोळा केले आहेत. त्यांनी अभ्यासलेल्या प्रत्येक क्षेत्रामध्ये उच्चतम अनुभवाचे वर्णन अशाच शब्दांमध्ये करण्यात आले आहे.

हेतुपुरस्सर सरावाची भावना ही कधीही ओघाइतकी आनंददायी वाटू शकेल का, याविषयी एरिक्सन साशंक आहेत. त्यांच्या मते, ''कुशल लोकांना काही वेळा त्यांच्या कामगिरीदरम्यान अत्यानंदित अवस्थांचा (याचेच वर्णन माइक चिक्सेंटमिहाय यांनी १९९० मध्ये 'फ्लो' किंवा 'ओघ' असे केले होते) अनुभव येऊ शकतो. तथापि, या अवस्था हेतुपुरस्सर सरावाशी विसंगत आहेत...'' का? कारण, हेतुपुरस्सर सराव हा काळजीपूर्वकरीत्या नियोजित केलेला असतो आणि ओघ हा उत्स्फूर्त असतो. कारण, हेतुपुरस्सर सरावामध्ये, जिथे आव्हाने कौशल्यांना ओलांडतात, अशी कामगिरी आवश्यक असते, आणि जेव्हा आव्हाने आणि कौशल्य यांच्यामध्ये योग्य समतोल असतो, तेव्हा सर्वसामान्यपणे ओघाचा अनुभव

येतो आणि सर्वांत महत्त्वाचे म्हणजे, हेतुपुरस्सर सराव हा आत्यंतिक परिश्रमपूर्वक असतो, तर ओघाच्या व्याख्येतच सहजता आहे.

चिक्सेंटमिहाय यांनी याचा प्रतिवाद करणारे मत प्रसिद्ध केले आहे : ''कोणतेही गुंतागुंतीचे कौशल्य चांगल्याप्रकारे आत्मसात करण्यासाठी साधारणतः १०,००० तासांचा सराव लागतो, असा निष्कर्ष गुणवत्तांच्या विकासासंबंधी अभ्यास करणाऱ्या संशोधकांनी काढला आहे.. आणि हा सराव अतिशय कंटाळवाणा आणि आनंद न देणारा ठरू शकतो. ही स्थिती बऱ्याचदा खरी ठरत असली, तरी त्याचे परिणाम हे निश्चितच स्वयंसिद्ध नाहीत.'' चिक्सेंटमिहाय हे स्वतःचा दृष्टिकोन स्पष्ट करण्यास साहाय्यभूत ठरणारी वैयक्तिक कथाही सांगतात. ते हंगेरीमध्ये लहानाचे मोठे झाले. त्यांच्या स्थानिक प्राथमिक शाळेच्या प्रवेशद्वारावरील उंच लाकडी फाटकावर लटकावलेल्या एका फलकावर लिहिले होते : *ज्ञानाची मुळे कडू असतात, मात्र त्याची फळे गोड असतात.* हे वाक्य त्यांच्या मनात नेहमीच खोलवर असत्य म्हणून राहिले. ''तुम्हाला जेव्हा ज्ञान घ्यावेसे वाटत असेल, आपण त्यामध्ये प्रभुत्व मिळवू शकतो, असे वाटत असेल आणि तुम्ही जे शिकलात त्याचा सराव हा तुम्ही कोण आहात, हे अभिव्यक्त करू शकेल, तसेच तुमची इच्छा केलेल्या गोष्टी साध्य करण्यास मदत करू शकेल, असे वाटत असेल, तेव्हा शिकणे हे अगदी परिश्रमपूर्वक असले, तरी ते कटू नसते,'' असे चिक्सेंटमिहाय लिहितात.

मग, कोणाचे म्हणणे बरोबर आहे?

योगायोगाने ज्या उन्हाळ्यामध्ये चिक्सेंटमिहाय विद्यापीठात येणार होते, त्याच वेळी एरिक्सन हेसुद्धा शहरामध्ये होते. मी सुमारे ऐंशी शिक्षकांच्या श्रोतृवर्गासमोर त्या दोघांचे 'उत्कट आवड आणि जागतिक दर्जाची कामगिरी' या विषयावरील चर्चासत्र आयोजित केले.

ते दोघे सभागृहासमोर एका टेबलाजवळ बसले, तेव्हा ते दोघेही एकमेकांची जवळपास हुबेहूब प्रतिमाच असल्याचे मला जाणवले. दोघेही उंच आणि भक्कम शरीययष्टीचे. दोघेही जन्माने युरोपीय आणि दोघांच्याही इंग्रजी उच्चारांना थोडासा लहेजा असल्यामुळे ते जास्तच उल्लेखनीय आणि अभ्यासू वाटतात. दोघेही बारीक कापलेली खुरटी दाढी ठेवतात आणि फक्त चिक्सेंटमिहाय यांची दाढी पूर्णपणे पांढरी झाली असली, तरी सँटाक्लॉजच्या भूमिकेसाठी योग्य दिसणाऱ्या व्यक्तीचा जर कोणी शोध घेत असेल, तर या दोघांपैकी कोणीही चांगला पर्याय ठरेल.

चर्चासत्राच्या दिवशी, मी थोडी अस्वस्थ होते. मला वादविवाद आवडत नाहीत – जरी ते माझ्याशी निगडित नसले, तरीही.

प्रत्यक्षात ते इतक्या सुरळीतपणे पार पडले की, माझी चिंताच अनाठायी ठरली. हेतुपुरस्सर सराव आणि ओघ या दोन्ही मुद्द्यांचे पुरस्कर्ते हे मूर्तिमंत सभ्य गृहस्थ होते. दोघांमध्ये कोणत्याच अवमानास्पद विधानांची देवाणघेवाण झाली नाही. परस्परांविषयीच्या अनादराची पुसटशीही झलक आढळली नाही.

त्याउलट, एरिक्सन आणि चिक्सेंटमिहाय हे खांद्याला खांदा लावून बसले होते, ते दोघेही आपली पाळी आल्यानंतरच माइक हातात घेत होते, प्रत्येक जण ठळकपणे परस्परांविरोधी असणाऱ्या त्यांच्या दृष्टिकोनांना आधार देण्यासाठी आपल्या दशकांच्या संशोधनाचा सारांश पद्धतशीरपणे मांडत होता. एक जण बोलत असताना दुसरा लक्षपूर्वक ऐकत असल्याचे दिसत होते आणि मग माइकची देवाणघेवाण व्हायची. नव्वद मिनिटे हे असे सुरू राहिले.

तज्ज्ञांना झळ सोसावी लागते का, हे मला जाणून घ्यायचे होते. का ते अत्यानंदितच असतात?

कुठल्यातरी मार्गाने, या संवादातून हा कूटप्रश्न सुटेल, अशी आशा मी जिथे बाळगली होती, तिथे यातून दोन भिन्न सादरीकरणे – एक हेतुपुरस्सर सरावाविषयीचे आणि दुसरे ओघाविषयीचे – एकत्र जोडण्याचे काम झाले.

हे सर्व जेव्हा संपले, तेव्हा मी थोडी निराश झाले. मला त्यातून नाट्यमयतेची नाही, तर निराकरणाची उणीव भासली होती. मला अद्याप माझ्या प्रश्नाचे उत्तर मिळाले नव्हते : तज्ज्ञांची कामगिरी ही मेहनतीच्या क्षणी जिकिरीची आणि फारशी आनंददायी नसणारी असते की ती सहज आणि आनंददायी असू शकते?

अपेक्षापूर्ती करण्यात कमी पडलेल्या त्या चर्चासत्रानंतर काही वर्षांनी, मी या मुद्द्यावर वाचन आणि विचारमंथन केले. अखेरीस, यातील कोणतीही एक बाजू नाकारून दुसरी स्वीकारावी, इतका माझा दृढविश्वास विकसित न झाल्यामुळे, मी काही माहिती व आकडेवारी जमवण्याचे ठरवले. ऑनलाइन ग्रिट स्केल चाचणी देणाऱ्या हजारो प्रौढांना मी 'फ्लो'चे मूल्यमापन करणारी दुसरी प्रश्नावली भरण्यास सांगितली. या संशोधनातील सहभागी प्रतिसादकांमध्ये सर्व वयोगटातील पुरुष व स्त्रियांचा समावेश होता आणि ते सर्व प्रकारच्या पेशांचे प्रतिनिधित्व करणारे होते : अभिनेते, बँकर, ग्राहक सेवा प्रतिनिधी, केशकर्तनकार, दंतचिकित्सक, डॉक्टर, पोलीस अधिकारी, सचिव, शिक्षक, वेटर, लोहकाम करणारे ही त्यांपैकी काही कार्यक्षेत्रे होती.

या वैविध्यपूर्ण पेशांमधून, जास्त निग्रही असणाऱ्या प्रौढांनी कमी नाही, तर जास्त नैसर्गिक ओघाचा अनुभव आल्याचे सांगितले. अन्य शब्दांत सांगायचे, तर नैसर्गिक ओघ आणि निग्रह हे हातात हात घालून येतात.

या सर्वेक्षणातून मी शिकलेल्या गोष्टी, तसेच नॅशनल स्पेलिंग बीच्या अंतिम स्पर्धकांविषयी सापडलेल्या बाबी आणि सुसंगत संशोधन साहित्याचा दशकभराच्या कालावधीत केलेला अभ्यास हे सर्व एकत्र केल्यानंतर मी पुढील निष्कर्षाप्रत पोहोचले: *निग्रही लोक अधिक हेतुपुरस्सर सराव करतात आणि त्यांना जास्त नैसर्गिक ओघाचा अनुभव येतो.* या विधानामध्ये कोणताही परस्परविरोध नसण्याची दोन कारणे आहेत. पहिले म्हणजे, हेतुपुरस्सर सराव हे वर्तन आहे आणि ओघ किंवा प्रवाहीपणा हा अनुभव आहे. आंद्रेस एरिक्सन हे तज्ज्ञ काय करतात, याविषयी बोलतात; तर माइक चिक्सेंटमिहाय हे तज्ज्ञांना कसे वाटते, याविषयी बोलतात. दुसरा मुद्दा म्हणजे तुम्ही एकाच वेळी हेतुपुरस्सर सराव करणे आणि प्रवाहीपणा अनुभवणे, आवश्यक नाही आणि किंबहुना, बहुतांश तज्ज्ञांनाही अभावानेच या दोन्ही गोष्टींचा एकत्रित अनुभव येतो, असे मला वाटते.

या प्रश्नावर तोडगा काढण्यासाठी अधिक संशोधन गरजेचे आहे आणि पुढील काही वर्षांमध्ये नेमके हेच करण्यासाठी एरिक्सन, चिक्सेंटमिहाय आणि मी एकत्र काम करू, अशी मला आशा आहे.

सद्यःस्थितीत, तुमचे कौशल्य सुधारणे ही परिश्रमपूर्वक हेतुपुरस्सर सराव करण्यासाठीची मूलभूत प्रेरणा आहे, असे माझे मत आहे. तुम्ही शंभर टक्के चित्त एकाग्र करता आहात आणि तुमच्या कौशल्याची सध्याची पातळी उंचावण्यासाठी जाणीवपूर्वक तुम्ही आव्हानाची पातळी निश्चित करत आहात. तुम्ही 'समस्या सोडवण्याच्या' स्थितीत आहात, तुमची कौशल्ये आदर्शस्थितीच्या – सरावसत्राच्या सुरुवातीस तुम्ही निश्चित केलेल्या ध्येयाच्या – नजीक आणण्यासाठी तुम्ही करत असलेल्या प्रत्येक गोष्टीचे विश्लेषण करत आहात. तुम्ही अभिप्राय मिळवता आहात आणि त्यातील बराचसा अभिप्राय हा तुम्ही काय चुकीचे करत आहात, याविषयी आहे. तो अभिप्राय तुम्ही आवश्यक बदल करण्यासाठी आणि मग पुन्हा प्रयत्न करण्यासाठी वापरत आहात.

याउलट, प्रवाहीपणादरम्यान प्रबळ असणारी प्रेरणा ही पूर्णपणे वेगळी असते. प्रवाहीपणाची अवस्था ही अंगभूतरीत्या आनंददायी असते. आपल्या कौशल्यसंचाचा कुठलातरी बारीकसा पैलू तुम्ही सुधारता आहात का, याची तुम्हाला फिकीर नसते आणि तुम्ही शंभर टक्के एकाग्रचित्त असला, तरीही तुम्ही 'समस्या सोडवण्याच्या' स्थितीत नसता. तुम्ही जे करता आहात, त्याचे विश्लेषण तुम्ही करत नसता. तुम्ही केवळ ते करत असता. तुम्ही अभिप्राय घेत असता; परंतु तो केवळ तुमच्या आव्हानाचा स्तर तुमच्या सध्याच्या कौशल्याच्या स्तराशी मिळताजुळता असल्याने तुम्ही घेत असता. तुम्ही काय बरोबर करता आहात, हे तो अभिप्राय तुम्हाला सांगत असतो. तुम्ही संपूर्ण नियंत्रणामध्ये असल्यासारखे तुम्हाला वाटते, कारण तुम्ही तसे असताच. तुम्ही तरंगत असता. तुम्हाला काळाचे भान राहत नाही. तुम्ही कितीही

वेगाने धावत असला किंवा तुम्ही कितीही गहन विचार करत असला, तरी जेव्हा तुम्ही प्रवाहात असता, तेव्हा सर्वकाही सहज वाटते.

अन्य शब्दांत सांगायचे, तर हेतुपुरस्सर सराव हा तयारीसाठी असतो, नैसर्गिक ओघ हा प्रत्यक्ष कामगिरीसाठी असतो.

पुन्हा जलतरणपटू रॉडी गेन्स यांच्याकडे येऊ.

गेन्स यांनी मला सांगितले होते की, ऑलिंपिक सुवर्णपदक जिंकण्याच्या दृष्टीने आपली शारीरिक क्षमता, तंत्र, आत्मविश्वास आणि निर्णयक्षमता विकसित करण्यासाठी किती सराव करावा लागेल, याचा एक तक्ता त्यांनी एकदा तयार केला होता. १९८४च्या ऑलिंपिकअगोदरच्या आठ वर्षांमध्ये त्यांनी पन्नास यार्डांच्या फेऱ्यांची संख्या वाढवत नेऊन, किमान वीस हजार मैल जलतरण केले होते. अर्थात, तुम्ही त्याआधीची आणि नंतरची वर्षे जमेत धरली, तर ते अंतर आणखीच वाढेल.

''एकोणपन्नास सेकंदांमध्ये संपणाऱ्या शर्यतीसाठी मी संपूर्ण पृथ्वीप्रदक्षिणेइतके पोहलो होतो,'' त्यांनी मंद हसत मला सांगितले.

''इतके मैल पोहण्यातून तुम्हाला आनंद मिळाला का? म्हणजे, तुम्हाला सराव करायला आवडायचं का?'' मी विचारले.

''मी खोटं बोलणार नाही,'' त्यांनी उत्तर दिले. ''मला खरंतर कधीच सराव करण्यातून आनंद मिळाला नाही आणि तिथे असताना तर मला निश्चितच त्यात मजा येत नव्हती. किंबहुना, पहाटे चार किंवा साडेचार वाजता जलतरण तलावामध्ये उतरताना किंवा काही वेळा मला वेदना सहन व्हायच्या नाहीत. तेव्हा अशा क्षणिकप्रसंगी मी स्वतःशी विचार करायचो, 'देवा, हे खरंच इतकं महत्त्वाचं आहे का?'''

''मग, तुम्ही ते सोडून का दिलं नाही?''

''कारण, अगदी सोप्पं आहे,'' रॉडी म्हणाले. ''कारण, माझं पोहण्यावर प्रेम होतं... मला स्पर्धेची, सरावाच्या परिणामांची, योग्य शरीरयष्टी असल्याच्या जाणिवेची, जिंकण्याची, प्रवास करण्याची आणि मित्रांना भेटण्याची उत्कट आवड होती. मला सराव आवडत नव्हता; परंतु माझ्यामध्ये पोहण्याबाबत एकूणात मनःपूर्वक आवड होती.''

ऑलिंपिक सुवर्णपदक विजेते रोव्हर (नौकानयनपटू) मॅड्स रॅस्मसन यांनीही त्यांच्या प्रेरणेविषयी याच्याशी मिळतेजुळते वर्णन केले : ''हे कठोर परिश्रमांविषयी आहे. जेव्हा मजा येत नाही, तेव्हाही तुम्हाला जे करणं गरजेचं आहे, ते तुम्ही करता. शेवटी, तुम्हाला विजयी जल्लोष करण्यात आनंद मिळतो आणि तीच गोष्ट या बहुतांश वाटचालीदरम्यान तुम्हाला रेटत असते.''

कौशल्यापेक्षा वरचढ आव्हान असणाऱ्या सरावाची बरीच वर्षे ही आव्हान कौशल्याच्या समस्तरीय असणाऱ्या नैसर्गिक ओघाच्या क्षणांकडे घेऊन जातात, ही संकल्पनाच उच्चस्तरीय कामगिरी ही इतकी सहज का दिसू शकते, याचे स्पष्टीकरण आहे : एका अर्थाने, ती तितकी सहज असतेच. एक उदाहरण पाहू. अठरा वर्षीय जलतरणपटू केटी लेडेकीने नुकताच १,५०० मीटर फ्रीस्टाइल जलतरण प्रकारात स्वतःचाच जागतिक विक्रम मोडील काढला. रशियातील कझान येथे रंगलेल्या स्पर्धेच्या प्राथमिक फेरीदरम्यान असंभाव्यरीत्या हा इतिहास रचण्यात आला. ''खरं सांगायचं, तर मला ते खूप सहज वाटलं,'' असे केटी स्पर्धेनंतर म्हणाली. ''मी खूप निवांत होते.'' परंतु केटीने तिच्या वेगाचे श्रेय नैसर्गिक ओघाला दिले नाही : ''तो विक्रम मोडणं म्हणजे मी केलेले परिश्रम आणि सध्या मी जी शरीरयष्टी राखली आहे, त्याची निशाणी आहे.''

खरेच, लेडेकी सहा वर्षांची असल्यापासून जलतरण करते आहे. 'प्रत्येक सरावसत्रामध्ये अतिशय कठोर परिश्रम करणारी' अशी तिने स्वतःची ओळख तयार केली असून काही वेळा तर अतिरिक्त आव्हानासाठी ती पुरुष जलतरणपटूंसोबतही सराव करते. तीन वर्षांपूर्वी, एका शर्यतीदरम्यान काही क्षणांसाठी आपल्याला सर्वच गोष्टींचा विसर पडल्याचे लेडेकीने सांगितले होते, त्याच ८०० मीटर फ्रीस्टाइल शर्यतीमध्ये तिने सुवर्णपदकाची कमाई केली. ''जलतरणाच्या संदर्भात एक गोष्ट लोकांना खरोखरच माहीत नसते, ती म्हणजे तुम्ही सरावादरम्यान जे काही परिश्रम करता, तेच स्पर्धेदरम्यान दिसून येतात,'' असे तिने नंतर सांगितले होते.

परिश्रमपूर्वक केलेल्या हेतुपुरस्सर सरावाचा परिपाक म्हणून सहज नैसर्गिक ओघाचे क्षण अनुभवण्याची माझी स्वतःची कथा मी सांगते. काही वर्षांपूर्वी, ज्युलिएट ब्लेक नावाच्या निर्मातीने, मी सहा मिनिटांचे टेड टॉक व्याख्यान देण्यास इच्छुक आहे का, हे विचारण्यासाठी माझ्याशी संपर्क साधला होता.

''नक्कीच, मला मजा येईल!'' मी म्हणाले.

''छान! मग, तुझं व्याख्यान तयार झाल्यानंतर आपण एक व्हिडिओ कॉन्फरन्स करू, त्यामध्ये आम्ही तुला व्याख्यान देताना पाहू आणि त्यावर काही अभिप्राय तुला देऊ म्हणजे ते रंगीत तालमीप्रमाणे असेल.''

''*हं, तू 'अभिप्राय' म्हणालीस ना?* म्हणजे कौतुकापेक्षा वेगळं काहीतरी,'' हे मनातल्या मनात म्हणून झाल्यावर मी संथपणे तिला म्हणाले, ''नक्कीच... हे ठीक वाटतंय.''

मी व्याख्यानाची तयारी केली आणि नियोजित दिवशी, ज्युलिएट आणि तिचे वरिष्ठ, टेड संस्थेचे प्रमुख ख्रिस अँडरसन यांच्यासोबत कनेक्ट झाले. वेबकॅमकडे

पाहत मला देण्यात आलेल्या वेळेत मी व्याख्यान दिले. त्यानंतर, मुक्तकंठाने होणाऱ्या माझ्या प्रशंसेची मी वाट पाहिली.

परंतु तशी काही प्रशंसा माझ्या वाट्याला आली नाही.

त्याउलट, माझ्या व्याख्यानातील सर्व शास्त्रीय परिभाषेमध्ये हरवून गेल्याचे ख्रिस यांनी सांगितले. व्याख्यानात खूप सारे शब्दावयव होते, खूप साऱ्या स्लाइड्स होत्या आणि पुरेशी स्पष्ट, समजण्याजोगी उदाहरणे नव्हती. त्याउप्पर, मी या संशोधनाच्या संपूर्ण क्षेत्रात कशी आले – शिक्षिका ते मानसशास्त्रज्ञ होण्यापर्यंतचा माझा प्रवास – ते अस्पष्ट होते आणि समाधानकारक नव्हते. ख्रिस यांच्या अभिप्रायाशी ज्युलियाही सहमत होती. मी अजिबातच उत्कंठा निर्माण न करता सपाट कथा सांगितल्याची पुस्तीही तिने जोडली. विनोदातील हुकमी वाक्य अगदी सुरुवातीलाच सांगून टाकावे, तशा प्रकारे मी माझ्या व्याख्यानाची रचना केली होती.

अरेरे! इतकं वाईट होतं का? ज्युलिया आणि ख्रिस ही व्यग्र माणसे होती आणि त्यांच्याकडून प्रशिक्षण घेण्याची दुसरी संधी मला मिळणार नाही, हे मला माहीत होते. त्यामुळे मी स्वतःला ऐकून घ्यायला लावले. नंतर, मी विचार करू लागले, निग्रहाविषयी उत्कृष्ट व्याख्यान कसे द्यावे, हे जास्त चांगले कोणाला माहीत आहे, त्यांना की मला?

ते अनुभवी कथाकथनकार होते आणि मी आपले व्याख्यान अधिक चांगले बनवण्यासाठी अभिप्रायाची आवश्यकता असणारी शास्त्रज्ञ होते, याची जाणीव व्हायला मला फारसा वेळ लागला नाही.

मग, मी व्याख्यान पुन्हा लिहून काढले, माझ्या कुटुंबीयांसमोर त्याचा सराव केला आणि आणखी नकारात्मक अभिप्राय मिळवले. ''तू सतत अं... अं... का म्हणत असतेस?'' माझी मोठी मुलगी ॲमांडाने विचारले. ''हो मॉम, तू ते का करतेस?'' ल्युसी या माझ्या धाकट्या लेकीनेही तिची री ओढली. ''आणि तू अस्वस्थ असतेस, तेव्हा स्वतःचे ओठ चावतेस. तसं नको करत जाऊ. त्याने लक्ष विचलित होतं.''

अधिक सराव. अधिक सुधारणा.

आणि मग तो निर्णायक दिवस उगवला. मी आता दिलेल्या व्याख्यानाचे सुरुवातीला त्यांच्यासमोर दिलेल्या व्याख्यानाशी अगदीच पुसटसे साधर्म्य होते. हे व्याख्यान चांगले झाले. खूपच चांगले झाले. तुम्ही ते व्याख्यान पाहा आणि मी त्यामध्ये नैसर्गिक ओघात असल्याचे तुम्हाला दिसेल. त्याअगोदर केलेल्या बऱ्याच तालमींचा – किंवा तसेच सांगायचे झाल्यास, कोणीही परिश्रमपूर्वक, चुकांनी भरलेला, वारंवार हेतुपुरस्सर सराव करत असल्याच्या चित्रणाचा – यू ट्युबवर शोध घेऊन पाहा. माझी अशी अटकळ आहे की, तुमच्या हाती काहीही लागणार नाही.

घडत असतानाचे तासन्‌तास तुम्हाला दाखवण्याची कोणाचीही इच्छा नसते. त्याऐवजी, त्यातून ते जे काही बनले आहेत, त्याची क्षणचित्रे, ठळक वैशिष्ट्ये ते तुम्हाला दाखवतात.

ते सगळं संपल्यानंतर मी घाईघाईने माझ्या पतीला आणि त्याच्या सासूला भेटायला गेले. ते दोघेही त्या दिवशी माझे मनोबल वाढवण्यासाठी श्रोत्यांमध्ये बसले होते. जसे मी त्यांना माझा आवाज ऐकू जाण्याइतपत जवळ पोहोचले, तेव्हा त्यांनी काही म्हणण्यापूर्वीच मी मोठ्याने सांगितले, ''कृपया, फक्त मुक्तकंठाने केलेली प्रशंसा ऐकली जाईल!'' आणि त्यांनीही ती खूप केली.

अलीकडे, मी विविध क्षेत्रांतील यशस्वी कामगिरी करणाऱ्या निग्रही लोकांना आणि त्यांच्या प्रशिक्षकांना, हेतुपुरस्सर सराव करताना कसे वाटते, हे सविस्तरपणे मांडण्यास सांगते आहे. याबाबतीत, नृत्यांगना मार्था ग्रॅहम यांच्याशी बरेच जण सहमत असतात. तुम्हाला अद्याप जे येत नाही, ते करण्याचा प्रयत्न हा नाउमेद करणारा, असहज आणि अगदी वेदनादायीही असतो.

असे असले तरी, काही जणांनी हेतुपुरस्सर सरावाचा अनुभव हा किंबहुना – केवळ दीर्घकाळामध्येच नाही, तर त्या क्षणीही – अतिशय सकारात्मक असल्याचे सांगितले. हेतुपुरस्सर सरावाचे वर्णन करण्यासाठी त्यांनी 'गमतीदार' किंवा 'आनंददायी' हा शब्द वापरला नसला, तरी तो कटू असल्याचेही ते म्हणाले नाहीत आणि त्याचबरोबर, हेतुपुरस्सर सरावाला असणारा – विचारशून्यपणे सुधारणा न करता ''त्याच त्या हालचाली पुनःपुन्हा करत राहणे'' – हा पर्यायही यातनेचेच एक रूप ठरू शकतो.

या निरीक्षणांनी मला काही काळासाठी कोड्यात टाकले आणि मग, मी आणि एरिक्सन यांनी नॅशनल स्पेलिंग बी स्पर्धेच्या अंतिम फेरीतील स्पर्धकांकडून जमवलेली माहिती पुन्हा अभ्यासण्याचे ठरवले. स्पेलरनी हेतुपुरस्सर सरावाला विशेषकरून परिश्रमपूर्वक आणि आनंदहीन ठरवल्याचे मला माहीत होते, मात्र त्याच वेळी या सरासरींबाबत बरीच तफावत होती, हेसुद्धा मला आठवत होते. अन्य शब्दांत सांगायचे, तर सर्व स्पेलर्सना नेमका असाच अनुभव आलेला नव्हता.

अधिक निग्रही स्पर्धकांचा हेतुपुरस्सर सरावाचा अनुभव कसा होता, हे पाहण्यासाठी मी ती माहिती तपासली. कमी उत्कट, कमी चिकाटी असणाऱ्या स्पर्धकांच्या तुलनेत, अधिक निग्रही स्पेलर हे केवळ जास्त तास हेतुपुरस्सर सरावच करत नव्हते, तर त्याचबरोबर त्यांनी या सरावाचे गुणांकन *अधिक आनंददायी* आणि *अधिक परिश्रमपूर्वक* असे दोन्ही श्रेण्यांमध्ये केले होते. हे बरोबर आहे.

हेतुपुरस्सर सराव करताना अधिक निग्रही मुलांनी अन्य मुलांपेक्षा अधिक परिश्रम करत असल्याची नोंद केली होती; परंतु त्याच वेळी अन्य मुलांच्या तुलनेत त्यांनी आपल्याला यामध्ये आनंद मिळाल्याचेही सांगितले होते.

या निरीक्षणाचा अर्थ कसा लावावा, हे समजणे निश्चितच कठीण आहे. निग्रही मुले ही हेतुपुरस्सर सराव करण्यासाठी अधिक वेळ देतात आणि त्यायोगे, कालांतराने त्यांना त्यांच्या श्रमाची फळे अनुभवायला मिळतात, तशी त्यांची श्रमांसाठीची रूची विकसित होते, ही एक शक्यता आहे. ही 'परिश्रमांवर प्रेम करायला शिकण्याची' कथा आहे. याची पर्यायी शक्यता अशीही असू शकते की, निग्रही मुलांना परिश्रम करायला आवडते आणि ही आवडच त्यांच्याकडून अधिक परिश्रम करून घेते. ही 'काही लोकांना आव्हाने आवडतात' हे सांगणारी कथा आहे.

यांपैकी कोणती शक्यता अचूक आहे, हे मी तुम्हाला सांगू शकत नाही आणि जर मला अंदाज लावायला सांगितला, तर मी म्हणेन की या दोन्ही कथांमध्ये काही प्रमाणात सत्य आहे. उदाहरणार्थ, जेव्हा कष्टामुळे तशाच प्रकारची फळे मिळतात, तेव्हा कष्टाचा – कठोर परिश्रम करताना कसे वाटते, याचा – सापेक्ष अनुभव हा बदलू शकतो आणि बदलतो, याला भक्कम शास्त्रीय पुरावा आहे, हे आपण अकराव्या प्रकरणामध्ये शिकणार आहोत. माझ्या स्वतःच्या मुलींना त्या पूर्वी करायच्या त्यापेक्षा परिश्रम करण्यात अधिक आनंद मिळवण्यास शिकताना मी पाहिले आहे आणि मी स्वतबद्दलही हे म्हणू शकते.

दुसरीकडे, केटी लेडिकीला नेहमीच कठीण आव्हानांमध्ये आनंद मिळत असल्याचे तिचे प्रशिक्षक ब्रुस गेम्मेल सांगतात.

''केटीच्या पालकांकडे तिच्या सुरुवातीच्या एका जलतरण स्पर्धेची एक लहानशी चित्रफित आहे,'' असे ब्रुस यांनी मला सांगितले. ''फक्त एकाच फेरीची ती चित्रफित आहे. ती तेव्हा सहा वर्षांची होती. ती पाण्यात काही स्ट्रोक्स मारते आणि तिच्या रांगेची दोरी पकडते. मग ती आणखी काही स्ट्रोक्स मारते आणि पुन्हा त्या रांगेच्या दोरीला धरते. अखेरीस, ती तलावाच्या दुसऱ्या टोकाला पोहोचते आणि पाण्याबाहेर येते. तिचे वडील ते चित्रीकरण करत असतात आणि ते विचारतात, ''मला तुझ्या पहिल्या शर्यतीविषयी सांग. ती कशी होती?'' केटी म्हणते, ''खूपच छान!'' आणि काही सेकंदांनी ती पुन्हा म्हणते, ''ते खूप कठीण होतं!'' आणि तिच्या चेहऱ्यावर रूंद स्मितहास्य पसरलेलं असतं. ते स्मितहास्य त्या क्षणी सर्व काही सांगून जातं. आम्ही करत असलेल्या सर्व गोष्टींबाबत तिचा हाच दृष्टिकोन आहे.''

आपल्याला आतापर्यंत भेटलेल्या अन्य कोणाहीपेक्षा केटी स्वेच्छेने अधिक हेतुपुरस्सर सराव करते, असे ब्रुस यांनी त्याच संभाषणादरम्यान मला सांगितले. ''उदाहरणार्थ, तिची कामगिरी वाईट असलेल्या प्रकारात – ती सुरुवात करतानाच सहभागी गटामध्ये तिसऱ्या स्थानाइतकी मागे असेल, अशा एखाद्या प्रकारत –

आम्ही प्रयत्न करत असू. त्यानंतर, त्यामध्ये कामगिरी सुधारण्याकरिता सरावासाठी गुपचूप वेळ काढताना मला ती दिसेल, त्यामुळे काही काळातच ती त्या गटातील सर्वोत्तम जलतरणपटूंपैकी एक बनलेली असेल. अन्य काही जलतरणपटू प्रयत्न करतात आणि जेव्हा त्यांना अपयश येते, तेव्हा त्यांनी पुन्हा प्रयत्न करत राहण्यासाठी मला त्यांना लाडीगोडी लावावी लागते आणि गयावया करावी लागते.''

जर हेतुपुरस्सर सराव इतका 'जबरदस्त' असू शकतो, तर तो कधीतरी सहज नैसर्गिक ओघाप्रमाणे वाटू शकतो का?

स्पेलिंग स्पर्धेची विजेती केरी क्लोज हिला हेतुपुरस्सर सरावादरम्यान कधी नैसर्गिक ओघाची अवस्था अनुभवता आली होती का, असे मी तिला विचारले, तेव्हा ती म्हणाली, ''नाही. जेव्हा माझ्यापुढे आव्हानात्मक असं काहीही नव्हतं, तेव्हाच फक्त मी नैसर्गिक ओघात होते, असं मी म्हणू शकते.'' त्याच वेळी हेतुपुरस्सर सराव हा आपल्यापरीने समाधानकारक असल्याचेही ती म्हणाली. ''मी स्वतः केलेला अभ्यास, ज्यामध्ये मी एखाद्या मोठ्या कामगिरीचे काही तुकड्यांमध्ये विभाजन करून स्वतःला ते पूर्ण करायला लावले होते, तो माझा सर्वांत फलदायी अभ्यास होता,'' असेही तिने मला सांगितले.

आजघडीला, हेतुपुरस्सर सराव हा सहज नैसर्गिक ओघाप्रमाणे अनुभाव्य ठरतो का, हे सांगण्यासाठी पुरेसे संशोधन झालेले नाही. हेतुपुरस्सर सराव हा खोलवर समाधानकारक ठरू शकतो; परंतु नैसर्गिक ओघापेक्षा तो वेगळ्या प्रकारे समाधानकारक असतो, असा माझा अंदाज आहे. अन्य शब्दांत सांगायचे झाल्यास, सकारात्मक अनुभवाचे *विभिन्न प्रकार* असतात : सुधारणा करण्याचा थरार हा एक प्रकारचा अनुभव असतो आणि आपली सर्वोत्तम कामगिरी करण्याचा अत्यानंद हा दुसऱ्या प्रकारचा अनुभव असतो.

स्वतःसाठी उत्कृष्ट प्रशिक्षक, मार्गदर्शक किंवा शिक्षक मिळवण्याव्यतिरिक्त, तुम्ही हेतुपुरस्सर सरावातून जास्तीत जास्त कसे मिळवू शकता – त्याचबरोबर, तुम्ही हा अत्यानंद कमावला असल्याने – नैसर्गिक ओघ तुम्ही कसा अनुभवू शकता?

पहिली गोष्ट म्हणजे *याचे विज्ञान जाणून घ्या.*

हेतुपुरस्सर सरावाची प्रत्येक मूलभूत आवश्यकता ही साधीशीच असते :

- स्पष्टपणे विषद केलेले आव्हानात्मक ध्येय
- पूर्ण एकाग्रता आणि परिश्रम
- तातडीचा आणि माहितीपूर्ण अभिप्राय
- विचारपूर्वक केलेली पुनरावृत्ती आणि सुधारणा

परंतु बहुतांश लोकांबाबतीत नेमके किती तास सराव केल्यामुळे या चारही मुद्द्यांची परिपूर्ती होते? माझा अंदाज असा आहे की, बरेच लोक संपूर्ण आयुष्यभरात दैनंदिनरीत्या नेमका शून्य तास हेतुपुरस्सर सराव करतात.

अगदी, शरीरात त्राण असेपर्यंत कष्ट करणारे अतिप्रेरित लोकही हेतुपुरस्सर सराव करत असतातच, असे नाही. उदाहरणार्थ, जपानच्या नौकानयन संघाने जेव्हा ऑलिंपिक सुवर्णपदक विजेते मॅड्स रॅस्मसन यांना भेट देण्यासाठी बोलावले, तेव्हा त्यांचे खेळाडू इतके तास सराव करत असल्याचे पाहून रॅस्मसन यांना धक्काच बसला होता. तुम्ही किती तास पूर्ण ताकतीनिशी थकून जाईपर्यंत सराव करता, हे सर्वोच्च ठरत नसून, दिवसातील अवघे काही तास उच्च दर्जाच्या, विचारपूर्वक प्रशिक्षण ध्येयांचा केलेला पाठलाग हा अव्वल ठरत असल्याचे रॅस्मसन यांनी त्यांना सांगितले. एरिक्सन यांच्या संशोधनातूनही हेच दिसून आले होते.

मी वयाच्या दुसऱ्या वर्षापासून व्हायोलिन वाजवत असलो, तरी बावीस वर्षांचा होईपर्यंत मी खऱ्या अर्थाने हेतुपुरस्सर सराव सुरू केला नव्हता, असे ज्युलिअर्ड स्कूल ऑफ म्युझिक या संगीतसंस्थेच्या शिक्षकवृंदामधील कामगिरी मानसशास्त्रज्ञ असणारे नोआ कागेयामा यांनी सांगितले. का नाही? त्यांच्यामध्ये प्रेरणेचा अभाव नव्हता – एका टप्प्यावर तर, लहान नोआ चार वेगवेगळ्या शिक्षकांकडून व्हायोलिनचे धडे गिरवत होता आणि त्या सर्वांसोबत वादन करण्यासाठी अक्षरशः तीन वेगवेगळ्या शहरांचा प्रवासही करत होता. खरेतर, अडचण फक्त इतकीच होती की, नोआ यांना अधिक चांगला पर्याय माहीत नव्हता. जेव्हा त्यांची सरावाच्या प्रत्यक्ष विज्ञानाशी ओळख झाली – अधिक कार्यक्षमपणे त्यांची कौशल्ये सुधारतील, असा दृष्टिकोन सापडला – तेव्हा, त्यांच्या सरावाचा दर्जा आणि स्वतःच्या प्रगतीतून त्यांना मिळणारे समाधान हे दोन्हीही लक्षणीयरीत्या वाढले. आता त्यांनी स्वतःकडील ज्ञान अन्य संगीत कलावंताना देण्यासाठी स्वतःला वाहून घेतले आहे.

काही वर्षांपूर्वी, माझी पदवी शिक्षणाची विद्यार्थिनी लॉरेन एस्कोरेन-विंक्लर आणि मी मिळून लहान मुलांना हेतुपुरस्सर सरावाविषयी शिकवण्याचे ठरवले. आम्ही स्वयं-मार्गदर्शनपर धडे जमवले, अभ्यासाचे कमी परिणामकारक मार्ग आणि हेतुपुरस्सर सराव यांच्यातील महत्त्वाचे फरक दर्शवणाऱ्या कार्टून्स आणि कथांची भर घालून त्या धड्यांना पूर्णरूप दिले. सुरुवातीची गुणवत्ता कितीही असो, प्रत्येक कार्यक्षेत्रात महान कामगिरी करणारे हे हेतुपुरस्सर सरावाद्वारे सुधारणा करत राहतात, हे आम्ही समजावून सांगितले. सहज आणि विनासायास वाटणाऱ्या यू-ट्यूबरील प्रत्येक कामगिरीमागे बऱ्याच तासांचा, चित्रित न झालेला, बाहेरच्यांसाठी अदृश्य असणारा, आव्हानात्मक, कष्टप्रद, चुकत-माकत केलेला सराव लपला असल्याची माहिती आम्ही विद्यार्थ्यांना दिली. आपल्याला अद्याप न येणाऱ्या गोष्टी करण्यास प्रयत्नशील असणे, अपयशी ठरणे, त्यांना वेगळ्याप्रकारे करणे गरजेचे असलेल्या

गोष्टी शिकत राहणे, हीच नेमकी तज्ज्ञांची सराव करण्याची पद्धत असल्याचे आम्ही त्यांना सांगितले. हताशपणाची भावना ही आपण चुकीच्या मार्गावर असल्याचे लक्षण असतेच, असे नाही, हे त्यांनी समजून घेण्यास आम्ही मदत केली. त्याउलट, आपण अधिक चांगली कामगिरी केली असती तर... असे वाटणे हे शिकतानाच्या काळात अतिशय सामान्य आहे, हेसुद्धा आम्ही त्यांना सांगितले. त्यानंतर, त्यांचा सहभाग असलेल्या विविध प्रकारच्या उपक्रमांमध्ये आम्ही त्यांच्या नकळत या हस्तक्षेपाची चाचणी केली.

विद्यार्थ्यांची सराव आणि यशस्वी कामगिरीबाबत विचार करण्याची पद्धत बदलू शकते, हे आम्हाला यातून आढळले. उदाहरणार्थ, शाळेत यशस्वी कसे व्हावे, यासंबंधी दुसऱ्या एखाद्या विद्यार्थ्याला तुम्ही काय सल्ला द्याल, असे जेव्हा त्यांना विचारण्यात आले, तेव्हा हेतुपुरस्सर सरावाविषयी शिकलेल्या विद्यार्थ्यांनी जास्त करून, 'तुमच्या कमकुवत बाजूंवर लक्ष केंद्रित करा' आणि 'शंभर टक्के एकाग्रता ठेवा,' यांसारखे सल्ले दिले. गणित विषयात हेतुपुरस्सर सराव करणे किंवा सोशल मीडिया व गेमिंग वेबसाइट्सवर जाऊन स्वतःची करमणूक करून घेणे, हे पर्याय निवडण्यासाठी दिले असता, या विद्यार्थ्यांनी अधिक हेतुपुरस्सर सराव करण्याची निवड केली आणि अखेरीस, वर्गामध्ये सरासरी पातळीच्या खाली कामगिरी असणारे विद्यार्थी हेतुपुरस्सर सरावाविषयी शिकल्यामुळे प्रगतिपुस्तकातील त्यांच्या श्रेण्यांमध्ये वाढ झाली.

हाच धागा पकडून, मी हेतुपुरस्सर सरावाचा सर्वाधिक लाभ करून घेण्यासाठीचा माझा दुसरा सल्ला देते आहे : *त्याची सवय लावून घ्या.*

याचा अर्थ, हेतुपुरस्सर सराव करण्यासाठी तुम्हाला सर्वांत साजेशी वेळ आणि जागा कोणती हे शोधून काढा. एकदा तुम्ही ही निवड केल्यानंतर, दररोज त्या ठिकाणी आणि त्या वेळी हेतुपुरस्सर सराव करा. का? कारण, काहीतरी कठीण करताना नित्यक्रम हे ईश्वराने पाठवलेल्या भेटीसारखे असतात. तुम्हाला जेव्हा दररोज त्याच वेळी आणि त्याच जागी सराव करायची सवय लागते, तेव्हा तुम्हाला सुरुवात करण्याविषयी विचार करावा लागत नाही, तुम्ही आपोआपच ती करता, असे बऱ्याच संशोधन अभ्यासांमधून दिसून आले असून त्यांपैकी काही संशोधने माझी स्वतःचीही आहेत.

मॅसन क्युरे यांच्या *डेली रिच्युअल्स* या पुस्तकामध्ये एकशे एकसष्ठ कलावंत, शास्त्रज्ञ आणि अन्य निर्मितीक्षम काम करणाऱ्या लोकांच्या आयुष्यातील एका दिवसाचे वर्णन करण्यात आले आहे. यामध्ये तुम्ही, *नेहमी कॉफी प्या* किंवा *कधीच कॉफी पिऊ नका* किंवा *केवळ बेडरूममध्येच काम करा* किंवा *कधीच बेडरूममध्ये काम करू नका*, यांसारखे विशिष्ट नियम शोधले, तर तुम्हाला ते सापडणार नाहीत; परंतु त्याऐवजी जर तुम्ही विचारले, ''या सर्व निर्मितीक्षम माणसांमध्ये काय

समान आहे?'' तर तुम्हाला पुस्तकाच्या नावामध्येच त्याचे उत्तर सापडेल : *डेली रिच्युअल्स* (दैनंदिन आचारपद्धती). या पुस्तकातील सर्व तज्ज्ञ आपापल्या विशिष्ट मार्गाने, सातत्यपूर्णरीत्या तासन्तास एकटे हेतुपुरस्सर सराव करतात. ते नित्यक्रमाचे अनुकरण करतात. ते सवयीचे गुलाम आहेत.

उदाहरणार्थ, व्यंग्यचित्रकार चार्ल्स शुल्झ यांनी त्यांच्या कारकिर्दीमध्ये जवळपास अठरा हजार पिनट्स व्यंग्यचित्र मालिका रेखाटल्या. ते पहाटे जागे होतात, आंघोळ-दाढी करतात आणि त्यांच्या मुलांसोबत नाश्ता करतात. त्यानंतर ते त्यांच्या मुलांना शाळेमध्ये सोडून आपल्या स्टुडिओमध्ये जातात आणि त्यांची मुले शाळेतून पुन्हा घरी येईपर्यंत ते तिथे काम करतात. यादरम्यान, दुपारचे जेवणही ते तिथेच घेतात (जेवणामध्ये ते एक हॅम सँडविच आणि एक ग्लास दूध असा आहार घेतात). लेखिका माया एंजेलोऊ यांच्या दिनक्रमामध्ये सकाळी उठल्यानंतर त्यांच्या पतीसोबत कॉफी घेणे आहे. त्यानंतर, साधारणतः सकाळी सात वाजता त्या कोणताही व्यत्यय नसणाऱ्या अशा 'लहानशा साध्या' हॉटेलच्या खोलीत पोहोचतात आणि दुपारी दोन वाजेपर्यंत तिथेच असतात.

शेवटी, तुम्ही जर एकाच वेळी आणि एकाच जागी सराव करत राहिलात, तर सुरुवात करण्याबाबत एकेकाळी जागृतपणे होणारा विचार हा आपसूक होत जातो. ''ज्याला प्रत्येक कामाची सुरुवात करण्याचा निर्णय दररोज नव्याने घ्यावा लागतो, त्याच्यापेक्षा दयनीय माणूस दुसरा कोणताही नाही,'' असे निरीक्षण विल्यम जेम्स यांनी नोंदवले आहे.

मी स्वतः हा धडा खूप लवकर शिकले. लेखिका जॉएस कॅरल ओट्सने जेव्हा तिच्या पुस्तकाचा पहिला खर्डा पूर्ण करण्याची तुलना ''स्वयंपाकघराच्या अतिशय अस्वच्छ जमिनीवरून नाकाने शेंगदाणा ढकलत नेण्याशी'' केली होती, तेव्हा तिच्या म्हणण्याचा अर्थ काय होता, हे आता मला समजते आहे. मग मी काय केले? मला सुरुवात करण्यासाठी साहाय्यक ठरलेले सोपे नियोजन पुढीलप्रमाणे आहे : *जेव्हा सकाळचे आठ वाजतात आणि मी स्वतःच्या घरातील कार्यालयामध्ये असते, तेव्हा मी काल लिहिलेला खर्डा वाचते.* या सवयीमुळे तसे पाहता, लेखन सोपे झाले नाही; परंतु त्यामुळे सुरुवात करणे निश्चितच सोपे बनले.

हेतुपुरस्सर सरावाचा सर्वाधिक फायदा करून घेण्यासाठीचा मला तिसरा सल्ला असा आहे की, *तुम्हाला ज्या पद्धतीने त्याचा अनुभव येतो, त्यामध्ये बदल करा.*

मी जेव्हा नॅशनल स्पेलिंग बी स्पर्धेतील माहिती पुन्हा तपासत होते आणि अधिक निग्रही स्पर्धकांसाठी हेतुपुरस्सर सरावाचा अनुभव कसा जास्त आनंददायी असतो, हे मला आढळत होते, साधारणतः त्याचदरम्यान मी टेरी लॉग्लिन नावाच्या जलतरण प्रशिक्षकांशी संपर्क साधला. टेरी यांनी पूर्णपणे नवख्यापासून ते ऑलिंपिक पदकविजेत्यापर्यंत प्रत्येक स्तरावरील जलतरणपटूला प्रशिक्षण दिले आहे आणि

त्याचबरोबर खुल्या पाण्यातील मास्टर्स जलतरण स्पर्धांमध्ये त्यांनी स्वतःही काही विक्रम मोडीत काढले आहेत. त्यांच्याच शब्दांत, जलतरणामध्ये 'संपूर्णतः बुडून जाण्याच्या' दृष्टिकोनाचा – म्हणजेच, मूलतः पाण्यातून पुढे सरकण्याच्या निवांत, सचेतन दृष्टिकोनाचा – ते दीर्घकाळ पुरस्कार करत आले आहेत, त्याबद्दल त्यांचे म्हणणे जाणून घेण्यात मला विशेषकरून रस होता.

''*हेतुपुरस्सर सराव* हा खूप छान वाटू शकतो,'' असे टेरी यांनी मला सांगितले. ''जर तुम्ही प्रयत्न केले, तर तुम्ही आव्हानांना घाबरण्याऐवजी त्यांचा स्वीकार करण्यास शिकू शकता. हेतुपुरस्सर सरावादरम्यान तुमच्याकडून अपेक्षित असणाऱ्या सर्व गोष्टी – स्पष्ट ध्येय, अभिप्राय हे सर्व – तुम्ही करू शकता आणि तरीही त्या करताना तुम्हाला चांगले वाटू शकते.

''हा सर्व स्वतःची पारख न करता त्या क्षणामध्ये आत्मभान जपण्याचा खेळ आहे,'' ते पुढे म्हणाले. ''आव्हानाचा आनंद घेण्याच्या मार्गात येणाऱ्या स्वतःची पारख करण्याच्या दडपणापासून मुक्त होणे महत्त्वाचे आहे.''

टेरी यांच्यासोबत गप्पा मारल्यानंतर, मी नवजात बाळांचा आणि लहान मुलांचा विचार करण्यास सुरुवात केली. ही मुले त्यांना न येणाऱ्या गोष्टी पुनःपुन्हा करून पाहण्याचा प्रयत्न करण्यात त्यांचा बहुतांश वेळ घालवतात – आणि तरीही त्यांना खासकरून लाज वाटल्याचे किंवा चिंता भेडसावत असल्याचे दिसत नाही. 'वेदनेशिवाय लाभ नाही' हा नियम शाळेत प्रवेश करण्यापूर्वीच्या वयोगटासाठी लागू होत असल्याचे दिसत नाही.

लहान मुले कशी शिकतात, याचा अभ्यास करण्यासाठी आपली संपूर्ण कारकीर्द दिलेल्या मानसशास्त्रज्ञ एलेना बोड्रोव्हा आणि डेबोराह लिऑंग यासुद्धा, नवजात बालक आणि लहान मुले चुकांपासून शिकण्याबाबत अजिबात किंतू बाळगत नाहीत, याच्याशी सहमत आहेत. बसण्यासाठी धडपडणाऱ्या बाळाला किंवा चालण्यास शिकणाऱ्या लहान मुलाला पाहा : तुम्हाला एकामागोमाग एक चूक, अपयशामागून अपयश, भरपूर प्रमाणात कौशल्यापेक्षा वरचढ आव्हान, तसेच खूप सारी एकाग्रता, पुष्कळ अभिप्राय आणि मोठ्या प्रमाणावर शिकणे दिसेल. भावनिकदृष्ट्या काय घडते? हे त्यांना विचारावे, तर ती खूपच लहान असतात; परंतु अद्याप करू न शकणाऱ्या गोष्टी करण्याचा प्रयत्न करत असताना अगदी लहान मुले ही त्यांना त्रास सहन करावा लागत असल्यासारखी दिसत नाहीत.

आणि मग... काहीतरी बदलते. एलेना आणि डेबोराह यांच्या मते, साधारणतः मुले ज्यावेळी बालवाडीत प्रवेश करतात, तेव्हा त्यांच्या चुकांवर मोठ्यांकडून विशिष्ट प्रतिक्रिया येत असल्याचे त्यांच्या लक्षात येण्यास सुरुवात होते. आपण असे काय करतो? आपल्या कपाळावर आठ्या पडतात, आपले गाल काहीसे लाल होतात. मुलांनी काहीतरी चुकीचे केले आहे, हे दाखवण्यासाठी आपण

पटकन आपल्या लहानग्यांकडे जातो आणि आपण त्यांना काय धडा शिकवतो? ओशाळण्याचा. भीतीचा. लाज वाटून घेण्याचा. आपल्या बहुतांश जलतरणपटूंसोबत नेमके हेच घडत असल्याचे प्रशिक्षक ब्रुस गेमेल सांगतात : ''प्रशिक्षक, पालक, मित्र आणि प्रसारमाध्यमे यांच्यामध्ये वावरताना ते, अपयशी होणं वाईट असतं, हे शिकतात. त्यामुळे ते स्वतःचा बचाव करतात आणि धोका पत्करत नाहीत, तसेच त्यांचा सर्वोत्तम प्रयत्नही करत नाहीत.''

''लाज वाटण्याने तुमची कोणतीच चूक सुधारण्यास मदत होत नाही,'' असे डेबोराह यांनी मला सांगितले.

मग, काय करायला हवे?

एलेना आणि डेबोराह शिक्षकांना भावनाविरहित चुका करण्याची पद्धती अवलंबण्यास सांगतात. त्या प्रत्यक्षात शिक्षकांना जाणूनबुजून चुका करण्याच्या सूचना देतात आणि मग मुले त्यांना पाहत असल्याचे बघून त्यांनी हसत-हसत म्हणावे, ''अरे, मला तर वाटलं होतं की या मनोऱ्यात पाचच ठोकळे आहेत! मला पुन्हा मोजू दे! एक... दोन... तीन... चार... पाच... *सहा!* एकूण सहा ठोकळे आहेत तर! छान! मोजत असताना प्रत्येक ठोकळ्याला हात लावून पाहणं गरजेचं आहे, हे मी आज शिकलो!''

तुम्ही हेतुपुरस्सर सरावाला नैसर्गिक ओघाइतके अत्यानंदी बनवू शकाल का, हे मला माहीत नाही; परंतु ''ते कठीण होतं! ते खूप छान होतं!'' असं स्वतःला आणि इतरांना सांगण्याचा प्रयत्न तुम्ही करू शकता, असे मला निश्चितपणे वाटतं.

प्रकरण ८

हेतू

स्वारस्य हा उत्कट आवडीचा एक स्रोत आहे. हेतू – इतरांच्या कल्याणासाठी योगदान देण्याचा मनसुबा – हा दुसरा स्रोत आहे. निग्रही लोकांच्या प्रगल्भ उत्कट आवडी या दोन्ही स्रोतांवर अवलंबून असतात.

काही जणांसाठी हेतू हा प्रथम येतो. या एकमेव मार्गाने मी, ॲलेक्स स्कॉट हिच्यासारख्या सर्वोच्च निग्रही व्यक्तींना समजून घेऊ शकते. ॲलेक्स यांना आठवते, तेव्हापासून त्या आजारीच होत्या. त्या एका वर्षाच्या असताना त्यांना न्यूरोब्लास्टोमा हा विकार असल्याचे निदान झाले. आपल्या चौथ्या वाढदिवसानंतर थोड्याच दिवसांत ॲलेक्स यांनी त्यांच्या आईला सांगितले, ''मी जेव्हा हॉस्पिटलमधून बाहेर येईन, तेव्हा मला लेमोनेड स्टँड हवा आहे.'' (अमेरिकेमध्ये सामान्यतः लहान मुले लिंबू सरबताची विक्री करण्यासाठी उन्हाळ्यामध्ये लेमोनेड स्टँड उभारतात.) आणि तिला तो लेमोनेड स्टँड मिळाला. तिने वयाची पाच वर्षे पूर्ण होण्याअगोदरच तिचा पहिला लेमोनेड स्टँड चालवला आणि ''डॉक्टरांनी ज्याप्रमाणे मला मदत केली, तशीच मदत त्यांना इतर मुलांना करता यावी'' याकरिता तिने डॉक्टरांसाठी त्यातून दोन हजार डॉलर्स जमा केले. त्यानंतर, चार वर्षांनी ॲलेक्सचे निधन झाले, तोपर्यंत तिने इतक्या साऱ्या लोकांना त्यांचे लेमोनेड स्टँड चालवण्यासाठी प्रेरणा दिली होती की, त्यातून तिने लाखो डॉलर्स उभारले. ॲलेक्सचा वारसा तिच्या कुटुंबीयांनी या दिवसापर्यंत सुरू ठेवला असून 'ॲलेक्स लेमोनेड स्टँड फाउंडेशन' या संस्थेने कर्करोगावरील संशोधनासाठी दहा कोटी डॉलर्सपेक्षा अधिक निधी उभारला आहे.

ॲलेक्स ही असामान्य होती; परंतु बहुतांश लोक हे प्रथम त्यांना आवडणाऱ्या गोष्टींकडे आकृष्ट होतात आणि त्यानंतरच, त्यांचे वैयक्तिक स्वारस्य हे कशा प्रकारे इतरांनाही लाभदायक ठरू शकते, याची दखल घेतात. अन्य शब्दांत सांगायचे, तर तुलनेने स्वयंकेंद्रित स्वारस्यासंबंधी सुरुवात करणे, त्यानंतर स्वयं-शिस्तबद्ध सराव

शिकणे आणि अखेरीस ते काम आणि समष्टी-केंद्रित हेतूशी जोडणे हा अधिक सामान्य क्रम असतो.

या तीन टप्प्यांतील प्रगतीकडे लक्ष देणाऱ्या पहिल्या काही मानसशास्त्रज्ञांपैकी बेंजामिन ब्लूम हे एक होते.

ब्लूम यांनी तीस वर्षांपूर्वी जेव्हा जागतिक दर्जाचे खेळाडू, कलावंत, गणिती आणि शास्त्रज्ञांच्या मुलाखती घेण्यास सुरुवात केली होती, तेव्हा लोक आपापल्या क्षेत्रांमध्ये सर्वोच्च स्थानी कसे पोहोचतात, याविषयी आपल्याला काहीतरी शिकता येईल, हे त्यांना माहीत होते. तथापि, त्यांनी अभ्यास केलेल्या सर्व क्षेत्रांना लागू होईल, असे शिकण्याचे सर्वसामान्य प्रारूप आपल्याला शोधता येईल, याचा पूर्वअंदाज त्यांना आला नव्हता. ब्लूम यांनी अभ्यासलेल्या असामान्य व्यक्तींची जडणघडण, संगोपन आणि प्रशिक्षण आदींबाबत काही वरवरचे भेद असले, तरी त्या सर्व जणांनी विकासाच्या तीन विभिन्न कालखंडांमधून प्रगती साधली होती. ब्लूम ज्याला 'सुरुवातीची वर्षे' म्हणतात, त्याविषयी आपण स्वारस्यावरील सहाव्या प्रकरणामध्ये, तर 'मधली वर्षे' याविषयी सरावावरील सातव्या प्रकरणामध्ये चर्चा केली. आता ब्लूम यांच्या रचनेतील 'नंतरची वर्षे' या तिसऱ्या, अखेरच्या आणि सर्वांत दीर्घकालीन टप्प्यावर आपण येऊन पोहोचलो आहोत. त्यांच्याच भाषेत सांगायचे, तर या टप्प्यावर कामाचा 'विशाल हेतू आणि अर्थ' स्पष्ट दिसू लागतो.

मी जेव्हा सर्वाधिक निग्रही लोकांशी बोलते आणि त्यांच्या ध्यासाला हेतू आहे, असे ते मला सांगतात, तेव्हा निव्वळ मनसुब्यापेक्षा अधिक सखोल काहीतरी त्यांना अभिप्रेत असते. ते केवळ ध्येय-केंद्री नसतात; त्यांच्या ध्येयाचे स्वरूप विशेष असते.

मी जेव्हा अधिक खोलात जाऊन, ''तुम्ही मला आणखी सांगू शकता का? तुम्हाला काय म्हणायचंय?'' असे विचारते, तेव्हा त्यापाठोपाठ काही वेळा त्यांना नेमके काय वाटते, ते शब्दांत मांडण्यासाठी त्यांचा प्रामाणिक, अडखळता संघर्ष सुरू असतो; परंतु नेहमी, म्हणजे नेहमीच त्या पुढील वाक्यांमध्ये अन्य व्यक्तींचा उल्लेख असतो. काही वेळा तो अतिशय व्यक्तिविशिष्ट ('माझी मुले', 'माझे ग्राहक', 'माझे विद्यार्थी') असतो, तर काही वेळा तो अमूर्त ('हा देश', 'खेळ', 'विज्ञान', 'समाज') असतो. त्यांनी हे कशाही प्रकारे सांगितले, तरी त्यांचा संदेश सारखाच असतो : दिवस-रात्रीचे, सकाळ-संध्याकाळचे कष्ट, पिछेहाट व निराशा आणि संघर्ष, त्याग - या सर्वांचे मूल्य आहे कारण, शेवटी त्यांच्या प्रयत्नांच्या फळांचा काही हिस्सा हा अन्य लोकांना मिळणार आहे.

उद्देशाच्या या संकल्पनेच्या केंद्रस्थानी, आपण जे करतो, ते आपल्याव्यतिरिक्त अन्य लोकांसाठीही महत्त्वाचे आहे, हा विचार आहे.

लहान वयातच बुद्धीची वाढ झालेली ॲलेक्स स्कॉटसारखी परार्थी व्यक्ती ही परकेंद्री उद्देशाचे समजण्यास सोपे असणारे उदाहरण आहे.

सहाव्या प्रकरणामध्ये आपण ज्यांना भेटलो, त्या अत्युच्च निग्रही कलाविषयक कार्यकर्त्या जेन गोल्डन यासुद्धा असेच एक उदाहरण आहेत. कला विषयात स्वारस्य असल्यामुळे जेन या महाविद्यालयातून पदवी शिक्षण पूर्ण केल्यानंतर लॉस एंजेलिसमध्ये शिल्पकार बनल्या. वयाच्या विशीच्या अखेरीस जेन यांना ल्युपस (त्वचाक्षय) विकार असल्याचे निदान झाले आणि त्यांचे खूप कमी आयुष्य शिल्लक असल्याचे त्यांना सांगण्यात आले. ''ही बातमी म्हणजे मोठा धक्काच होता. तिने मला आयुष्याबाबतचा नवा दृष्टिकोन दिला,'' असे त्यांनी मला सांगितले. जेन जेव्हा या विकाराच्या सर्वांत तीव्र लक्षणांमधून बऱ्या झाल्या, तेव्हा डॉक्टरांनी सुरुवातीला वर्तवलेल्या अंदाजापेक्षा आपण अधिक जगणार आहोत; परंतु दीर्घकालीन वेदनेसह आपल्याला जगावे लागेल, याची जेन यांना जाणीव झाली.

त्या फिलाडेल्फिया या त्यांच्या मूळ शहरात परतल्या आणि त्यांनी महापौरांच्या कार्यालयामधील एक लहानसा अँटी-ग्राफिटी उपक्रम हाती घेतला. पुढील तीन दशकांमध्ये त्याचा विस्तार होऊन तो जगातील सर्वांत मोठ्या सार्वजनिक कला उपक्रमांपैकी एक बनला आहे.

आता पन्नाशीच्या उत्तरार्धाकडे झुकलेल्या जेन यांनी आजही आठवड्यातील सहा किंवा सात दिवस पहाटेपासून ते सायंकाळी उशीरापर्यंत काम करणे सुरू ठेवले आहे. त्यांच्या एका सहकाऱ्याने त्यांच्यासोबत काम करण्याची तुलना निवडणुकीपूर्वीच्या रात्री निवडणूक कार्यालय चालवण्याशी केली आहे – अपवाद इतकाच की, येथे निवडणुकीचा दिवस कधीच येत नाही. जेन यांच्याकरिता या तासांचा अर्थ अधिक शिल्पे आणि उपक्रम असा असून त्याचा अर्थ, समाजातील अधिकाधिक लोकांना कलेची निर्मिती करण्याच्या आणि कला अनुभवण्याच्या अधिक संधी असा होतो.

मी जेन यांना जेव्हा त्यांच्या ल्युपसविषयी विचारले, तेव्हा त्यांनी वेदना ही त्यांची नेहमीची सोबती असल्याची निर्विकारपणे कबुली दिली. त्यांनी एकदा एका पत्रकाराला सांगितले होते, ''काही क्षण असे असतात, जेव्हा मी रडते. मी हे आणखी करू शकणार नाही, हा महाकाय खडक डोंगरावर चढवणं आता मला जमणार नाही, असं मला वाटतं; परंतु स्वतःची दया येणं हे निरर्थक आहे, त्यामुळे मी पुन्हा उत्साही होण्याचे मार्ग शोधते.'' का? कारण त्यांचे काम स्वारस्यपूर्ण आहे, म्हणून? ती तर केवळ जेन यांच्या प्रेरणेची सुरुवात होती. ''मी सर्वकाही सेवेच्या भावनेने करते,'' असे त्यांनी मला सांगितले. ''मला त्यातून प्रेरणा मिळते.

ती नैतिक आवश्यकता आहे.'' हेच थोडक्यात सांगताना त्या म्हणतात, ''कला आयुष्यं वाचवते.''

अत्युच्च निग्रह असणाऱ्या अन्य काही लोकांची उच्चस्तरीय ध्येय ही इतकी साहजिकरीत्या नसली, तरी उद्देशपूर्ण असतात.

उदाहरणार्थ, ख्यातनाम वाईन समीक्षक अँटोनिओ गॅलनी यांनी मला सांगितले होते : ''वाईनच्या रसास्वादाविषयी इतर लोकांना सांगणं ही मला उत्कटपणे आवडणारी गोष्ट आहे. मी जेव्हा रेस्टॉरंटमध्ये जातो, तेव्हा प्रत्येक टेबलावर वाईनची सुंदर बाटली पाहण्याची माझी इच्छा असते.''

''लोकांना त्यांची स्वतःची अभिरुची समजण्यास मदत करणे,'' हे आपले ध्येय असल्याचे अँटोनिओ सांगतात. हे जेव्हा घडते, तेव्हा ते अचानक एखादी मोठी संकल्पना समजल्यासारखे असते, असे अँटोनिओ सांगतात आणि त्यांना ''अशा लक्षावधी कल्पना समजून द्यायच्या आहेत.''

अँटोनिओ लहानाचे मोठे होत असताना त्यांच्या पालकांच्या मालकीचे, खाद्यपदार्थ आणि वाईनचे दुकान होते आणि खूप कमी वयापासूनच ते नेहमीच ''वाईनकडे आकर्षित झाले होते.'' त्यामुळे अँटोनिओ यांच्याबाबतीत स्वारस्य पहिल्यांदा आले असले तरी, अन्य लोकांना मदत करण्याच्या संकल्पनेमुळे त्यांची उत्कट आवड मोठ्या प्रमाणावर वाढली : ''मी मेंदूविकारतज्ज्ञ नाही, मी कर्करोगावर उपचार करत नाही. मात्र, या एका छोट्याशा मार्गाने मी हे जग अधिक चांगले बनवणार आहे, असं मला वाटतं. मला दररोज सकाळी या उद्देशाच्या भावनेसह जाग येते.''

म्हणूनच, माझ्या 'निग्रहाच्या शब्दकोषामध्ये', उद्देशाचा अर्थ 'इतरांच्या कल्याणासाठी योगदान देण्याचा हेतू' असा आहे.

अत्युच्च निग्रही लोकांकडून, त्यांचे कार्य हे इतर लोकांशी खूप सखोलपणे संबंधित आहे, असे त्यांना वाटत असल्याचे वारंवार ऐकल्यानंतर मी या संबंधाचे अधिक जवळून विश्लेषण करण्याचा निर्णय घेतला. उद्देश हा महत्त्वाचा असेल, हे निःसंशय; परंतु अन्य प्राधान्यक्रमांच्या तुलनेत तो किती महत्त्वाचा असतो? किंबहुना, उच्चस्तरीय ध्येयावर एकाग्रचित्तपणे लक्ष केंद्रित करणे हे *निःस्वार्थीपेक्षा* हमखास अधिक *स्वार्थी* असण्याची शक्यता वाटत होती.

सुख मिळवण्याचे किमान दोन मार्ग असतात, हे सर्वांत आधी ओळखणाऱ्यांपैकी ॲरिस्टॉटल हा एक होता. यांपैकी एका मार्गाला त्याने 'यूडायमॉनिक' – म्हणजेच एखाद्याने चांगल्या (*यू*) अंतराम्याशी (*डाएमॉन*) सुसंवादी, एकरूप होऊन जगणे –

आणि दुसऱ्या मार्गास 'हेडॉनिक' - म्हणजेच सकारात्मक, त्या क्षणापुरत्या, अंगभूतरीत्या आत्मकेंद्री अनुभवांचे लक्ष्य बाळगून जगणे, असे संबोधले आहे. ॲरिस्टॉटलने या मुद्द्यावर स्पष्टपणे बाजू घेतली असून हेडॉनिक आयुष्य हे आदिम व बीभत्स मानले आहे, तर यूडायमॉनिक आयुष्याला उदात्त आणि शुद्ध ठरवले आहे.

परंतु किंबहुना सुखाबाबतच्या या दोन्ही दृष्टिकोनांची पाळेमुळे उत्क्रांतीमध्ये खूप खोलवर रूजलेली आहेत.

एकीकडे, मानव हा आनंदाचा शोध घेतो, कारण ढोबळमानाने, ज्या गोष्टी आपल्याला आनंद देतात, त्यांच्यामुळे आपल्या जगण्याच्या, टिकून राहण्याच्या शक्यतांमध्ये वाढ होते. उदाहरणार्थ, जर आपल्या पूर्वजांना अन्न आणि लैंगिक संबंधांची लालसा नसती, तर ते दीर्घकाळ जगले नसते किंवा त्यांना इतकी अपत्येही झाली नसती. काही प्रमाणात आपण सर्व जणच, फ्रॉइड यांनी म्हटल्याप्रमाणे ''आनंदाच्या तत्त्वाने'' प्रेरित असतो.

दुसरीकडे, मानवजातीची उत्क्रांती अर्थ आणि उद्देश शोधण्यासाठी झालेली आहे. सर्वांत गहन अर्थाने आपण समाजप्रिय प्राणी आहोत. का? कारण, एकमेकांशी संबंध ठेवण्याची आणि सेवा करण्याची प्रेरणासुद्धा आपल्या जगण्यास, टिकून राहण्यास चालना देते. कशी? कारण एकाकी लोकांपेक्षा परस्परसहकार्य करणाऱ्या लोकांच्या जगण्याची, टिकून राहण्याची शक्यता अधिक असते. समाज हा व्यक्ती-व्यक्तींमधील स्थिर नातेसंबंधांवर अवलंबून असतो आणि समाज हा अनेकप्रकारे आपल्याला अन्न पुरवतो, नैसर्गिक पंचमहाभूतांपासून आपल्याला निवारा देतो आणि शत्रूंपासून आपले रक्षण करतो. इतरांशी जोडले जाण्याची इच्छा हीसुद्धा आपल्याला असणाऱ्या आनंदाच्या भुकेइतकीच मूलभूत मानवी गरज आहे.

काही प्रमाणात, हेडॉनिक आणि यूडायमॉनिक अशा दोन्ही प्रकारच्या सुखांचा पाठलाग करणे हे आपल्या सर्वांच्याच विचार-वर्तनात पक्के रुजलेले असते; परंतु या दोन प्रकारच्या पाठलागांना आपल्याकडून देण्यात येणाऱ्या तौलनिक महत्त्वामध्ये फरक पडू शकतो. आपल्यापैकी काही जण हे आनंदाची पर्वा करण्यापेक्षा अधिक उद्देशाची पर्वा करतात आणि हेच उलटही खरे आहे.

निग्रहाच्या तळाशी असलेल्या प्रेरणांचा तपास करण्यासाठी मी अमेरिकेतील सोळा हजार प्रौढांपर्यंत पोहोचले आणि त्यांना संपूर्ण ग्रिट स्केल चाचणी भरण्यास सांगितली. प्रदीर्घ पुरवणी प्रश्नावलीचा भाग म्हणून, अभ्यासातील समाविष्ट प्रतिसादकांनी उद्देशाविषयीची विधाने वाचली - उदाहरणार्थ, 'मी जे करतो, ते समाजासाठी महत्त्वाचे आहे' - आणि यातील प्रत्येक विधान हे त्यांना किती प्रमाणात लागू होते, हे सूचित केले. याचीच पुनरावृत्ती त्यांनी आनंदाच्या महत्त्वाविषयी असलेल्या सहा विधानांबाबतही केली - उदाहरणार्थ, 'माझ्यासाठी आनंदोपभोगी आयुष्य हेच चांगले आयुष्य आहे.' त्यांच्या या प्रतिसादांनुसार, उद्देश

आणि आनंद यांच्याप्रती असणाऱ्या त्यांच्या अभिमुखतेचे आम्ही अनुक्रमे १ ते ५ दरम्यान गुणांकन केले.

पुढील आलेखामध्ये या मोठ्या प्रमाणावरील संशोधनातून हाती आलेली आकडेवारी दिली आहे. निग्रही लोक हे काही संत नसतात, तसेच ते आनंदोपभोगवादीही नसतात, हे तुम्ही त्यावरून पाहू शकता. आनंद मिळव्वण्याबाबतीत ते इतर कोणाहीसारखेच असतात; तुम्ही कितीही निग्रही असलात, आनंदोपभोग हा काही प्रमाणात महत्त्वाचा असतोच. मात्र याच्या बरोबर उलट बाब म्हणजे अधिक निग्रही लोक हे अर्थपूर्ण, परार्थकेंद्री आयुष्याचा शोध घेण्यामध्ये इतरांपेक्षा लक्षणीयरीत्या अधिक प्रेरित असतात, हेसुद्धा तुम्हाला या आलेखात दिसू शकते. उद्देशाबाबतीत *अधिक* गुण मिळवण्याचा थेट संबंध ग्रिट स्केलमधील अधिक गुणांशी आहे.

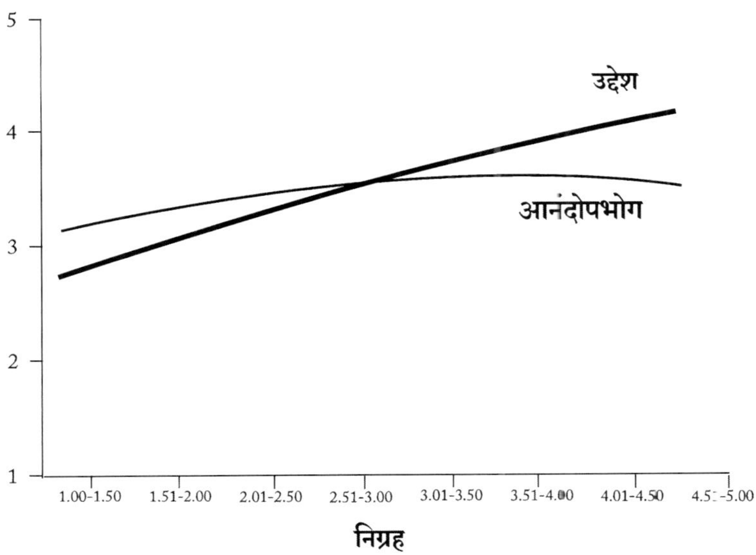

सर्व अत्युच्च निग्रही लोक हे संत असतात, असे यातून सांगायचे नाही; परंतु सर्वांत निग्रही लोकांना त्यांचे अंतिम ध्येय त्यांच्यापलीकडे विश्वाशी खोलवर संबंधित असल्याचे दिसते.

माझा दावा येथे असा आहे की, बऱ्याच लोकांसाठी उद्देश हा प्रेरणेचा प्रचंड शक्तिशाली स्रोत असतो. याला अपवादही असू शकतात; परंतु या अपवादांची दुर्मीळता हा नियम सिद्ध करते.

माझ्याकडून काय सुटत आहे?

माझ्या नमुन्यामध्ये खूप साऱ्या दहशतवाद्यांचा किंवा मारेकऱ्यांचा समावेश असण्याची काही शक्यता नव्हती आणि राजकीय सत्ताधीश किंवा गुन्हेगारी टोळ्यांच्या म्होरक्यांच्या मुलाखती आम्ही घेतल्या नाहीत, हेसुद्धा खरे होते. मला वाटते, ज्यांची ध्येये पूर्णपणे स्वार्थी किंवा वाईट, इतरांना हानी पोहोचवण्याकडे रोख असणारी आहेत, अशा अत्युच्च निग्रही व्यक्तींच्या संपूर्ण लोकसंख्येकडे मी दुर्लक्ष करत असल्याचा युक्तिवाद तुम्ही मांडू शकता.

हा मुद्दा मी काहीअंशी मान्य करते. तत्त्वतः, तुम्ही मानवद्वेष्टे, दिशाभूल झालेले अतिनिग्रही असू शकता. उदाहरणार्थ, जोसेफ स्टॅलिन आणि ॲडोल्फ हिटलर हे खूप निश्चितपणे निग्रही होते. उद्देशाच्या संकल्पनेचा विपर्यासही केला जाऊ शकतो, हेसुद्धा त्यांनी सिद्ध केले. ज्यांचा प्रकट हेतू हा इतरांच्या कल्याणासाठी योगदान देण्याचा होता, अशा चिथावणीखोर राजकीय नेत्यांच्या हातून किती लाख निष्पाप लोकांचे बळी गेले आहेत?

अन्य शब्दांत सांगायचे, तर खरोखरच सकारात्मक, जनहितवादी उद्देश ही काही निग्रहासाठीची परिपूर्ण आवश्यकता नाही आणि मी हे मान्य करते की, हो, निग्रही खलनायक असणे शक्य आहे.

परंतु एकूण विचार करायचा झाल्यास, मी जमवलेल्या सर्वेक्षणातील माहिती आणि अत्युच्च निग्रही लोकांनी व्यक्तिशः मला जे सांगितले, ते मी तसेच्या तसे स्वीकारते. त्यामुळे, दीर्घकाळामध्ये उत्कट आवड कायम ठेवण्यासाठी स्वारस्य हे जसे अत्यावश्यक आहे, त्याचप्रमाणे इतरांशी जोडले जाण्याची आणि इतरांना मदत करण्याची इच्छाही आवश्यक आहे.

जर तुम्ही काही क्षण थांबून, जेव्हा खरेच तुम्ही सर्वोत्तम वैयक्तिक कामगिरी केली, अशा प्रसंगांचा विचार केला, – जेव्हा तुमच्यापुढील आव्हानांना तुम्ही सामोरे गेलात, जे अशक्य वाटत होते, ते करण्याची ताकद तुम्ही मिळवलीत – तर तुम्ही साध्य केलेली ध्येये ही कोणत्यातरी प्रकारे, कोणत्यातरी आकाराने किंवा कोणत्यातरी रूपाने *इतर लोकांच्या फायद्याशी संबंधित* असल्याची जाणीव तुम्हाला होईल, असा माझा कयास आहे.

एकूणात, या जगामध्ये निग्रही खलनायक असूही शकतील; परंतु त्यापेक्षा खूप जास्त निग्रही नायक आहेत, असे माझे संशोधन सुचवते.

ज्यांचे उच्चस्तरीय ध्येय हे जगासाठी इतके महत्त्वाचे असते की, त्यांनी केलेल्या प्रत्येक गोष्टीत, मग ती कितीही लहान किंवा कष्टप्रद असो, अर्थ भरला जातो,

असे लोक खरोखरच भाग्यवान आहेत. आता तीन गवंड्यांची ही उपदेशकथाच विचारात घ्या.

तीन गवड्यांना ''तुम्ही काय करता आहात?'' असे विचारण्यात येते.

पहिला उत्तर देतो, ''मी विटा रचतो आहे.''

दुसरा उत्तर देतो, ''मी चर्च बांधतो आहे.''

तिसरा उत्तर देतो, ''मी ईश्वराचे घर बांधतो आहे.''

पहिल्या गवंड्याकडे काम आहे. दुसऱ्या गवंड्याकडे करियर आहे. तिसऱ्या गवंड्याकडे आंतरिक हाक आहे.

आपल्यापैकी अनेकांना तिसऱ्या गवंड्याप्रमाणे व्हायला आवडेल; परंतु त्याऐवजी आपण स्वतःला पहिल्या किंवा दुसऱ्या गवंड्याच्या जागी मानतो.

आपण स्वतःला या तीन गवंड्यांपैकी कोणाच्या जागी मानतो, हे सांगण्यात लोकांना जराही अडचण येत नसल्याचे येल विद्यापीठातील व्यवस्थापनशास्त्राच्या प्राध्यापिका एमी व्रेझेस्निवास्की यांना आढळले आहे. आपल्याकडे पुढील गोष्टी असल्याचे मानणाऱ्या कर्मचाऱ्यांची संख्या साधारणतः समान असते.

काम (''मी माझ्या कामाकडे जवळपास श्वासोच्छ्वास किंवा झोपेप्रमाणेच आयुष्याची गरज म्हणून पाहतो.'')
करियर (''मी माझ्या कामाकडे प्राथमिकतः अन्य कामांर्प्यंत पोहोचण्याची पायरी म्हणून पाहतो'') किंवा
आंतरिक हाक (''माझे कामहे माझ्या आयुष्यातील सर्वांत महत्त्वाच्या गोष्टींपैकी एक आहे.'')

एमी यांची मापके वापरता, मलासुद्धा असे आढळले की, आपल्या पेशाला हाक मानणाऱ्या कर्मचाऱ्यांची संख्या अगदीच तुरळक आहे. जे लोक असे मानतात, ते 'काम' किंवा 'करियर' या शब्दांतून आपल्या कामाचे वर्णन अधिक योग्यरीत्या होते, असे वाटणाऱ्या लोकांपेक्षा लक्षणीयरीत्या अधिक निग्रही असतात, यात नवल ते काय!

आपल्या कामाकडे नोकरी किंवा करियर म्हणून पाहण्याऐवजी हाक म्हणून पाहणारे जे सुदैवी लोक असतात, ते ''माझं काम या जगाला अधिक चांगली जागा बनवतं,'' असे विश्वासाने म्हणतात आणि हे लोक त्यांच्या कामामध्ये आणि एकूणच त्यांच्या आयुष्यामध्ये सर्वाधिक समाधानी दिसतात. एका अभ्यासानुसार, आपल्या कामाला हाक मानणाऱ्या लोकांचे कामावर अनुपस्थित असण्याचे प्रमाण हे नोकरी किंवा करियर मानणाऱ्या लोकांच्या तुलनेत एक तृतीयांश इतके कमी आहे.

त्याचप्रमाणे, अलीकडेच प्राणिसंग्रहालयाची देखभाल करणाऱ्या ९८२ जणांचे सर्वेक्षण करण्यात आले. या क्षेत्रातील ८० टक्के कर्मचाऱ्यांकडे महाविद्यालयीन पदवी

आहे आणि तरीही ते सरासरी २५,००० डॉलर्स इतके वेतन कमावतात. यांपैकी आपल्याला कामाला हाक मानणाऱ्या ('प्राण्यांसोबत काम करणे हे मला आयुष्यातील माझी हाक असल्यासारखे वाटते'), कर्मचाऱ्यांनी सखोल उद्देशाची जाणीवही ('मी करत असलेले काम या जगाला अधिक चांगली जागा बनवते') व्यक्त केल्याचे सर्वेक्षणामध्ये आढळून आले. आंतरिक हाक जाणवणाऱ्या प्राणिसंग्रहालयातील कर्मचाऱ्यांचा आजारी प्राण्यांसाठी विनावेतन कामाचा कालावधी, अतिरिक्त तास आदी त्याग करण्याची तयारी अधिक होती. त्याचबरोबर हाक जाणवणाऱ्या प्राणिसंग्रहालय कर्मचाऱ्यांनी नैतिक कर्तव्याची जाणीवही ('माझ्या प्राण्यांची शक्य ती सर्वोत्तम काळजी घेण्यास मी नैतिकदृष्ट्या बांधील आहे') व्यक्त केली.

मी येथे काही साहजिक गोष्टी नमूद करेन : प्रामाणिक उपजीविका निर्माण करण्याव्यतिरिक्त अन्य व्यावसायिक महत्त्वाकांक्षा नसण्यात काहीही 'चुकीचे' नाही; परंतु आपल्यापैकी बहुतांश जणांना त्यापेक्षा खूप जास्त इच्छा असतात. हा निष्कर्ष, १९७०च्या दशकात सर्व प्रकारच्या व्यावसायिक क्षेत्रांमध्ये काम करणाऱ्या शंभरांहून अधिक प्रौढांच्या मुलाखती घेणारे पत्रकार स्टड्स टेर्केल यांनी काढला होता.

अपेक्षेप्रमाणे टेर्केल यांना, कामाला हाक मानणाऱ्या कर्मचाऱ्यांची संख्या खूपच कमी असल्याचे आढळले असले, तरी ही परिस्थिती इच्छेच्या अभावीपोटी नव्हती. एक प्रकारे सोमवार ते शुक्रवार मरण्याऐवजी, आपण सर्वच जण एका प्रकारच्या आयुष्याच्या... ''दैनंदिन अर्थांच्या आणि दैनंदिन उपजीविकेच्या शोधात असतो,'' असा निष्कर्ष टेर्केल यांनी काढला होता.

उद्देशाचा अभाव असणाऱ्या कशासाठीतरी जागेपणीचे सर्वाधिक तास खर्च करण्यातील निराशा ही नोरा वॉटसन यांच्या कथेमध्ये ठळकपणे मूर्तिमंत झाली आहे. आरोग्यसेवाविषयक माहिती प्रकाशित करणाऱ्या संस्थेमध्ये अठ्ठावीस वर्षीय वॉटसन या नोकरदार लेखिका होत्या : ''आपल्यापैकी बहुतांश जण नोकरीच्या नाही, तर हाकेच्या शोधात असतात,'' असे त्यांनी टेर्केल यांना सांगितले होते. ''मी घरीही काम घेऊन यायचे, इतकी नोकरी माझ्यासाठी अर्थपूर्ण होती आणि ती करण्यात मला सर्वाधिक आनंद मिळायचा.'' असे असूनही, आपण दिवसभरात केवळ दोनच तास खेरखुरे काम करत असून उर्वरित वेळ कामाचा आव आणण्यात घालवत असल्याचे नोरा यांनी कबूल केले होते. ''संपूर्ण इमारतीत मी एकटीच अशी व्यक्ती आहे, जिचा डेस्क दारासमोर नसून खिडकीसमोर आहे. मला करण्यासारख्या असणाऱ्या सर्व गोष्टींपासून मी फक्त दुसरीकडे पाठ फिरवते.''

''या क्षणी – मी आहे तशी राहण्याशिवाय – माझ्याजवळ कोणतीच ऊर्मी, आंतरिक हाक आहे, असं मला वाटत नाही,'' असे नोरा यांनी मुलाखतीच्या

शेवटाकडे सांगितले होते. ''परंतु मी आहे तशीच राहिल्याबद्दल कोणी मला पैसे देणार नाही, त्यामुळे मी आतापुरती या संस्थेमध्ये आहे...''

टेर्केल हे त्यांच्या संशोधनाच्या काळादरम्यान ''आपल्या दैनंदिन कामकाजात रुची शोधणाऱ्या काही थोड्या आनंदी लोकांना भेटले.'' त्रयस्थाच्या दृष्टिकोनातून पाहिले, तर ऊर्मी असणारे लोक हे नेहमीच काही नोरापेक्षा अधिक उद्देशाकरिता हितकारक अशा क्षेत्रांमध्ये काम करत नव्हते. त्यांपैकी एक जण पाथरवट होता, दुसरा पुस्तकांच्या बांधणीचे काम करत होता. रॉय शिमिट नावाच्या अठ्ठावन्न वर्षीय कचरा उचलणाऱ्या माणसाने आपले काम कष्टप्रद, अस्वच्छ आणि धोकादायक असल्याचे सांगितले. बहुतांश लोक त्याच्या अगोदरच्या कार्यालयीन नोकरीसहीत इतर बऱ्याच नोकरी-उद्योगांना अधिक आकर्षक समजतात, हेसुद्धा त्यांना माहीत होते आणि तरीही, ते म्हणाले : ''मी कोणत्याच अर्थाने माझ्या कामास कमी लेखत नाही... तो समाजासाठी अर्थपूर्ण आहे.''

नोरा यांनी मुलाखतीच्या अखेरीस केलेल्या टिप्पणीच्या उलट रॉय यांच्या मुलाखतीतील शब्द होते : ''एका डॉक्टरांनी मला एकदा एक गोष्ट सांगितली होती. बऱ्याच वर्षांपूर्वी, फ्रान्समध्ये... जर तुम्ही राजाच्या बाजूने उभे राहिला नाहीत, तर ते तुम्हाला सर्वांत खालच्या दर्जाचे म्हणजेच पॅरिसचे रस्ते स्वच्छ करण्याचे काम द्यायचे - त्या काळात ते खूपच वाईट स्थितीत असले पाहिजेत. एका उमरावाने कुठेतरी कामकाजात घोडचूक केली, त्यामुळे त्यांनी त्याला या कामाचा प्रमुख बनवले आणि त्याने इतकं चांगलं काम केलं की, त्यासाठी त्याची प्रशंसा करण्यात आली. फ्रेंच राज्यातील सर्वांत वाईट काम आणि त्या कामात त्याने जे केलं, त्यासाठी त्याची पाठ थोपटण्यात आली. कचऱ्याविषयी मी ऐकलेली ती पहिली अशी कथा होती, ज्यामध्ये स्वच्छतेचा खरंच काहीतरी अर्थ होता.''

गवंड्यांच्या उपदेशकथेमध्येही, प्रत्येकाचा पेशा सारखाच होता; परंतु त्यांचे व्यक्तिनिष्ठ अनुभव - त्यांच्या कामाकडे ते स्वतः कसे पाहतात - हे परस्परांपेक्षा पूर्णपणे भिन्न होते.

त्याचप्रमाणे, ऊर्मीचा किंवा आंतरिक हाकेचा कामाच्या औपचारिक प्रकाराशी खूपच कमी संबंध असतो, असे एमी यांच्या संशोधनावरून सूचित होते. किंबहुना, कोणताही पेशा हा काम, करियर किंवा आंतरिक हाक ठरू शकतो, असा एमी यांचा विश्वास आहे. उदाहरणार्थ, त्यांनी जेव्हा सचिवांसंबंधी अभ्यास केला, तेव्हा खूप थोडे सचिव त्यांच्या कामास आंतरिक हाक मानतील, अशी अपेक्षा एमी यांनी सुरुवातीला केली होती. जेव्हा आकडेवारी समोर आली, तेव्हा

आपल्या कामाला नोकरी, करियर आणि ऊर्मी मानणाऱ्या सचिवांची संख्या समान होती, असे त्यांना आढळले. त्यांनी जमवलेल्या अन्य नमुन्यांमध्येही त्यांना असेच समप्रमाण आढळले होते.

पेशांचे काही प्रकार हे प्रामुख्याने नोकरी, अन्य काही करियर आणि अन्य काही आंतरिक हाक, असे काही नसते हा एमी यांचा निष्कर्ष आहे. त्याऐवजी, काम करणाऱ्या व्यक्तीचा – पुढील वीट रचणे हे केवळ करावे लागणारे काम आहे की, ते काम पुढील वैयक्तिक यशाकडे नेणार आहे की, अखेरीस काम हे व्यक्तीला स्वतःपलीकडे खूप महान कशाशीतरी जोडते – यांपैकी कोणत्या विधानावर विश्वास आहे, हे महत्त्वाचे ठरते.

मी याच्याशी सहमत आहे. तुमच्या नोकरी–उद्योगाच्या शीर्षकापेक्षा तुम्ही तुमच्या कामाकडे कसे पाहता, हे अधिक महत्त्वाचे असते.

आणि याचाच अर्थ, तुम्ही तुमचा पेशा न बदलताही नोकरी–उद्योग ते करियर ते आंतरिक हाक व ऊर्मी असा प्रवास करू शकता.

''लोक जेव्हा तुझ्याकडे सल्ला मागतात, तेव्हा तू त्यांना काय सांगतेस?'' असे मी अलीकडेच एमी यांना विचारले.

''आपल्याला स्वतःची आंतरिक हाक शोधण्याची गरज आहे, असे बऱ्याच लोकांनी गृहीत धरलेलं असतं,'' त्या म्हणाल्या. ''आंतरिक हाक किंवा ऊर्मी ही एखाद्या जादुई अस्तित्वाप्रमाणे जगात अस्तित्वात असून ती शोधली जाण्याच्या प्रतिक्षेत आहे, या गृहीतकातूनच खूपशी अस्वस्थता येते, असं मला वाटतं.''

लोक स्वारस्याविषयीही असाच चुकीच्या पद्धतीने विचार करतात, असे मी त्या वेळी नमूद केले. त्यांचे स्वारस्यविषय विकसित आणि सखोल करण्यामध्ये त्यांनी सक्रिय भूमिका बजावणे गरजेचे आहे, हे त्यांना जाणवत नाही.

''आंतरिक हाक ही परिपक्व स्वरूपात तुम्हाला सापडावी, अशी गोष्ट नसते,'' असे एमी त्या सल्ला मागणाऱ्यांना सांगतात. ''ती त्यापेक्षा खूप अधिक गतिशील असते. तुम्ही जे काही कराल – मग तुम्ही द्वारपाल असा किंवा सीईओ – त्यामध्ये तुम्ही सातत्याने आपण काय करतो आहोत, हे पाहू शकता आणि हे अन्य लोकांशी कशा प्रकारे जोडले जाते, एका विशाल चित्राशी हे कसे जोडले जाते, ते तुमच्या सर्वांत सखोल मूल्यांची अभिव्यक्ती कसे बनू शकते, हे प्रश्न तुम्ही विचारू शकता.''

अन्य शब्दांत सांगायचे, जर जो गवंडी एकेदिवशी ''मी विटा रचतो आहे,'' असे म्हणतो, तोच कुठल्यातरी टप्प्यावर ''मी देवाचे घर बांधतो आहे,'' असे म्हणणारा गवंडी बनू शकतो.

सारख्याच पेशातील सारख्याच व्यक्ती या भिन्न काळामध्ये कामाचा विचार नोकरी-उद्योग, करियर किंवा आंतरिक हाक असा करू शकतात, हे एमी यांच्या निरीक्षणाने मला जो लीडर यांची आठवण झाली.

जो हे एनवायसी ट्रान्झिटचे (न्यू यॉर्कची शहरांतर्गत सार्वजनिक वाहतूक व्यवस्था) वरिष्ठ उपाध्यक्ष आहेत. मूलतः, ते न्यू यॉर्क सिटी सबवेचे (भुयारी रेल्वे) मुख्य अभियंता आहेत. या कामाची व्याप्ती जवळपास कल्पनेपलीकडची आहे. शहराच्या सबवेमधून दरवर्षी १.७ अब्जांहूनही अधिक फेऱ्या होतात आणि त्यामुळेच ही अमेरिकेतील सर्वांत व्यग्र सबवे यंत्रणा आहे. येथे ४६९ स्थानके आहेत. सबवेमधील रूळ सुरुवातीपासून शेवटपर्यंत एका रेषेत मांडल्यास, त्यांची लांबी थेट शिकागोपर्यंत जाऊन पोहोचेल.

तरुण असताना लीडर हे आंतरिक हाकेच्या शोधात नव्हते. ते विद्यार्थी कर्जाची परतफेड करण्याचा मार्ग शोधत होते.

''मी जेव्हा महाविद्यालयातून बाहेर पडलो, तेव्हा माझ्यासमोरील सर्वांत मोठी चिंता ही फक्त नोकरी मिळवण्याची होती. कोणतीही नोकरी. ट्रान्सिट विभाग आमच्या महाविद्यालयात अभियंत्यांची भरती करण्यासाठी आला होता आणि मला नोकरी देण्यात आली,'' असे त्यांनी मला सांगितले.

शिकाऊ अभियंता म्हणून लीडर यांना रूळांवरील कामासाठी नियुक्त करण्यात आले. ''मी रूळ टाकले, मी सिमेंटचे ठोकळे ओढत होतो, रूळांवरील विद्युतप्रवाहाच्या ताराजोडणीचं कामही मी करत होतो.''

प्रत्येकालाच हे काम काही स्वारस्यपूर्ण वाटणार नाही; परंतु जो यांना ते वाटले. ''त्यामध्ये गंमत होती. मी जेव्हा पहिल्यांदा नोकरीला लागलो होतो, तेव्हा माझे सर्व मित्र हे व्यवसाय किंवा कॉम्प्युटर क्षेत्रातील होते. आम्ही बाहेर फिरायला जायचो आणि रात्री बारमधून घरी जात असताना ते फलाटावर इकडून तिकडे फिरायचे आणि म्हणायचे, ''जो, हे काय आहे? ते काय आहे?'' मी त्यांना सांगायचो, ''हा विजेवरील रेल्वेचा इन्सुलेटर (विद्युतरोधक) आहे आणि ती विद्युतरोधकाची जोडणी आहे. माझ्यासाठी ती गंमत होती.''

म्हणजे स्वारस्याने त्यांच्या उत्कट आवडीचे बीज पेरले होते.

अल्पावधीतच, जो हे खूप सारे नियोजनाचे कामही करू लागले आणि त्यांना त्यामध्येही आनंद मिळू लागला. त्यांचे स्वारस्य आणि प्रावीण्य वाढत गेले, आणि त्यांना मान्यता मिळू लागली, तसे त्यांनी ट्रान्झिट इंजिनिअरिंगकडे दीर्घकालीन करियर म्हणून पाहण्यास सुरुवात केली. ''सुट्टीच्या दिवशी मी कपडे धुण्यासाठी माझ्या इमारतीखाली असणाऱ्या वॉशिंग मशिन्स व ड्रायरच्या खोलीत जात असे. तिथे कपड्यांच्या घड्या करण्यासाठी ती मोठी टेबल्स असतात, माहित्येय? तेथील

सगळ्या बायका माझ्यावर हसायच्या, कारण मी स्वतःची इंजिनिअरिंगची रेखाटनं घेऊन जायचो, त्या टेबलांवर पसरायचो आणि त्यावर काम करायचो. मी खरोखरच माझ्या कामासंबंधीच्या त्या भागाच्या प्रेमात पडलो होतो.''

एका वर्षभरामध्येच, आपल्या कामाकडे आपण वेगळ्याप्रकारे पाहू लागल्याचे जो यांनी सांगितले. काही वेळा ते एखाद्या नटबोल्टकडे किंवा खिळ्याकडे पाहायचे आणि त्यांना जाणीव व्हायची की, कोणत्या तरी माणसाने हा खिळा काही दशकांपूर्वी ठोकला होता आणि आजही तो त्याच जागी आहे, अद्यापही रेल्वेगाड्यांना धावण्यासाठी मदत करत आहे आणि लोकांना जिथे पोहोचायचे आहे, तिथे पोहोचण्यासाठी अजूनही त्यांच्या उपयोगी पडत आहे.

''मी समाजासाठी योगदान देत आहे, असं मला वाटण्यास सुरुवात झाली,'' असे जो यांनी मला सांगितले. ''लोकांच्या प्रत्येक दिवशीच्या प्रवासासाठी मी जबाबदार आहे, हे मला समजलं आणि मी जेव्हा प्रकल्प व्यवस्थापक झालो, तेव्हा मी त्या मोठ्या इन्स्टॉलेशनच्या – म्हणजे शेकडो पॅनल्स असणाऱ्या किंवा सिग्नलच्या संपूर्ण इंटरलॉकिंग यंत्रणेच्या – कामांमधून चालत जायचो, तेव्हा मला समजलं की आम्ही जे केलं आहे, ते तीस वर्षं टिकणार आहे. तेव्हा माझ्याकडे जीवितकार्य आहे किंवा मी म्हणेन की आंतरिक हाक, ऊर्मी आहे, असं मला जाणवलं.''

जो लीडर यांना त्यांच्या कामाविषयी बोलताना ऐकल्यास, वर्षभरानंतरही तुमचे काम हीच तुमची आंतरिक हाक असल्याचे शोधता न आल्यास, तुम्ही आशा सोडून द्यावी का, असा प्रश्न तुम्हाला पडू शकतो. एमी व्रेझ्निवस्की यांच्या एमबीए विद्यार्थ्यांपैकी बरेचजण, केवळ दोनच वर्षांमध्ये, संबंधित काम त्यांच्या आयुष्याची उत्कट आवड बनण्याची शक्यता नसल्याचा निष्कर्ष काढून नोकरी सोडून देत असल्याचे त्यांना आढळले आहे.

यासंबंधी, मायकेल बाइम यांना हे लक्षात येण्यासाठी बराच दीर्घकाळ लागला होता, हे समजल्याने तुम्हाला काहीसा दिलासा मिळू शकेल.

बाइम हे युनिव्हर्सिटी ऑफ पेनसिल्व्हानिया या विद्यापीठामध्ये 'इंटर्नल मेडिसिन' या विषयाचे प्राध्यापक आहेत. उपचार करणे आणि शिकवणे ही त्यांची आंतरिक हाक असल्याचे तुम्हाला कदाचित वाटू शकेल. मात्र हे केवळ अंशतः खरे आहे. विवेकाच्या मार्गाने स्वास्थ्य ही मायकेल यांची उत्कट आवड आहे. सदसद्विवेकाबद्दलचे त्यांचे वैयक्तिक स्वारस्य आणि लोकांना अधिक निरोगी, अधिक आनंदी आयुष्य जगण्यासाठी मदत करण्याचा परकेंद्री हेतू यांची सांगड घालण्यासाठी त्यांना बरीच वर्षे लागली. जेव्हा हे स्वारस्य आणि हेतू एकत्र आले,

तेव्हाच, आपण या पृथ्वीवर जे करण्यासाठी आलो आहोत, तेच आपण करत असल्याचे त्यांची भावना झाली.

मायकेल यांना सदसद्विवेकामध्ये रुची कशी निर्माण झाली, असे मी त्यांना विचारले आणि ते मला त्यांच्या लहानपणामध्ये घेऊन गेले. ''मी वर आकाशाकडे पाहत होतो आणि एक विचित्र गोष्ट घडली,'' ते म्हणाले. ''मी प्रत्यक्षात आकाशात हरवत चाललो असल्यासारखं मला वाटलं. मी खुलत आहे, मी खूप मोठा होत आहे, असं मला वाटलं. मला आलेला तो सर्वांत विलक्षण अनुभव होता.''

पुढे, स्वतःच्या विचारांकडे लक्ष देऊनही आपण अशीच गोष्ट घडवून आणू शकतो, असे मायकेल यांना आढळले. ''मी त्याने झपाटला गेलो. त्याला काय म्हणायचं, हे मला माहीत नव्हतं; परंतु मी पूर्णवेळच ते करत राहायचो,'' असे त्यांनी मला सांगितले.

त्यानंतर बऱ्याच वर्षांनी, मायकेल हे त्यांच्या आईसोबत एका पुस्तकांच्या दुकानामध्ये पुस्तके चाळत होते, तेव्हा त्यांच्या नेमक्या याच अनुभवाचे वर्णन करणारे पुस्तक त्यांना आढळले. ब्रिटिश तत्त्वज्ञ ॲलन वॉट्स यांचे ते पुस्तक होते आणि ध्यानधारणेला लोकप्रियता प्राप्त होण्याच्या खूप आधीच त्यांनी पाश्चात्त्य वाचकांसाठी ध्यानधारणेविषयी लेखन केले होते.

पालकांच्या प्रोत्साहनामुळे, मायकेल यांनी हायस्कूल आणि महाविद्यालयाच्या संपूर्ण वर्षांमध्ये ध्यानधारणेचे वर्ग घेतले. पदवी शिक्षण घेण्याची वेळ आली, तेव्हा पुढे काय करायचे, याचा निर्णय त्यांना घ्यावा लागला. *व्यावसायिक ध्यानधारणा मार्गदर्शक* हा काही प्रत्यक्षात पूर्णवेळ पेशा नव्हता, त्यामुळे त्यांनी डॉक्टर बनायचे ठरवले.

वैद्यकीय शिक्षणसंस्थेत काही वर्षे घालवल्यानंतर मायकेल यांनी त्यांच्या एका ध्यानधारणेच्या शिक्षकांकडे कबुली दिली ''मला खरंच हे करायचं नाहीय. वैद्यकीय क्षेत्र हे माझ्यासाठी योग्य नाहीय.'' वैद्यकशास्त्र महत्त्वाचे होते; परंतु ते त्यांच्या सखोल वैयक्तिक स्वारस्याशी मिळतेजुळते नव्हते. ''करत राहा. जर तू डॉक्टर बनलास, तर तू जास्त लोकांची मदत करू शकशील,'' असे त्या शिक्षकांनी सांगितले.

मायकेल वैद्यकीय क्षेत्रात थांबले.

वैद्यकीय शिक्षण पूर्ण केल्यानंतरही, ''मला काय करायचंय, हे मला खरंच माहीत नव्हतं. एकप्रकारे पाण्यात हातपाय मारत राहण्यासाठी, ते पहिल्या वर्षीच्या इंटर्नशीपसाठी दाखल झाले.''

त्यांना डॉक्टर म्हणून काम करताना आनंद मिळणे, हा त्यांच्यासाठीही आश्चर्याचा धक्का होता. ''लोकांच्या उपयोगी पडण्याचा हा खूप चांगला मार्ग होता. हे वैद्यकीय शिक्षणसंस्थेसारखे नव्हते. तिथे, शवांची कापाकापी करणे आणि

'क्रेब सायकल' तोंडपाठ करण्याइतका वाव लोकांची मदत करण्यास नव्हता.'' अल्पावधीतच ते 'इंटर्न'पासून 'फेलो' डॉक्टर झाले, त्यानंतर दवाखाना चालवू लागले आणि मग 'रेसिडेन्सी'चे साहाय्यक संचालक झाले आणि अखेरीस जनरल इंटर्नल मेडिसिन विभागाचे प्रमुख बनले.

इतके होऊनही, वैद्यकीय क्षेत्राला मायकेल आंतरिक हाक म्हणू शकतील, असे काही नव्हते.

''मी डॉक्टर म्हणून काम करू लागलो, तसे माझ्या बऱ्याचशा रुग्णांना आणखी एका औषधांच्या चिठ्ठीची किंवा एक्स-रेची गरज नव्हती, तर त्यांना प्रत्यक्षात मी लहानपणापासून स्वतःसोबत जे करत होतो, त्याची गरज असल्याचं मला जाणवलं. बऱ्याच रुग्णांना थांबण्याची, दीर्घ श्वास घेण्याची आणि त्यांच्या जिवंतपणाच्या अनुभवाशी पूर्णतः एकरूप होण्याची गरज होती.''

या जाणिवेतूनच मायकेल यांनी आरोग्यविषयक गंभीर समस्या असणाऱ्या रुग्णांसाठी ध्यानधारणेचे वर्ग तयार केले. हे १९९२ साल होते, तेव्हापासून त्यांनी या उपक्रमाचा विस्तार केला आहे आणि याच वर्षी त्यांनी हा पूर्णवेळ पेशा म्हणून स्वीकारला. आजमितीस, साधारणपणे १५,००० रुग्ण, परिचारिका आणि डॉक्टरांना त्यांनी प्रशिक्षण दिले आहे.

अलीकडेच, मायकेल यांनी स्थानिक शालेय शिक्षकांकरिता सदसद्विवेकाविषयी व्याख्यान द्यावे, अशी मी त्यांना विनंती केली. व्याख्यानाच्या दिवशी, ते व्यासपीठावर चढले आणि त्यांनी निश्चयीपणे त्यांच्या श्रोत्यांकडे पाहिले. ते काय बोलणार आहेत, हे ऐकण्यासाठी आपल्या रविवारची दुपार कुर्बान करून तिथे जमलेल्या सत्तर शिक्षकांपैकी प्रत्येकाच्या नजरेला त्यांनी नजर भिडवली. त्यानंतर एक दीर्घ विराम घेतला.

आणि मग, ज्याचे वर्णन मी केवळ ओजस्वी असेच करू शकते, अशा स्मितहास्यासह त्यांनी सुरुवात केली, ''माझ्याकडे आंतरिक हाक आहे.''

मी एकवीस वर्षांची होते, तेव्हा मी पहिल्यांदा हेतूपूर्ण उच्चस्तरीय ध्येयाच्या ताकतीचा अनुभव घेतला होता.

महाविद्यालयातील तिसऱ्या वर्षाच्या वसंत ऋतूमध्ये मी त्या वर्षीच्या उन्हाळ्यात करण्याजोगे काहीतरी काम शोधण्याकरिता करियर सेवा केंद्रामध्ये गेले होते. तीन कड्यांची बांधणी असलेल्या त्या जाडजूड 'समर पब्लिक सर्व्हिस' (उन्हाळी सार्वजनिक सेवा) नावाच्या फाइलची पाने उलटताना मला समरब्रिज नावाचा उपक्रम आढळला. या उपक्रमांतर्गत, वंचित पार्श्वभूमी असणाऱ्या मिडल

स्कूलमधील मुलांकरिता उन्हाळी ज्ञानसंवर्धन वर्गांची आखणी करण्यासाठी आणि त्या वर्गांमध्ये शिकवण्यासाठी महाविद्यालयीन विद्यार्थी हवे होते.

उन्हाळी सुट्टीमध्ये लहान मुलांना शिकवणे ही चांगली कल्पना वाटतेय, असा मी विचार केला. *मी जीवशास्त्र आणि पर्यावरणशास्त्र शिकवू शकत होते. टिनफॉइल (मिश्रधातूचा वर्ख) आणि पुठ्ठ्यापासून सौरऊर्जेवर चालणारा ओव्हन कसा तयार करतात, ते मी त्यांना दाखवेन. आम्ही त्यामध्ये हॉट डॉग्ज भाजू. मजा येईल.*

तथापि, *हा अनुभव सर्वकाही बदलून टाकणार आहे,* असा विचार मी केला नव्हता.

तू आता *वैद्यकीय शिक्षणपूर्व अभ्यासक्रम शिकते आहेस; पण तू तो फार काळ करणार नाहीस,* असे मला वाटले नव्हते.

धीर धर – लवकरच तुला हेतूच्या ताकतीचा शोध लागणार आहे, असेही मला वाटले नव्हते.

प्रामाणिकपणे सांगायचे, तर त्या उन्हाळ्याविषयी मी तुम्हाला फार काही सांगूच शकणार नाही. त्याचे तपशील माझ्या लक्षातच राहिलेले नाहीत. मी माझ्या वर्गांची तयारी करण्यासाठी आठवड्याचे सातही दिवस पहाटेच्याही खूप अगोदर उठायचे, हे मात्र मला माहीत आहे. मी रात्री उशीरापर्यंत काम करायचे, हेसुद्धा मला माहीत आहे. मला काही विशिष्ट मुले आणि विशिष्ट क्षण आठवतात; परंतु मी घरी परतले आणि मला विचार करायला वेळ मिळाला, तेव्हा नेनके काय घडले होते, याची मला जाणीव झाली. लहान मुलांचे शिक्षकांसोबतचे संबंध हे दोघांसाठीही आयुष्य बदलवणारे ठरू शकतात, या शक्यतेची झलक मला दिसली होती.

त्या पावसाळ्यामध्ये मी जेव्हा महाविद्यालयात परतले, तेव्हा ज्यांनी सम्स्ब्रिज उपक्रमामध्ये शिकवले होते, त्या अन्य विद्यार्थ्यांचा मी शोध घेतला. यांपैकी फिलिप किंग हा एक विद्यार्थी माझ्याच वसतिगृहात राहणारा होता. माझ्याप्रमाणेच त्यालाही आणखी एक समरब्रिज उपक्रम सुरू करण्याची संभाव्य निकड जाणवली होती. ही संकल्पना खूपच आकर्षक होती. त्यासाठी प्रयत्न *केल्याविना* आम्ही राहूच शकत नव्हतो.

आमच्याकडे पैसे नव्हते, सेवाभावी संस्था कशी सुरू करतात, याची आम्हाला कल्पना नव्हती, आमचे बड्या लोकांशी घनिष्ठ संबंध नव्हते आणि माझ्याबाबतीत तर यासोबत पालकांनी व्यक्त केलेली साशंकता आणि चिंताही होती. हार्वर्डमधील शिक्षणाचा वापर करण्याचा हा आपत्तिजनकरीत्या मूर्ख मार्ग आहे, अशी माझ्या पालकांची खात्री पटलेली होती.

फिलिप आणि माझ्याकडे काहीही नव्हते आणि तरीही आम्हाला जे गरजेचे होते, नेमके तेच आमच्याकडे होते. आमच्याकडे हेतू होता.

शून्यातून संस्था उभी करणारे कोणीही तुम्हाला सांगू शकेल, त्याप्रमाणे लाखो छोटी–मोठी कामे असतात आणि त्यांपैकी कोणत्याही कामासाठी कुठलीच मार्गदर्शक पुस्तिका नसते. जर फिलिप आणि मी निव्वळ स्वारस्यपूर्ण वाटते म्हणून काहीतरी करत असतो, तर आम्ही ते करूच शकलो नसतो; परंतु हा उपक्रम तयार करणे हे मुलांसाठी अतिशय महत्त्वाचे असल्याचे आमच्या मनात आणि आमच्या हृदयात असल्यामुळेच, आम्हा दोघांनाही तोपर्यंत अज्ञात असलेले धैर्य आणि ऊर्जा मिळाली.

आम्ही स्वतःसाठी मागत नव्हतो, त्यामुळेच देणगी मागण्यासाठी केंब्रिजमधील प्रत्येक लहानसहान व्यवसाय आणि रेस्टॉरंटची दारे ठोठावण्याची हिंमत आमच्यामध्ये आली. प्रभावशाली लोकांच्या अगणित प्रतीक्षाकक्षांमध्ये बसण्याचा संयम आम्हाला गवसला. आम्ही बरीच प्रतीक्षा केली, काही वेळा तर त्या अधिकारस्थानी असणाऱ्या व्यक्तींना आम्हाला भेटण्यासाठी वेळ मिळेपर्यंत तासन्तास प्रतीक्षा केली. त्यानंतर, आम्हाला ज्याची गरज होती, ते आम्हाला मिळेपर्यंत वारंवार मागत राहण्याचा हट्टीपणाही आमच्यामध्ये आला.

आणि त्यामुळे, आम्हाला जे जे करावे लागले, ते सर्वकाही आम्ही केले – कारण आम्ही ते आमच्यासाठी करत नव्हतो, आम्ही एका उदात्त ध्येयासाठी ते करत होतो.

फिलिप आणि माझे पदवी शिक्षण पूर्ण झाल्यानंतर दोन आठवड्यांनी, आम्ही आमच्या उपक्रमाची कवाडे खुली केली. त्या उन्हाळ्यामध्ये हायस्कूल आणि महाविद्यालयाच्या सात विद्यार्थ्यांना, शिक्षक बनणे म्हणजे काय असते, याचा शोध लागला. पाचव्या इयत्तेतील तीस मुलामुलींना त्यांची उन्हाळी सुट्टी शिकण्यात, अभ्यास करण्यात, परिश्रम करण्यात आणि – जरी प्रत्यक्ष करेपर्यंत अशक्य वाटू शकत असले, तरी – त्याच वेळी मजाही करण्यात घालवणे म्हणजे काय असते, याचा शोध लागला.

याला आता वीसहून अधिक वर्षे उलटून गेली. आता 'ब्रेकथ्रू ग्रेटर बोस्टन' या नावाने ओळखल्या जाणाऱ्या या उपक्रमाचा विस्तार, मी आणि फिलिप कल्पना करू शकत होतो, त्याच्या खूप पलीकडे झाला आहे. या उपक्रमाद्वारे दरवर्षी, शेकडो विद्यार्थ्यांना संपूर्ण वर्षभर निःशुल्क शैक्षणिक संपन्नता पुरवण्यात येते. आजमितीस, तीस हजार मुलामुलींना या उपक्रमाद्वारे शिकवण्यात आले असून त्यांच्यापैकी बऱ्याचजणांनी पुढे जाऊन शिक्षणक्षेत्रात पूर्णवेळ करियर केले आहे.

समरब्रिजने मला अध्यापनाची वाट दाखवली. मुलांनी आयुष्यात त्यांच्या स्वप्नातील शक्यतेपेक्षाही खूप जास्त साध्य करावे, याकरिता त्यांना साहाय्य करण्यातील माझे चिरस्थायी स्वारस्य अध्यापनामुळे निर्माण झाले.

आणि तरीही...

माझ्यासाठी अध्यापन हे पुरेसे नव्हते. माझ्यातील विज्ञान आवडणारी, मानवी स्वभावाचे आकर्षण असणारी लहान मुलगी अद्याप असमाधानी होती. या मुलीला वयाच्या सोळाव्या वर्षी उन्हाळी ज्ञानसंवर्धन वर्गात शिकण्याची संधी मिळाली होती आणि तिने विषयसूचीतील सर्व अभ्यासक्रमांमधून मानसशास्त्राची निवड केली.

हे पुस्तक लिहिताना मला जाणीव झाली की, माझ्या किशोरवयामध्ये स्वतःच्या स्वारस्यविषयांची मला पुसटशी कल्पना होती, त्यानंतर वयाच्या विशीमध्ये मला हेतूविषयक काहीप्रमाणात स्पष्टता मिळाली आणि अखेरीस, *मुलांच्या उत्कर्षास साहाय्य करण्यासाठी मानसशास्त्रीय विज्ञानाचा वापर* हे माझे उच्चस्तरीय, आयुष्याचे नियोजन करणारे ध्येय असून ते माझ्या अखेरच्या श्वासापर्यंत कायम राहील, हे म्हणण्याइतका अनुभव आणि प्रावीण्य वयाच्या तिशीमध्ये माझ्याकडे आले.

समरब्रिजबाबत माझ्या वडील इतके नाराज असण्याचे एक कारण म्हणजे, त्यांचे माझ्यावर प्रेम होते. मी इतर लोकांच्या कल्याणासाठी माझ्या सुस्थितीचा त्याग करणार आहे, असे त्यांना वाटत होते आणि उघडपणे, ते अन्य लोक त्यांना स्वतःच्या मुलीइतके प्रिय नव्हते.

तत्त्वतः, निग्रह आणि हेतू या संकल्पना खरेतर परस्परांशी फटकून असल्यासारख्या वाटतात. एकाच वेळी तुमच्या उच्चस्तरीय ध्येयावर शिकस्तीने लक्ष केंद्रित करून असतानाच इतर कोणाहीबाबत पर्वा करण्यासाठी भवतालचा दृष्टीवेधही जपणे हे कसे शक्य आहे? जर निग्रह हा एकाच वैयक्तिक उद्देशासाठी ध्येयांचा मनोरा रचण्याविषयी असेल, तर या चित्रामध्ये इतर लोक कसे येऊ शकतात?

''स्वकेंद्रित प्रेरणा आणि समष्टीकेंद्रित प्रेरणा हे अखंडकाचे दोन विरुद्ध बिंदू आहेत, असा विचार बहुतांश लोक करतात,'' असे माझे सहकारी आणि व्हॉर्टनमध्ये प्राध्यापक असणारे ॲडम ग्रँट सांगतात. ''तरीही, त्या पूर्णपणे स्वतंत्र असल्याचे मला सातत्यपूर्णरीत्या आढळले आहे. तुमच्याकडे यांपैकी एकही असू शकत नाही आणि या दोन्हीही तुमच्याकडे असू शकतात.'' अन्य शब्दांत सांगायचे, तर तुमची अग्रेसर बनण्याची इच्छा असू शकते आणि त्याच वेळी तुम्ही इतरांना मदत करण्यासाठीही प्रेरित असू शकता.

जे प्रमुखपदस्थ आणि नोकरदार त्यांचे वैयक्तिक आणि समाजाभिमुख असे दोन्ही प्रकारचे स्वारस्य ध्यानात ठेवतात, ते १०० टक्के स्वार्थीपणे प्रेरित असणाऱ्यांपेक्षा दीर्घकाळामध्ये अधिक चांगली कामगिरी करतात, असे ॲडम यांच्या संशोधनातून निदर्शनास आले आहे.

उदाहरणार्थ, ''तुम्ही तुमचे काम करण्यासाठी का प्रेरित आहात?'' असे ॲडम यांनी एकदा महानगरपालिकेच्या अग्निवीरांना विचारले होते. त्यानंतर, त्यांनी पुढील दोन महिन्यांसाठी त्या अग्निवीरांच्या अतिरिक्त कामाच्या तासांची नोंद ठेवली. जे अग्निवीर इतरांना मदत करण्यासाठी अधिक प्रेरित असतील, ते जास्त निग्रहाचे प्रदर्शन करतील, अशी त्यांना अपेक्षा होती; परंतु इतरांना मदत करण्याप्रती प्रेरित असणाऱ्या बऱ्याचशा अग्निवीरांचे कामाचे अतिरिक्त तास कमी भरले. का?

कारण, दुसऱ्या प्रकारच्या प्रेरणेचा अभाव होता : खुद्द कामाबाबत स्वारस्य असणे. जेव्हा त्यांना त्यांच्या कामामध्ये आनंद मिळाला, फक्त तेव्हाच इतरांना मदत करण्याच्या त्यांच्या इच्छेचा परिणाम अधिक श्रमांमध्ये झाला. किंबहुना, समाजाभिमुख उद्देश ('कारण माझ्या कामाद्वारे मला इतरांना मदत करायची आहे') आणि आपल्या कामाप्रती अंगभूत स्वारस्य ('कारण मला या कामाचा आनंद मिळतो') या दोन्ही गोष्टी व्यक्त करणाऱ्या अग्निवीरांनी इतरांच्या तुलनेत दर आठवड्याला सरासरी ५० टक्क्यांहूनही अधिक अतिरिक्त वेळ काम केले होते.

सार्वजनिक विद्यापीठाकरिता निधी उभा करण्यासाठीच्या कॉल सेंटरमध्ये काम करणाऱ्या १४० जणांना ॲडम यांनी हाच प्रश्न – ''तुम्ही तुमचे काम करण्यासाठी का प्रेरित आहात?'' – विचारला, तेव्हाही हाती आलेले निकाल जवळपास मिळतेजुळतेच असल्याचे त्यांना आढळले. केवळ भक्कम समाजाभिमुख उद्देश व्यक्त करणाऱ्या आणि त्याचबरोबर आपले काम अंगभूतरीत्या आकर्षक वाटणाऱ्या कर्मचाऱ्यांनीच अधिकाधिक कॉल केले आणि परिणामतः विद्यापीठासाठी अधिक निधी जमवला.

डेव्हिड येगर आणि मॅट बंडिक या विकासात्मक मानसशास्त्रज्ञांना किशोरवयीनांमध्येही अशाच परिणामांची तऱ्हा आढळून आली आहे. उदाहरणार्थ, एका संशोधनांतर्गत, डेव्हिड यांनी सुमारे शंभर किशोरवयीन मुलामुलींच्या मुलाखती घेतल्या आणि या मुलामुलींना मोठेपणी कोण व्हायचे व्हायचे आहे आणि का, हे त्यांच्या स्वतःच्या शब्दांत मांडण्यास सांगितले.

काही जण पूर्णपणे स्वकेंद्री परिभाषेत त्यांच्या भविष्याबाबत बोलले ('मला फॅशन डिझायनर व्हायचं आहे, कारण ते करण्यात मजा येते... तुम्हाला खरोखरच तिमच्या करियरमध्ये आनंद मिळणं हे... महत्त्वाचं आहे').

अन्य काही जणांनी समष्टीकेंद्री उद्देशांचा उल्लेख केला ('मला डॉक्टर बनायचंय. मला लोकांची मदत करायचीय...').

आणि शेवटी, काही किशोरवयीन मुलामुलींनी स्वकेंद्री आणि समष्टीकेंद्री अशा दोन्ही उद्देशांचा उल्लेख केला : ''जर मी सागरी जीवशास्त्रज्ञ बनलो, तर मला सर्व काही स्वच्छ ठेवण्यासाठी प्रोत्साहन मिळेल... मी एखादं विशिष्ट ठिकाण निवडेन आणि तिथे जाऊन मत्स्यसृष्टी आणि इतर सर्व बाबतींत त्या ठिकाणाची

मदत करेन... मला नेहमीच फिशटँक आणि मासे बाळगण्यास आवडत आलं आहे, कारण तिथे त्यांना मोकळेपणाने पोहता येते. हे म्हणजे, एक प्रकारे पाण्याखालून उडण्यासारखंच आहे.''

त्यानंतर दोन वर्षांनी, ज्या मुलामुलींनी स्वकेंद्री आणि समष्टीकेंद्री अशा दोन्ही उद्देशांचा उल्लेख केला होता, त्यांचा शालेय अभ्यास या दोन्हीपैकी एकाच उद्देशाचा उल्लेख करणाऱ्या त्यांच्या सहाध्यायांच्या तुलनेत व्यक्तिशः अधिक अर्थपूर्ण होता.

मी मुलाखत घेतलेल्या अत्युच्च निग्रही लोकांपैकी बऱ्याच जणांचा, उद्देशपूर्ण, स्वारस्यपूर्ण उत्कट आवडीपर्यंतचा मार्ग हा पूर्वअंदाजित नव्हता.

ऑरोरो आणि फ्रँको फाँटे हे ऑस्ट्रेलियन उद्योजक आहेत आणि विविध सेवा प्रदान करणाऱ्या त्यांच्या कंपनीमध्ये २,५०० नोकरदार असून या कंपनीचे वार्षिक उत्पन्न १३ कोटी अमेरिकन डॉलर्सपेक्षाही अधिक आहे.

सत्तावीस वर्षांपूर्वी, ऑरोरो आणि फ्रँको हे नवविवाहित जोडपे होते आणि त्यांच्याकडे अजिबात पैसे नव्हते. त्यांच्या डोक्यात रेस्टॉरंट सुरू करण्याची कल्पना होती, मात्र ते करण्याइतके पुरेसे पैसे त्यांच्याजवळ नव्हते. त्याऐवजी, त्यांनी शॉपिंग मॉल आणि लहानसहान कार्यालयीन इमारतींची स्वच्छता करण्याचे काम सुरू केले – हे काम कोणत्याही आंतरिक हाकेच्या भावनेतून नाही, तर त्यातून खर्च भागवता येत असल्याने सुरू करण्यात आले होते.

अल्पावधीतच, त्यांच्या करियरविषयक महत्त्वाकांक्षांनी वळण घेतले. अतिथीसेवा क्षेत्रापेक्षा इमारतींची निगा राखण्यामध्ये त्यांना अधिक उज्ज्वल भविष्य दिसू लागले. त्या दोघांनीही निश्चयाने कठोर परिश्रम केले, ते आठवड्यामध्ये ऐंशी तास काम करायचे, काही वेळा तर आपल्या नवजात बालकांना छातीशी बांधून ते ग्राहकांच्या इमारतीतील बाथरूमच्या फरशा जणू आपल्याच घराच्या फरशा असल्याप्रमाणे घासायचे.

सर्व चढ-उतारांमधून – आणि असेच बरेच चढ-उतार आलेही – ''आम्ही नेहमीच तग धरून राहिलो. आम्ही अडथळ्यांपुढे हार मानली नाही. जिथे आम्ही स्वतःला अपयशी होण्याची मुभा देऊ असा कोणताच मार्ग आम्ही ठेवला नव्हता,'' असे फ्रँको यांनी मला सांगितले.

बाथरूम स्वच्छ करणे – किंवा अगदी बाथरुम स्वच्छ करण्यासंबंधीची कोट्यवधींची उलाढाल असणारी कंपनी उभारणे – ही आंतरिक हाकेसारखी वाटू शकते, याची कल्पना करणे माझ्यासाठी कठीण आहे, अशी कबुली मी ऑरोरो आणि फ्रँको यांच्यापुढे दिली.

''हे काही फक्त स्वच्छतेविषयी नाहीये,'' ऑरोरो यांनी मला समजावले. भावना दाटून आल्याने त्यांचा आवाज जड झाला होता. ''हे काहीतरी उभं करण्यासंबंधी आहे. हे आमच्या ग्राहकांविषयी आणि त्यांच्या समस्या सोडवण्याविषयी आहे. सर्वांउप्पर आम्ही ज्या अतिशय चांगल्या लोकांना नोकरी दिली आहे, हे त्यांच्याविषयी आहे – त्यांची मनं खूप मोठी आहेत आणि त्यांच्याप्रती आमची खूप मोठी जबाबदारी आम्हाला जाणवते.''

स्टॅनफर्डचे विकासात्मक मानसशास्त्रज्ञ बिल डॅमॉन यांच्या मते, अशा प्रकारची स्वतःपलीकडील अभिमुखता जाणीवपूर्वकरीत्या वाढवली जाऊ शकते आणि वाढवली पाहिजे. बिल हे आता त्यांच्या प्रतिष्ठित कारकिर्दीच्या पाचव्या दशकामध्ये आहेत. व्यक्तिशः समाधानकारक असणारे आणि त्याच वेळी व्यापक समाजासाठी लाभदायी असणारे आयुष्य जगण्यास किशोरवयीन मुले कशी शिकतात, याचा अभ्यास बिल करतात. हेतूचा अभ्यास करणे ही आपली आंतरिक हाक आहे, असे ते सांगतात.

बिल यांच्याच शब्दांत सांगायचे झाल्यास, ''*का*? तू हे *का* करत आहेस?'' या प्रश्नाचे अंतिम उत्तर हेतू हे आहे.

हेतूच्या उगमांविषयी बिल यांना काय समजले आहे?

''एकापाठोपाठ एक आकडेवारीच्या संचांमधून हा आकृतिबंध दिसून येतो,'' असे त्यांनी मला सांगितले. ''प्रत्येकामध्ये चुणूक असते आणि तीच हेतूची मूळ सुरुवात असते. ती चुणूक म्हणजेच तुम्हाला कोणत्यातरी गोष्टीमध्ये वाटणारं स्वारस्य असतं.''

त्यानंतर, हेतुपूर्ण असणाऱ्या कोणाचे तरी तुम्ही निरीक्षण करण्याची गरज आहे. हेतुपूर्ण आदर्श हा एखादा कौटुंबिक सदस्य असू शकतो, ऐतिहासिक व्यक्तिमत्त्व किंवा राजकीय व्यक्तिमत्त्वही असू शकते. ती व्यक्ती कोण आहे, हे फारसे महत्त्वाचे नाही आणि ते मूल अंतिमतः जे करणार आहे, त्याच्याशी तो हेतू जोडलेला आहे का, यालाही फारसे महत्त्व नसते. ''इतरांच्या वतीने काहीतरी साध्य करणं शक्य आहे, हे दाखवून देणारं कोणीतरी असणं, हे खरं महत्त्वाचं आहे,'' असे बिल स्पष्ट करतात.

किंबहुना, सुरुवातीच्या काळातील हेतुपूर्ण आदर्शाच्या निरीक्षणाशिवाय एखाद्याच्या हेतूचा विकास झाल्याचे एकही प्रकरण बिल यांच्या स्मरणात नाही. ''आदर्शरीत्या, आयुष्याचा हेतू हा किती अवघड असतो – त्यामध्ये किती निराशा आणि अडथळे असतात – परंतु त्याचबरोबर अखेरीस तो किती समाधानकारक ठरू शकतो, हे लहान मुलांना खरोखर पाहायला मिळायला हवं,'' असे बिल म्हणाले.

त्यानंतर बिल म्हणतात त्याप्रमाणे, साक्षात्काराचा टप्पा येतो. जिच्यावर उपाय करण्याची गरज आहे, अशी जगातील एखादी समस्या संबंधित व्यक्तीला सापडते. हा शोध अनेक मार्गांनी लागू शकतो. काही वेळा ती वैयक्तिक हानी किंवा संकट असते, तर काही वेळा इतरांना सामोऱ्या जाव्या लागलेल्या हानीविषयी किंवा संकटाविषयी समजणे असते.

''परंतु कोणालातरी मदतीची आवश्यकता आहे, हे केवळ पाहणं पुरेसं नसतं,'' अशी पुस्तीही बिल घाईघाईने जोडतात. हेतूसाठी दुसरा साक्षात्कार होणेही आवश्यक आहे : ''मी व्यक्तिशः बदल घडवू शकतो,'' हाच तो साक्षात्कार. हा विश्वास, कृती करण्याचा हा उद्देश येण्यासाठीच, आदर्श व्यक्तींनी त्यांच्या स्वतःच्या आयुष्यामध्ये हेतू कृतीत उतरवल्याचे निरीक्षण करणे हे इतके महत्त्वाचे आहे, असे बिल सांगतात. ''तुमचे प्रयत्न वाया जाणार नाहीत, यावर तुमचा दृढविश्वास असायला हवा.''

कॅट कोल या अशाच उद्देशप्रेरित निग्रहाच्या आदर्श आहेत.

केट या वयाच्या पस्तिसाव्या वर्षी सिनाबॉन बेकरी शृंखलेच्या अध्यक्ष होत्या, तेव्हा मी त्यांना भेटले. त्यांच्या कथेवर फारसे विचारमंथन न करता तुम्ही ती ऐकली, तर तुम्ही तिला बहुधा ''शून्यापासून श्रीमंतीपर्यंत पोहोचण्याची कथा'' म्हणाल; परंतु तुम्ही जर पूर्णपणे लक्ष देऊन काळजीपूर्वक ती ऐकली, तर तुम्हाला वेगळे विषयसूत्र ऐकू येईल : ''गरिबीतून हेतूपर्यंत पोहोचणे.''

फ्लोरिडातील जॅक्सनव्हिले येथे कॅट लहानाच्या मोठ्या झाल्या. कॅट नऊ वर्षांची असताना त्यांची आई जो यांनी कॅटच्या मद्यपी पित्याला सोडण्याचे धैर्य एकवटले. कॅट आणि तिच्या दोन बहिणींचे संगोपन करण्याकरिता पुरेसा पैसा कमावण्यासाठी जो या तीन नोकऱ्या करत होत्या आणि तरीही त्यांनी दाता बनण्यासाठी वेळ काढला होता. ''ती कोणासाठी तरी बेकिंग करायची, कोणाचेतरी संदेश पोहोचवायची – इतरांसाठी काहीतरी करण्याची प्रत्येक लहानसहान संधी ती अंतःप्रेरणेने शोधून काढायची. तिला ओळखणारे प्रत्येकजण, मग ते तिचे सहकर्मचारी असोत की समाजातील लोक असोत, ते त्या कुटुंबाचे सदस्य बनले होते.''

कॅट यांनी आपल्या आईची कार्यतत्त्वे आणि मदत करण्याची कळकळीची इच्छा या दोन्ही गोष्टींचे अनुकरण केले.

असे असले तरी कॅट यांच्या प्रेरणेकडे वळण्यापूर्वी, कॉर्पोरेट क्षेत्रातील शिडीवर त्यांनी केलेली असंभाव्य चढाई आपण विचारात घेऊ. कॅट यांनी वयाच्या पंधराव्या वर्षी एका स्थानिक मॉलमध्ये कपडे विकले, तिथून त्यांच्या व्यावसायिक

कारकिर्दीचा कालखंड सुरू होतो. अठराव्या वर्षी, त्या वेट्रेस म्हणून काम करण्याइतक्या मोठ्या झाल्या होत्या. त्यांना 'हूटर्स गर्ल' (हूटर्स या अमेरिकेतील रेस्टॉरंट समूहातील वेट्रेस) म्हणून नोकरी मिळाली आणि त्यानंतर एका वर्षभरातच, ऑस्ट्रेलियामध्ये पहिलेवहिले हूटर्स रेस्टॉरंट सुरू करण्याकरिता साहाय्य करण्याबाबत त्यांना विचारणा करण्यात आली. मेक्सिको सिटी, बहामा आणि अर्जेंटिना येथे हूटर्स रेस्टॉरंट सुरू करतानाही असेच घडले. वयाच्या बाविसाव्या वर्षी त्या दहा जणांचा समावेश असणारा विभाग हाताळत होत्या. वयाच्या सव्विसाव्या वर्षी त्या उपाध्यक्ष बनल्या होत्या. कार्यकारी समितीच्या सदस्य म्हणून कॅट यांनी अठ्ठावीस देशांमधील चारशेहून अधिक ठिकाणी हूटर्स रेस्टॉरंटच्या विस्तारासाठी साहाय्य केले. एका खासगी गुंतवणूक कंपनीने ही कंपनी खरेदी केली, तेव्हा वयाच्या बत्तिसाव्या वर्षी कॅट यांची तोपर्यंतची कारकीर्द इतकी प्रभावी होती की, सिनाबॉन कंपनीने अध्यक्ष म्हणून त्यांना नियुक्त केले. कॅट यांच्या देखरेखीखाली, सिनाबॉन कंपनीने अगोदरच्या दशकभरात केली होती, त्याहीपेक्षा अधिक वेगाने प्रगती केली आणि चार वर्षांच्या आतच कंपनीने एक अब्ज डॉलर्सचा टप्पा पार केला.

आता, कॅट यांचा कार्यकारणभाव विचारात घेऊ.

कॅट यांच्या हूटर्समधील वेट्रेस म्हणून काम करण्याच्या सुरुवातीच्या दिवसांमध्ये एकदा हॉटेलचे काही खानसामे शिफ्टच्या मध्यात काम सोडून गेले. ''मग, मी व्यवस्थापकांसोबत खाद्यपदार्थ बनवण्याच्या ठिकाणी गेले आणि सर्व टेबलांवर खाद्यपदार्थ पोहोचण्यासाठी मी खानसाम्यांना मदत केली,'' अगदी सहजपणे कॅट यांनी मला सांगितले.

का?

''सर्वांत पहिली गोष्ट म्हणजे, मी मिळणाऱ्या टिपवर जगत होते. त्याच मार्गाने मी स्वतःची बिलं भागवायचे. जर लोकांना त्यांचे खाद्यपदार्थ मिळाले नाहीत, तर ते रेस्टॉरंटला बिलाचा चेक देणार नव्हते आणि निश्चितच ते माझ्यासाठी टिप ठेवणार नव्हते. दुसरी गोष्ट म्हणजे मी ते काम करू शकते का, हे पाहण्याची मला जिज्ञासा होती आणि तिसरं म्हणजे मला मदत करण्याची इच्छा होती.''

यांपैकी टिप आणि जिज्ञासा या बऱ्यापैकी स्वकेंद्रित प्रेरणा आहेत. मात्र मदत करण्याची इच्छा ही शब्दशः समष्टीकेंद्रित आहे. त्या सर्व वाट पाहणाऱ्या ग्राहकांसाठी खाद्यपदार्थ बनवण्याकरिता शेगडीपुढे काम करण्याची तयारी दाखवणे – ही एकटी कृती एका व्यक्तीसाठी आणि त्याचबरोबर तिच्या आसपासच्या लोकांसाठी कशा प्रकारे लाभदायक ठरली, याचे हे उदाहरण होते.

त्याचा पुढचा टप्पा म्हणून कॅट यांनी पाकखान्यातील सर्व कर्मचाऱ्यांना प्रशिक्षण दिले आणि रेस्टॉरंटची अप्रत्यक्ष कामे हाताळण्यामध्ये मदत केली. ''मग एके दिवशी बारटेंडरला लवकर जाणं गरजेचं होतं आणि पुन्हा तीच गोष्ट घडली.

दुसऱ्या एका दिवशी, व्यवस्थापक सोडून गेला आणि संपूर्ण शिफ्ट कशी चालवायची, हे मी शिकले. सहा महिन्यांच्या कालावधीत, मी त्या ठिकाणचं प्रत्येक काम केलं होतं. मी फक्त ती कामं केलीच नव्हती, तर इतर लोकांना ती सर्व कामं शिकवण्यास मदत करण्यासाठी मी प्रशिक्षिकाही बनले होते.''

'जिथे कमी तिथे आम्ही'नुसार कृती आणि विशेषतः इतरांना मदत करणे ही काही कंपनीमध्ये पुढे जाण्यासाठी आडाखे बांधून उचललेली पावले नव्हती. नपेक्षा, स्वतःच्या कर्तव्यापलीकडे जाऊन केलेल्या या कामगिरीमुळे आंतरराष्ट्रीय ठिकाणांवर रेस्टॉरंट सुरू करण्यासाठी मदतीची निमंत्रणे येत गेली, त्यामुळे कॉर्पोरेट एक्झिक्युटिव्हचे पद मिळाले आणि ही वाटचाल अशीच पुढे सुरू राहिली.

कॅट यांची आई जो यांनीही अशाचप्रकारे गोष्टी केल्या असत्या, हा काही निव्वळ योगायोग नव्हे. ''लोकांना मदत करणं ही माझी आवड आहे,'' असे जो यांनी मला सांगितले. ''व्यवसायामध्ये असो किंवा व्यवसायाबाहेर असो, जर कोणीतरी यावं आणि काहीतरी उभारावं किंवा कोणत्याही प्रकारे मदत करावी, ही तुमची गरज असेल, तर तुमच्यासाठी येण्याची इच्छा असणारी मीच ती व्यक्ती आहे. माझ्याकरिता, मी मिळवलेलं कोणतंही यश हे मला इतरांसोबत वाटून घ्यायला आवडतं म्हणून मिळालेलं आहे. मी काहीही राखून ठेवत नाही – माझ्याकडे जे काही आहे, ते तुम्हाला किंवा अन्य कोणालाही स्वेच्छेने द्यायची माझी तयारी आहे.''

कॅट त्यांच्या जीवनविषयक तत्त्वज्ञानाचे श्रेय आपल्या आईला देतात. ''कठोर परिश्रम करा आणि समाजाची परतफेड करा,'' या उपदेशासह जो यांनी कॅट यांना वाढवले आणि हे कार्यतत्त्व आजही त्यांना मार्गदर्शन करते.

''नव्या वातावरणामध्ये जाणे आणि लोकांना ते स्वतःविषयीच्या ज्ञात क्षमतेपेक्षा अधिक कामं करण्यासाठी सक्षम असल्याची जाणीव होण्यास साहाय्य करणे, यामध्ये मी खूप पारंगत असल्याचं अधिकाधिक भान मला हळूहळू येत गेलं. हा माझा हातखंडा असल्याचा शोध मला लागत होता. जर मी लोकांना, व्यक्तींना या गोष्टी करण्यासाठी मदत करू शकत असले, तर मी संघांना, गटांनाही मदत करू शकते, याची जाणीव मला होण्यास सुरुवात झाली. जर मी गटांना मदत करू शकत होते, तर मी कंपन्यांनाही मदत करू शकत होते आणि जर मी कंपन्यांना मदत करू शकत होते, तर मी ब्रँड्सनाही मदत करू शकत होते. जर मी ब्रँड्सना मदत करू शकत होते, तर मी समाजांना आणि देशांनाही साहाय्य करू शकत होते.''

काही काळापूर्वीच, कॅट यांनी त्यांच्या ब्लॉगवर एक निबंध प्रसिद्ध केला होता, 'सी व्हॉट्स पॉसिबल अँड हेल्प अदर्स डू दि सेम' (काय शक्य आहे ते पाहा आणि इतरांनाही तसे करण्यास साहाय्य करा) असे त्या निबंधाचे शीर्षक होते. कॅट यांनी लिहिले होते, ''जेव्हा मी लोकांमध्ये असते, तेव्हा आपण महानतेच्या सहवासात आहोत, याच्या भानाने माझे हृदय आणि मन झळाळून जाते. कदाचित,

ती महानता अद्याप गवसलेली नसेल किंवा अविकसित असेल. तथापि, नपेक्षा महानतेची संभाव्यता किंवा अस्तित्व तर आहे. कोण कधी चांगल्या किंवा अगदी महान गोष्टी करेल किंवा जगातील पुढची महान प्रभावशाली व्यक्ती बनेल, हे तुम्हाला कधीच माहीत नसतं – त्यामुळे प्रत्येकाला तो अशीच एक व्यक्ती असल्याप्रमाणे वागणूक द्या.''

तुमचे वय कितीही असो, उद्देशाची भावना निर्माण होण्याच्या सुरुवातीसाठी कधीच विलंब किंवा घाई होत नाही. माझ्या याबाबत तीन शिफारशी आहेत आणि यातील प्रत्येक शिफारस या प्रकरणामध्ये उल्लेख करण्यात आलेल्या एका उद्देशविषयक संशोधकाकडून घेण्यात आली आहे.

तुम्ही अगोदरपासून जे काम करत आहात, त्यावर विचारमंथन केल्यास त्यातून समाजाप्रती सकारात्मक योगदान दिले जाऊ शकते, असे डेव्हिड येगर सुचवतात.

''जग हे अधिक चांगलं ठिकाण कसं बनू शकेल?'' असे डेव्हिड येगर आणि त्यांचे सहकारी डेव्ह पॉनेस्कू यांनी विविध दीर्घकालीन संशोधनांतर्गत हायस्कूलच्या विद्यार्थ्यांना विचारले होते आणि मग, विद्यार्थी शाळेमध्ये जे शिकत होते, त्याच्याशी या प्रश्नाचा संबंध जोडण्यास संशोधकांनी त्यांना सांगितले. याला प्रतिसाद म्हणून नववी इयत्तेतील एका विद्यार्थ्याने लिहिले होते, ''मला एका प्रकारचा जनुकीय संशोधक म्हणून काम करायला आवडेल. संभाव्यतः, अधिक अन्ननिर्मिती करण्याच्या दृष्टीने पिकांच्या वाणाची संरचना करण्याद्वारे मी हे जग सुधारण्यास साहाय्य करण्यासाठी या कामाचा वापर करेन...'' दुसऱ्या एकाने सांगितले, ''शिक्षण घेतल्यामुळे तुम्हाला तुमच्या आसपासचं जग समजून घेता येतं, असं मला वाटतं... पहिल्यांदा शाळेत गेल्याशिवाय मी कोणालाही मदत करू शकणार नाही.''

शाळेतील एखाद्या वर्गाच्या कालावधीपेक्षाही कमी वेळात घेतलेल्या या प्रश्नोत्तरांमुळे विद्यार्थ्यांच्या सहभागाला लक्षणीयरीत्या ऊर्जा मिळाली. अप्रत्यक्ष सहभागाच्या आधारे विद्यार्थ्यांवर प्रयोग करण्याच्या तुलनेत, त्यांना उद्देशाविषयी विचार करण्यास सांगितल्यामुळे विद्यार्थ्यांच्या आगामी परीक्षेसाठी अभ्यास करण्याच्या वेळेत दुपटीने वाढ झाली. तसेच, त्यांना मनोरंजक व्हिडिओ पाहण्याचा पर्याय दिला असता, त्यांनी त्याऐवजी कठीण गणिते सोडवण्यासाठी अधिक परिश्रम केले आणि गणित व विज्ञानाच्या वर्गांमध्ये ते प्रगतिपुस्तकावर अधिक चांगल्या श्रेण्या घेऊन घरी परतले.

तुमच्या सध्याच्या कामाचा, स्वतःच्या मूलभूत मूल्यांसोबतचा संबंध अधिक दृढ करण्यासाठी तुम्ही त्या कामामध्ये लहान; परंतु अर्थपूर्ण मार्गांनी कशाप्रकारे बदल करू शकता, याविषयी विचार करण्याची शिफारस एमी व्रेझ्निवस्की करतात.

या संकल्पनेला एमी यांनी 'जॉब क्राफ्टिंग' असे नाव दिले असून जेन ड्युटॉन, जस्टिन बर्ग आणि ॲडम ग्रांट या सहकारी मानसशास्त्रज्ञांसोबत त्या या शोधाविषयी संशोधन करत आल्या आहेत. ही काही 'प्रत्येक काम हे निर्वाणाचा मार्ग ठरू शकते,' असे सांगणारी 'पॉलिआना' (अतिआशावादी) संकल्पना नाही. तुमचा पेशा कोणताही असो, तुमच्या कामाच्या स्वरूपात तुम्ही काही बदल करू शकता – काही भर घालू शकता, काही कामे, अधिकार इतरांकडे सुपुर्द करू शकता आणि तुम्ही जे कराल ते तुमच्या स्वारस्याला व मूल्यांना साजेसे असेल, याची तजवीज करू शकता, इतकेच सांगणारी ही कल्पना आहे.

एमी आणि त्यांच्या सहकाऱ्यांनी अलीकडेच गुगल कंपनीमध्ये या संकल्पनेची चाचणी केली. ज्या पदांवरून मनात लागलीच 'उद्देश' हा शब्द येत नाही अशा, – उदाहरणार्थ, सेल्स, मार्केटिंग, फायनान्स, ऑपरेशन्स आणि अकाउंटिंग आदी – विभागांमधील पदांवर काम करणाऱ्या नोकरदारांना जॉब क्राफ्टिंगच्या कार्यशाळेसाठी कोणत्याही निकषांशिवाय निवडण्यात आले. या लोकांनी आपल्या दैनंदिन कामांच्या नित्यक्रमाला वेगळे वळण देण्यासाठी स्वतःच्या नव्या संकल्पना मांडल्या. प्रत्येक कर्मचाऱ्याने, ज्याद्वारे काम अधिक अर्थपूर्ण आणि आनंददायी बनेल, असा व्यक्तिनिष्ठ 'नकाशा' तयार केला. जे कर्मचारी या कार्यशाळेला उपस्थित होते, ते लक्षणीयरीत्या अधिक आनंदी आणि अधिक परिणामकारक बनल्याचा शेरा त्यांच्या व्यवस्थापकांनी व सहकर्मचाऱ्यांनी सहा आठवड्यांनी दिला.

अखेरीस, *उद्देशनिष्ठ आदर्श व्यक्तीमध्ये प्रेरणा शोधा*, अशी शिफारस बिल डॅमॉन करतात. त्यांनी मुलाखतींद्वारे संशोधनासाठी वापरलेल्या त्यांच्या काही प्रश्नांना तुम्ही लेखी प्रतिसाद द्यावा, अशी त्यांची इच्छा आहे. ''आजपासून पंधरा वर्षांनंतर स्वतःबद्दल कल्पना करा. त्या वेळी तुमच्यासाठी सर्वाधिक महत्त्वाचे काय असेल, असे तुम्हाला वाटते?'' आणि ''ज्याचे जीवन तुम्हाला अधिक चांगला माणूस बनण्यासाठी प्रेरित करते, अशा कोणत्यातरी व्यक्तीचा विचार तुम्ही करू शकता का? कोण आहे ती व्यक्ती? तीच व्यक्ती का?'' आदी प्रश्नांचा त्यामध्ये समावेश आहे.

मी जेव्हा बिल यांची ही प्रश्नावली भरली, तेव्हा जिने अन्य कोणाहीपेक्षा अधिक मला समष्टीकेंद्रित उद्देशाचे सौंदर्य दर्शवले आहे, अशी माझ्या आयुष्यातील व्यक्ती माझी आई असल्याची जाणीव मला झाली. ती मला आतापर्यंत भेटलेली सर्वांत दयाळू व्यक्ती आहे, यामध्ये कोणतीही अतिशयोक्ती नाही.

मी लहानाची मोठी होत असताना, मला काही नेहमीच आईच्या उदार मनाचे कौतुक नव्हते. प्रत्येक 'थँक्सगिव्हिंग'वेळी आमच्या टेबलाभोवती जमणाऱ्या अनोळखी माणसांची मला चीड यायची – त्यामध्ये केवळ चीनमधून अलीकडेच स्थलांतरित झालेले कोणीतरी दूरचे नातेवाईकच नसायचे, तर त्यासोबत त्यांच्या खोलीत राहणारे सहनिवासी, त्या सहनिवाशांचे मित्र आदी लोकही असायचे. ज्यांना इतरत्र कुठेही जाण्याजोगे ठिकाण नाही, अशा नोव्हेंबर महिन्यात माझ्या आईला भेटणाऱ्या कोणाचेही आमच्या घरात प्रेमाने स्वागत होत असे.

एका वर्षी, माझ्या वाढदिवसानिमित्त मला मिळालेल्या भेटवस्तू मी उघडल्यानंतर महिन्याभरातच आईने देऊन टाकल्या. दुसऱ्या एका वर्षी, माझ्या बहिणीने जमवलेला स्टफ्ड प्राण्यांचा संपूर्ण संग्रह तिने दान केला. तिच्या या वागण्यावर आम्ही बरेच नखरे केले, रडलो आणि तिचे आमच्यावर प्रेमच नसल्याचेही आरोप केले. आमच्या या प्रतिक्रियेमुळे खरोखरच आश्चर्याचा धक्का बसून ती म्हणाली, ''पण, तुमच्यापेक्षा जास्त गरज असणारी मुलं आहेत. तुमच्याकडे इतकं काही आहे. त्या मुलांकडे खूप कमी आहे.''

वैद्यकीय शिक्षणसंस्थेत प्रवेश घेण्यासाठीची 'एमसीएटी' परीक्षा मी देणार नाही, आणि त्याऐवजी समरब्रिज उपक्रम तयार करण्याच्या कामी मी स्वतःला झोकून देणार असल्याचे मी माझ्या वडिलांना जेव्हा सांगितले, तेव्हा तर ते सुन्नच झाले होते. ''गरीब मुलांविषयी तू इतकी पर्वा का करते आहेस? ते काही कुटुंबाचा भाग नव्हेत! तू त्यांना ओळखतही नाहीस!'' असे ते म्हणाले होते. त्या 'का'ची जाणीव मला आता होते. एक व्यक्ती – माझी आई – इतर बऱ्याच लोकांच्या मदतीसाठी काय करू शकते, हे मी माझ्या संपूर्ण आयुष्यभरात पाहत आले होते. उद्देशाच्या शक्तीची मी साक्षीदार होते.

प्रकरण ९

आशा

'सात वेळा पडा, आठ वेळा उभे राहा,' अशी एक जुनी जपानी म्हण आहे. जर मी आयुष्यात कधी टॅटू गोंदवून घेतला, तर मी हेच चार सोपे शब्द (फॉल सेव्हन, राइज एट) पुसता न येणाऱ्या शाईने गोंदवून घेईन.

आशा म्हणजे काय?

उद्या हा आजपेक्षा अधिक चांगला असेल, अशी अपेक्षा करणे ही एका प्रकारची आशा आहे. आपण स्वच्छ सूर्यप्रकाशाची, निरभ्र हवामानाची किंवा पुढील रस्ता गुळगुळीत असण्याची इच्छा बाळगतो, तशाप्रकारची ही आशा आहे. ही आशा जबाबदारीच्या ओझ्याशिवाय येते. यामध्ये गोष्टी अधिक चांगल्या बनवण्याची जबाबदारी विश्वावर असते.

निग्रह हा वेगळ्या प्रकारच्या आशेवर अवलंबून असतो. आपल्या स्वतःच्या प्रयत्नांनी आपले भविष्य सुधारू शकते, या अपेक्षेवर ती आशा आधारलेली असते. 'उद्याचा दिवस अधिक चांगला असेल, असे मला वाटते,' हे विधान 'उद्याचा दिवस अधिक चांगला बनवण्याचा माझा निर्धार आहे,' यापेक्षा भिन्न आहे. निग्रही लोकांच्या आशेला नशिबाशी काही देणेघेणे नसते, तिचा संपूर्ण संबंध पुन्हा उठून उभे राहण्याशी असतो.

माझ्या महाविद्यालयीन शिक्षणाच्या पहिल्या वर्षातील उन्हाळी सहामाहीत, मी न्यूरो-बायोलॉजी विषयासाठी प्रवेश घेतला.

मी प्रत्येक वर्गामध्ये लवकर यायचे आणि पहिल्या रांगेत बसायचे, तिथे मी प्रत्येक समीकरण आणि आकृती माझ्या वहीमध्ये उतरवून घ्यायचे. तासाबाहेर,

सांगण्यात आलेले सर्व वाचन मी करायचे आणि आवश्यक प्रश्नसंच सोडवायचे. पहिल्या चाचणी परीक्षेसाठी जाताना, मी काही बाबतीत यथातथाच होते – तो अभ्यासक्रम कठीण होता आणि माझ्या हायस्कूलमधील जीवशास्त्राचा अभ्यास असमाधानकारक होता – परंतु एकूणात मला बऱ्यापैकी आत्मविश्वास वाटत होता.

चाचणी परीक्षेची सुरुवात तर चांगली झाली; परंतु थोड्याच वेळात ती जास्त कठीण बनत गेली. मला भीती वाटण्यास सुरुवात झाली. *'मी ही संपवू शकणार नाही! मी काय करतीये, याची मला काहीही कल्पना नाही! मी नापास होणार आहे!'* असे विचार पुनःपुन्हा माझ्या मनात घोळू लागले. अर्थात, हा स्वतःचे भाकीत स्वतःच खरे ठरवण्याचा प्रकार होता. हृदयाची धडधड वाढवणारे ते विचार माझ्या मनात अधिकाधिक गर्दी करू लागले, तशी माझी एकाग्रता कमी होत गेली. मी अखेरचा प्रश्न वाचण्यापूर्वीच परीक्षेची वेळ संपली होती.

त्यानंतर काही दिवसांनी, प्राध्यापकांनी आमच्या उत्तरपत्रिका परत केल्या. विषण्ण होऊन मी स्वतःच्या त्या दयनीय श्रेणीकडे पाहिले आणि त्यानंतर थोड्या वेळातच मला नेमून दिलेल्या अध्यापन साहाय्यकांच्या कार्यालयात जाऊन धडकले. "तू खरोखरच हा अभ्यासक्रम सोडून देण्याचा विचार केला पाहिजेस," त्यांनी सल्ला दिला. "तू आता पहिल्याच वर्षात आहेस. तुझ्याकडे आणखी तीन वर्षं आहेत. तू पुढे हे वर्ग घेऊच शकतेस."

"मी हायस्कूलमध्ये एपी बायो (ॲडव्हान्स्ड प्लेसमेंट बायोलॉजी) विषय घेतला होता," मी प्रत्युत्तरादाखल त्यांना सांगितले.

"तू तो कसा पूर्ण केलास?"

"मला त्यामध्ये 'ए' श्रेणी मिळाली होती; परंतु आमच्या शिक्षकांनी आम्हाला विशेष काही शिकवलंच नाही, त्यामुळेच बहुधा मी प्रत्यक्षात 'एपी'ची परीक्षा दिलीच नव्हती." मी तो अभ्यासक्रम सोडून दिला पाहिजे, असे त्यांना आतून वाटत होतेच. माझ्या या सांगण्याने त्यावर शिक्कामोर्तब झाले.

मध्यावधी परीक्षेतही जवळपास याच घटनेची पुनरावृत्ती झाली. त्या परीक्षेसाठी मी वेड्यासारखा अभ्यास केला होता आणि परीक्षेनंतर मी पुन्हा एकदा अध्यापन साहाय्यकांच्या कार्यालयामध्ये होते. या वेळी त्यांच्या आवाजात घाई जाणवत होती. "तुला तुझ्या प्रगतिपुस्तकावर 'नापास' असा शेरा नकोय. अभ्यासक्रमातून माघार घेण्यासाठी अद्यापही फार उशीर झालेला नाही. आताच तू तसे केलेस तर तुझ्या 'जीपीए'वर (ग्रेड पॉइंट्स ॲव्हरेज) त्याचा कोणताही परिणाम दिसणार नाही."

त्यांनी वेळ दिल्याबद्दल मी त्यांचे आभार मानले आणि माझ्या पाठीमागचे दार बंद करून बाहेर पडले. कार्यालयाबाहेरच्या वाटेतून जाताना मी रडत नसल्याबद्दल मला स्वतःलाच आश्चर्याचा धक्का बसला. त्याऐवजी, मी परिस्थितीजन्य बाबींचा आढावा घेतला : मी दोन वेळा अपयशी ठरले होते आणि ही सेमिस्टर पूर्ण

होण्यापूर्वी केवळ एकच – अंतिम – परीक्षा शिल्लक होती. मी खालच्या स्तराच्या अभ्यासक्रमापासून सुरुवात करायला हवी होती, हे मला जाणवले आणि आता सेमिस्टरचा अर्ध्याहून अधिक कालावधी सरून गेल्यानंतर माझा उत्साही अभ्यास हा साहजिकच पुरेसा ठरत नसल्याचे सिद्ध झाले होते. मी याच अभ्यासक्रमावर राहिले, तर अंतिम परीक्षेतही माझी अशीच कोंडी होईल आणि माझ्या प्रगतीपुस्तकावर 'एफ' शेरा दिसेल, अशी दाट शक्यता होती. जर मी हा अभ्यासक्रम सोडून दिला, तर होणारा तोटा मी कमी करणार होते.

मी हाताच्या मुठी घट्ट बंद केल्या, जबडा आवळला आणि आगि थेट नोंदणी अधिकाऱ्यांच्या कार्यालयात गेले. त्या क्षणी, मी याच अभ्यासक्रमावर कायम राहण्याचा निर्धार केला होता – आणि किंबहुना – न्यूरोबायोलॉजी हा मी पदवीसाठी मुख्य विषय ठेवणार होते.

मागे वळून, त्या महत्त्वपूर्ण दिवसाकडे पाहताना, मी स्वतःला खाली पडलेली – किंवा अधिक अचूकपणे सांगायचे तर स्वतःच आपल्या पायात पाय अडकून तोंडावर आपटलेली – बघू शकते. यांपैकी काहीही असले तरी, मी तशीच पडलेली राहू शकत होते, असा तो क्षण होता. *'मीच मूर्ख आहे! मी केलेलं काहीही पुरेसं चांगलं नसतं!,'* असे मी स्वतःला म्हणू शकत होते आणि त्या विषयाचा अभ्यासक्रम सोडून देऊ शकत होते.

त्याऐवजी, माझा स्वतःसोबतचा संवाद मात्र कशालाही न जुमानता आशादायी होता : *मी सोडून देणार नाही! मी यावर उपाय शोधून काढेन!*

त्या उर्वरित सेमिस्टरमध्ये मी केवळ कठोर प्रयत्नच केले नाहीत, तर त्यासोबतच अगोदर न केलेल्या गोष्टीही मी केल्या. मी प्रत्येक अध्यापन साहाय्यकांना कार्यालयीन वेळेत जाऊन भेटले. मी त्यांच्याकडून जादाचा गृहपाठ मागून घेतला. निश्चित वेळेच्या तणावाखाली सर्वांत कठीण प्रश्न सोडवण्याचा मी सराव केला – ज्या परिस्थितीत मला अचूक कामगिरी करून दाखवणे आवश्यक होते, त्या परीक्षेतील परिस्थितीची मी हुबेहूब नक्कल केली. परीक्षेच्या कालावधीत माझी अस्वस्थता ही समस्या बनणार असल्याचे मला माहीत होते, त्यामुळे मला कशामुळेच आश्चर्याचा धक्का बसणार नाही, अशा स्तराचे प्रावीण्य मिळवण्याचा मी निर्धार केला. अंतिम परीक्षा आली, त्या वेळेपर्यंत तर मी स्वतःच पेपर लिहू शकले असते, असे मला वाटले होते.

अंतिम परीक्षेत मी निर्भेळ यश मिळवले. त्या विषयामधील माझी एकूण श्रेणी 'बी' होती – चार वर्षांमध्ये मला मिळालेली ती सर्वांत खालची श्रेणी होती, मात्र अखेरीस, त्याच श्रेणीचा मला सर्वाधिक अभिमान वाटला होता.

मी जेव्हा माझ्या न्यूरोबायोलॉजीच्या वर्गामध्ये अपयशी ठरत होते, तेव्हा एका प्रसिद्ध मानसशास्त्रीय प्रयोगाची परिस्थिती मी पुनर्निर्मित करत असल्याचे मला माहीत नव्हते.

मी आता घड्याळाचे काटे १९६४पर्यंत मागे फिरवते. मार्टी सेलिग्मन आणि स्टीव्ह माएर हे मानसशास्त्र डॉक्टरीच्या पहिल्या वर्षीचे विद्यार्थी एका खिडकीविना प्रयोगशाळेमध्ये आहेत आणि पिंजऱ्यात ठेवलेल्या कुत्र्याचे निरीक्षण करत आहेत. या कुत्र्याच्या पाठीमागच्या पायांना विजेचे झटके दिले जात आहेत. हे झटके कोणत्याही निश्चित क्रमाशिवाय कधीही आणि पूर्वसूचनेविना देण्यात येत आहेत. जर त्यावर कुत्र्याने काहीच प्रतिसाद दिला नाही, तर एका झटका पाच सेकंदापर्यंत सुरू राहतो; परंतु जर जर कुत्र्याने पिंजऱ्याच्या समोरच्या फळीला नाकाने ढोसले, तर झटका त्यापूर्वीच बंद होतो. दुसऱ्या पिंजऱ्यामध्ये, आणखी एका कुत्र्याला असेच विजेचे झटके नेमक्या तितक्याच कालांतराने देण्यात येत होते; परंतु त्या पिंजऱ्यात ढोसण्यासाठी कुठलीही फळी नव्हती. अन्य शब्दांत, दोन्ही कुत्र्यांना झटक्याच्या एकसारख्याच मात्रा समान वेळेकरिता देण्यात येत होत्या, मात्र तो झटका किती वेळ राहील, यावर पहिल्या कुत्र्याचे नियंत्रण होते. चौसष्ठ झटक्यांनंतर दोन्ही कुत्र्यांना त्यांच्या मूळ पिंजऱ्यांमध्ये परत पाठवण्यात आले आणि हीच प्रक्रिया पुन्हा दोहरवण्यासाठी त्यांच्याजागी नवे कुत्रे आणण्यात आले.

दुसऱ्या दिवशी, प्रयोगातील सर्व कुत्र्यांना एक एक करून 'शटल बॉक्स' नावाच्या एका वेगळ्या पिंजऱ्यात ठेवण्यात आले. या पिंजऱ्याच्या मध्यभागी एक लहानशी भिंत होती आणि कुत्र्यांनी प्रयत्न केल्यास त्यांना उडी मारून अडथळा ओलांडता येईल, इतकीच तिची उंची होती. येणाऱ्या झटक्याचे सूतोवाच करणारा एक उच्च तीव्रतेचा ध्वनी वाजवण्यात येत होता आणि त्यानंतर, कुत्रा उभा असणाऱ्या शटल बॉक्सच्या अर्ध्या भागातील तळाच्या भागातून तो झटका देण्यात येत असे. अगोदरच्या दिवशी, ज्या कुत्र्यांचे झटक्यांवर नियंत्रण होते, ते जवळपास सर्व कुत्रे पिंजऱ्याच्या मध्यातील अडथळा उडी मारून पार करण्यास शिकले. ते ध्वनी ऐकायचे आणि भिंतीवरून उडी मारून सुरक्षित भागात यायचे. त्याउलट, अगोदरच्या दिवशी ज्या कुत्र्यांचे झटक्यांवर कोणतेही नियंत्रण नव्हते, त्यांपैकी दोन तृतीयांश कुत्रे कण्हत, निष्क्रियपणे त्यांची ही शिक्षा संपण्याची वाट पाहत पडून राहायचे.

या अत्यंत परिणामकारक प्रयोगाने, यातनांमधून हतबलता येत नाही, हे प्रथमतःच सिद्ध केले. ज्यांवर नियंत्रण नाही, असे तुम्हाला वाटते, त्या यातनांमधून हतबलता येते.

मी ज्या विषयामध्ये नापास होत होते, तोच पदवीसाठी मुख्य विषय म्हणून घ्यायचे ठरवल्यानंतर बऱ्याच वर्षांनी, मी मार्टी यांच्या कार्यालयापासून थोड्याच अंतरावर असणाऱ्या पदवीधर विद्यार्थी कक्षामध्ये, ज्ञात हतबलतेवरील या

प्रयोगाविषयी वाचत बसले होते. मला लागलीच त्याम्ध्ये माझ्या अगोदरच्या अनुभवाशी समरूप गोष्टी दिल्या. माझ्या पहिल्या न्यूरोबायोलॉजी परीक्षेने मला अनपेक्षित वेदना दिली होती. माझी परिस्थिती सुधारण्यासाठी मी धडपडत होते; परंतु जेव्हा मध्यावधी परीक्षा आल्या, तेव्हा मला पुन्हा झटका बसला. सेमिस्टरमधील उर्वरित कालावधी हा तो शटल बॉक्स होता. माझी परिस्थिती बदलण्याबाबत मी हतबल आहे, असा निष्कर्ष मी माझ्या अगोदरच्या अनुभवांवरून काढणार होते का? शेवटी, दोन भीषण फलितांपाठोपाठ येणारे तिसरे फलितही भीषण असेल, असे त्याअगोदरच्या थोड्याच काळात आलेल्या अनुभवांनी सूचित केले होते.

की त्या अन्य काही कुत्र्यांप्रमाणे मी अनियंत्रित वेदनेच्या स्मृती ताज्या असतानाही, दृढ आशा बाळगणार होते? माझ्या सुरुवातीच्या यातना या काही विशिष्ट चुकांचा परिणाम होता आणि त्या चुका मी भविष्यात टाळू शकते, असे मी समजणार होते का? मी अनेकदा अपयश झटकले आहे आणि अखेरीस यशस्वी ठरले आहे, हे लक्षात ठेवून मी माझे लक्ष नजीकच्या भूतकाळापलीकडे विस्तारणार होते का?

वास्तवात, मार्टी आणि स्टीव्ह यांच्या संशोधनातील प्रयत्न सुरू ठेवणाऱ्या त्या एक तृतीयांश कुत्र्यांप्रमाणे मी वागले. मी पुन्हा उठून उभी राहिले आणि लढत राहिले.

नियंत्रणहीन यातनांमुळे, विश्वसनीयरीत्या वैद्यकीय नैराश्याची लक्षणे निर्माण होतात, तसेच भूक लागण्यामध्ये, शारीरिक हालचालींमध्ये बदल होतात, निद्राविषयक समस्या उद्भवतात आणि एकाग्रता क्षीण होते, या बाबी १९६४ सालातील प्रयोगानंतरच्या दशकभरात करण्यात आलेल्या अन्य प्रयोगांमधून समोर आल्या.

प्राण्यांना आणि माणसांना आपण हतबल असल्याचे आकलन होते, असे मार्टी आणि स्टीव्ह यांनी प्रथमतः प्रस्तावित केले होते, तेव्हा सहकारी संशोधकांनी त्यांचा सिद्धान्त धादांत निरर्थक मानला होता. कुत्र्यांच्या मनात विचार येण्याची आणि त्या विचारांचा प्रभाव त्यांच्या वर्तनावर पडण्याची शक्यता त्या काळी कोणीही गांभीर्याने घेतली नव्हती. किंबहुना, माणसांच्या मनात येणारे विचार त्यांच्या वर्तनाला प्रभावित करतात, या शक्यतेची दखलच खूप थोड्या मानसशास्त्रज्ञांनी घेतली होती. त्याऐवजी, सर्व सजीव प्राणी हे शिक्षा आणि बक्षीस यांना निव्वळ यांत्रिकपणे प्रतिसाद देतात, ही सर्वमान्य समजूत होती.

कल्पना करता येण्याजोगे प्रत्येक पर्यायी स्पष्टीकरण खोडून काढणारी शास्त्रीय माहिती व आकडेवारीचे ढीग जमल्यानंतर, अखेर दीर्घकाळाने वैज्ञानिक समुदायाला हा सिद्धान्त मान्य झाला.

प्रयोगशाळेमध्ये नियंत्रणहीन तणावाच्या भयानक परिणामांचे गूढ पूर्णपणे उकलल्यानंतर, याबाबत काय करता येऊ शकते, याविषयीचे मार्टी यांचे स्वारस्य अधिकाधिक वाढत गेले. वैद्यकीय मानसशास्त्रज्ञ म्हणून पुन्हा शिक्षण घेण्याचा निर्णय त्यांनी घेतला. त्यांनी सुज्ञपणे, अ‍ॅरॉन बेक यांच्या छत्रछायेखाली असे करण्याचा पर्याय निवडला. बेक, हे मानसशास्त्रज्ञ तर होतेच; पण नैराश्याची मूळ कारणे आणि व्यवहार्य उपचार समजून घेण्यातील सहप्रणेते होते.

त्यानंतर सुरू झाला, ज्ञात हतबलतेच्या दुसऱ्या बाजूचा जोरदार शोध, याच बाजूचे पुढे मार्टी यांनी 'ज्ञात आशावाद' असे नामकरण केले. मार्टी यांच्या नव्या संशोधनाचे बीज रोवणारी महत्त्वपूर्ण मर्मदृष्टी ही अगदी सुरुवातीपासूनच उपलब्ध होती : नियंत्रणहीन विजेचा झटका अनुभवलेल्यांपैकी दोन तृतीयांश कुत्र्यांनी स्वतःची मदत करण्याचा प्रयत्न सोडून दिला असला, तरी सुमारे एक तृतीयांश कुत्रे चटकन पूर्वस्थितीवर आले होते. त्यांच्यावर अगोदर आघात होऊनही, त्यांनी वेदनेतून दिलासा देतील, अशा युक्त्या योजण्याचा प्रयत्न सुरू ठेवला होता.

त्या चटकन पूर्वस्थितीला येणाऱ्या कुत्र्यांनीच, संकटास 'मी हार मानणार नाही' सदृश प्रतिसाद देणाऱ्या लोकांचा अभ्यास करण्याची वाट मार्टी यांना दाखवली. आशावादी लोकांना वाईट घटनांचा सामना करावा लागण्याची शक्यता निराशावादी लोकांइतकीच असते, हे अल्पावधीतच मार्टी यांच्या लक्षात आले; परंतु या दोन्ही प्रकारच्या लोकांचे त्यासंबंधीचे स्पष्टीकरण विभिन्न असते : आशावादी लोक हे सवयीप्रमाणे त्यांच्या यातनांसाठी तात्कालिक आणि विशिष्ट कारणे शोधतात, तर निराशावादी लोक दोष देण्याकरिता चिरस्थायी आणि व्यापक कारणे गृहीत धरतात.

आशावादी आणि निराशावादी लोकांमध्ये फरक करण्यासाठी मार्टी व त्यांच्या विद्यार्थ्यांनी विकसित केलेल्या एका चाचणीतून एक उदाहरण घेऊ : *इतरांना तुमच्याकडून अपेक्षित असणारे सर्व काम तुम्हाला पूर्ण करता आलेले नाही, अशी कल्पना करा. आता या गोष्टीसाठी एका प्रमुख कारणाची कल्पना करा. तुमच्या मनात काय येते?* हा गृहीत धरलेला प्रसंग वाचल्यानंतर तुम्ही तुमचा प्रतिसाद लिहून काढता आणि तुम्हाला असे आणखी प्रसंग देण्यात आल्यानंतर तुमचे प्रतिसाद हे किती तात्कालिक (विरुद्ध चिरस्थायी) आणि किती विशिष्ट (किंवा व्यापक) आहेत, यांचे गुणांकन करण्यात येते.

जर तुम्ही निराशावादी असाल, तर तुम्ही बहुधा म्हणाल, *मी प्रत्येक गोष्टीतच माती खातो* किंवा : *मी अपयशीच आहे*. ही स्पष्टीकरणे चिरस्थायी आहेत : ही बदलण्यासाठी तुम्ही फारसे काही करू शकत नाही. त्याचप्रमाणे ती व्यापकही आहेतच; ती केवळ तुमच्या कामासंबंधीच्या कामगिरीलाच नाही, तर जीवनातील बऱ्याचशा परिस्थितींना प्रभावित करण्याची शक्यता असते. प्रतिकूलतेसाठी चिरस्थायी आणि व्यापक स्पष्टीकरणे दिल्यामुळे लहानशा गुंतागुंतीचे रूपांतर

मोठ्या आपत्तींमध्ये होते. या स्पष्टीकरणांमुळे प्रयत्न सोडून देणे तार्किक वाटू लागते. त्याच वेळी दुसरीकडे, जर तुम्ही आशावादी असाल, तर तुम्ही बहुधा म्हणाल, *मी माझ्या वेळेचे गैरव्यवस्थापन केले* किंवा : *लक्ष विचलित करणाऱ्या गोष्टींमुळे मी कार्यक्षमपणे काम केले नाही.* ही स्पष्टीकरणे सर्व तात्पुरती आणि विशिष्ट आहेत; त्यांची 'निराकरणयोग्यता' ही त्यांना समस्या म्हणून दूर करण्याची सुरुवात करण्याकरिता तुम्हाला प्रेरित करते.

या चाचणीचा वापर करून, आशावादी लोकांच्या तुलनेत निराशावादी लोक नैराश्य आणि अस्वस्थता यांनी ग्रासले जाण्याची शक्यता अधिक असते, हे बार्टी यांनी ठामपणे मांडले. याउप्पर, मानसिक आरोग्याशी थेट संबंधित नसणाऱ्या क्षेत्रांमध्येही आशावादी लोक अधिक चांगली कामगिरी करतात. उदाहरणार्थ, आशावादी असणाऱ्या पदवीप्रविष्ट विद्यार्थ्यांनी अधिक चांगली श्रेणी मिळवण्याची शक्यता असून त्यांनी शिक्षण सोडण्याची शक्यता कमी असते. आशावादी तरुण प्रौढ हे वयाच्या संपूर्ण मध्यमवयीन काळात अधिक निरोगी राहतात आणि अखेरीस निराशावादी लोकांपेक्षा अधिक जगतात. आशावादी लोक हे त्यांच्या वैवाहिक जीवनाबद्दल अधिक समाधानी असतात. 'मेटलाइफ इन्शुरन्स' या विमा कंपनीच्या प्रतिनिधींचा एका वर्षाकरिता प्रत्यक्ष कामाच्या ठिकाणी अभ्यास केल्यानंतर आशावादी लोक हे त्यांच्या नोकऱ्यांवर टिकून राहण्याची शक्यता दुप्पट असल्याचे, त्याचबरोबर त्यांच्या निराशावादी सहकाऱ्यांच्या तुलनेत ते साधारणतः २५ टक्के अधिक विमा योजनांची विक्री करत असल्याचे आढळून आले. त्याचप्रमाणे, टेलिकम्युनिकेशन, बांधकाम व्यवसाय, कार्यालयीन उत्पादने, गाड्यांची विक्री आणि अन्य उद्योगांमधील विक्री प्रतिनिधींच्या केलेल्या अभ्यासावरून आशावादी लोक हे निराशावादी लोकांपेक्षा २० ते ४० टक्के अधिक विक्री करत असल्याचे दिसून आले आहे.

एका संशोधनांतर्गत, उच्चस्तरीय जलतरणपटूंनी मार्टी यांची आशावादासंबंधीची चाचणी दिली. यातील बरेच जलतरणपटू हे अमेरिकेच्या ऑलिंपिक पात्रतेसाठी प्रशिक्षण घेत होते. त्यानंतर, प्रशिक्षकांनी प्रत्येक जलतरणपटूला त्यांच्या सर्वोत्तम प्रकारामध्ये पोहण्यास सांगितले आणि मग जाणीवपूर्वक, प्रत्येक जलतरणपटू प्रत्यक्षात ज्या वेगाने पोहला होता, त्यापेक्षा तो किंवा ती थोडसे संथ पोहले असल्याचे त्यांना सांगितले. त्याच प्रकारात पुन्हा पोहण्याची संधी दिली असता, आशावादी जलतरणपटूंनी किमान त्यांच्या पहिल्या प्रयत्नाइतकी तरी चांगली कामगिरी केली; परंतु निराशावादी जलतरणपटूंची कामगिरी मात्र लक्षणीयरीत्या खालावली.

अत्युच्च निग्रही लोक पिछेहाटीविषयी कसा विचार करतात? मोठ्या प्रमाणात, मला असे आढळून आले आहे की, ते घटनांचे स्पष्टीकरण आशावादीरीत्या देतात. पत्रकार हेस्टर लॅसी यांनाही त्यांनी उल्लेखनीयरीत्या सर्जनशील लोकांच्या घेतलेल्या

मुलाखतींमधून हाच विलक्षण आकृतिबंध आढळला आहे. ''तुमची सर्वांत मोठी निराशा कोणती?'' असे त्यांनी मुलाखत देणाऱ्यांपैकी प्रत्येक व्यक्तीस विचारले. ते कलावंत असोत, उद्योजक असोत किंवा सामाजिक कार्यकर्ते असोत, त्या सर्वांचे या प्रश्नावरील उत्तर जवळपास एकसारखेच होते. ''खरंतर, मी निराशेच्या संदर्भात विचारच करत नाही. घडणाऱ्या सर्व गोष्टींमधून मला शिकता येण्यासारखे काहीतरी आहे, असा विचार करण्याकडे माझा कल असतो. 'हे फारसं चांगलं घडलं नाही, ठीक आहे; परंतु मला वाटतं मी प्रयत्न करत राहीन,' असा विचार करण्याकडे माझा कल असतो.''

मार्टी सेलिग्मन यांनी प्रयोगशाळेतील संशोधनापासून दोन वर्षांचा खंड घेतला होता, साधारणतः त्याच काळामध्ये त्यांचे नवे मार्गदर्शक ॲरॉन बेक हे त्यांच्या स्वतः घेतलेल्या फ्रॉइडवादी मनोविश्लेषणाच्या प्रशिक्षणावर प्रश्नचिन्ह उपस्थित करत होते. मानसिक आजाराच्या सर्व रूपांची पाळेमुळे ही नेणिवेतील बालपणीच्या संघर्षांमध्ये असतात, असे त्या काळातील बहुतांश मानसोपचारतज्ज्ञांप्रमाणेच बेक यांनाही शिकवण्यात आले होते.

बेक याच्याशी असहमत होते. रुग्णांना कशाचा त्रास होत आहे, यासंबंधी मानसोपचारतज्ज्ञ हे प्रत्यक्षात त्यांच्याशी थेट बोलू शकतात आणि रुग्णांचे विचार – त्यांचा आत्मसंवाद – हे उपचारांचे लक्ष्य असू शकते, असे सुचवण्याचे औधत्य बेक यांच्याकडे होते. नोकरी गमावणे, कामावरील सहकाऱ्यासोबत वादविवाद होणे, मित्राला कॉल करण्यास विसरणे – यासारख्या एकाच वस्तुनिष्ठ घटनेचे *खूप वेगवेगळे सापेक्ष अन्वयार्थ* काढले जाऊ शकतात, ही बेक यांच्या नव्या दृष्टिकोनाची पायाभूत मर्मदृष्टी होती आणि प्रत्यक्षात त्या वस्तुनिष्ठ घटनांपेक्षा, ते अन्वयार्थच आपल्या भावना आणि आपल्या वर्तनासाठी कारणीभूत ठरू शकतात.

संज्ञानात्मक वर्तन उपचारपद्धतीमध्ये, नैराश्य आणि अन्य मानसिक विकारांमध्ये रुग्णांना वस्तुनिष्ठपणे विचार करण्यास आणि निरोगी मार्गांनी वागण्यास मदत करण्याद्वारे त्यांच्यावर उपचार करण्याचा उद्देश असतो. आपल्या बालपणीच्या यातना काहीही असोत, सर्वसामान्यतः आपण स्वतःच्या नकारात्मक आत्मसंवादाचे निरीक्षण करण्यास आणि परिस्थितीनुरूप नसणारे वर्तन बदलण्यास शिकू शकतो, असे या उपचारपद्धतीतून दिसून आले आहे. अन्य कोणत्याही कौशल्याबाबत आपण जसा सराव करतो, त्याचप्रमाणे एखादी आशावादी व्यक्ती करेल, तसा आपल्याबाबत काय घडले याचा अन्वयार्थ लावण्याचा आणि त्याला प्रतिसाद देण्याचा सराव आपण करू शकतो. संज्ञानात्मक वर्तन उपचारपद्धती ही आता

नैराश्यावर उपचार करताना सर्वत्र अवलंबली जाणारी मानसोपचार पद्धती असून तिचे परिणाम नैराश्य प्रतिबंधक औषधोपचारांपेक्षा अधिक दीर्घकाळ टिकत असल्याचे सिद्ध झाले आहे.

निग्रहविषयक संशोधनामध्ये माझा थोडासा जम बसल्यानंतर काही वर्षांनी, टीच फॉर अमेरिका या संस्थेच्या संस्थापिका आणि मुख्य कार्यकारी अधिकारी वेंडी कॉप हे मार्टी यांना भेटण्यासाठी आल्या होत्या.

तेव्हा मी मार्टी यांची पदव्युत्तर विद्यार्थिनी होते आणि दोन कारणांमुळे मी त्या दोघांच्या बैठकीस उपस्थित राहण्यास उत्सुक होते. पहिले म्हणजे टीच फॉर अमेरिका ही संस्था महाविद्यालयातून नुकत्याच बाहेर पडलेल्या शेकडो पदवीधरांना देशभरांतील वंचित शाळांच्या जिल्ह्यामध्ये पाठवत होती. अध्यापन हा निग्रहाची मागणी करणारा पेशा आहे, हे मला वैयक्तिक अनुभवावरून माहीत होते आणि 'टीएफए'च्या शिक्षकांची नियुक्ती ज्या शहरी आणि ग्रामीण वर्गांमध्ये करण्यात येत होती, तिथे अन्य कोणत्याही ठिकाणापेक्षा हा निग्रह सर्वाधिक आवश्यक होता. दुसरे कारण म्हणजे, वेंडी या स्वतः अत्युच्च निग्रही व्यक्ती होत्या. प्रिन्सटन विद्यापीठामध्ये शिकत असताना पदवीच्या अखेरच्या वर्षी त्यांना टीएफएची संकल्पना सुचली आणि अखेरीस आपले स्वप्न सोडून देणाऱ्या इतर अनेक आदर्शवाद्यांच्या उलट, त्या या स्वप्नाला चिकटून राहिल्या, शून्यातून सुरुवात करत त्यांनी देशांतील एक सर्वांत मोठी आणि सर्वांत प्रभावशाली शैक्षणिक सेवाभावी संस्था निर्माण केली, हे सर्वश्रुत होते. 'अथक शोध' हे टीएफएचे मूलभूत मूल्यही होते, त्याचबरोबर वेंडी यांच्या नेतृत्वशैलीचे वर्णन करण्यासाठी त्यांच्या मित्रमंडळींकडून आणि सहकाऱ्यांकडून नेहमीच या शब्दांचा वापर करण्यात येत होता.

त्या बैठकीमध्ये आम्ही तिघांनी मिळून एक गृहीतक मांडले : जे शिक्षक अडचणींचा अन्वयार्थ अधिक आशावादी मार्गाने लावतात, त्यांच्याकडे आपल्या निराशावादी सहकाऱ्यांच्या तुलनेत अधिक निग्रह असतो आणि परिणामतः निग्रह हा अधिक चांगल्या अध्यापनाचा अंदाज बांधू शकतो. उदाहरणार्थ, आशावादी शिक्षक हा सहकार्य न करणाऱ्या विद्यार्थ्यास मदत करण्याचे नवनवे मार्ग शोधत राहील, तर निराशावादी शिक्षक बहुधा याबाबत आणखी काहीच करता येण्याजोगे नाही, असे गृहीत धरेल. हे खरे आहे का, याची पडताळणी करण्यासाठी, शिक्षकांनी वर्गामध्ये पाऊल ठेवण्यापूर्वी, त्यांचा आशावाद आणि निग्रह यांचे मूल्यमापन करण्याचे आणि त्यानंतर वर्षभराने, शिक्षकांनी त्यांच्या विद्यार्थ्यांच्या शैक्षणिक प्रगतीला किती परिणामकारकरीत्या पुढे नेले, हे पाहण्याचे आम्ही ठरवले.

त्या वर्षी ऑगस्टमध्ये, टीएफएच्या चारशे शिक्षकांनी ग्रिट स्केल चाचणी पूर्ण केली आणि त्याचबरोबरीने त्यांच्या आशावादाचे मूल्यमापन करणारी मार्टी यांची प्रश्नावलीही भरली. जोपर्यंत, ते वाईट घटनांसाठी तात्कालिक आणि विशिष्ट कारणांचा आणि चांगल्या घटनांसाठी चिरस्थायी आणि व्यापक कारणांचा विचार करत होते, तोपर्यंत आम्ही त्यांचे प्रतिसाद आशावादी म्हणून नोंदवले. जोपर्यंत ते याच्या बरोबर उलट विचार करत होते, तोपर्यंत आम्ही त्यांचे प्रतिसाद निराशावादी म्हणून नोंदवले.

त्याच सर्वेक्षणामध्ये आम्ही आणखी एक गोष्ट मोजली : आनंद. का? याच एक कारण म्हणजे, आनंद हा केवळ कामाच्या ठिकाणी चांगली कामगिरी केल्याचा परिणामच नाही, तर तो चांगल्या कामगिरीचे एक महत्त्वाचे कारणही असू शकतो, याविषयीच्या शास्त्रीय पुराव्यांची जंत्री संख्येने लहान असली, तरी वाढती होती. त्याचबरोबर, सर्वांत निग्रही शिक्षक हे किती आनंदी असतात, हे पाहण्यास आम्ही उत्सुक होतो. एक-चित्त उत्कट आवडीची आणि चिकाटी याची किंमत मोजावी लागत होती का? की एकाच वेळी तुम्हाला निग्रही आणि आनंदी राहता येणे शक्य होते?

एका वर्षानंतर, टीच फॉर अमेरिकाने जेव्हा संबंधित विद्यार्थ्यांना झालेल्या शैक्षणिक लाभाच्या आधारे प्रत्येक शिक्षकाच्या परिणामकारतेच्या गुणांकनाचे तक्ते तयार केले, तेव्हा आम्हीही आमच्या आकडेवारीचे विश्लेषण केले. आमच्या अपेक्षेप्रमाणे, आशावादी शिक्षक हे अधिक निग्रही आणि आनंदी होते, तसेच शालेय वर्षादरम्यान आशावादी शिक्षकांनी त्यांच्या विद्यार्थ्यांकडून अधिकाधिक साध्य कसे करून घेतले, याचे स्पष्टीकरणही परिणामतः निग्रह आणि आनंद यांच्याद्वारे मिळाले होते.

सर्वेक्षणाच्या निकालांकडे काही वेळ निरखून पाहिल्यानंतर, मी वर्गामध्ये शिकवण्याचे माझे स्वतःचे अनुभव आठवण्यास सुरुवात केली. बऱ्याच दुपारी, वैतागून आणि थकून मी घरी गेल्याचे मला आठवत होते. माझ्या स्वतःच्या क्षमतांबाबत अनर्थकारी आत्मसंवाद – अरे देवा, मी खरोखरच मूर्ख आहे! – आणि त्याचबरोबर माझे तरुणपणीचे आरोप – *ती पुन्हा चुकली? ती कधीच शिकणार नाही!* – यांच्याशी झगडल्याचे मला आठवत होते आणि तरीही, मी सकाळी उठून शेवटी, 'अजून एखादी क्लृप्ती वापरून पाहता येण्यासारखी आहे : *कदाचित, मी जर हर्शीज् चॉकलेटचा बार वर्गात आणला आणि त्याचे तुकडे केले, तर त्यांना अपूर्णांकाची संकल्पना समजेल. जर मी सोमवारी सर्वांना त्यांचे लॉकर स्वच्छ करायला लावले, तर त्यांना आपले लॉकर स्वच्छ ठेवण्याची सवय लागेल,' असे ठरवल्याचेही मला आठवते.*

युवा शिक्षकांच्या अभ्यासामधून हाती आलेली ही माहिती, त्याजोडीला वेंडी कॉप यांचे अंतर्ज्ञान, अत्युच्च निग्रही लोकांच्या मुलाखती आणि सुमारे पन्नास

मानसशास्त्रीय संशोधने हे सर्व एकाच सामान्य व्यवहारज्ञानाच्या निष्कर्षाकडे निर्देश करत होते : जेव्हा तुम्ही तुमची परिस्थिती चांगल्या अर्थाने बदलण्यासाठी पर्यायांचा शोध घेत राहता, तेव्हा तुम्हाला ते पर्याय सापडण्याची शक्यता असतेच. जेव्हा हे पर्याय सापडू शकत नाहीत, असे गृहीत धरून तुम्ही शोध घेणे थांबवता, तेव्हा ते सापडणार नाहीत, याची तुम्हीच हमी देता.

याच बाबतीत, हेन्री फोर्ड यांचे पुढील उद्‌गार बऱ्याचदा उद्‌धृत केले जातात, ''तुम्हाला जेव्हा आपण करू शकतो, असे वाटते किंवा करू शकत नाही, असे वाटते – तेव्हा तुम्ही बरोबर असता.''

मार्टी सेलिग्मन आणि स्टीव्ह माएर हे जेव्हा हतबलतेचा संबंध ज्ञात नियंत्रणाच्या अभावाशी जोडत होते, साधारणतः त्याच काळामध्ये पदवीसाठी मानसशास्त्र हा मुख्य विषय निवडणाऱ्या कॅरॉल ड्वेक यांनी महाविद्यालयामध्ये प्रवेश घेतला होता. काही लोक चिकाटीने प्रयत्न करत राहतात, तर बाकीचे तशाच प्रकारच्या परिस्थितीमध्ये हार मानतात, ही गोष्ट नेहमीच कॅरॉल यांची जिज्ञासा जागृत करत आली होती. पदवी शिक्षणानंतर त्यांनी मानसशास्त्रातील डॉक्टरेटच्या अभ्यासक्रमासाठी प्रवेश घेतला आणि याच प्रश्नाचा पिच्छा पुरवला.

मार्टी आणि स्टीव्ह यांच्या संशोधनकार्याचा तरुण कॅरॉलवर सखोल प्रभाव पडला. त्यांचे निष्कर्ष तिला मान्य होते, मात्र तेवढ्याने तिचे समाधान झालेले नव्हते. तुमच्या दुर्दशेसाठी नियंत्रणाबाहेर असणाऱ्या कारणांना दोष देणे दुर्बल करणारे आहे हे निश्चित; परंतु मूलतः हे दोषारोपण येते कुठून? एखादा माणूस आशावादी आणि दुसरा निराशावादी म्हणून कसा तयार होतो, हा प्रश्न त्यांनी उपस्थित केला होता.

कॅरॉल यांच्या सुरुवातीच्या एका अभ्यासामध्ये, त्यांनी माध्यमिक शाळांसोबत काम केले होते. शिक्षक, शाळेचे मुख्याध्यापक आणि शाळेचे मानसशास्त्रज्ञ यांच्या एकमताने कॅरॉल यांनी, ज्यांचा अपयशाशी सामना होताच तो विशेषतः 'हतबल' होतात, अशी काही मुले आणि मुली पारखल्या होत्या. प्रयत्न किंवा परिश्रमांच्या अभावामुळे नाही, तर बौद्धिक क्षमतेच्या अभावामुळे आपल्याकडून चुका होतात, असे या मुलांना वाटत असल्याचा कॅरॉल यांचा कयास होता. अन्य शब्दांत सांगायचे, तर केवळ अपयशांच्या दीर्घ मालिकेनेच या मुलांना निराशावादी बनवले नव्हते, तर त्याचबरोबर यश आणि शिकणे यांविषयीच्या त्यांच्या मूळ धारणाही त्यासाठी कारणीभूत होत्या, अशी कॅरॉल यांना शंका होती.

या संकल्पनेची चाचपणी करण्यासाठी कॅरॉल यांनी त्या मुलांची विभागणी दोन गटांमध्ये केली. त्यांपैकी निम्म्या मुलांसाठी 'सक्सेस ओन्ली' हा उपक्रम

नेमून देण्यात आला. काही आठवड्यांकरिता, त्या मुलांनी गणिते सोडवली आणि प्रत्येक सत्राच्या अखेरीस, त्यांनी पूर्ण केलेल्या गणितांची संख्या कितीही असली, तरी त्यांना चांगली कामगिरी केल्याबद्दल कौतुकाची थाप मिळाली. कॅरॉल यांच्या संशोधनामधील उर्वरित निम्म्या मुलांसाठी *ॲट्रिब्युशन रिट्रेनिंग* हा उपक्रम नेमून देण्यात आला. या मुलांनीही गणिते सोडवली, मात्र त्यांना ठरावीक काळाने, त्यांनी त्या विशिष्ट सत्रामध्ये पुरेशी गणिते सोडवली नसल्याचे आणि महत्त्वाचे म्हणजे, त्यांनी ''अधिक कठोर प्रयत्न करायला हवेत,'' असे सांगण्यात आले.

त्यानंतर, सर्व मुलांना मिश्र स्वरूपात सोपी आणि अतिशय कठीण गणिते सोडवण्यास देण्यात आली.

जर पूर्वापयश हे हतबलतेचे मूळ कारण असेल, तर 'सक्सेस ओन्ली' उपक्रमामुळे प्रेरणा वाढणार होती. दुसरीकडे, मुले त्यांच्या अपयशाचा अन्वयार्थ कसा लावतात, हीच जर खरी समस्या होती, तर *ॲट्रिब्युशन रिट्रेनिंग* उपक्रम हा अधिक परिणामकारक ठरणार होता, असा कॅरॉल यांचा तर्क होता.

सक्सेस ओन्ली उपक्रमातील मुले प्रशिक्षणापूर्वी अतिशय कठीण गणिते समोर आल्यावर ज्या प्रकारे प्रयत्न सोडून द्यायची, तशाच प्रकारे ती आताही सहजपणे हार मानत असल्याचे कॅरॉल यांना आढळले. त्याच्या अगदी उलट, ॲट्रिब्युशन रिट्रेनिंग उपक्रमातील मुले काठिण्याला सामोरे गेल्यानंतर अधिक कठोर प्रयत्न करत होती. जणू काही, अपयश म्हणजे यशस्वी होण्याच्या क्षमतेचा आपल्याकडे अभाव असण्यावरील शिक्कामोर्तब नसून तो केवळ आपण अधिक कठोर प्रयत्न करण्यासाठीचा संकेत आहे, असा अपयशाचा अन्वयार्थ लावण्यास ते शिकल्याचे दिसत होते.

पुढील चार दशकांमध्ये कॅरॉल यांनी अधिक खोलात जाऊन संशोधन केले.

सर्व वयोगटांतील लोक त्यांच्या मनांमध्ये, जग कसे चालते, याविषयीचे खासगी सिद्धान्त घेऊन चालतात, असे लवकरच कॅरॉल यांना आढळून आले. हे दृष्टिकोन सजग असतात, कारण जर कॅरॉल यांनी तुम्हाला त्याबाबत प्रश्न विचारले, तर तुमच्याकडे त्याचे तयार उत्तर असते; परंतु तुम्ही जेव्हा संज्ञानात्मक वर्तन उपचारतज्ज्ञांकडे जाता, तेव्हाच तुम्ही ज्याप्रमाणे तुमच्या विचारांवर काम करू लागता, त्याचप्रमाणे कदाचित तुम्हाला याबाबत जोपर्यंत विचारणा होत नाही, तोपर्यंत तुम्हाला त्याची जाणीव नसते.

व्यक्तीच्या बौद्धिक सिद्धान्ताचे पृथक्करण करण्यासाठी कॅरॉल पुढील चार विधानांचा वापर करतात. ती आता वाचा आणि त्यातील प्रत्येक विधानाशी तुम्ही किती सहमत किंवा असहमत आहात, याचा विचार करा :

तुमची बुद्धिमत्ता ही तुमच्याबाबतची अतिशय मूलभूत अशी गोष्ट आहे आणि तुम्ही ती फारशी बदलू शकत नाही.

तुम्ही नव्या गोष्टी शिकू शकता, मात्र तुम्ही किती बुद्धिमान आहात, हे तुम्ही खरोखर बदलू शकत नाही.

तुमच्याकडे कितीही बुद्धिमत्ता असली, तरी तुम्ही नेहमीच त्यामध्ये थोडाफार बदल घडवू शकता.

तुम्ही किती बुद्धिमान आहात, यामध्ये तुम्ही नेहमीच लक्षणीयरीत्या बदल घडवू शकता.

जर यातील पहिल्या दोन विधानांवर तुम्ही होकारार्थी मान डोलावली; परंतु अखेरच्या दोन विधानांवर तुम्ही असहमतीदर्शक मान डोलावली असेल, तर तुमची मानसिकता अधिक साचेबद्ध आहे, असे कॅरॉल म्हणतील. जर वर नमूद केल्याच्या बरोबर उलट प्रतिक्रिया तुम्ही दिलीत, तर तुमचा कल प्रगतिशील मानसिकतेच्या दिशेने असल्याचे कॅरॉल म्हणतील.

प्रगतिशील मानसिकतेचा विचार मला पुढीलप्रमाणे करायला आवडतो : आपल्यापैकी काही जणांना खूप खोलवर असे वाटत असते की, लोक खरोखरच बदलू शकतात. उदाहरणार्थ, तुम्हाला जर योग्य संधी आणि पाठिंबा मिळाला, तसेच जर तुम्ही पुरेसे कठोर प्रयत्न केले आणि आपण हे करू शकतो, यावर विश्वास ठेवला, तर खरोखरच अधिक हुशार, चाणाक्ष बनणे शक्य आहे, असे या प्रगतिकेंद्रित लोकांचे मानणे असते. उलटपक्षी, दुचाकी कशी चालवावी किंवा विक्रीप्रस्ताव कसा मांडावा, यांसारखी कौशल्ये तुम्ही शिकू शकता; परंतु कौशल्ये शिकण्याची क्षमता – तुमची गुणवत्ता – याचे प्रशिक्षण दिले जाऊ शकत नाही, असे काही लोकांना वाटते. हा दुसरा साचेबद्ध मानसिकतेचा दृष्टिकोन बाळगण्यामध्ये – आणि स्वतःला गुणवत्तावान समजणारे अनेक लोक हा दृष्टिकोन बाळगतात – अडचण अशी आहे की, कोणताच मार्ग हा खड्डे व उंचवट्यांविना नसतो. कधी ना कधी, तुमच्या मार्गात यांपैकी एखादा येणार असतोच. अशा टप्प्यावर, साचेबद्ध मानसिकता असणे हा प्रचंड मोठा भार बनतो. C- (सी मायनस) श्रेणी मिळणे, नकारपत्र येणे, कामाच्या ठिकाणी प्रगतीविषयक निराशाजनक परीक्षण किंवा यांसारख्या अन्य कोणत्याही पिछेहाटीमुळे तुम्ही मार्गभ्रष्ट होऊ शकता. साचेबद्ध मानसिकता असल्यास, या पिछेहाटींचा अन्वयार्थ तुम्ही 'शेवटी, आपल्याकडे योग्य गुण नसल्याचा' – आपण पुरेसे चांगले नसल्याचा – पुरावा असा लावण्याची शक्यता असते. प्रगतिशील मानसिकता असल्यास, आपण अधिक चांगली कामगिरी करण्यास शिकू शकतो, यावर तुम्ही विश्वास ठेवता.

मानसिकतांचा तसाही जीवनक्षेत्रांवर आशावादाप्रमाणेच फरक पडत असल्याचे दिसून आले आहे. जर तुमची प्रगतिशील मानसिकता असेल, तर तुम्ही शाळेत चांगली कामगिरी करण्याची, अधिक चांगले भावनिक आणि शारीरिक आरोग्य अनुभवण्याची, तसेच इतर लोकांसोबत सकारात्मक सामाजिक संबंध जपण्याची शक्यता जास्त असते.

काही वर्षांपूर्वी, मी आणि कॅरॉल यांनी हायस्कूलच्या वरच्या इयत्तांमधील सुमारे दोन हजारांहून अधिक विद्यार्थ्यांकडून प्रगतिशील मानसिकतेविषयीची संपूर्ण प्रश्नावली भरून घेतली होती. प्रगतिशील मानसिकता असणारे विद्यार्थी हे साचेबद्ध मानसिकता असणाऱ्या विद्यार्थ्यांच्या तुलनेत लक्षणीयरीत्या अधिक निग्रही असल्याचे आम्हाला आढळून आले. त्याउप्पर, अधिक निग्रही विद्यार्थी प्रगतीपुस्तकामध्ये उच्च श्रेण्या मिळवत होते आणि हे शिक्षण पूर्ण झाल्यानंतर त्यांनी महाविद्यालयामध्ये प्रवेश घेण्याची, तसेच तिथे टिकून राहण्याची शक्यता अधिक होती. तेव्हापासून मी लहान मुले आणि मोठ्या वयाचे प्रौढ अशा दोन्ही वयोगटांची प्रगतिशील मानसिकता व निग्रह यांचे मूल्यांकन करत आले आहे आणि प्रत्येक नमुन्यामध्ये प्रगतिशील मानसिकता व निग्रह हे एकमेकांसोबतच चालतात, असे मला आढळून आले आहे.

आपली मानसिकता येते कुठून, असे तुम्ही कॅरॉल यांना जेव्हा विचाराल, तेव्हा त्या लोकांच्या यशापयशाचा व्यक्तिगत इतिहासाकडे, तसेच संबंधित व्यक्तीच्या आसपासच्या लोकांच्या, विशेषतः अधिकारस्थानी असणाऱ्या लोकांच्या त्या यशापयशावरील प्रतिसादाकडे निर्देश करतात.

उदाहरणार्थ, तुम्ही लहान असताना काहीतरी खूप चांगली कामगिरी केली, तेव्हा लोक तुम्हाला काय म्हणाले होते, याचा विचार करा. तुमच्या गुणवत्तेकरिता तुमची प्रशंसा करण्यात आली होती का? की तुमच्या परिश्रमांसाठी तुमचे कौतुक करण्यात आले होते? यांपैकी काहीही घडले असले तरी, आज तुमच्या विजयांचे आणि पराभवांचे मूल्यमापन करण्यासाठी तुम्ही तशाच प्रकारची भाषा वापरत असण्याची शक्यता आहे.

'नैसर्गिक गुणवत्तेपेक्षा' परिश्रमांची आणि शिकण्याची प्रशंसा करणे हे केआयपीपी शाळांमधील शिक्षकांच्या प्रशिक्षणाचे स्पष्ट लक्ष्य आहे. 'नॉलेज इज पॉवर प्रोग्रॅम' हे 'केआयपीपी'चे पूर्ण रूप असून १९९४ मध्ये, माइक फिनबर्ग आणि डेव्ह लेव्हिन या टीच फॉर अमेरिकाच्या दोन तरुण शिक्षकांनी या संस्थेची सुरुवात केली होती. आजघडीला, केआयपीपी शाळांद्वारे देशभरातील सत्तर हजार

प्राथमिक, माध्यमिक आणि उच्च-माध्यमिक विद्यार्थ्यांना शिक्षणसेवा देण्यात येत आहे. केआयपीपीमधून शिक्षण घेणारे बहुसंख्य विद्यार्थी स्वतःच उल्लेख अभिमानाने आपण निम्न-उत्पन्न वर्गातून आलो आहोत, असा करतात. सर्व अडथळ्यांचा सामना करत या शाळांमधील जवळपास सर्वांनी हायस्कूल शिक्षण पूर्ण केले आहे आणि त्यातील ८० टक्क्यांहून अधिक विद्यार्थ्यांनी महाविद्यालयामध्ये प्रवेश घेतला आहे.

केआयपीपीच्या शिक्षकांना प्रशिक्षणादरम्यान एक लहानसा परिभाषाकोष देण्यात येतो. त्याच्या एका बाजूला, शिक्षक नेहमी सर्वोत्तम हेतू बाळगून वापरतात, असे प्रोत्साहनपर उद्गार आहेत. दुसऱ्या बाजूला, आयुष्य हे स्वतःला आव्हान देत राहण्याविषयी आणि तुम्हाला अगोदर करता येत नव्हते, ते करण्यास शिकण्याविषयी आहे, हा संदेश सौम्यपणे देणारी भाषा आहे. कोणत्याही वयोगटासाठी उचित असणारी खालील उदाहरणे पाहा. तुम्ही पालक, व्यवस्थापक, प्रशिक्षक किंवा अन्य कोणत्याही प्रकारचे मार्गदर्शक असलात, तर पुढील काही दिवस तुम्ही स्वतःच्या भाषेचे निरीक्षण करावे, तुमचे शब्द तुमच्यामध्ये आणि इतरांमध्ये पुन्हा विश्वास निर्माण करत आहेत का, हे ऐकावे, असे मी सुचवेन.

प्रगतिशील मानसिकता आणि निग्रह यांना कमी लेखणे	**प्रगतिशील मानसिकता आणि निग्रह यांना प्रोत्साहन देणे**
'तुझ्यात नैसर्गिक क्षमता आहे! मला हे आवडतं.'	'तू शिकणारा आहेस! मला हे आवडतं.'
'ठीक आहे, किमान तू प्रयत्न तरी केलेस!'	'हे यशस्वी झालं नाही. तू ते कसं हाताळलंस आणि त्यातील काय आणखी चांगल्या पद्धतीने करता येईल, याविषयी आपण बोलू या.'
'खूप छान! तू खूप गुणवान आहेस!'	'खूप छान! यातील कोणती एक गोष्ट आणखी चांगली असू शकली असती?'
'हे कठीण आहे. तुला हे करू शकला नाहीस, तरी वाईट वाटून घेऊ नकोस.'	'हे कठीण आहे. तुला अद्याप हे करू शकत नसलास, तरी वाईट वाटून घेऊ नकोस.'

'कदाचित हे तुझं बलस्थान नाही. काळजी करू नकोस – तुझ्याकडे योगदान देता येण्याजोग्या अन्य गोष्टी आहेत.'[४]	'माझा गुणवत्तेचा स्तर खूप उच्च आहे. मी तुला तो दर्जा गाठायला लावतो आहे, कारण आपण एकत्र तिथे पोहोचू शकू, हे मला माहीत आहे.'

भाषा हा आशा निर्माण करण्याचा एक मार्ग आहे; परंतु प्रगतिशील मानसिकता घडवणे – लोक शिकण्यास शिकू शकतात, यावर खरोखरच आपला विश्वास असल्याचे आपल्या कृतींमधून दर्शवणे – हे त्याहूनही अधिक महत्त्वाचे आहे.

———

साहित्यिक आणि कार्यकर्ते जेम्स बाल्डविन यांनी एकदा हीच गोष्ट पुढीलप्रमाणे मांडली होती : ''लहान मुलं कधीच मोठ्यांचं ऐकण्यात चांगली नसतात; परंतु ती मोठ्यांचं अनुकरण करण्यात कधीच चुकत नाहीत.'' हे डेव्ह लेव्हिन यांचे आवडते उच्चारण असून त्यांना बऱ्याच केआयपीपी प्रशिक्षण कार्यशाळांची सुरुवात या उच्चारणाने करताना मी पाहिले आहे.

माझ्या प्रयोगशाळेतील मानसशास्त्रज्ञ डॅयुन पार्क यांना अलीकडे नेमके हेच आढळून आले. पहिल्या व दुसऱ्या इयत्तेतील वर्गांचा वर्षभर अभ्यास केल्यानंतर पार्क यांना असे आढळून आले की, ज्या शिक्षकांनी चांगली कामगिरी करणाऱ्या विद्यार्थ्यांना विशेष वागणूक दिली आणि त्या मुलांची कशाप्रकारे इतरांशी तुलना होईल, यावर जोर दिला, त्या शिक्षकांनी अनावधानाने लहान विद्यार्थ्यांमध्ये साचेबद्ध मानसिकता बिंबवली. वर्षभरामध्ये, अशा प्रकारे वागणाऱ्या शिक्षकांचे विद्यार्थी हे सोप्या खेळांना आणि कोड्यांना पसंती देत होते, कारण 'ते त्यांना मोठ्या प्रमाणावर अचूकपणे जमू शकत होते.' वर्षाच्या अखेरपर्यंत, 'माणूस हा विशिष्ट प्रमाणात हुशार असतो आणि बऱ्यापैकी तसाच कायम राहतो,' या विधानाशी सहमत होण्याकडे त्यांचा कल अधिक होता.

अशाच प्रकारे, लहान मुलांचे पालक जेव्हा त्यांच्या पाल्यांच्या चुकांवर जणू काही त्या हानिकारक आणि समस्याप्रधान असल्याप्रमाणे प्रतिक्रिया देतात, तेव्हा त्या मुलांची साचेबद्ध मानसिकता तयार होत असल्याचे कॅरॉल आणि त्यांच्या

४ क्रीडाक्षेत्रामध्ये एक म्हण आहे : 'रेस युअर स्ट्रेंथ्स अँड ट्रेन युअर विकनेसेस' (तुमच्या शक्तिस्थानांचा लाभ घ्या आणि कमकुवत बाजूंसाठी प्रशिक्षण घ्या). या म्हणीतील सुज्ञतेशी मी सहमत आहे; परंतु कौशल्ये ही सरावाने सुधारतात, हे लोकांनी ओळखणेही महत्त्वाचे आहे, असे मला वाटते.

सहकाऱ्यांना आढळले आहे. आमची मानसिकता प्रगतिशील आहे, आमची मुले आम्हाला पाहतात आणि आम्ही जे करतो, त्याचे अनुकरण ती करतात, असे सांगणाऱ्या पालकांबाबतही ही गोष्ट खरी आहे.

हेच चलनशास्त्र कॉर्पोरेट क्षेत्रामध्येही लागू होते. बर्कले विद्यापीठाच्या प्राध्यापिका जेनिफर चॅटमन आणि त्यांच्या सहकाऱ्यांनी अलीकडेच फॉर्च्युन १००० यादीतील कंपन्यांच्या कर्मचाऱ्यांचे मानसिकता, प्रेरणा आणि स्वास्थ्य यांसंबंधी सर्वेक्षण केले. प्रत्येक कंपनीमध्ये मानसिकतेविषयी एकवाक्यता असते, असे त्यांना आढळले. साचेबद्ध मानसिकता असणाऱ्या कंपनीमधील कर्मचारी हे ''जेव्हा यशस्वी होण्याची गोष्ट येते, तेव्हा लोकांमध्ये विशिष्ट प्रमाणात गुणवत्ता असते आणि त्यामध्ये बदल करण्यासाठी ते फारसे काही करू शकत नाहीत, यावर या कंपनीचा विश्वास असल्याचे दिसते,'' यांसारख्या विधानांशी सहमत होते. काही तुरळक अग्रगण्य तारांकित कर्मचारी हेच बहुमौल्यवान आहेत आणि अन्य कर्मचाऱ्यांच्या विकासामध्ये कंपनी खऱ्या अर्थाने गुंतवणूक करत नाही, असे त्यांना वाटत होते. आपण गुपिते बाळगत असल्याची, काम कसेतरी रेटत असल्याची आणि पुढे जाण्यासाठी लबाडी करत असल्याची कबुलीही या प्रतिसादकांनी दिली. त्याउलट, प्रगतिशील मानसिकतेची संस्कृती असणाऱ्या कंपन्यांमध्ये, कर्मचाऱ्यांनी 'त्यांचे सहकर्मचारी विश्वासपात्र आहेत,' असे म्हणण्याची शक्यता ४७ टक्के अधिक होती, तसेच 'त्यांची कंपनी नवप्रयोगांना उत्तेजन देते,' असे म्हणण्याची शक्यता ४९ टक्के, तर 'त्यांची कंपनी धोका पत्करण्यास पाठिंबा देते,' असे म्हणण्याची शक्यता ६५ टक्के अधिक होती.

तुम्ही उच्च कामगिरी करणाऱ्यांना कसे वागवता? इतर लोक तुम्हाला निराश करतात, तेव्हा तुमची प्रतिक्रिया कशी असते?

तुम्ही प्रगतिशील मानसिकतेची संकल्पना कितीही स्वीकारलेली असली, तरी बऱ्याचदा तुम्ही साचेबद्ध मानसिकतेचा अवलंब करता, असा माझा अंदाज आहे. किमानपक्षी, मी, कॅरॉल आणि मार्टी आमच्याबाबत तरी असे होते. समजा, आपल्या हाताखाली कार्यरत लोकांचे आपल्यापर्यंत आलेले काम हे अपेक्षेइतके चांगले नसेल, तर अशा वेळी आपण कशा प्रकारची प्रतिक्रिया देऊ, हे आपल्या सर्वांनाच माहीत आहे. आपली प्रतिक्षिप्त क्रिया शांत आणि प्रोत्साहनपर असावी, असे आपल्याला हवे असते. चुकांप्रती, '*ठीक आहे, यातून काय शिकण्यासारखे आहे?*' अशा प्रकारचा दृष्टिकोन ठेवण्याची आपली इच्छा असते.

परंतु आपण माणसं आहोत, त्यामुळे आपल्यालाही आवडणार नाही, इतक्यावेळा आपण हताश होतो. आपण आपला उतावीळपणा दाखवतो. आपण लोकांच्या क्षमतांचा निवाडा करून, 'त्यांना सुधारणा करण्यासाठी पुढे काय करता येऊ शकेल,' या अधिक महत्त्वाच्या प्रश्नावरून स्वतःला थोड्या वेळापुरते विचलित करण्याची परवानगी त्या साशंकतेच्या भावनेस देतो.

बहुतांश लोकांमध्ये त्यांच्या अंतर्मनातील प्रगतिशील आशावाद्याच्या बरोबरीनेच साचेबद्ध मानसिकतेचा निराशावादीही असतो, हे वास्तव आहे. हे ओळखणे महत्त्वाचेही आहे कारण, तुमची देहबोली, चेहऱ्यावरील हावभाव आणि वर्तन आदी गोष्टी न बदलता केवळ आपण काय बोलतो, त्यामध्ये बदल करणे ही चूक सहजरीत्या होण्याजोगी आहे.

मग, आपण काय केले पाहिजे? आपले शब्द आणि कृती, कथनी आणि करणी यातील विसंगतीचा शोध घेणे ही चांगली पहिली पायरी आहे. आपल्याकडून जेव्हा चूक होईल – आणि ती होणारच आहे – तेव्हा जगाविषयीच्या साचेबद्ध, निराशावादी दृष्टिकोनापासून दूर होणे हे कठीण आहे, याची दखल आपण घेऊ शकतो. कॅरॉल यांच्या एक सहकारी सुझन मॅकी या सीईओंसोबत काम करतात आणि सीईओंच्या मनातील साचेबद्ध मानसिकतेच्या पात्रांना नावे देण्यासाठी त्यांना प्रोत्साहन देतात. मग ते सीईओ, 'ऊप्स! मला वाटतं आज मी मीटिंगमध्ये स्वतःसोबत नियंत्रणप्रेमी क्लेअरला घेऊन आलोय. मला पुन्हा एकदा प्रयत्न करून पाहू दे' किंवा 'दडपून गेलेल्या ओलिव्हियाला परस्परांशी स्पर्धा करणाऱ्या मागण्या हाताळताना खूप झगडावं लागतंय, याचा साकल्याने विचार करण्यासाठी तू मला मदत करू शकशील का?' यांसारख्या गोष्टी म्हणू शकतात.

शेवटी, निग्रही दृष्टिकोन अंगिकारण्यामध्ये, 'लोक कालपरत्वे अधिक चांगल्या प्रकारे गोष्टी करतात – ते वृद्धिंगत होतात,' याची जाण ठेवणेही समाविष्ट आहे. आयुष्याने खाली पाडल्यानंतर पुन्हा जमिनीवरून उठण्याची क्षमता आपल्याला जशी विकसित करायची असते, त्याचप्रमाणे, आपल्या आजुबाजूच्या लोकांनी प्रयत्न करून पाहिलेल्या काही गोष्टींमध्ये त्यांना उत्तुंग यश मिळत नाही, तेव्हा त्यांनाही साशंकतेचा लाभ, सवलत आपल्याला द्यायची असते. उद्याचा दिवस नेहमीच उजाडणार असतो.

मी अलीकडेच बिल मॅकनॅब यांचा दृष्टिकोन जाणून घेण्यासाठी त्यांना कॉल केला होता. बिल यांनी २००८ पासून, वॅनगार्ड या म्युच्युअल फंड्सच्या जगातील सर्वांत मोठ्या पुरवठादार कंपनीचे सीईओ म्हणून काम पाहिले आहे.

''आम्ही प्रत्यक्षात इथे वॅनगार्डमध्ये, काही उच्चपदस्थांच्या कार्याची नोंद ठेवली आहे आणि दीर्घकाळामध्ये काही जण हे इतरांपेक्षा अधिक चांगली कामगिरी का करतात, असं आम्ही विचारलं. जे फारसे यशस्वी ठरले नाहीत, त्यांचे वर्णन करण्यासाठी मी 'आत्मसंतुष्टता' हा शब्द वापरायचो; परंतु यावर अधिकाधिक विचार करता, खरंतर ते तसं नाहीय, हे मला जाणवलं. त्यामागे खरंतर, 'मी

आणखी शिकू शकणार नाही. मी आहे हा असा आहे. मी अशाच गोष्टी करतो,' ही धारणा आहे.''

आणि जे अखेरीस प्रगती साधतात, त्या अधिकाऱ्यांचे काय?

''जे लोक इथे यशस्वी होत राहिले आहेत, ते वाढीच्या मार्गक्रमणावर कायम राहिले आहेत. आमच्याकडे असेही काही लोक होते, ज्यांचा कंपनीत येतानाचा रिझ्युमे जर तुम्ही पाहिला तर तुम्ही म्हणाल, 'व्वा, तो माणूस अखेरीस इतका यशस्वी कसा काय झाला?' आणि आमच्याकडे असेही काही लोक होते, जे येताना त्यांच्याकडे उल्लेखनीय पात्रता, यश, श्रेयोल्लेख होता आणि तरीही तुम्हाला प्रश्न पडतो, 'हा माणूस आणखी पुढे कसा नाही गेला?'''

बिल यांना प्रगतिशील मानसिकता आणि निग्रह यांविषयीच्या संशोधनाबाबत समजले, तेव्हा – केवळ कॉर्पोरेट क्षेत्रातील प्रमुख म्हणूनच नाही, तर एक वडील, लॅटिन भाषेचे माजी माध्यमिक शिक्षक, रोईंगचे प्रशिक्षक आणि खेळाडू म्हणूनही असणाऱ्या – त्यांच्या अंतर्भावनेवर शिक्कामोर्तबच झाले. ''मला खरोखरच असं वाटतं की, लोक त्यांच्याविषयी व जगाविषयी त्यांचे सिद्धान्त तयार करतात आणि हे सिद्धान्तच लोकांचं कार्य निश्चित करतात.''

आपल्यापैकी कोणीही हे सिद्धान्त तयार करण्यास नेमकी कुठे सुरुवात करतो, या प्रश्नावर आम्ही जेव्हा आलो, तेव्हा बिल म्हणाले, ''विश्वास ठेवा अगर ठेवू नका; पण मी प्रत्यक्षात बऱ्यापैकी साचेबद्ध मानसिकतेनेच सुरुवात केली होती.'' ते अद्याप प्राथमिक शाळेमध्ये असतानाच त्यांच्या पालकांनी त्यांना एका जवळच्याच विद्यापीठातील संशोधनकार्यासाठी प्रविष्ट केले होते, त्याच्याशी अंशतः या मानसिकतेचा संबंध त्यांनी जोडला. त्यांनी विविध प्रकारच्या बऱ्याच बुद्धिमता चाचण्या दिल्याचे आणि त्याच्या अखेरीस त्यांना, ''तू खूप चांगली कामगिरी केलीस आणि तू शाळेमध्येही खरोखरच चांगली कामगिरी करणार आहेस,'' असे सांगण्यात आल्याचे आठवते.

गुणवत्तेचे अधिकारयुक्त निदान आणि त्याजोडीलाच सुरुवातीलाच मिळालेले यश, यांमुळे काही काळापुरता त्यांचा आत्मविश्वास कमालीचा वाढला होता : ''इतर कोणाहीपेक्षा वेगात चाचण्या पूर्ण केल्याचा मला प्रचंड अभिमान होता. मला नेहमीच शंभर टक्के मिळायचे नाहीत; परंतु सामान्यतः मी त्याच्या जवळ जायचो आणि मी जे साध्य केलं, ते करण्यासाठी मला तितके परिश्रम करावे लागले नाहीत, याचा मला खूपच आनंद होता.''

बिल प्रगतिशील मानसिकतेकडे वळल्याचे श्रेय महाविद्यालयामध्ये रोइंग संघात सहभागी होण्यास देतात. ''मी त्यापूर्वी कधीच रोइंग केलं नव्हतं; परंतु पाण्यावर असणं आपल्याला आवडतंय, हे मला समजलं. मला खुल्या ठिकाणी

असणं आवडत होतं. मला व्यायाम आवडत होता. एक प्रकारे, मी त्या खेळाच्या प्रेमात पडलो होतो.''

रोइंग ही बिल यांना चांगली कामगिरी करण्याची इच्छा असलेली आणि सहजरीत्या न जमलेली अशी पहिली गोष्ट होती. ''मी नैसर्गिक रोइंगपटू नव्हतो,'' असे त्यांनी मला सांगितले. ''सुरुवातीला माझ्या वाट्याला खूप सारं अपयश आलं; परंतु मी प्रयत्न सुरू ठेवले आणि अखेरीस मी सराईत होऊ लागलो. अचानक, 'मान खाली करा आणि परिश्रम करा. कठोर परिश्रम हे खरोखरच महत्त्वाचे असतात,' या उक्तीचा अर्थ समजण्यास सुरुवात झाली.'' महाविद्यालयातील पहिल्या वर्षाच्या अखेरीपर्यंत बिल यांनी विद्यापीठातील कनिष्ठ गटाच्या नौकेत स्थान पटकावले होते. मला ही कामगिरी ऐकताना चांगलीच वाटली होती; पण बिल यांनी मला समजावले की, आकडेवारीच्या दृष्टीने, त्यांना कधीच विद्यापीठाच्या वरिष्ठ गटात स्थान मिळणार नाही, असे यावरून सूचित होत होते. त्या उन्हाळी सुट्टीमध्ये बिल महाविद्यालयाच्या आवारातच राहिले आणि संपूर्ण उन्हाळा त्यांनी रोइंगचा सराव केला.

या सर्व सरावाचे फळ त्यांना मिळाले. त्यांना विद्यापीठाच्या कनिष्ठ संघामध्ये नौकेतील 'स्ट्रोक सीट' या पदावर बढती मिळाली. या पदावरील नौकानयनपटू नौकेतील उर्वरित सातजणांसाठी वेग निर्माण करतो. त्या मोसमामध्ये, विद्यापीठाच्या वरिष्ठ संघातील एक नौकानयनपटू दुखापतग्रस्त झाला आणि त्याच्याजागी, बिल यांना आपण काय करू शकतो, हे दाखवण्याची संधी मिळाली. त्यांच्या सांगण्यानुसार, तसेच त्या संघाच्या कर्णधाराच्या मतेसुद्धा बिल यांनी अतिशय उत्कृष्ट कामगिरी केली होती. तरीही, तो खेळाडू दुखापतीतून सावरून संघात परतला, तेव्हा प्रशिक्षकांनी पुन्हा बिल यांची कनिष्ठ संघामध्ये पदावनती केली.

''त्या प्रशिक्षकांची मानसिकता साचेबद्ध होती – मी जेवढी सुधारणा केली, तेवढी मी खरंच केली होती, यावर त्यांनी विश्वासच ठेवला नव्हता.''

आणखीही खूप चढउतार आले; परंतु बिल यांची सकारात्मक मानसिकता अधिकाधिक ठाम होऊ लागली. ''मी प्रयत्न सोडून देण्याच्या इतक्या जवळ आलो होतो, तरीही मी टिकाव धरून राहिल्यामुळे आणि अखेरीस गोष्टी मनासारख्या घडल्यामुळे मी कधीही विसरणार नाही, असा धडा मी शिकलो. जेव्हा तुमची पिछेहाट होते आणि तुम्हाला अपयश येते, तेव्हा तुम्ही त्यावर अतिरंजित प्रतिक्रिया देऊ शकत नाही. तुम्ही एक पाऊल मागे येण्याची, त्या पिछेहाटीचं, अपयशाचं विश्लेषण करण्याची आणि त्यातून शिकण्याची गरज असते; परंतु त्याचबरोबर तुम्ही आशावादी राहणंही गरजेचं असतं, हा तो धडा होता.''

या धडा बिल यांना पुढील आयुष्यात कशा प्रकारे उपयुक्त ठरला? ''माझ्या कारकिर्दीत अशा काही वेळा आल्या, जेव्हा मला खचल्यासारखं वाटत होतं.

माझ्याअगोदर कोणालातरी बढती मिळालेली मी पाहायचो. मला काही गोष्टी विशिष्ट पद्धतीने झालेल्या हव्या असायच्या आणि बरोबर त्याउलट व्हायच्या. अशाप्रसंगी, 'फक्त कठोर परिश्रम करत राहा आणि शिकत राहा आणि सर्वकाही योग्यप्रकारे होईल,' असं मी स्वतःला सांगायचो.

'ज्या गोष्टीमुळे तुम्हाला मरण येत नाही, ती तुम्हाला अधिक कणखर बनवते,' असे निश्त्चे यांनी एकदा म्हटले होते. कायने वेस्ट आणि केली क्लार्कसन यांनी गीतामध्ये हेच विधान पुनरुद्धृत केले आहे आणि आपण ते पुनःपुन्हा म्हणण्यामागे काही कारण आहे. बिल मॅकनॅब यांच्याप्रमाणेच, आपल्यापैकी अनेकांना असा काळ आठवू शकतो, जेव्हा आपला सामना आव्हानांशी झाला होता आणि तरीही, आव्हाने पार करून पैलतीरी आल्यावर आपण जिथून सुरुवात केली होती, त्यापेक्षा अधिक आत्मविश्वासपूर्ण बनलो.

उदाहरणार्थ, आउटवर्ड बाउंड प्रोग्रॅम या उपक्रमाचा विचार करा. यामध्ये किशोरवयीनांना किंवा प्रौढांना सामान्यतः काही आठवड्यांकरिता अनुभवी प्रमुखांसोबत रानावनात, निर्जन ओसाड प्रदेशात पाठवतात. जहाज ज्याक्षणी बंदरातून खुल्या समुद्राकडे निघते, त्यावरून या उपक्रमास 'आउटवर्ड बाउंड' हे नाव देण्यात आले आहे. पन्नास वर्षांपूर्वी या उपक्रमास सुरुवात झाली, तेव्हापासून बाहेरच्या जगातील आव्हानात्मक परिस्थिती या 'प्रयत्नांची दृढता' आणि 'दुर्दम्य मनोवृत्ती' विकसित करतात, असा साधारण या उपक्रमाचा पूर्वपक्ष राहिला आहे. किंबहुना, याविषयी झालेल्या दहाहून अधिक संशोधनांमधून, या उपक्रमाद्वारे स्वातंत्र्यभाव, आत्मविश्वास, खंबीरता आणि जीवनात जे काही घडते, ते ढोबळमानाने आपल्या नियंत्रणाखाली असते, यावरील दृढविश्वास आदींमध्ये वाढ होत असल्याचे दिसून आले आहे. त्याउप्पर, या उपक्रमात सहभाग घेतल्यानंतरच्या सहा महिन्यांमध्ये हे लाभ कमी होण्याऐवजी वृद्धिंगत झाल्याचे आढळले आहे.

त्याच वेळी, ज्या गोष्टीने आपल्याला मृत्यू येत नाही, ती काही वेळा आपल्याला कमकुवतही बनवते, हे नाकारता न येणारे आहे. कुत्र्यांकडे काहीही नियंत्रण नसताना त्यांना वारंवार देण्यात येणाऱ्या विजेच्या झटक्यांचा विचार करा. सरासरी दर तिसरा कुत्रा या आपत्तीतून चटकन पूर्वस्थितीवर आला, तथापि, नियंत्रणहीन तणावाच्या स्थितीत असणाऱ्या कोणत्याही कुत्र्याला त्या अनुभवापासून कोणत्याही प्रकारे लाभ झाल्याचे काही पुरावे आढळले नव्हते. त्याउलट, या प्रयोगाच्या लागलीच नंतर त्यांच्यापैकी बहुतांश कुत्रे हे यातनांप्रती खूप जास्त भेदनीय बनले होते.

त्यामुळे, काही वेळा जी गोष्ट तुम्हाला मृत्यू देत नाही, ती तुम्हाला अधिक कणखर बनवते, तर काही वेळा याच्या बरोबर उलट घडल्याचे दिसून येते. तातडीचा प्रश्न हा आहे की, कधी? संघर्ष आशेच्या किरणाकडे कधी घेऊन जातो आणि संघर्षामुळे हतबलता कधी येते?

चाळीस वर्षांपूर्वी मार्टी सेलिग्मन व स्टीव्ह माएर यांनी जसा प्रयोग केला होता, त्याच्याशी जवळपास मिळतीजुळती प्रयोगरचना माएर आणि त्यांच्या विद्यार्थ्यांनी काही वर्षांपूर्वी तयार केली. उंदरांच्या एका समूहास विजेचे झटके देण्यात आले; परंतु त्या उंदरांनी जर त्यांच्या पुढच्या पायांनी एक छोटेसे चक्र फिरवले, तर ते पुढच्या चाचणीपर्यंत तो झटका बंद करू शकायचे. पहिल्या समूहाच्या तुलनेत उंदरांच्या दुसऱ्या समूहास सारख्याच प्रमाणात विजेचे झटके देण्यात येत होते, तथापि, त्या झटक्यांच्या कालावधीवर या समूहाचे कोणतेही नियंत्रण नव्हते.

नव्या प्रयोगामध्ये एक महत्त्वाचा फरक होता, तो म्हणजे या उंदरांचे वय केवळ पाच आठवडे इतके होते – उंदरांच्या जीवनचक्रानुसार हे उंदीर किशोरवयामध्ये होते. दुसरा फरक म्हणजे प्रयोगानंतर पाच आठवड्यांनी, उंदीर पूर्णपणे प्रौढ झाल्यानंतर त्यांच्या अनुभवाच्या परिणामांचे मूल्यमापन करण्यात आले. त्या वेळी, दोन्ही समूहांतील उंदरांना त्यांचे ज्यावर नियंत्रण नाही, असे विजेचे झटके देण्यात आले आणि त्याच्या दुसऱ्या दिवशी पर्याय शोधचाचणीअंतर्गत त्यांचे निरीक्षण करण्यात आले.

स्टीव्ह यांचे निष्कर्ष पुढीलप्रमाणे होते. ज्या उंदरांनी त्यांच्या किशोरवयामध्ये नियंत्रणाबाहेरील तणाव अनुभवला होता, त्यांना प्रौढवयामध्ये असताना जेव्हा दुसऱ्यांदा त्यांच्या नियंत्रणाबाहेरील झटके देण्यात आले, तेव्हा ते भित्रटपणे वागले. यामध्ये असामान्य असे काही नव्हते – अन्य कोणताही उंदीर जसा हतबल झाला असता, तशाच प्रकारे हतबल होण्यास ते शिकले होते. त्याउलट, ज्या किशोरवयातील उंदरांनी नियंत्रित करता येणारा तणाव अनुभवला होता, ते प्रौढपणी अधिक साहसी बनले आणि सर्वांत विस्मयकारक बाब म्हणजे प्रौढपणी त्यांच्यात ज्ञात हतबलतेविरुद्ध प्रतिकारशक्ती विकसित झाल्याचे आढळले. हो, खरेच असे घडले – हे 'स्थितीस्थापक उंदीर' जेव्हा मोठे झाले, तेव्हा सामान्य नियंत्रणहीन विजेच्या झटक्यांच्या प्रक्रिया त्यांना आता हतबल बनवत नव्हत्या.

अन्य शब्दांत सांगायचे, तर ज्या गोष्टीमुळे लहान उंदरांचा मृत्यू झाला नाही, जेव्हा त्यांच्या स्वतःच्या प्रयत्नांनी ते घडणारी गोष्ट नियंत्रित करू शकले, तेव्हा त्या गोष्टीने त्यांना आयुष्यासाठी अधिक कणखर बनवले.

मला जेव्हा स्टीव्ह माएर यांच्या नव्या प्रयोगशील संशोधनकार्याविषयी समजले, तेव्हा मला व्यक्तिशः भेटून त्यांच्याशी बोलायचेच होते. मी कोलोरॅडोला जाणाऱ्या विमानात जाऊन बसले.

स्टीव्ह यांनी मला त्यांच्या प्रयोगशाळेतून फिरवले आणि लहान चक्रांनी सज्ज असणारे विशेष पिंजरे मला दाखवले. ही चक्रे फिरायची, तेव्हा विजेच्या झटक्यांचा विद्युतप्रवाह खंडित होत असे. त्यानंतर, किशोरवयीन उंदरांवर मी आताच वर्णन केलेला प्रयोग करणाऱ्या पदव्युत्तर विद्यार्थ्याने मेंदूतील सहभागी संदेशप्रवाहमंडल आणि न्यूरोट्रान्समीटर्स यांवर विचार मांडले. अखेरीस जेव्हा मी आणि स्टीव्ह एकत्र बसलो, तेव्हा या प्रयोगावरून आणि त्यांच्या प्रदीर्घ आणि अनन्यसाधारण कारकिर्दीमध्ये त्यांनी केलेल्या इतर सर्व गोष्टींवरून, त्यांनी आशेसंबंधीची न्यूरोबायोलॉजी (मेंदूचे कार्यशास्त्र) समजावून सांगावी, अशी मी त्यांना विनंती केली.

स्टीव्ह यांनी क्षणभर विचार केला. ''थोड्या वाक्यांमध्ये सांगायचे तर ही व्यवस्था पुढीलप्रमाणे असते. तुमच्या मेंदूमध्ये अशा बऱ्याचशा जागा असतात, ज्या नापसंत अनुभवांवर प्रतिसाद देतात. अमिगडाला हा मेंदूचा असाच एक भाग आहे. किंबहुना, मेंदूमध्ये तणावाला प्रतिसाद देणाऱ्या चेतासंस्थांच्या भागांचा एक संपूर्ण गुच्छच असतो.''

मी मान डोलावली.

''आता होतं काय, तर या चेतासंस्थांचे नियंत्रण प्रिफंटल कॉर्टेक्ससारख्या मेंदूच्या उच्चस्तरीय भागांकडून केलं जातं आणि मग, 'एक मिनिट, मी याबाबत काहीतरी करू शकतो/शकते!' किंवा 'हे खरंच इतकंही वाईट नाहीय!' असं काहीतरी सांगणारं मूल्यांकन, विचार, धारणा – त्याला तुम्ही काहीही म्हणा – जर तुमच्या मनात आलं, तर कॉर्टेक्समधील या प्रतिरोधात्मक रचना कार्यान्वित होतात. त्या संदेश पाठवतात : 'शांत व्हा! इतके सक्रिय होऊ नका. आपल्याला करता येण्यासारखं काहीतरी आहे.'''

इथपर्यंत मला समजले होते. मात्र, स्टीव्ह यांनी किशोरवयीन उंदरांवर प्रयोग करण्याचा त्रास का घेतला, हे अद्यापही पूर्णपणे उमगले नव्हते.

''दीर्घकालीन कथेला यापेक्षा अधिक स्पष्टीकरणाची गरज आहे,'' ते पुढे सांगू लागले. ''आम्हाला वाटतं, की मेंदूच्या सर्किट्रीमध्ये लवचिकता आहे. जर तुम्ही तुमच्या तरुण वयामध्ये, कोणतातरी बराच शक्तिशाली असा अडथळा, संकट अनुभवलं असेल आणि स्वतःहून त्यावर मात केली असेल, तर तुम्ही पुढील आयुष्यात अडथळे, संकटं हाताळण्याची निराळी पद्धत विकसित करता. ते संकट बऱ्यापैकी शक्तिशाली असणंही महत्त्वाचं आहे. कारण, मेंदूमधील हे भाग खरोखरच विशिष्ट पद्धतीने जोडले जायला हवेत आणि हे लहानसहान असुविधांमुळे घडून येत नाही.''

म्हणजे तुम्ही निव्वळ कोणाशीतरी बोलल्याने त्या व्यक्तीला आव्हानांवर प्रभुत्व मिळवता येण्याचा विश्वास बाळगता येईल, असे होऊ शकत नाही?

"बरोबर. कोणालातरी ते संकटांवर मात करू शकतात, हे फक्त सांगणं पुरेसं नसतं. मेंदूतील तारांची योग्य पुनर्जुळणी घडून येण्यासाठी तुम्हाला मेंदूतील नियंत्रकमंडल आणि त्याच वेळी ते निम्नस्तरीय भाग कार्यान्वित करावे लागतात आणि तुम्ही जेव्हा हे प्रभुत्व संकटाच्या वेळी अनुभवता, तेव्हाच असं घडून येतं."

आणि मग नियंत्रणाबाहेर असलेल्या आव्हानांच्या जीवन इतिहासाचे काय?

"मला दारिद्र्यात जगणाऱ्या लहान मुलांविषयी खूप चिंता वाटते," स्टीव्ह म्हणाले. "त्यांना खूप सारे हतबल अनुभव येतात. त्यांना प्रभुत्वाचे पुरेसे अनुभव येत नाहीत. त्यामुळे, 'मी हे करू शकतो, मी यामध्ये यशस्वी होऊ शकतो,' असं ते शिकत नाहीत. त्या सुरुवातीच्या काळातील अनुभवांचे परिणाम खरोखरच चिरस्थायी असू शकतात, असा माझा अंदाज आहे. तुमच्या कृती आणि तुमच्यासोबत घडणाऱ्या गोष्टी यांच्यादरम्यान अनुषांगितकता आहे; 'मी जर काहीतरी केलं, तरच काहीतरी होईल' हे तुम्ही शिकणं गरजेचं आहे."

नियंत्रणहीन आघाताचा अनुभव हा दुर्बल करणारा ठरू शकतो, हे शास्त्रीय संशोधनाद्वारे अतिशय स्पष्टपणे मांडण्यात येते; परंतु ज्या लोकांना खूप दीर्घकाळ संघर्षविरहीत आयुष्य जगत राहिल्यानंतर पहिल्यांदा खऱ्याखुऱ्या अपयशाला सामोरे जावे लागते, त्यांच्याविषयीसुद्धा मला चिंता वाटते. त्यांना पडण्याचा आणि त्यानंतर पुन्हा उभे राहण्याचा खूप कमी सराव असतो. त्याचप्रमाणे, साचेबद्ध मानसिकतेला चिकटून राहण्यासाठीही त्यांच्याकडे खूप सारी कारणे असतात.

अदृश्यपणे असुरक्षित असणारे बरेच उच्चतम यशस्वी लोक हे नवतारुण्यामध्ये अडखळल्याचे आणि त्यानंतर पुन्हा उभे राहण्यासाठी झगडत असल्याचे मी पाहते. मी त्यांना 'ठिसूळ अचूक' असे संबोधते. काही वेळा हे 'ठिसूळ अचूक' लोक मध्यावधी किंवा अंतिम परीक्षांनंतर मला माझ्या कार्यालयामध्ये भेटतात. या हुशार आणि छान लोकांना कसे यशस्वी व्हायचे ते ठावूक असते, मात्र अपयश कसे पचवायचे, हे ठावूक नसल्याचे थोड्या वेळातच स्पष्ट होते.

मागील वर्षी, मी पेन विद्यापीठामध्ये पहिल्या वर्षामध्ये शिकणाऱ्या केव्हॉन असेमानीच्या संपर्कात राहिले होते. केव्हॉन 'ठिसूळ अचूक' असू शकेल का, अशी चिंता तुम्हाला वाटण्याजोगा त्याचा रिझ्युमे होता. तो त्याच्या हायस्कूल वर्गातील व्हॅलेडिक्टोरियन (सर्वोच्च श्रेणी मिळवणारा विद्यार्थी) होता, विद्यार्थी परिषदेचा अध्यक्ष होता, आघाडीचा खेळाडू होता... आणि ही यादी बरीच मोठी होती.

परंतु केव्हॉन हा प्रगतिशील मानसिकता आणि आशावाद यांचे मूर्तिमंत उदाहरण होता, याची खात्री मी तुम्हाला देते. चॉकलेट उद्योजक मिल्टन हार्शी यांनी मूलतः अनाथ मुलांकरिता स्थापन केलेल्या आणि आजही अतिशय वंचित पार्श्वभूमी असणाऱ्या मुलांसाठी उत्कृष्ट आश्रयस्थान असणाऱ्या मिल्टन हार्शे स्कूल या निःशुल्क निवासी शाळेमध्ये केव्हॉन वरिष्ठ वर्षात शिकत असताना आम्ही भेटलो. केव्हॉन पाचव्या इयत्तेत पोहोचण्याच्या थोड्याच आधी त्याला त्याच्या भावंडांसह हार्शी शाळेमध्ये दाखल करण्यात आले होते. त्याच्या एका वर्षापूर्वी केव्हॉनच्या वडिलांनी त्याच्या आईचा गळा आवळून तिला ठार मारण्याचा प्रयत्न केला होता आणि त्यामुळे ती कायमची कोमामध्ये गेली होती.

हार्शीमध्ये, केव्हॉनचा उत्कर्ष झाला. त्याला स्वतःच्या संगीतातील आवडीचा शोध लागला. शाळेच्या दोन बँड्समध्ये तो ट्रोंबोन वाजवू लागला. राज्यातील राजकीय नेत्यांपुढे भाषणे करताना, विद्यार्थ्यांकडून चालवली जाणारी शाळेची वेबसाइट तयार करताना, सेवाभावी कार्यासाठी दहा हजार डॉलर्सहून अधिक रक्कम उभारणाऱ्या समितीचे अध्यक्षपद भूषवताना आणि वरिष्ठ वर्षामध्ये विद्यार्थी परिषदेचा अध्यक्ष म्हणून काम करताना त्याला स्वतःच्या नेतृत्वगुणांचाही शोध लागला.

जानेवारी महिन्यात, पहिली सहामाही कशी गेली, हे मला कळवण्यासाठी केव्हॉनचा ई-मेल आला. ''पहिल्या समिस्टरमध्ये मी ३.५ ची सरासरी मिळवली,'' असे त्याने लिहिले होते. ''तीन विषयांत 'ए' आणि एका विषयात 'सी' श्रेणी मिळाली. मी यावर पूर्णपणे समाधानी नाही. 'ए' श्रेणी मिळवण्यासाठी मी काय योग्य केलं आणि 'सी' श्रेणी मिळण्यासाठी मी काय चुकीचं केलं, हे मला माहीत आहे.''

त्याच्या सर्वांत वाईट श्रेणीविषयी तो काय बोलला होता? ''अर्थशास्त्रानध्ये मला 'सी' श्रेणी मिळाली, कारण या जागेविषयीच्या आणि मी इथे रुळेन का, याविषयीच्या माझ्या गोंधळलेल्या विचारांमुळे मी कठीण परिस्थितीमध्ये होतो. मी नक्कीच ३.५ पेक्षा चांगली कामगिरी करू शकतो आणि ४.०ची सरासरी गाठणंही आवाक्याबाहेरील गोष्ट नाही. इथल्या मुलांकडून मला खूप काही शिकण्यासारखं आहे, अशी पहिल्या सेमिस्टरमध्ये माझी मानसिकता होती. आता, त्यांना शिकवण्यासारखं माझ्याकडे खूप काही आहे, ही माझी नवी मानसिकता आहे.''

उन्हाळी सहामाहीसुद्धा तंतोतंत सुरळीतपणे पार पडली नव्हती. केव्हॉनला बऱ्याच विषयांमध्ये 'ए' श्रेणी मिळाली होती, मात्र त्याच्या दोन संख्यात्मक अभ्यासक्रमांमध्ये त्याची कामगिरी स्वतःच्या अपेक्षेइतकी चांगली झाली नव्हती. व्हॉर्टन या पेन विद्यापीठाच्या अतिशय तीव्र स्पर्धा असणाऱ्या बिझनेस स्कूलमधून अन्य शिक्षणसंस्थेमध्ये वर्ग होण्याच्या पर्यायाविषयी आम्ही अल्पकाळाकरिता चर्चा केली आणि त्याचप्रमाणे, मुख्य विषय बदलून घेण्यामध्येही लांछनास्पद असे काहीही नसल्याचा मुद्दा मी त्याच्यापुढे मांडला. मात्र, केव्हॉन यांपैकी काहीही करणार नव्हता.

जूनमध्ये त्याने मला पाठवलेल्या ई-मेलमधील मजकूर पुढीलप्रमाणे होता : ''संख्या आणि संख्यात्मक संकल्पनांची अंमलबजावणी हे नेहमीच मला कठीण जात आलं आहे; परंतु मी हे आव्हान स्वीकारतो आहे आणि स्वतःमध्ये सुधारणा करण्यासाठी आणि स्वतःला अधिक चांगले बनवण्यासाठी मला अवलंबावा लागणारा सर्व निग्रह मी अवलंबणार आहे. अगदी याचा अर्थ, जर आकड्यांशी खेळण्याची आवश्यकता नसणारा कुठलातरी मुख्य विषय घेऊन मी शिक्षण पूर्ण केलं असतं, तर मला जितका जीपीए (गुणांची सरासरी) मिळवता आला असता, त्यापेक्षा कमी जीपीएसह मी पदवीधर होईन, असा असला तरी.''

केव्हॉन वेळोवेळी, पडून पुन्हा उभा राहील, नेहमीच शिकत राहील आणि वृद्धिंगत होत राहील, याविषयी मला कोणतीही साशंकता नाही.

मी जे काही पुरावे सादर केले आहेत, ते एकत्रितरीत्या पुढील कथा सांगतात: क्षमतांविषयीच्या साचेबद्ध मानसिकतेतून संकटांचे निराशावादी स्पष्टीकरण येते आणि परिणामतः, त्यामुळे आव्हानांसमोर हार मानणे आणि सुरुवातीलाच संकटांना टाळणे अशा दोन्ही गोष्टी घडतात. त्याउलट, प्रगतिशील मानसिकता ही संकटांच्या स्पष्टीकरणाच्या आशावादी मार्गांकडे नेते आणि त्याचा परिणाम, चिकाटी बाळगण्यात, तसेच अखेरीस तुम्हाला अधिक कणखर बनवणाऱ्या नव्या आव्हानांचा शोध घेण्यामध्ये होतो.

प्रगतिशील मानसिकता → **आशावादी आत्मसंवाद** → **संकटांवर मात करणारी चिकाटी**

माझी अशी शिफारस आहे की, तुम्ही स्वतःला आशावाद शिकवण्यासाठी वर दिलेल्या अनुक्रमातील प्रत्येक टप्पा घ्यावा आणि स्वतःला विचारावे, ''*यामध्ये वाढ करण्यासाठी मी काय करू शकतो?*''

बुद्धिमत्ता आणि गुणवत्ता यासंबंधीच्या तुमच्या धारणा तुम्ही अद्ययावत कराव्यात, असा यासंबंधी माझा तुम्हाला पहिला सल्ला आहे.

कॅरॉल आणि त्यांचे सहकारी जेव्हा लोकांना, बुद्धिमत्ता किंवा कोणतीही गुणवत्ता ही प्रयत्नांनिशी सुधारता येऊ शकते, असे पटवून देण्याचा प्रयत्न करतात, त्या वेळी त्या मेंदूविषयी समजावण्यापासून सुरुवात करतात. उदाहरणार्थ, नेचर या अग्रगण्य विज्ञानविषयक नियतकालिकामध्ये प्रकाशित झालेल्या, किशोरावस्थेतील मेंदूच्या विकासाचा माग घेणाऱ्या संशोधनाचे दाखले त्या देतात. त्या संशोधनामध्ये

सहभागी झालेल्या बऱ्याच किशोरवयीनांनी, त्यांच्या वयाच्या चौदाव्या वर्षी संशोधनाला सुरुवात झाली तिथपासून ते अठराव्या वर्षी संशोधन संपले तिथपर्यंत त्यांच्या बुद्ध्यंकामध्ये वाढ केली होती. बुद्ध्यंक हे मानवाच्या जीवनकाळासाठी पूर्णपणे निश्चित नसतात – ही बाब सामान्यतः आश्चर्यजनक म्हणून पुढे येते. त्याउप्पर, याच किशोरवयीनांच्या मेंदूच्या रचनेमध्येही लक्षणीय बदल दिसून आल्याचे कॅरॉल पुढे सांगतात : ''ज्या मुलांची गणितविषयक कौशल्यं सुधारली, त्यांचे गणिताशी संबंधित असणारे मेंदूतील भाग अधिक बळकट झाले आणि हीच गोष्ट इंग्रजी भाषाविषयक कौशल्यांच्या बाबतीतही खरी ठरली.''

मेंदू हा उल्लेखनीयरीत्या बदलांशी जुळवून घेणारा असतो, हेसुद्धा कॅरॉल स्पष्ट करतात. स्नायू हा जसा वापरल्याने अधिक बळकट होतो, त्याचप्रमाणे तुम्ही जेव्हा नव्या आव्हानावर प्रभुत्व मिळवण्यासाठी धडपडता, तेव्हा मेंदूसुद्धा स्वतःमध्ये बदल घडवतो. किंबहुना, मेंदू हा पूर्णपणे 'साचेबद्ध' आहे, असा जीवनातील कोणताच काळ असत नाही. त्याऐवजी, आपल्या संपूर्ण आयुष्यामध्ये, आपले न्यूरॉन्स हे परस्परांशी नव्या जोडण्या वाढवण्याची आणि अगोदरपासून आपल्याकडे असणाऱ्या जोडण्या अधिक भक्कम करण्याची क्षमता बाळगून असतात. त्याहीपेक्षा अधिक, आपल्या संपूर्ण प्रौढत्वामध्ये मेलिन, हे न्यूरॉन्सचे आणि त्यांच्यादरम्यान प्रवास करणाऱ्या वेगसंदेशांचे संरक्षण करणारे एकप्रकारचे संरक्षक आवरण वाढवण्याची क्षमता आपल्यामध्ये कायम असते.

आशावादी आत्मसंवादाचा सराव करा, असा माझा पुढचा सल्ला आहे.

संज्ञानात्मक वर्तन उपचारपद्धती आणि ज्ञात हतबलता यांच्यातील दुव्याची परिणती 'सावरण्याच्या प्रशिक्षणाचा' विकास करण्यामध्ये होते. मूलतः, हा परस्परसंवादी अभ्यासक्रम म्हणजे, संज्ञानात्मक वर्तन उपचारपद्धतीची प्रतिबंधात्मक मात्रा आहे. एका संशोधनांतर्गत, हे प्रशिक्षण पूर्ण करणाऱ्या मुलांमध्ये, पुढील दोन वर्षांत निराशावादाचे स्तर कमी झाल्याचे आणि नैराश्याची कमी लक्षणे विकसित झाल्याचे दिसून आले. यासारख्याच आणखी एका संशोधनांतर्गत, निराशावादी महाविद्यालयीन विद्यार्थ्यांनी पुढील दोन वर्षांमध्ये कमी अस्वस्थता आणि तीन वर्षांमध्ये कमी नैराश्य प्रदर्शित केले.

जर, हे प्रकरण वाचून, तुम्ही स्वतःला टोकाचे निराशावादी मानत असाल, तर तुम्ही संज्ञानात्मक वर्तन उपचारतज्ज्ञ शोधावा, असा माझा सल्ला आहे. ही शिफारस किती असमाधानकारक वाटू शकते, याची मला कल्पना आहे. बऱ्याच वर्षांपूर्वी, तारुण्याच्या उंबरठ्यावर असताना, मला जाणवत असलेल्या समस्येविषयी मी 'डिअर ॲबी'ला लिहून कळवले होते. ''एका मानसोपचारतज्ज्ञाला जाऊन भेट,'' असे तिचे उत्तर आले. तिने व्यवस्थित, वेगवान आणि स्पष्ट उपाय सुचवला नव्हता, म्हणून चिडून मी तिचे पत्र फाडल्याचे मला आठवते. नपेक्षा, आशेच्या

विज्ञानाविषयीची वीस पाने वाचणे हे खोलवर रुजलेला निराशावादी पूर्वग्रह काढून टाकण्यासाठी पुरेसे आहे, असे सुचवणे हे भाबडेपणाचे ठरेल. मी येथे सारांशरूपाने मांडू शकते, त्यापेक्षा संज्ञानात्मक वर्तन उपचारपद्धती आणि सावरण्याचे प्रशिक्षण याविषयी सांगण्यासारखे आणखी खूप काही आहे.

मुद्दा हा आहे की, तुम्ही प्रत्यक्षात स्वतःचा आत्मसंवाद सुधारू शकता आणि तुम्ही तुमच्या ध्येयाकडे वाटचाल करत असताना त्या आत्मसंवादाला हस्तक्षेप करू न देण्यास तुम्ही शिकू शकता. योग्य सराव आणि मार्गदर्शनाच्या साथीने, तुम्ही तुमची विचार करण्याची, भावना जाणवण्याची आणि सर्वांत महत्त्वाचे म्हणजे, कठीण परिस्थितीमध्ये कृती करण्याची पद्धत बदलू शकता.

या पुस्तकाच्या ''बाहेरून आंतरिक निग्रह वाढवणे,'' या अखेरच्या भागाकडे प्रवास करत असताना, स्वतःला आशावाद शिकवण्यासाठीचा एक अखेरचा सल्ला मी तुम्हाला देते : मदतीचा हात मागा.

काही वर्षांपूर्वी, मी ऱ्हाँडा ह्युजेस नावाच्या निवृत्त गणितींना भेटले. ऱ्हाँडा यांच्या कुटुंबातील कोणीही महाविद्यालयामध्ये गेले नव्हते; परंतु एक मुलगी म्हणून, त्यांना लघुलेखनापेक्षा (स्टेनोग्राफी) गणित खूप जास्त आवडत होते. ऱ्हाँडा यांनी अखेरीस गणितामध्ये पीएच.डी. मिळवली आणि शिक्षकपदासाठी त्यांनी केलेल्या ऐंशीपैकी एकोणऐंशी अर्ज फेटाळण्यात आल्यानंतर त्यांना नोकरी देऊ करणाऱ्या एकमेव विद्यापीठामध्ये त्यांनी पद स्वीकारले.

ऱ्हाँडा यांना निग्रह चाचणीमधील एका मुद्द्याविषयी असणारा आक्षेप मला सांगणे, हे आम्ही संपर्कात येण्याचे एक कारण होते. '''पिछेहाटींमुळे मी नाउमेद होत नाही,' असे मांडणारा मुद्दा मला आवडत नाही. याला काही अर्थ नाहीय म्हणजे मला म्हणायचंय की, पिछेहाटीमुळे कोण नाउमेद होत नाही? मी तर निश्चितपणे होते. मला वाटतं, त्या मुद्यामध्ये म्हटलं पाहिजे, ''*पिछेहाट मला फार काळ नाउमेद करत नाहीत. मी पुन्हा माझ्या पायांवर उभी राहते.*''

अर्थातच, ऱ्हाँडा यांचे बरोबर होते आणि त्यानुसार, तितक्याच शब्दांमध्ये मी तो मुद्दा बदलला.

परंतु ऱ्हाँडा यांच्या कथेतील सर्वांत महत्त्वाची गोष्ट म्हणजे, त्या जवळपास कधीच एकट्याने उठून उभ्या राहिल्या नव्हत्या. त्याऐवजी, मदत मागणे हा आशा धरून ठेवण्याचा चांगला मार्ग आहे, हे त्यांना उमजले.

त्यांनी मला सांगितलेल्या कथांपैकी ही फक्त एक कथा आहे : ''माझे एक मार्गदर्शक होते आणि मी गणिती बनणार आहे, हे मला कळायच्याही अगोदर त्यांना माहीत होतं. त्यांच्या एका चाचणीमध्ये माझी कामगिरी अतिशय वाईट झाली आणि मी त्यांच्या कार्यालयात जाऊन रडले, तिथून या सगळ्याला सुरुवात झाली.

अचानक, ते त्यांच्या खुर्चीतून ताडकन उठून उभे राहिले आणि एकही शब्द न बोलता खोलीबाहेर निघून गेले. शेवटी जेव्हा ते परत आले, तेव्हा म्हणाले, 'बेटा, तू गणिताच्या पदव्युत्तर शिक्षणसंस्थेत गेलं पाहिजेस; परंतु तू सगळे चुकीचे अभ्यासक्रम शिकत आहेस.' आणि मी घेतले पाहिजेत, अशा सगळ्या अभ्यासक्रमांची आखणी त्यांनी केली होती आणि त्याचबरोबर संबंधित अभ्यासक्रमांचे शिक्षक मला मदत करतील, असं वैयक्तिक वचनही त्यांच्याकडून या मार्गदर्शकांनी घेतलं होतं.''

सुमारे वीस वर्षांपूर्वी ऱ्होंडा या सहगणिती सिल्व्हिया बॉझमन यांच्यासह एज (EDGE) प्रोग्रॅम या उपक्रमाच्या सहसंस्थापिका बनल्या. 'एनहान्सिंग डायव्हर्सिटी इन ग्रॅज्युएट एज्युकेशन' (पदव्युत्तर शिक्षणातील विविधता वाढवणे) हे 'एज'चे पूर्णरूप आहे आणि गणित विषयामध्ये डॉक्टरेट शिक्षण घेणाऱ्या महिला व अल्पसंख्याकांना साहाय्य करणे हे या उपक्रमाचे ध्येय आहे. ''गणित शिकण्यासाठी तुमच्याकडे कोणतीतरी विशेष गुणवत्ता असलीच पाहिजे, असं लोक गृहीत धरतात,'' असे सिल्व्हिया यांनी सांगितले. ''तुमच्यामध्ये जन्मतःच एकतर ती असते किंवा नसते, असं त्यांना वाटतं; परंतु 'गणित शिकण्याची क्षमता तुम्ही प्रत्यक्षात विकसित करू शकता. प्रयत्न सोडू नका!' असं ऱ्होंडा आणि मी दोघीही सांगत आहोत.''

''माझ्या कारकिर्दीत असे बरेच क्षण आले, जेव्हा मला गाशा गुंडाळावासा वाटत होता, जेव्हा मला प्रयत्न सोडून द्यायचे होते आणि काहीतरी सोपं करावंसं वाटत होतं,'' ऱ्होंडा मला सांगत होत्या. ''परंतु मी वाटचाल सुरू ठेवली पाहिजे, हे या ना त्या प्रकारे मला सांगणारं नेहमीच कोणीतरी होतं. मला वाटतं, प्रत्येकालाच अशा कोणाची तरी गरज असते. तुला नाही का असं वाटत?''

भाग ३

बाहेरून आंतरिक निग्रह वाढवणे

प्रकरण १०

निग्रहासाठीचे पालकत्व

मला ज्या लोकांविषयी काळजी वाटते, त्यांच्यामध्ये निग्रहाला प्रोत्साहन देण्यासाठी मी काय करू शकतो/ते?

हा प्रश्न दिवसातून किमान एकदातरी मला विचारला जातो.

काही वेळा हा प्रश्न विचारणारे प्रशिक्षक असतात; काही वेळा उद्योजक किंवा सीईओ असतात. मागील आठवड्यामध्ये एका चौथ्या इयत्तेस शिकवणाऱ्या शिक्षकांनी, तर त्याअगोदरच्या आठवड्यामध्ये, सार्वजनिक महाविद्यालयातील गणिताच्या प्राध्यापकांनी मला हा प्रश्न विचारला होता. लष्करप्रमुखांनी आणि नौदलाच्या ॲडमिरलनीही हा प्रश्न मला विचारून झाला आहे; परंतु आपले पाल्य त्याच्या खऱ्याखुऱ्या क्षमतेची जाणीव होण्याच्या जवळपासही नाही, अशी चिंता असणाऱ्या आई किंवा वडिलांकडून हा प्रश्न सर्वांत नियमितपणे विचारला जातो.

मला हा प्रश्न विचारणारे सर्वच जण पालक करतील, त्याप्रमाणे विचार करत असतात, अर्थात – अगदी ते स्वतः जरी पालक नसले तरी पालकत्वासाठी इंग्रजीमध्ये वापरला जाणारा पॅरेंटिंग हा शब्द मूळ लॅटिनमधून आला असून, त्याचा अर्थ 'घडवणे' किंवा 'संवर्धन करणे' असा होतो. तुम्हाला ज्या लोकांबद्दल काळजी वाटते, त्या लोकांमध्ये स्वारस्य, सराव, हेतू आणि आशा यांचे संवर्धन सर्वोत्तमरीत्या कसे करावे, यासंबंधी तुम्ही मार्गदर्शन मागत असाल, तर तुम्ही पालकांसारख्या पद्धतीने वागत आहात.

मी जेव्हा पवित्रा बदलते आणि लोकांनाच 'निग्रहाचे पालकत्व कसे करावे,' यासंबंधीच्या त्यांच्या समजांविषयी विचारते, तेव्हा मला भिन्नप्रकारची उत्तरे मिळतात.

निग्रह हा कठीण संकटांच्या मुशीत घडतो, असे काही जणांना वाटते. इतर काही जण लागलीच निश्त्वेचे उद्गार पुनरुद्धृत करतात : 'ज्याने तुमचा मृत्यू होत नाही, ती गोष्ट तुम्हाला अधिक कणखर बनवते.'[५] अशा प्रकारच्या आवाहनांमुळे, कोणत्याही परिस्थितीत विजयच मिळवला पाहिजे म्हणून क्रीडांगणाच्या बाहेरून अखंडपणे टीका करणाऱ्या, आपल्या मुलांना पियानोसमोरच्या किंवा व्हायोलिनसमोरच्या बाकड्याला बांधून घालणाऱ्या किंवा मुलांनी 'ए-' शेरा मिळवण्याचे पातक केल्यामुळे त्यांना शिक्षा करणाऱ्या, कपाळाला आठ्या पडलेल्या आईची किंवा वडिलांची प्रतिमा मनामध्ये येते.

या दृष्टिकोनामध्ये, प्रेमळपणे पाठिंबा देऊ करणे आणि उच्च दर्जाची मागणी करणे ही एकसलग साखळीची विरुद्ध टोके आहेत आणि निग्रहाचे अधिकारवादी पालक हे या साखळीच्या मध्यबिंदूपासून दूर उजवीकडच्या टोकावर आहेत, असे गृहीत धरले जाते.

मी जर शतकभरापूर्वी, यावरील मतांचा शोध घेत असते, तर जॉन हॉपकिन्स विद्यापीठाच्या मानसशास्त्र विभागाचे तत्कालीन प्रमुख जॉन वॉटसन यांचा हाच दृष्टिकोन असला असता.

'सायकॉलॉजिकल केअर ऑफ इन्फंट अँड चाइल्ड' हे वॉटसन यांचे विक्रीचे उच्चांक गाठणारे पालकत्व मार्गदर्शनपर पुस्तक १९२८ साली प्रकाशित झाले होते. या पुस्तकामध्ये, ''जो काम आणि खेळ यांमध्ये हरवून जाईल, आपल्या वातावरणातील लहान-मोठ्या अडचणींवर पटकन मात करण्यास शिकेल... आणि अखेरीस कोणतीही संकटे त्याला दडपून टाकू शकणार नाहीत, अशा कार्यविषयक आणि भावनिक सवयींच्या तटबंदीसह पौरुषत्वात प्रवेश करेल,'' अशा प्रकारे पाल्याचे संगोपन कसे करावे, याबाबत वॉटसन यांनी विस्ताराने सांगितले होते.

वॉटसन यांचा सल्ला पुढीलप्रमाणे होता : ''तुमच्या मुलांना कधीही मिठीत घेऊ नका किंवा त्यांचे मुके घेऊ नका. त्यांना कधीही तुमच्या मांडीवर बसू देऊ नका. जर तुम्हाला अगदीच मुका घ्यायचा असेल, तर जेव्हा ती 'गुड नाइट' म्हणतील, तेव्हा एकदाच त्यांच्या कपाळाचा मुका घ्या. सकाळी त्यांच्याशी हस्तांदोलन करा. एखादी कठीण कामगिरी त्यांनी असामान्यरीत्या चांगल्या प्रकारे केली असेल, तर त्यांच्या डोक्यावर थोपटा.'' मुलांना जवळपास त्यांच्या जन्मापासूनच स्वतःच त्यांच्या समस्यांचा सामना करू द्यावा, कोणत्याही एका प्रौढाविषयी त्यांना अपायकारक जिव्हाळा वाटू नये, यासाठी मुलांची काळजी घेणारी व्यक्ती बदलत राहावी आणि

५ मी हे जेव्हा ऐकते, तेव्हा काहीवेळा हस्तक्षेप करून, यातनांमधून बाहेर पडण्याचा मार्ग शोधणे हे किंबहुना कणखर बनवणारे आहे, असे दर्शवणारा स्टीव्ह माएर यांच्या संशोधनाचा सारांश मी सांगते.

इतर वेळीही मुलांना 'जग जिंकण्यापासून' प्रतिबंध करेल, असे लाड करणारे प्रेम टाळावे, आदि शिफारशीही वॉटसन यांनी केल्या होत्या.

अर्थातच, प्रसंगोत्पात, लोक याच्या बरोबर उलट पवित्रा घेतात.

मुलांना जेव्हा सढळहस्ते निर्व्याज प्रेम आणि पाठिंबा दिला जातो, तेव्हाच त्यांच्यातील चिकाटी आणि विशेषकरून आवड फुलते, अशी या लोकांची खात्री आहे. प्रेमळ आणि सौम्य पालकत्वाचे हे पुरस्कर्ते मुलांना मिठीत घेण्याचे, त्यांना जवळ घेण्याचे समर्थन करतात आणि मुले ही स्वभावतःच आव्हानांचा शोध घेणारी असतात व केवळ आपल्या निर्व्याज प्रेम व जिव्हाळ्यानेच त्यांच्यातील सक्षमतेच्या गरजांविषयीची उपजत इच्छा उघड होते, असे नमूद करतात. निष्ठुर पालकांच्या मागण्यांचा अंकुश एकदा नाहीसा झाला की, मुले त्यांच्या अंगभूत स्वारस्यविषयांचा पाठलाग करतील, तसेच शिस्तबद्ध सराव करणे व पिछेहाट होऊनही पुन्हा पूर्वपदावर येणे या गोष्टी त्यापाठोपाठ घडून येतील.

पाठिंबा देणाऱ्या आणि मागणी करणाऱ्या पालकत्वादरम्यानच्या अखंडरचनेवर या परवानगी देणाऱ्या 'पाल्यकेंद्रित' दृष्टिकोनाचे प्रचारकर्ते हे मध्यबिंदूपासून डावीकडे असतात.

मग यातील नेमके योग्य दृष्टिकोन कोणता? निर्दयी उच्च दर्जाच्या मुशीत निग्रह घडतो की प्रेमळ पाठिंब्याच्या उबदार आलिंगनामध्ये त्याचे संवर्धन होते?

एक शास्त्रज्ञ म्हणून या विषयावर आपल्याला अधिक संशोधनाची गरज आहे, हे उत्तर देण्याचा मोह मला होतो. पालकत्वाविषयी खूप सारे संशोधन उपलब्ध आहे आणि निग्रहाविषयी थोडेफार संशोधन झाले आहे. मात्र पालकत्व आणि निग्रह यांविषयी अद्याप कोणतेही संशोधन झालेले नाही.

मात्र दोन कुमारवयीन मुलींची आई म्हणून माझ्याकडे ही सर्व आकडेवारी उपलब्ध होईपर्यंतचा वेळ नाहीय. हा प्रश्न मला विचारणाऱ्या पालकांप्रमाणेच, मला स्वतःलाही आजच याविषयीचा निर्णय घ्यावा लागणार आहे. माझ्या मुली मोठ्या होत आहेत आणि त्यांच्या आयुष्यातील प्रत्येक दिवशी मी आणि माझा पती, चांगल्या प्रकारे असो की वाईट, त्यांचे पालकत्व निभावत आहोत. त्याउप्पर, एक प्राध्यापिका आणि प्रयोगशाळेची संचालिका म्हणून मी बऱ्याच तरुण लोकांशी संवाद साधते आणि त्यांच्या निग्रहाला प्रोत्साहन देण्यासही मला आवडेल.

त्यामुळे हा वाद सोडवण्याच्या दिशेने टाकलेले एक पाऊल म्हणून मी दोन्ही बाजूंकडील पुराव्यांची चौकशी केली. जुन्या पद्धतीच्या, करड्या शिस्तीच्या पालकत्वाच्या एका पुरस्कर्त्यांनी मला अत्युच्च निग्रही आणि विक्रमवीर अमेरिकन

फुटबॉलपटू स्टीव्ह यंग यांच्याशी संवाद साधण्यास सुचवले. ख्रिश्चन धर्मातील मर्मनपंथीय कुटुंबामधील यंग यांना वाढत्या वयामध्ये घरोघरी वृत्तपत्रे टाकावी लागली, शाळेला जाण्यापूर्वी बायबल शिकवणीच्या वर्गांना उपस्थित राहावे लागले, तसेच त्यांना अपशब्द उच्चारण्यास व अपेयपानास पूर्णपणे बंदी होती. दरम्यान, उदारमतवादाकडे अधिक झुकलेल्यांनी मला ब्रिटनच्या स्पष्टवक्त्या स्टँड-अप विनोदी कलावंत फ्रान्सेस्का मार्टिनेझ यांच्याकडे पाठवले. फ्रान्सेस्का यांचे लेखक वडील आणि पर्यावरणवादी आई यांनी त्यांना वयाच्या सोळाव्या वर्षीच शालेय शिक्षण अर्धवट सोडू दिले आणि फ्रान्सेस्का यांनी स्वतःच्या आत्मकथनपर पुस्तकाचे शीर्षक '*व्हॉट दि **** इज नॉर्मल?*' असे ठेवले, तेव्हाही त्यांच्या पालकांनी डोळे मोठे केले नाहीत.

आपण स्टीव्ह यंग यांच्यापासून सुरुवात करू.

अमेरिकन फुटबॉलमधील 'सॅनफ्रान्सिस्को ४९र्स' संघाचे महान क्वार्टरबॅक असणारे यंग हे नॅशनल फुटबॉल लीगमध्ये दोन वेळा 'सर्वांत मौल्यवान खेळाडू' ठरले होते. त्याचबरोबर, सुपर बॉल XXIX येथेही त्यांची सर्वांत मौल्यवान खेळाडू म्हणून निवड झाली होती. त्यादरम्यान, त्यांनी विक्रमी सहा टचडाउन पासेस पूर्ण केले होते. निवृत्तीवेळी ते एनएफएलच्या इतिहासातील सर्वोच्च मानांकित क्वार्टरबॅक होते.

''माझे पालक हे माझा पाया आहेत,'' असे स्टीव्ह सांगतात. ''चांगलं पालकत्व हे सर्वांनाच मिळणं शक्य व्हावं, अशी माझी इच्छा आहे.''

त्यांचा मुद्दा मांडणारी कथा पुढीलप्रमाणे आहे.

स्टीव्ह हे त्यांच्या हायस्कूलच्या फुटबॉल संघातील प्रमुख खेळाडू होते आणि देशभरातील महाविद्यालयांकडून त्यांना सहज प्रवेश देण्यात येत होता, तरीही त्यांनी ब्रिंघम यंग युनिव्हर्सिटी या विद्यापीठामध्ये संघाचे आठवे क्वार्टरबॅक म्हणून प्रवेश घेतला. स्टीव्ह आणि सामन्याचा कालावधी यांमध्ये सात अन्य क्वार्टरबॅक असल्यामुळे, त्यांच्या प्रशिक्षकांनी स्टीव्ह यांची 'हॅम्बर्गर स्कॉड'मध्ये पदावनती केली. हा स्कॉड म्हणजे सर्वांत कमी मौल्यवान खेळाडूंचा गट होता आणि बीवाययू संघाच्या बचावफळीला सराव मिळावा, यासाठी आक्रमणे रचणे ही या गटाची प्राथमिक कामगिरी होती.

''मला घरी जायचं होतं,'' स्टीव्ह त्या वेळच्या आठवणी सांगतात. ''मी संपूर्ण पहिली सहामाही माझ्या सामानाच्या बॅगा भरूनच विद्यापीठात जायचो... 'प्रशिक्षकांना माझं नावही माहीत नाही. बचावफळीसाठी मी केवळ हुलकावणी देणारा एका मोठ्या प्रतिकृतीसारखा राखीव खेळाडू आहे. डॅड, हे भयानक आहे आणि मी अपेक्षा केली होती, तसं हे अजिबातच नाहीय... आणि मला वाटतंय, मला घरी यायला आवडेल,' असं मी माझ्या वडिलांना कॉल करून सांगितल्याचं मला आठवतंय.''

आपल्या वडिलांचे वर्णन स्टीव्ह ''सर्वांत कणखर माणूस,'' असं करतात. वडिलांनी त्यांना सांगितले : ''तू सोडून देऊ शकतोस... मात्र, तू घरी येऊ शकत नाहीस, कारण मी एका अर्ध्यातून प्रयत्न सोडून देणाऱ्या माणसासोबत राहणार नाही. तू लहान असल्यापासून तुला हे माहीत आहे. तू इथे परत येणार नाहीयेस.'' आणि स्टीव्ह विद्यापीठातच थांबले.

संपूर्ण मोसमामध्ये, स्टीव्ह हे सरावाला येणारे पहिले आणि तिथून निघणारे शेवटचे खेळाडू होते. संघाच्या अखेरच्या सामन्यानंतर त्यांनी स्वतःच्या वैयक्तिक व्यायामामध्ये वाढ केली. ''मैदानाशेजारील इमारतीच्या एका टोकाला दूर मोठी जाळी टांगलेली होती. मी काल्पनिक मध्यरेषेच्या मागे उकिडव्या बसलेल्या पवित्र्यात राहायचो, मागे केलेल्या पासचा चेंडू स्वीकारायचो, थ्री-स्टेप ड्रॉप करायचो आणि त्या जाळ्यामध्ये चेंडू भिरकावायचो. जानेवारीच्या सुरुवातीपासून ते फेब्रुवारीच्या अखेरीपर्यंत मी दहा हजारपेक्षा अधिक स्पायरल (अमेरिकन फुटबॉलमध्ये विशिष्ट प्रकारे चेंडू भिरकावण्याची क्रिया) फेकले. माझा संपूर्ण हात दुखायचा; परंतु मला क्वार्टरबॅक बनायचं होतं.''

दुसऱ्या वर्षामध्ये स्टीव्ह आठव्या क्रमांकाच्या क्वार्टरबॅकवरून दुसऱ्या क्रमांकापर्यंत आले. तिसऱ्या वर्षापर्यंत ते बीवाययूच्या संघाचे सामन्याच्या सुरुवातीचे क्वार्टरबॅक बनले होते. अखेरच्या वर्षामध्ये असताना स्टीव्ह यांना देशातील सर्वांत असामान्य क्वार्टरबॅकसाठी दिला जाणारा डॅव्ही ओब्रायन पुरस्कार मिळाला.

खेळाडू म्हणून त्यांच्या कारकिर्दीदरम्यान, अशा इतरही काही वेळा आल्या, जेव्हा त्यांचा आत्मविश्वास डगमगला. प्रत्येक वेळी त्यांना हताशपणे प्रयत्न सोडून द्यायचे होते. प्रत्येक वेळी त्यांनी त्यांच्या वडिलांना आवाहन केले – आणि वडिलांनी त्यांना प्रयत्न सोडू दिले नाहीत.

असेच एक सुरुवातीचे आव्हान, मिडल स्कूलमध्ये बेसबॉल खेळताना आले होते. ''मी तेव्हा तेरा वर्षांचा होतो,'' असे स्टीव्ह यांना आठवते. ''संपूर्ण वर्षामध्ये, मला हिट (पहिल्या बेसपलीकडे चेंडू टोलवणे) करताच येत नव्हता आणि ते अधिकाधिक लाजीरवाणे बनत चाललं होतं... सामन्यामागून सामने मला हिट करणं जमतच नव्हतं.'' तो मोसम जेव्हा संपला, तेव्हा आपले प्रयत्न करून झाले असल्याचे स्टीव्ह यांनी वडिलांना सांगितले. ''माझ्या वडिलांनी नजर रोखून माझ्याकडे पाहिलं आणि ते म्हणाले, 'तू प्रयत्न सोडू शकत नाहीस. तुझ्यामध्ये ती क्षमता आहे, त्यामुळे तू परत गेलं पाहिजेस आणि हे करून दाखवलं पाहिजेस.''' त्यामुळे मग स्टीव्ह आणि त्यांचे वडील पुन्हा मैदानामध्ये गेले. ''मला आठवतंय, खूप थंडी होती, हवामान खूप वाईट होतं, पाऊस पडत होता आणि हिमवर्षावही होत होता, आणि त्यामध्येच माझे वडील चेंडू पिच करत होते आणि मी तो टोलवत होतो.'' हायस्कूलच्या वरिष्ठ वर्षामध्ये येईपर्यंत व्हर्सिटीच्या बेसबॉल संघाचे कर्णधार बनलेले स्टीव्ह '.३८४' वर बॅटिंग करत होते.

स्टीव्ह जेव्हा चार वर्षे 'सॅनफ्रान्सिस्को ४९र्स' या संघाचे राखीव खेळाडू म्हणून बाकड्यावर बसून होते, तेव्हा जिद्द व चिकाटीचे पारितोषिक अखेरीस मिळतेच, या धड्यावर ते विसंबून राहिले होते. दुसऱ्या संघामध्ये जाण्यासाठी खेळाडूंच्या अदलाबदलीची विनंती करण्याऐवजी, स्टीव्ह यांनी चार सुपर बॉल विजयांमध्ये संघाचे कर्णधारपद भूषवणारे सुरुवातीचे क्वार्टरबॅक जोए मॉंटाना यांच्याकडे शिकाऊ उमेदवारी पत्करली. ''मी किती चांगला खेळाडू बनू शकतो, याचा जर मला कधी शोध घ्यायचा होता, तर मला सॅनफ्रान्सिस्को संघात राहणं आणि शिकणं गरजेचं होतं, जरी ते करणं क्रूरपणे कठीण असलं तरी... सोडून देण्याचा विचार मी बऱ्याच वेळा केला... जागून काढलेल्या रात्री मला हुर्यो ऐकू यायची; परंतु माझ्या वडिलांना कॉल करण्याची मला भीती वाटत होती. ते काय सांगतील, हे मला माहीत होतं : 'अखेरपर्यंत टिकून राहा, स्टीव्ह.'''

स्टीव्ह यंग यांच्या असंभवनीय उन्नतीविषयीच्या माझ्या कथाकथनातील या टप्प्यावर, निग्रही मुलांचे पालक हुकूमशाही असतात, अशा निष्कर्षाप्रत बहुधा तुम्ही येण्याची शक्यता आहे. हे पालक त्यांच्या स्वतःच्या मानकांवर केंद्रीभूत असतात आणि त्यांच्या मुलांच्या विशिष्ट गरजांविषयी ते बऱ्यापैकी असंवेदनशील असतात, या निष्कर्षावर तुम्ही झेप घेण्याची शक्यता आहे.

मात्र, तुम्ही अंतिम न्यायनिवाडा करण्यापूर्वी, शेरी आणि लेग्रँड यंग या स्टीव्ह यांच्या पालकांसोबत एकदा बसून पाहा आणि त्याहीअगोदर, लेग्रँड यांना त्यांचे बालपणीचे टोपणनावच पसंत असल्याची नोंद घ्या. हे नाव त्यांचा जीवनाप्रती असणारा दृष्टिकोन यथार्थपणे टिपते : 'ग्रिट.' ''कष्ट करणे, कणखर राहणे आणि रडत न बसणे हेच लेग्रँड यांचं संपूर्ण व्यक्तिमत्त्व आहे,'' असे स्टीव्ह यांचे बंधू माइक यांनी एकदा आपल्या वडिलांविषयी सांगितले होते. ग्रिट हे नाव खरोखरच त्यांना साजेसे आहे.

कॉर्पोरेट वकील म्हणून काम करताना ग्रिट यंग यांनी क्वचितच कामाचा दिवस चुकवला असेल. सुमारे पंचवीस वर्षांपूर्वी, ग्रिट हे स्थानिक वायएमसीए व्यायामशाळेमध्ये व्यायाम करत होते, तेव्हा व्यायामशाळेतील एका सहकाऱ्याने त्यांना सुरू राहणाऱ्या सिट–अप्सच्या स्पर्धेसाठी आव्हान दिले. त्यानंतर वर्षभराने, दोन्ही स्पर्धक साधारणतः प्रत्येकी एक हजार सिट–अप्स मारू शकत होते. त्या टप्प्यावर ग्रिट यांच्या आव्हानकर्त्याने हार मानली. तोपर्यंत, ग्रिट हे स्वतःशी स्पर्धा करू लागले होते. ग्रिट यांनी पुढच्या काही वर्षांत, त्यांना एकसलग दहा हजार सिट–अप्स मारता येईपर्यंत तसाच सिट–अप्सचा सराव सुरू ठेवला.

मी जेव्हा स्टीव्ह यांच्या पालकांना, त्यांच्या प्रसिद्ध मुलाविषयी आणि त्यांनी या मुलाला कशा पद्धतीने वाढवले याविषयी बोलण्यासाठी कॉल केला, तेव्हा मी कडक शिस्तीची आणि औपचारिकतेची अपेक्षा बाळगली होती. त्याउलट, ''तुझ्याशी बोलताना आम्हाला खूप आनंद होतो आहे! आमचा स्टीव्ह हा खूप चांगला मुलगा आहे,'' हे शेरी यांनी माझ्यापाशी उच्चारलेले पहिले वाक्य होते. मी निवडलेले अभ्यासक्षेत्र पाहता, मला त्यांच्यापर्यंत पोहोचण्यासाठी इतका जास्त वेळ लागल्याचे आपल्याला आश्चर्य वाटत असल्याचे ग्रिट मग विनोदाने म्हणाले.

मी थोडीशी सैलावले आणि टेकून बसले, तेव्हा आयुष्याच्या खूप सुरुवातीच्या टप्प्यातच आपण कठोर परिश्रम करण्यास कसे शिकलो होतो, हे त्या दोघांनीही मला सांगितले. ''आम्ही शेतीपासून दूर आलेली पहिली पिढी होतो,'' शेरी यांनी सांगितले. ''आमच्याकडून अपेक्षा होत्या.'' शेरी या दहा वर्षांच्या असल्यापासून शेतांमध्ये चेरी वेचत होत्या. ग्रिट यांनीही ते काम केले आणि त्याचबरोबर, बेसबॉलचे मिट्स (ग्लोव्ह्ज) आणि कपड्यांकरिता पैसे कमावण्यासाठी त्यांनी हिरवळ कापण्याचे काम केले, मैलोन्मैल दूर असणाऱ्या घरांमध्ये सायकलीवरून वृत्तपत्रे पोहचवली आणि जे काही शक्य होते, ते शेतीकामही केले.

मुलांना वाढवण्याची वेळ आली, तेव्हा शेरी आणि ग्रिट या दोघांनीही अतिशय जाणूनबुजून मुलांना सारख्याच प्रकारची आव्हाने पुरवण्याची व्यवस्था केली. ''त्यांना शिस्त शिकवावी आणि जसे मी शिकलो, त्याप्रमाणेच त्यांनीही गोष्टी मिळवण्यासाठी कसोशीने प्रयत्न करायला शिकावं, हे माझं ध्येय होतं. त्या गोष्टी तुम्हाला शिकाव्याच लागतात. त्या आपोआप घडत नाहीत. मुलांनी ज्याची सुरुवात केली, ती गोष्ट संपवण्यास त्यांना शिकवणं माझ्यासाठी महत्त्वाचं होतं,'' असे ग्रिट यांनी सांगितले.

स्टीव्ह आणि त्यांच्या भावंडांना, ते जे काही करण्यास सुरुवात करतील, ते अखेरपर्यंत नेण्याची तजवीज त्यांना करावीच लागेल, असे स्पष्ट शब्दांमध्ये समजावून देण्यात आले होते. ''तुम्हाला सर्व सरावसत्रांना जावंच लागेल, असं आम्ही त्यांना सांगितलं होतं. 'अरेरे, मी हे करून थकलो आहे, मला कंटाळा आला आहे,' असं तुम्हाला म्हणता येणार नाही. एकदा तुम्ही कटिबद्ध झालात, तर ते करण्यासाठी तुम्ही स्वतःस शिस्त लावता. अशाही काही वेळा येतात, जेव्हा तुम्हाला जायची इच्छा होत नाही, मात्र तुम्हाला जावंच लागतं.''

हे ऐकायला खूप कठोर वाटते, बरोबर? परंतु तुम्ही जर हे लक्ष देऊन ऐकलंत, तर यंग माता-पिता हे प्रचंड पाठिंबा देणारेही होते, असे तुम्हाला आढळेल.

स्टीव्ह यांनी सांगितलेल्या एका कथेनुसार, ते नऊ वर्षांचे असताना पॉप वॉर्नर फुटबॉल स्पर्धेमध्ये खेळत होते आणि प्रतिस्पर्धी संघातील एकाने त्यांना धक्का देत अडवले, तेव्हा स्टीव्ह यांनी त्यांच्या आईकडे पाहिले, तर त्या हातात पर्स धरूनच

स्टीव्ह यांच्या बाजूने चालत पुढे गेल्या आणि त्यांनी प्रतिस्पर्धी संघातील त्या मुलाच्या खांद्यावरील पॅडला पकडले आणि त्याने पुन्हा स्टीव्हला नियमबाह्यपणे मानेला धक्का देऊन अडवू नये, असे बजावले. स्टीव्ह आणि त्यांची भावंडे मोठी होत गेली, तसे त्यांचे घर हे मुलांचे कल्ला करण्याचे आवडते ठिकाण बनले. ''आमचं तळघर हे नेहमीच मुलांनी भरलेलं असायचं,'' असं शेरी सांगतात.

कॉर्पोरेट वकील या नात्याने ग्रिट नेहमीच फिरतीवर असायचे. ''माझ्या माहितीतील बरेच लोक हे आम्ही ज्या कोणत्या ठिकाणी असू, तिथेच आठवड्याचे अखेरचे दिवसही राहायचे. कारण, तुमची कामं शुक्रवारी संपायची नाहीत आणि तुम्हाला सोमवारपासून पुन्हा सुरुवात करावी लागणार असायची. मी मात्र तसे करायचो नाही. मी नेहमी म्हणजे नेहमीच आठवड्याच्या शेवटी मला घरी येता यावे म्हणून शक्य ते सर्व काही करायचो,'' ग्रिट म्हणाले. काही वेळा, आठवड्याच्या अखेरीस त्यांचे घरी भेट देणे, हे त्यांना ग्रिट हे टोपणनाव ज्यावरून पडले, त्या स्वभाववृत्तीचेही प्रदर्शन करणारे होते. ''एकदा मी मॉंटानामध्ये एका ॲल्युमिनिअम प्रकल्पासोबत वाटाघाटी करत होतो. शुक्रवारी रात्री मी विमानतळावर जाण्यासाठी टॅक्सी घेतली आणि सर्वत्र धुकं पसरलं होतं. सर्व विमानउड्डाणं रद्द करण्यात आली होती.''

मी या परिस्थितीमध्ये काय केलं असतं, याचा मी विचार केला आणि मग मी स्वतःशीच थोडीशी लाजले व उर्वरित कथा ऐकू लागले. ग्रिट यांनी एक गाडी भाड्याने घेतली, ती गाडी चालवत ते स्पॉकेनला पोहोचले, तिथून ते सिएटलला जाणाऱ्या विमानात बसले. सिएटलहून त्यांनी सॅनफ्रान्सिस्कोला जाणारे दुसरे विमान पकडले आणि अखेरीस, रात्रीची झोप खराब करणाऱ्या तिसऱ्या विमानाने उड्डाण करून ते दुसऱ्या दिवशी पहाटे जेएफके विमानतळावर (न्यू यॉर्क) पोहोचले. त्यानंतर, त्यांनी दुसरी गाडी भाड्याने घेतली आणि ती गाडी चालवत ते पुन्हा कनेक्टिकटमध्ये ग्रिनविच येथे आले. ''मी स्वतःचीच पाठ थोपटत नाहीय. इतकंच आहे की, मुलांसोबत वेळ घालवणं, त्यांना पाठिंबा देणं – मग तो खेळासंबंधीच्या उपक्रमांमध्ये असो की अन्य कशामध्ये तरी हे महत्त्वाचं आहे, असं मला वाटलं,'' असे ग्रिट म्हणाले.

शेरी आणि ग्रिट यांनी त्यांच्या मुलांच्या भावनिक गरजांशीही जुळवून घेतले. उदाहरणार्थ, स्टीव्ह हे विशेषकरून अस्वस्थ होते. ''तो काही गोष्टी करायचा नाही, असं आमच्या लक्षात आलं. तो दुसऱ्या इयत्तेत होता, तेव्हा त्याने शाळेत जायला नकार दिला. तो बारा वर्षांचा होता, त्या वेळी तो 'बॉय स्काउट' शिबिरामध्ये जायचा नाही. तो कधीच इतर मुलांच्या घरी राहायला जायचा नाही. या गोष्टी तो करतच नव्हता,'' असे ग्रिट यांनी सांगितले.

शेरी आणि ग्रिट ज्या बुजऱ्या मुलाचे वर्णन करत होते, त्याच्याशी निर्भिड, प्रसिद्ध क्वार्टरबॅक असणाऱ्या स्टीव्ह यंग यांची प्रतिमा जुळवणे माझ्यासाठी कठीण जात

होते. त्याचप्रमाणे, शेरी आणि ग्रिट यांनाही त्यांच्या मोठ्या मुलाच्या भयग्रस्तपणाचे काय करावे, याची काहीही कल्पना नव्हती. एकदा, स्टीव्ह यांना एका दिवसासाठी त्यांच्या काका-काकीच्या घरी घेऊन जाण्यासाठी ग्रिट त्यांना शाळेतून आणायला गेले आणि स्टीव्ह रडायचा थांबतच नव्हता, असे ग्रिट सांगतात. आपल्या स्वतःच्या घरापासून दूर जाण्याच्या कल्पनेमुळे त्याची भीतीने गाळण उडाली होती. ग्रिट गोंधळून गेले होते. यावर, त्यांनी आणि शेरी यांनी कशी प्रतिक्रिया दिली, हे ऐकण्यासाठी मी वाट पाहत होते. त्यांनी त्यांच्या मुलाला धीट होण्यास सांगितले का? त्याचे काही विशेष अधिकार त्यांनी काढून घेतले का?

नाही. त्यांनी असे केले नाही. स्टीव्ह यांनी जेव्हा शाळेत जाण्यास नकार दिला होता, तेव्हा ग्रिट यांनी आपल्या मुलाशी साधलेल्या संवादाचे जे वर्णन केले, त्यावरून ग्रिट यांनी त्याची कानउघाडणी आणि त्याच्यावर टीका करण्याऐवजी, त्याला जास्ती करून प्रश्न विचारल्याचे आणि ऐकून घेतल्याचे स्पष्ट होते : ''तुझ्यावर कोणी दादागिरी करतंय का? असं मी विचारलं. तो नाही म्हणाला. 'तुला तुझे शिक्षक आवडतात का?' 'हो, मला माझे शिक्षक आवडतात.' 'बरं, मग तू शाळेत का जात नाहीस?' 'मला माहीत नाही. मला फक्त शाळेत जायचंच नाहीय.'''

त्यावर उपाय म्हणून शेरी बरेच आठवडे स्टीव्ह यांच्या दुसऱ्या इयत्तेच्या वर्गात बसत होत्या. अखेर, स्टीव्ह स्वतःहून शाळेला जाण्यास रुळेपर्यंत त्यांनी हे सुरू ठेवले होते.

''ती विलग होण्याबाबतची अस्वस्थता होती,'' शेरी यांनी मला सांगितले. ''त्या वेळी, त्याला काय म्हणायचं, हे आम्हाला माहीत नव्हतं; परंतु तो आतून खूप जखडलेला आहे, हे आम्ही सांगू शकत होतो आणि त्याला ते सर्व टप्प्याटप्प्याने हाताळण्याची गरज आहे, हे आम्हाला माहीत होतं.''

त्यानंतर, मी जेव्हा स्टीव्ह यांना त्यांच्या बीवाययूमधील पहिल्या कठीण सहामाहीबद्दल विस्ताराने बोलण्यास सांगितले, तेव्हा मी त्यांना म्हणाले होते की, जर कोणी फक्त त्यांच्या वडिलांचे किस्से ऐकले आणि बाकी काही जाणून घेतले नाही, तर ग्रिट हे जुलमी आहेत, असा निष्कर्ष कदाचित ते काढतील. आपल्या मुलाची घरी परतण्याची विनंती कोणत्या प्रकारचे पालक धुडकावून लावू शकतात?

''बरं, ठीक आहे. प्रत्येक गोष्टीला संदर्भ, पार्श्वभूमी असते, बरोबर?'' स्टीव्ह यांनी विचारले.

मी ऐकू लागले.

''याचा संदर्भ असा आहे की, माझे वडील मला ओळखत होते. मला फक्त घरी पळून जायची इच्छा आहे, हे त्यांना माहीत होतं आणि त्यांनी जर मला तसं करू दिलं, तर त्यामुळे माझ्या भीतीशी माझी लढाई थांबणार होती, हेसुद्धा त्यांना माहीत होतं.''

‘‘ते प्रेमातून केलेलं कृत्य होतं,’’ असा निष्कर्ष स्टीव्ह काढतात. ‘‘ते कठोर होतं; पण ते प्रेमातूनच होतं.’’

मात्र, कठोर प्रेम आणि छळ यामध्ये एक पुसटशी सीमारेषा असते, नाही का? तो फरक नक्की काय असतो?

‘‘निर्णय माझाच आहे, हे मला माहीत होतं,’’ स्टीव्ह म्हणाले. ‘‘आणि माझ्या वडिलांना मी त्यांच्याकडे गेलेला नको आहे, हेसुद्धा मला ठावूक होतं. पहिली गोष्ट म्हणजे, ‘मी जे सांगतो, तेच तू करावंस असा, तुला नियंत्रित करण्याचा, तुला माझ्यासारखं बनवण्याचा, मी जे केलं तेच तुला करायला लावण्याचा, मला जे करता आलं नाही त्याची भरपाई तुला करायला सांगण्याचा, प्रयत्न मी करत नाही आहे,’ हे मुलापुढे सिद्ध होईल, अशी स्थिती पालकांनी निर्माण करणं गरजेचं आहे. माझ्या वडिलांनी सुरुवातीलाच हे त्यांच्याविषयी नाहीय आणि हे त्यांच्यासाठी गरजेचंही नाहीय, असं मला दाखवून दिलं होतं. ते खरोखरच ‘माझ्याकडे जे काही आहे, ते सर्व मी तुला देतो आहे,’ असं होतं.’’

‘‘कठोर प्रेमामध्येही एक अध्यह्रत निस्वार्थीपणा होता,’’ असे स्टीव्ह यांनी पुढे सांगितले. ‘‘मला वाटतं, तो खूप महत्त्वाचा होता. जर कोणतंही कठोर प्रेम हे फक्त पालकांनी मुलांना नियंत्रित करण्याच्या प्रयत्नांविषयी असेल, जर मुलांना त्याचा सुगावा लागतो. माझे पालक हरेकप्रकारे, ‘आम्ही तुला यशस्वी झालेलं पाहण्यासाठी डोळे लावून बसलो आहोत. आम्ही स्वतःला मागे सोडलं आहे,’’ असे सांगत असल्याचं मला कळत होतं.

जर यंग यांना जाणून घेण्यामुळे, ‘कठोर प्रेम’ ही खरोखरच परस्परविरोधी संज्ञा नाही, हे समजून घेण्यास मदत झाली असेल, तर तो विचार तसाच ठेवा – आणि फ्रान्सेस्का मार्टिनेझ व त्यांचे पालक टीम व ॲलेक्स यांना भेटा.

ऑब्झर्व्हरतर्फे ‘ब्रिटनमधील सर्वांत विनोदी कॉमिक्सपैकी एक’ असा गौरव करण्यात आलेल्या फ्रान्सेस्का या जगभर प्रेक्षकांच्या तुडुंब गर्दीसमोर कार्यक्रम सादर करतात. यंग कुटुंबीयांचा शिव्या न देण्याचा नियम त्या सामान्य नित्यक्रमामध्येच मोडतात आणि शोनंतर अपेयपान बंदी मोडण्याचीही त्यांना खात्री असते. आपल्या पालकांप्रमाणेच फ्रान्सेस्का यासुद्धा आयुष्यभर शाकाहारी आहेत, धार्मिक नाहीत आणि राजकीयदृष्ट्या डावी विचारसरणी आणि पुरोगामीत्वाच्या आसपास कुठेतरी आहेत.

फ्रान्सेस्का या दोन वर्षांच्या असताना, त्यांना सेरेब्रल पाल्सी (या विकारामध्ये मेंदूच्या विशिष्ट भागाची हानी झाल्यामुळे शरीरातील स्नायूंच्या नियंत्रणावर मर्यादा

येतात) असल्याचे निदान झाले. फ्रान्सेस्का यासाठी 'वॉबली' (तोल राखता न येणारी) हा शब्द वापरतात. मेंदूची हानी झाल्यामुळे तुमची मुलगी ''कधीच सामान्य आयुष्य जगू शकणार नाही,'' असे टीना आणि ॲलेक्स यांना सांगण्यात आल्यावर, आपली मुलगी काय बनू शकेल, याचे भाकीत कोणताही डॉक्टर करू शकणार नाही, असे त्या दोघांनी ठरवले. तुम्ही कोणीही असलात, तरी विनोदाच्या क्षेत्रामध्ये यशस्वी होण्यासाठी निग्रह हा लागतोच; परंतु निव्वळ व्यंजने स्पष्ट उच्चारणे आणि मंचावर चालत जाणे हेच जेव्हा आव्हानात्मक असते, तेव्हा तर तो जास्तच लागतो, त्यामुळे अन्य कोणत्याही उदयोन्मुख कॉमिकप्रमाणेच, फ्रान्सेस्का यांनीही, कोणतेही मानधन मिळत नसताना केवळ दहा मिनिटांचे सादरीकरण करता यावे, यासाठी प्रत्येकी चार तासांचा जाण्या-येण्याचा प्रवास सोसला आहे आणि निर्विकार व व्यग्र असणाऱ्या टीव्ही निर्मात्यांना अगणित आगंतुक कॉल्स केले आहेत; परंतु त्यांच्या सहकाऱ्यांना करावे लागत नसले, तरी त्यांना मात्र प्रत्येक शोपूर्वी श्वसनाचे आणि आवाजाचे व्यायाम करावे लागतात.

''माझे परिश्रम आणि उत्कट आवडीचं श्रेय मी घेत नाही,'' असे त्यांनी मला सांगितले. ''मला वाटतं, हे गुण अतिशय प्रेमळ आणि अतिशय स्थिर असणाऱ्या माझ्या कुटुंबियांकडून आले आहेत. त्यांचे प्रचंड पाठबळ आणि सकारात्मकता ही माझ्या महत्त्वाकांक्षेला कोणतीही मर्यादा नसण्याची कारणं आहेत.''

सामान्य लयीत बोलण्यास आणि चालण्यास संघर्ष करावा लागणाऱ्या मुलीसाठी मनोरंजन क्षेत्र हा करियरचा मार्ग असण्याबाबत फ्रान्सेस्का यांच्या शाळेतील समुपदेशक साशंक होते, यात कोणतेच नवल नव्हते. त्याहूनही, तिने हायस्कूल शिक्षण अर्धवट सोडण्याची त्यांना अधिक चिंता होती. ''ओह, फ्रान्सेस्का, अधिक समंजस अशा कोणत्यातरी क्षेत्राचा विचार कर. जसं की कॉम्प्युटर्स,'' ते सुस्कारा टाकत म्हणायचे. कार्यालयीन कामाचा विचार हा फ्रान्सेस्का यांच्या कल्पनेत येऊ शकणारा सर्वांत भयंकर विचार होता. आपण काय केले पाहिजे, असे त्यांनी त्यांच्या पालकांना विचारले.

''जा आणि तुझ्या स्वप्नांचा पाठलाग कर,'' असे ॲलेक्स यांनी आपल्या मुलीला सांगितले. ''आणि जर ते योग्य प्रकारे घडलं नाही, तर तू पुनर्मूल्यांकन करू शकतेस.''

''माझी आईही तितकीच प्रोत्साहन देणारी होती,'' फ्रान्सेस्का म्हणाल्या. मग स्मितहास्यासह त्या पुढे सांगू लागल्या, ''मुळात, टीव्हीवर अभिनय करण्यासाठी सोळाव्या वर्षी मी औपचारिक शिक्षण सोडलं, तेव्हा ते माझ्याकरिता खूश होते. माझे विकेंड्स मी मित्र-मैत्रिणींसोबत क्लब्जमध्ये घालवायचे, ज्यांच्यापासून सावध राहावं, अशा पुरुषांच्या घोळक्यात असायचे आणि उघडपणे लैंगिक नावं असणाऱ्या कॉकटेल्सचं सेवन करायचे, हे सगळं त्यांनी मला करू दिलं.''

अ‍ॅलेक्स यांनी दिलेल्या ''तुझ्या स्वप्नांचा पाठलाग कर,'' या सल्ल्याविषयी मी त्यांना विचारले. त्याचे स्पष्टीकरण देण्यापूर्वी, फ्रान्सेस्का यांचा भाऊ राऊल यांनासद्धा एका ख्यातनाम चित्रकारांकडे उमेदवारी करण्यासाठी हायस्कूल शिक्षण अर्धवट सोडण्याची परवानगी देण्यात आली होती, याची आठवण अ‍ॅलेक्स यांनी मला करून दिली. ''त्या दोघांपैकी कोणावरही आम्ही कधीच डॉक्टर किंवा वकील किंवा तशांपैकीच आणखी कोणीतरी होण्यासाठी दबाव टाकला नव्हता. जेव्हा तुम्हाला खरोखरच करायचे आहे, असे काहीतरी तुम्ही करता, तेव्हाच तो पेशा बनतो, यावर माझा पूर्णपणे विश्वास आहे. फ्रान्सेस्का आणि तिचा भाऊ विश्वास बसणार नाही, इतके कठोर परिश्रम करणारे होते; परंतु त्यांच्या उत्कट भावना या त्यांच्या संबंधित विषयांबाबत होत्या, त्यामुळे त्यांच्यासाठी ते अजिबात अन्याय्य किंवा जाचक नव्हते.''

टिनाही याच्याशी पूर्णपणे सहमत होत्या : ''मला नेहमीच एक अंतःप्रेरित जाणीव होती की, आयुष्याने आणि निसर्गाने आणि उत्क्रांतीने मुलांमध्ये त्यांच्या स्वतःच्या अशा क्षमता – त्यांचे स्वतःचे विधिलिखित – पेरलेल्या आहेत. एखाद्या रोपट्याप्रमाणे, जर त्यांना योग्य प्रकारे खतपाणी दिलं, तर त्यांची सुंदर आणि मजबूत वाढ होईल. हा फक्त त्यांच्यासाठी योग्य वातावरण निर्माण करण्याचा प्रश्न आहे – अशी माती जी त्यांचं संवर्धन करेल – म्हणजेच त्यांचं ऐकून घेणं आणि त्यांना योग्य प्रतिसाद देणं. मुलं ही त्यांच्या आतमध्ये त्यांच्या भविष्याची बीजं बाळगून असतात. आपण जर त्यांच्यावर विश्वास ठेवला, तर त्यांचे स्वतःचे असे स्वारस्यविषय उदयास येतात.''

फ्रान्सेस्का यांच्या 'हास्यास्पदरीत्या शांत' असणाऱ्या पालकांनी त्यांना दिलेल्या बिनशर्त पाठिंब्याचा संबंध, आशा अगदी पूर्णपणे हरवल्याप्रमाणे वाटत असतानाही फ्रान्सेस्का यांनी जी आशा बाळगली, तिच्याशी त्या जोडतात : ''गोष्टींना इतक्या घट्टपणे बिलगून राहणं म्हणजे तुम्ही हे करू शकता, असा विश्वास बाळगणं असतं. हा विश्वास आत्ममूल्यातून येतो आणि इतर लोक आपल्याला स्वतःच्या आयुष्यामध्ये कशाप्रकारच्या भावना जाणवू देतात, यातून हे आत्ममूल्य येतं.''

आतापर्यंत, अ‍ॅलेक्स आणि टिना हे परवानगीदायी पालकत्वाचे मूर्तिमंत उदाहरण वाटतात. ते स्वतःकडे तसेच पाहतात का, असे मी त्यांना विचारले.

''खरंतर, बिघडलेल्या मुलांचं मला जरा वावडंच आहे, असं मला वाटतं,'' अ‍ॅलेक्स सांगू लागले. मुलांवर प्रेम केलं पाहिजे आणि त्यांना स्वीकारलंही पाहिजे, मात्र मग कोणत्याही गुंतागुंतीविना, स्पष्टपणे त्यांना हे शिकवण्याची गरज आहे की : 'नाही, तू त्या काठीने तुझ्या बहिणीच्या डोक्यावर मारू शकत नाहीस. हो, तू इतरांसोबत गोष्टी वाटूनच घेतल्या पाहिजेस. नाही, तुला जेव्हा जे हवं, ते सर्वकाही तुला मिळणार नाही.' हे 'नो–नॉन्सेन्स' म्हणजेच मूर्खपणा खपवून न घेणारं पालकत्व आहे.''

उदाहरणार्थ, फ्रान्सेस्कासाठी डॉक्टरांनी नेमून दिलेले शारीरिक उपचारपद्धतीचे व्यायामप्रकार करण्यासाठी ॲलेक्स यांनी तिला पुढे रेटले. तिला ते अजिबात आवडत नव्हते. काही वर्षे, तिच्यात आणि तिच्या वडिलांमध्ये यासाठीचा लढा सुरू होता. आपण निव्वळ आपल्या मर्यादेत राहून काम का करू शकत नाही, हे फ्रान्सेस्काला समजत नव्हते आणि ठाम राहणे ही आपली जबाबदारी आहे, अशी ॲलेक्स यांची धारणा होती. फ्रान्सेस्का यांनी आपल्या पुस्तकात म्हटले आहे, त्याप्रमाणे ''पुढची काही वर्षे ही अनेकार्थांनी आनंदी असली तरी, त्यांमध्ये दारांची आदळआपट, अश्रू ढाळणे आणि वस्तूंची फेकाफेक यांनी भरलेल्या तीव्र वादविवादांचा व्यत्यय होता.''

या शाब्दिक चकमकी अधिक कौशल्यपूर्णरीत्या हाताळता येऊ शकल्या असत्या का, हा निश्चित उत्तर नसणारा प्रश्न आहे – आपण इतके ठाम व आग्रही का आहोत, हे आपल्या लहान मुलीला समजावून सांगण्याबाबत अधिक चांगली कामगिरी करू शकलो असतो, असे ॲलेक्स यांना वाटते. असे असूही शकेल कदाचित. मात्र, प्रेमळ, मुलांना त्यांच्या स्वप्नांचा पाठलाग करू देणाऱ्या पालकांनाही नपेक्षा शिस्तीच्या बाबतीत कठोर नियम करणे भाग आहे असे वाटू शकते, हा समज म्हणजे फ्रान्सेस्का यांच्या बालपणातील या पैलूविषयी मला खरोखरच लक्षवेधी वाटलेली बाब आहे. अचानक, अघळपघळ पालक म्हणून ॲलेक्स आणि टिना यांच्याबाबतचा एकआयामी दृष्टिकोन यामुळे अपूर्ण वाटू लागतो.

उदाहरणार्थ, लेखक असणाऱ्या ॲलेक्स यांना आपल्या मुलांसाठी त्यांनी तयार केलेल्या कार्यतत्त्वांविषयी बोलताना ऐकणे हे परिणामकारक होते : ''तुम्ही ज्यांसाठी परिश्रम केले आहेत, त्या गोष्टी पूर्णत्वास न्या. मी जेव्हा तरुण होतो, तेव्हा लेखन करणाऱ्या बऱ्याच लोकांना मी भेटायचो. ते मला म्हणायचे, 'हो, मीसुद्धा लेखक आहे; परंतु मी कधीच काही लिहून पूर्ण केलेलं नाही.' मग, जर असं असेल, तर तुम्ही लेखक नाही आहात. तुम्ही फक्त बसून कागदावर काहीतरी खरडणारे कोणीतरी आहात. जर तुम्हाला काहीतरी म्हणायचं असेल, तर पुढे व्हा, ते म्हणा आणि पूर्ण करा.''

मुलांना जितकी स्वातंत्र्याची गरज असते, तितकीच त्यांना मर्यादांचीही गरज असते, याच्याशी टिना सहमत आहेत. त्या शिक्षिका आहेत, त्यासोबतच पर्यावरणवादी कार्यकर्त्याही आहेत आणि आपल्या मुलांसोबत वाटाघाटी करण्यात गुंतलेले बरेच पालक त्यांनी बघितले असून त्या अशा पालकांना 'याचना आणि गयावया करणारे पालक' असे म्हणतात. ''आम्ही आमच्या मुलांना स्पष्ट तत्त्वं आणि नैतिक मार्गदर्शिकांसह जगायला शिकवलं,'' त्या सांगतात. ''आम्ही आमची कारणं, तार्किकता स्पष्ट केली, मात्र सीमारेषा कुठे आहेत, हे नेहमीच त्यांना माहीत होतं.''

''आणि आमच्याकडे टीव्ही नव्हता,'' अशी पुस्तीही त्यांनी जोडली. ''ते संमोहित करणारं माध्यम आहे, असं मला वाटायचं आणि त्याने लोकांमधील परस्परसंवादाची जागा घेतलेली मला नको होती, त्यामुळे आम्ही घरात टीव्ही ठेवलाच नाही. जर मुलांना काहीतरी विशेष पाहायचंच असेल, तर ती त्यांच्या आजी-आजोबांच्या घरी जात असत.''

स्टीव्ह यंग आणि फ्रान्सेस्का मार्टिनेझ यांच्या कथांमधून आपण काय शिकू शकतो? आणि इतर अत्युच्च निग्रही लोक त्यांच्या पालकांचे वर्णन कसे करतात, त्यातून आपण काय वेचू शकतो?

किंबहुना, यामध्ये एक आकृतिबंध असल्याचे माझ्या लक्षात आले आहे. ज्यांना निग्रहासाठी पालकत्व करायचे आहे, त्यांच्यासाठी हा आकृतिबंध म्हणजे उपयुक्त कच्चा आराखडा आहे, आपल्या मुलांना वाढवताना आपल्याला ज्यांच्याशी दोन हात करावे लागतात, असे बरेच निर्णय घेण्यासाठीची ही मार्गदर्शिका आहे.

मी यापुढे काही म्हणण्यापूर्वी मला ही पूर्वसूचना पुन्हा सांगितली पाहिजे की, एक शास्त्रज्ञ म्हणून मला ठाम निष्कर्षाप्रत येण्यापूर्वी आणखी बरेचसे माहितीबिंदू गोळा करायला आवडतील. आणखी एका दशकभरामध्ये, निग्रहासाठीच्या पालकत्वाविषयी मला आता माहीत आहे, त्यापेक्षा खूप जास्त माहिती असली पाहिजे; परंतु आपल्याला ज्यांची काळजी वाटते, अशांचे पालकत्व पत्करताना थांबण्याचे असे काही बटण नसल्यामुळे, मी पुढे जाऊन तुम्हाला माझे काही कयास सांगेन. असे करण्यासाठी मला बऱ्याच प्रमाणात प्रोत्साहन मिळण्याचे कारण म्हणजे, पालकत्वावर (परंतु निग्रहावर नाही) दहापेक्षा अधिक काळजीपूर्वकरीत्या करण्यात आलेल्या संशोधनकार्यांशी हा आकृतिबंध मिळताजुळता असल्याचे माझे निरीक्षण आहे. जॉन वॉटसन यांनी 'त्यांचे लाड करू नका' हा सल्ला दिल्याच्या काळापासून मानवी प्रेरणेविषयी जे काही आकलन झाले आहे, ते लक्षात घेतल्यास, हा आकृतीबंध तर्कसुसंगत आहे आणि सरतेशेवटी, मला दिसणारा आकृतिबंध हा मानसशास्त्रज्ञ बेंजामिन ब्लूम आणि त्यांच्या गटाने तीस वर्षांपूर्वी पूर्ण केलेल्या जागतिक दर्जाचे खेळाडू, कलावंत आणि अभ्यासकांच्या मुलाखतींशी साधर्म्य साधणारा आहे. पालकत्व हा ब्लूम यांच्या संशोधनाचा उघड लक्ष्यबिंदू नसला - त्या संशोधनामध्ये मूलतः पालकांना चरित्रात्मक तपशीलांची ''पडताळणी करणारे निरीक्षक'' म्हणून समाविष्ट करून घेण्यात आले असले - तरी, पालकत्वाचे महत्त्व हा त्या संशोधनाच्या महत्त्वाच्या निष्कर्षांपैकी एक ठरला होता.

आता मला काय दिसते, ते पुढीलप्रमाणे आहे.

पहिले आणि सर्वांत महत्त्वाचे म्हणजे, पाठिंबा देणारे पालकत्व आणि मागणी करणारे पालकत्व यांमध्ये 'एक किंवा दुसरे' अशा प्रकारची अदलाबदल नसते. 'कठोर प्रेम' म्हणजे 'एकीकडे जिव्हाळा व आदर आणि दुसरीकडे ठामपणे अंमलबजावणी केलेल्या अपेक्षा' यांच्यादरम्यान काळजीपूर्वक साधलेला समतोल, असा विचार करणे, हा सर्वसामान्य गैरसमज आहे. प्रत्यक्षात, तुम्हाला या दोन्हीही गोष्टी करता न येण्याचे कोणतेही कारण नाही. स्टीव्ह यंग आणि फ्रान्सेस्का मार्टिनेझ यांच्या पालकांनी अतिशय स्पष्टपणे नेमके हेच केले आहे. यंग पालक हे कठोर होते; परंतु त्याचबरोबर ते प्रेमळही होते. मार्टिनेझ पालक हे प्रेमळ होते; पण त्याचबरोबर ते कठोरही होते. दोन्ही कुटुंबे ही एका अर्थाने 'पाल्य-केंद्रित' होती; परंतु काय केले पाहिजे, किती कठोर परिश्रम करावेत आणि गोष्टींबाबत प्रयत्न करणे केव्हा सोडून द्यावे, याचा निवाडा मुले नेहमीच अधिक चांगल्या प्रकारे करतात, असे दोघांपैकी कोणत्याच कुटुंबास वाटले नव्हते.

बरेच मानसशास्त्रज्ञ आता, पालकत्वाच्या शैलींचे वर्गीकरण कशाप्रकारे करतात, याची प्रातिनिधिक आकृती खाली देण्यात आली आहे. यामध्ये, एका अखंड रेषेऐवजी दोन रेषा आहेत. वरील उजव्या बाजूच्या चतुर्थांश भागात मागणी करणारे आणि पाठिंबा देणारे असे दोन्ही पालक येतात. यासाठीची तांत्रिक संज्ञा 'अधिकारवादी पालकत्व' (ऑथॉरिटेटिव्ह पॅरेंटिंग) अशी आहे. दुर्दैवाने याची सहजपणे 'हुकूनशाही पालकत्वाशी' (अथॉरिटेरियन पॅरेंटिंग) गफलत होते. अशा प्रकारचा गोंधळ टाळण्यासाठी मी अधिकारवादी पालकत्वाचा उल्लेख 'सुज्ञ पालकत्व' असा करेन, कारण या चतुर्थांश भागात येणारे पालक हे त्यांच्या मुलांच्या मानसशास्त्रीय गरजांची अचूक पारख करणारे असतात. मुलांना त्यांच्या पूर्ण क्षमतेपर्यंत पोहोचण्यासाठी प्रेमाची, मर्यादांची आणि मोकळीक मिळण्याची गरज असते, याची ते दखल घेतात. त्यांचा अधिकार हा सत्तेवर नाही, तर ज्ञानावर आणि सुज्ञतेवर आधारित असतो.

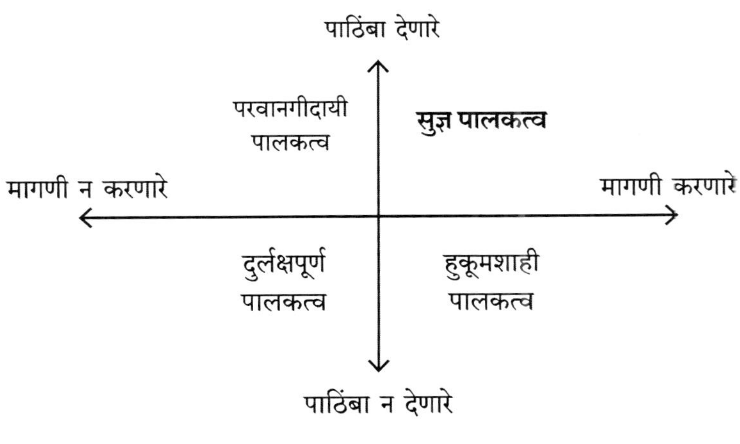

अन्य तीन चतुर्थांश भागांमध्ये, पालकत्वाच्या इतर तीन सर्वसामान्य शैली असून त्यामध्ये मागणी न करण्याच्या, पाठिंबा न देण्याच्या पद्धतीपासून ते दुर्लक्षपूर्ण पालकांतर्फे मुले वाढवण्याच्या उदाहरणाचा समावेश आहे. दुर्लक्षपूर्ण पालकत्वामुळे विशेषकरून विषारी भावनिक वातावरण निर्माण होते, मात्र त्याविषयी मी इथे फारशी चर्चा करणार नाही, कारण हा पालकत्वाचा प्रकार 'निग्रहाच्या पालकांनी त्यांच्या मुलांना कसे वाढवावे,' यासाठीचा वाजवी उमेदवारही नाही.

हुकूमशाही पालक हे मागणी करणारे असतात आणि पाठिंबा देणारे नसतात, जॉन वॉटसन यांनी मुलांचा स्वभाव कणखर बनवण्यासाठी नेमक्या याच दृष्टिकोनाचा पुरस्कार केला आहे. त्याउलट, परवानगीदायी पालक हे पाठिंबा देणारे असतात; परंतु मागणी करणारे नसतात.

'सोसायटी फॉर रिसर्च ऑन ॲडॉलिसन्स' या संस्थेमध्ये मानसशास्त्रज्ञ लॅरी स्टिनबर्ग यांनी २००१ साली जेव्हा अध्यक्षीय भाषण केले, तेव्हा त्यांनी पालकत्वाच्या शैलींबाबत पुढील संशोधनावर प्रतिबंध करण्याचा प्रस्ताव मांडला होता, कारण पाठिंबा देणाऱ्या आणि मागणी करणाऱ्या पालकत्वाची शैली लाभदायक असल्याचे इतके सारे पुरावे होते की, शास्त्रज्ञांनी अधिक अवघड आणि काटेरी संशोधनात्मक प्रश्नांकडे वळणे लाभदायक ठरू शकत होते. निश्चितच, मागील चाळीस वर्षांमध्ये, एकामागोमाग काळजीपूर्वकरीत्या रचनाबद्ध केलेल्या संशोधनांमधून, मानसशास्त्रीयदृष्ट्या सुज्ञ पालकांची मुले ही अन्य कोणत्याही प्रकारच्या कुटुंबात वाढलेल्या मुलांपेक्षा अधिक चांगली कामगिरी करतात, असे आढळून आले आहे.

उदाहरणार्थ, लॅरी यांच्या एका संशोधनांतर्गत, अमेरिकेतील सुमारे दहा हजार किशोरवयीनांनी त्यांच्या पालकांच्या वर्तनाविषयीच्या प्रश्नावल्या भरल्या होत्या. त्या किशोरवयीनांचे लिंग, वांशिकता, सामाजिक स्थान किंवा त्यांच्या पालकांची वैवाहिक स्थिती काहीही असली, तरी प्रेमळ, आदरयुक्त आणि मागणी करणाऱ्या पालकांची किशोरवयीन मुले शाळेमध्ये चांगल्या श्रेण्या मिळवतात, अधिक आत्मनिर्भर असतात, त्यांना अस्वस्थता आणि नैराश्याचा त्रास होण्याचे प्रमाण कमी असते आणि त्यांच्याकडून अपराधी वर्तनाची शक्यता कमी असते. अशा प्रकारचे संशोधन करण्यात आलेल्या जवळपास प्रत्येक देशामध्ये आणि बालविकासाच्या प्रत्येक टप्प्यावर याच आकृतिबंधाची पुनरावृत्ती दिसून आली आहे. हे फायदे दशकभराच्या किंवा त्याहूनही अधिकच्या काळामध्ये मोजता येण्याजोगे असल्याचे दीर्घकालीन संशोधनांनी सूचित केले आहे.

पालकत्वाविषयीच्या संशोधनांमधून लागलेल्या मोठ्या शोधांपैकी एक म्हणजे पालक काय संदेश देण्याचे ध्येय बाळगतात, यापेक्षा मुले काय संदेश स्वीकारतात, हे महत्त्वाचे ठरते.

ज्या गोष्टी बाहेरून हुकूमशाही पालकत्वाचे पाठ्यपुस्तक वाटतात – उदाहरणार्थ, टीव्ही पाहण्यास बंदी किंवा अपशब्द उच्चारण्यास बंदी इ. – त्या प्रत्यक्षात दंडात्मक असूही शकतात आणि नसूही शकतात. पर्यायाने, जे परवानगीदायी असल्याचे दिसते – उदाहरणार्थ, मुलांना हायस्कूल शिक्षण अर्धवट सोडू देणे – त्यातून निव्वळ, पालक कोणत्या नियमांना महत्त्वाचे म्हणून मूल्य देतात, यांमधील फरक प्रतिबिंबित होत असू शकतो. अन्य शब्दांत सांगायचे, तर एखाद्या सुपरमार्केटमध्ये धान्यविभागात उभे राहून आपल्या पाल्याची कानउघाडणी करणाऱ्या पालकांविषयी मत ठरवून मोकळे होऊ नका. बहुतांश प्रकरणांमध्ये, त्या संवादांचा अर्थ मुले कसा घेतात, हे समजण्यासाठीचा पुरेसा संदर्भ तुमच्याकडे नसतो आणि दिवसाखेरीस, मुलांचा अनुभवच खरोखर महत्त्वाचा असतो.

तुम्ही मानसशास्त्रीयदृष्ट्या सुज्ञ पालक आहात का? हे शोधून काढण्यासाठीची पडताळणी सूची म्हणून मानसशास्त्रज्ञ आणि पालकत्वविषयक तज्ज्ञ नॅन्सी डार्लिंग यांनी विकसित केलेल्या पुढील पानावरील पालकत्व मूल्यांकनाचा वापर करा. त्यांपैकी किती विधाने तुमची मुले निःसंदेहपणे मांडतील?

यांपैकी काही विधाने ही इटालिक्समध्ये देण्यात आल्याचे तुमच्या लक्षात येईल. ही 'उलटार्थी' विधाने आहेत म्हणजेच जर या विधानांशी तुमची मुले सहमत असतील, तर तुम्हाला वाटते, त्यापेक्षा बहुधा तुम्ही मानसशास्त्रीयदृष्ट्या कमी सुज्ञ आहात.

पाठिंबा देणारे : प्रेमळ

जर मला कोणती समस्या असेल, तर मला मदत करावी, यासाठी मी माझ्या पालकांवर अवलंबून राहू शकतो.

माझे पालक माझ्याशी फक्त संवाद साधण्यामध्ये वेळ घालवतात.

एकत्र करण्यात मजा येणाऱ्या गोष्टी मी आणि माझे पालक करतो.

मी स्वतःच्या अडचणी माझ्या पालकांना सांगितलेल्या त्यांना आवडत नाहीत.

माझ्या चांगल्या कामगिरीसाठी क्वचितच माझे पालक माझी प्रशंसा करतात.

पाठिंबा देणारे : आदरयुक्त

माझा स्वतःचा दृष्टिकोन बाळगण्याचा मला अधिकार आहे, असे माझ्या पालकांना वाटते.

माझ्या पालकांच्या संकल्पनाच बरोबर आहेत आणि मी त्यांना प्रश्न विचारू नये, असे माझे पालक मला सांगतात.

माझे पालक माझ्या खासगीपणाचा आदर करतात.

माझे पालक मला खूप स्वातंत्र्य देतात.

मी काय करू शकतो, याविषयीचे बरेचसे निर्णय माझे पालक घेतात.

मागणी करणारे

मी कौटुंबिक नियमांचे पालन करावे, अशी माझ्या पालकांची खरोखरच अपेक्षा असते.

माझे पालक खरेच मला गोष्टींमधून पळ काढू देतात.

मी ज्या मार्गांनी अधिक चांगली कामगिरी करू शकतो, त्याकडे माझे पालक निर्देश करतात.

मी जेव्हा काही चुकीचे करतो, तेव्हा माझे पालक मला शिक्षा करत नाहीत.

गोष्टी कठीण असल्या तरीही माझे पालक माझ्याकडून सर्वोत्तम कामगिरीची अपेक्षा ठेवतात.

पाठिंबा, आदर आणि उच्च दर्जा यांसोबत वाढल्यामुळे खूप सारे लाभ मिळतात – त्यांपैकी एक हा निग्रहाशी विशेषकरून सुसंगत आहे. अन्य शब्दांत सांगायचे, तर सुज्ञ पालकत्व हे मुलांना त्यांच्या पालकांचे *अनुकरण* करण्यासाठी प्रोत्साहन देते.

काही विशिष्ट प्रमाणात, लहान मुले ही अर्थातच त्यांच्या आई-वडिलांच्या पावलावर पाऊल ठेवत असतात. जेव्हा आपल्याकडे जाण्यासारखा अन्य कोणताच मार्ग नसतो, तेव्हा खरोखरच आपल्या आसपास असणाऱ्या लोकांच्या बोलण्याचा लहेजा, सवयी आणि ढब, प्रवृत्ती यांची नक्कल करण्यावाचून आल्यापुढे अन्य काय पर्याय असतात? ते चालतात, त्यासारखेच आपण चालतो. ते खातात, तेच आपण खातो. त्यांच्या आवडीनिवडीही आपण अंगीकारतो.

प्रौढांची नक्कल करण्याची लहान मुलाची प्रवृत्ती अतिशय पक्की असते. उदाहरणार्थ, स्टॅनफर्ड विद्यापीठामध्ये पन्नास वर्षांपेक्षा अधिक काळापूर्वी करण्यात

आलेल्या एका उत्कृष्ट मानसशास्त्रीय प्रयोगामध्ये, प्रौढ लोक वेगवेगळ्या प्रकारच्या खेळण्यांशी खेळत असल्याचे बालवाडीतील मुलांना दाखवण्यात आले होते आणि त्यानंतर, त्या मुलांना स्वतः त्या खेळण्यांसोबत खेळण्याची संधी देण्यात आली होती. त्यांपैकी निम्म्या मुलामुलींनी प्रौढांना शांतपणे टिंकरटॉय (ठोकळे व काड्यांच्या साहाय्याने वेगवेगळे आकार बनवण्याचा खेळ) खेळण्यांशी खेळताना आणि त्याच खोलीतील लहान मुलाच्या आकाराएवढ्या फुगवता येण्याजोग्या बाहुल्याकडे दुर्लक्ष करताना पाहिले होते. उर्वरित निम्म्या मुलामुलींनी, प्रौढांना सुरुवातीला टिंकरटॉय रचताना आणि मिनिटभरानंतर, त्या बाहुल्यावर दुष्टपणे हल्ला चढवताना पाहिले. ते प्रौढ लोक आधी ठोशांनी आणि मग लाकडी हातोड्याने त्या बाहुल्यावर प्रहार करत होते, त्याला हवेत उडवत होते आणि अखेरीस किंचाळत व ओरडत आक्रमकपणे त्या बाहुल्याला खोलीभर लाथाडत होते.

जेव्हा मुलांना त्याच खेळण्यांसोबत खेळण्याची संधी देण्यात आली, तेव्हा ज्या मुलांनी प्रौढांना शांतपणे खेळताना पाहिले होते, त्यांनी त्यांचाच कित्ता गिरवला. त्याउलट, ज्या मुलांनी प्रौढांना बाहुल्याला मारताना पाहिले होते, ती मुले त्यांच्याप्रमाणेच आक्रमक वागत होती, ती मुले अगोदर पाहिलेल्या हिंसक प्रौढांची बऱ्याच बाबतींत इतक्या जवळून नक्कल करत होती, मुलांचे वर्तन हे जवळपास 'कार्बन कॉपी' म्हणजेच तंतोतंत तसेच आहे, असे वर्णन संशोधकांनी केले.

आणि तरीही *नक्कल* करणे आणि *अनुकरण* करणे यांमध्ये जमीन-आस्मानाचा फरक आहे.

आपण जसजसे मोठे होतो, तसे आपल्या कृतींबाबत विचारमंथन करण्याची आणि इतरांमधील कशाबाबत आपल्याला कौतुक आहे आणि कशाबाबत तुच्छता आहे, याचा निवाडा करण्याची आपली क्षमता विकसित होते. आपले पालक जेव्हा प्रेमळ, आदरयुक्त आणि मागणी करणारे असतात, तेव्हा आपण केवळ त्यांच्या उदाहरणाचे अनुकरणच करत नाही, तर आपण ते अतीव आदराने शीर्षस्थानी मानतो. त्यांच्या विनंत्या आपण केवळ मान्यच करत नाहीत, तर ते अशी विनंती का करत आहेत, हेसुद्धा आपण समजून घेतो. त्यांच्यासारख्याच स्वारस्यविषयांचा पाठलाग करण्याबाबत आपण विशेषत्वाने आग्रही बनतो – उदाहरणार्थ, यंग यांचे वडील स्वतः बीवाययूमध्ये उत्कृष्ट अमेरिकन फुटबॉलपटू होते आणि फ्रान्सेस्का मार्टिनेझ यांनीही त्यांच्या वडिलांप्रमाणेच खूप कमी वयामध्ये लेखनाची आवड विकसित केली होती, हा योगायोग निश्चितच नव्हे.

बेंजामिन ब्लूम आणि त्यांच्या गटाने जागतिक दर्जाची कामगिरी करणाऱ्यांबाबतच्या त्यांच्या अभ्यासामध्येही अशाच प्रकारचा नमुना नोंदवला आहे. ब्लूम यांच्या संशोधनातील पाठिंबा देणारे आणि मागणी करणारे पालक हे जवळपास कोणत्याही अपवादाविना, "कार्यतत्त्वांचे आदर्श होते. कारण,

त्यांना कष्टाळू म्हणून वाखाणण्यात आले होते, त्यांनी प्रयत्न केलेल्या क्षेत्रामध्ये त्यांनी वैयक्तिक सर्वोत्तम कामगिरी केली होती, निवांतपणापेक्षा कामाला अग्रक्रम आहे यावर आणि दूरस्थ ध्येय गाठण्यासाठी माणसाने काम केले पाहिजे, यावर त्यांचा विश्वास होता.'' त्याहीपुढे जाऊन, ''मुलांच्या पसंतीच्या कार्यामध्ये त्यांना सहभागी होण्यासाठी प्रोत्साहन देणे हे नैसर्गिक आहे, असे बहुतांश पालकांना वाटत होते.'' ''नक्कीच, पालकांचे स्वतःचे स्वारस्यविषय या ना त्या प्रकारे पाल्यापर्यंत पोहोचतात... आम्हाला वारंवार असे आढळून आले की, एखाद्या पियानोवादकाचे पालक हे त्यांच्या पाल्यास टेनिसच्या प्रशिक्षणासाठी पाठवायचे, मात्र पियानोचे धडे गिरवण्यासाठी स्वतःहून घेऊन जायचे आणि हीच गोष्ट उलटपक्षी टेनिसपटूच्या घराबाबतही घडत होती,'' हा ब्लूम यांच्या सारांश निष्कर्षांपैकी एक होता.

कित्येक अत्युच्च निग्रही लोकांनी मला त्यांचे पालक हेच त्यांचे सर्वांत प्रशंसनीय आणि प्रभावशाली आदर्श होते, असे अभिमानाने आणि आदराने सांगणे हे खरोखरच उल्लेखनीय आहे आणि हे म्हणजे, इतक्या साऱ्या अत्युच्च निग्रही लोकांनी एक ना दुसऱ्या मार्गाने त्यांच्या पालकांच्या स्वारस्यविषयांशी अगदी मिळतेजुळतेच स्वारस्यविषय विकसित केले, असे सांगण्यासारखे आहे. स्पष्टपणे, निग्रहाचे उदाहरण असणारे हे लोक केवळ त्यांच्या पालकांची नक्कल करत मोठे झाले नाहीत, तर त्यांनी पालकांचे अनुकरणही केले.

हा तर्क, मानसशास्त्रीयदृष्ट्या सुज्ञ असणाऱ्या पालकांची सर्वच मुले मोठी होऊन निग्रही बनणार नाहीत, कारण मानसशास्त्रीयदृष्ट्या सुज्ञ असणारे सर्वच पालक हे निग्रहीपणाचे प्रदर्शन करणार नाहीत, अशा अंदाजित निष्कर्षाप्रत येऊन पोहोचतो. मागच्या आकृतीमधील वरच्या उजवीकडील चतुर्थांश भागातील आई-वडील हे पाठिंबा देणारे आणि मागणी करणारे असे दोन्हीही असले तरीही, ते दीर्घकालीन ध्येयांप्रती उत्कट आवड व जिद्द प्रदर्शित करतील किंवा करणार नाहीत, या दोन्ही शक्यता असू शकतात.

जर तुम्ही तुमच्या पाल्यामध्ये निग्रह निर्माण करू इच्छित असाल, तर स्वतःच्या जीवनविषयक ध्येयांप्रती तुमच्यामध्ये किती उत्कट आवड आणि चिकाटी आहे, हा प्रश्न प्रथमतः तुम्ही विचारावा. त्यानंतर, तुमच्या पालकत्वाप्रतीच्या दृष्टिकोनाद्वारे तुमच्या मुलाला तुमचे अनुकरण करण्यासाठी प्रोत्साहन मिळण्याची किती शक्यता आहे, हेसुद्धा तुम्ही स्वतःला विचारावे. जर पहिल्या प्रश्नाचे उत्तर 'बऱ्याच प्रमाणात' आणि दुसऱ्या प्रश्नाचे उत्तर 'खूप दाट शक्यता' असे असेल, तर तुम्ही अगोदरच निग्रहाकरिता पालकत्व निभावत आहात.

केवळ आई आणि वडीलच निग्रहासाठीचा पाया रचत नसतात.

केंद्रवर्ती कुटुंबापलीकडे विस्तारणारी प्रौढांची एक व्यापक पर्यावरणव्यवस्था असते. आपण सर्व जणच आपल्या स्वतःच्या मुलांव्यतिरिक्त अन्य लहान मुलांचे एकाअर्थी पालक असतो, त्यामुळे पुढील पिढीमध्ये निग्रह 'निर्माण करण्याची' जबाबदारी आपल्या सर्वांवर आहे. इतर लोकांच्या मुलांसाठी 'पाठिंबा देणारे आणि मागणी करणारे मार्गदर्शक' या भूमिकेतून आपण खूप मोठा परिणाम घडवू शकतो.

तंत्रज्ञान उद्योजक टोबी ल्युक हे अत्युच्च निग्रही आहेत आणि त्यांच्या आयुष्यात असेच एक मार्गदर्शक होते. टोबी हे सोळाव्या वर्षी त्यांच्या जर्मन हायस्कूलमधून शिक्षण अर्धवट सोडून बाहेर पडले, तेव्हा त्यांच्याकडे कोणताही लक्षात राहण्याजोगा शिक्षणाचा सकारात्मक अनुभव नव्हता. त्यांच्या मूळ शहरातील एका अभियांत्रिकी कंपनीमध्ये शिकाऊ उमेदवारी करत असताना ते जर्गन या तळघरातील एका लहानशा खोलीत काम करणाऱ्या प्रोग्रॅमरना भेटले. ''लांब केस वाढवलेले, वयाच्या पन्नाशीत असणारे, राखाडी दाढी-केसांसहीत मोटरसायकल चालवणारे जर्गन हे सहज कोणत्याही हेल एंजल्स टोळीमध्ये (हार्ले डेव्हिडसन मोटरसायकल चालवणाऱ्या गुन्हेगार दुचाकीस्वारांची टोळी) सहज खपून गेले असते,'' अशा शब्दांत टोबी यांनी प्रेमाने जर्गन यांचे वर्णन केले. नापास विद्यार्थी म्हणून टोबी यांच्याविषयी जे शैक्षणिक असमर्थतेचे निदान करण्यात आले होते, त्याचा कॉम्प्युटर प्रोग्रॅमर म्हणून त्यांच्या प्रगतीमध्ये काहीच अडथळा येत नसल्याचा शोध त्यांना जर्गन यांच्या पालकत्वामध्ये लागला.

''जर्गन हे निष्णात शिक्षक होते,'' टोबी म्हणाले. ''त्यांनी जे वातावरण निर्माण केलं होतं, त्यामध्ये, दरवर्षी तब्बल दहा वर्षांचा करियरविषयक विकास करणं केवळ शक्यच नव्हतं, तर सहजसाध्यही होतं.''

दररोज सकाळी, टोबी कामावर यायचे तेव्हा त्यांनी आदल्या दिवशी लिहिलेल्या कोडची छापील प्रत त्यांना मिळायची आणि ती लाल मार्करने लिहिलेल्या टिप्पण्या, सूचना आणि सुधारणांनी भरलेली असायची. टोबी यांचे काम अधिक चांगले होऊ शकेल, असे विशिष्ट मार्ग नमूद करताना जर्गन कठोर आणि निर्दयी होते. ''मी लिहीत असलेल्या कोडमध्ये अहंकार न गुंतवण्यास या गोष्टीने मला शिकवलं. कोडमध्ये नेहमीच सुधारणा करण्याचे मार्ग असतात आणि असा अभिप्राय मिळणं हे एखाद्या भेटवस्तूप्रमाणेच होतं,'' असे टोबी यांनी सांगितले.

एके दिवशी जर्गन यांनी टोबी यांना जनरल मोटर्सच्या एका सॉफ्टवेअरसंबंधित कामगिरीचे नेतृत्व करण्यास सांगितले. त्या सॉफ्टवेअरचे सादरीकरण करण्यासाठी आणि ते बसवण्यासाठी कंपनीने टोबी यांना पहिलावहिला सूट खरेदी करण्याकरिता जादाचे पैसे दिले. सादरीकरणावेळी बोलण्याचे सर्व काम जर्गन करतील, अशी टोबी यांची अपेक्षा होती, मात्र सॉफ्टवेअर बसवण्याच्या एक दिवस अगोदर जर्गन

सहजपणे टोबी यांच्याकडे आले आणि त्या दिवशी आपल्याला दुसरीकडे कुठेतरी जावे लागणार आहे, असे त्यांनी टोबी यांना सांगितले. टोबी हे एकटेच जनरल मोटर्समध्ये जाणार होते. भयंकर चिंता, अस्वस्थतेसह टोबी गेले. ते इन्स्टॉलेशन यशस्वी ठरले.

''हाच प्रकार पुनःपुन्हा दोहरवला गेला,'' टोबी म्हणाले. ''कशा कुणास ठावूक; पण जर्गन यांना माझ्या आरामदायी चौकटीच्या मर्यादा माहीत होत्या आणि त्या चौकटीच्या थोडीशी बाहेर असणारी परिस्थिती ते तयार करायचे. मी चुकत-माकत, प्रयत्न करून, करून पाहत त्या परिस्थितींवर मात केली... मी यशस्वी झालो.''

टोबी यांनी पुढे जाऊन शॉपीफाय नावाची सॉफ्टवेअर कंपनी स्थापन केली. दहा हजार ऑनलाइन स्टोअर्सना ही कंपनी सॉफ्टवेअरचे बळ देत असून अलीकडेच या कंपनीच्या उत्पन्नाने १० कोटी डॉलर्सचा टप्पा ओलांडला आहे.

किंबहुना, अध्यापनाविषयी नव्याने पुढे येत असलेल्या संशोधनामधून त्याचे पालकत्वाशी विलक्षण साधर्म्य असल्याचे सूचित होते. मानसशास्त्रीयदृष्ट्या सुज्ञ शिक्षक हे त्यांच्या विद्यार्थ्यांच्या आयुष्यामध्ये प्रचंड फरक पाडू शकतात, असे दिसते.

हार्वर्डचे अर्थतज्ज्ञ रॉन फर्ग्युसन यांनी मला माहीत असणाऱ्या अन्य कोणाहीपेक्षा जास्त, परिणामकारक आणि परिणामशून्य शिक्षकांची तुलना करणारी आकडेवारी, संशोधनात्मक माहिती जमवली आहे. अलीकडेच करण्यात आलेल्या एका संशोधनामध्ये, रॉन यांनी १८९२ विविध वर्गांमधील विद्यार्थी आणि शिक्षकांचा अभ्यास करण्यासाठी गेट्स फाउंडेशनसोबत भागीदारी केली होती. ''माझ्या शिक्षकांना आमच्या सर्वोत्तम प्रयत्नांपेक्षा कमी काहीही मान्य होत नाही'' आणि ''माझ्या वर्गामधील विद्यार्थी हे शिक्षकांना त्यांनी जशाप्रकारे वागणे अपेक्षित आहे, तसेच वागतात,'' अशी वाक्ये ज्या शिक्षकांविषयी त्यांच्या विद्यार्थ्यांकडून उच्चारली जातात, ते मागणी करणारे शिक्षक आपल्या विद्यार्थ्यांच्या शैक्षणिक कौशल्यांमध्ये वर्षागणिक मोजता येण्याजोगी वाढ घडवतात, असे फर्ग्युसन यांना आढळले. जे शिक्षक पाठिंबा देणारे आणि आदरयुक्त असतात - ज्यांचे विद्यार्थी त्यांच्याविषयी, ''जर मला कोणत्या गोष्टीचा त्रास होत असेल, तर ते माझ्या शिक्षकांना समजल्यासारखे वाटते'' आणि ''आम्ही आमचे विचार मांडावेत, असे माझ्या शिक्षकांना हवे असते,'' असे बोलतात - ते शिक्षक त्यांच्या विद्यार्थ्यांचा आनंद, त्यांचे वर्गातील स्वेच्छाप्रयत्न आणि त्यांच्या महाविद्यालयीन आकांक्षा वाढवतात.

परवानगीदायी, हुकूमशाही आणि निष्काळजी शिक्षक असणे जसे शक्य असते, तसेच मानसशास्त्रीयदृष्ट्या सुज्ञ शिक्षक असणेही शक्य असते, असे रॉन यांना आढळते. सुज्ञ शिक्षकच विद्यार्थ्यांच्या क्षमतांची आणि त्याचबरोबर, त्यांचे हित, सहभाग आणि भविष्यासाठीच्या उच्च आशा आदींची उन्नती साधताना दिसतात.

उच्च अपेक्षा आणि त्याचबरोबर दुर्दम्य पाठिंबा असणाऱ्या संदेशाचा विद्यार्थ्यांवर काय परिणाम होतो, हे पाहण्यासाठी मानसशास्त्रज्ञ डेव्हिड येगर आणि जेफ कोहेन यांनी अलीकडेच एक प्रयोग केला. त्यांनी सातव्या इयत्तेला शिकवणाऱ्या शिक्षकांना मुलांच्या निबंधांवर लेखी अभिप्राय लिहिण्यास व त्यामध्ये सुधारणेसाठीच्या सूचना आणि ते नियमितपणे वापरतील, असे कोणतेही प्रोत्साहनपर शब्द समाविष्ट करण्यास सांगितले. नेहमीप्रमाणेच, शिक्षकांनी विद्यार्थ्यांच्या निबंधांचे समास हे टिप्पण्यांनी भरून टाकले.

त्यानंतर, शिक्षकांनी टिप्पण्या लिहिलेले सर्व निबंध संशोधकांकडे हस्तांतरित केले आणि संशोधकांनी कोणत्याही विशिष्ट निकषाशिवाय त्या निबंधांचे दोन गठ्ठे केले. त्यांपैकी एका गठ्ठ्यातील निबंधांवर संशोधकांनी एक टिपण डकवले. त्यावर लिहिले होते : ''तुला तुझ्या पेपरविषयी अभिप्राय मिळावा म्हणून मी या टिप्पण्या तुला देत आहे.'' ही प्लेसिबो कंट्रोल (प्रयोगात सहभागी झालेल्यांना प्रत्यक्षात त्यांच्यावर प्रयोग करण्यात आला की नाही, हे कळू न देणे) स्थिती होती.

दुसऱ्या गठ्ठ्यातील निबंधांवर संशोधकांनी चिकटवलेल्या टिपणामध्ये लिहिले होते : ''*मी तुला या टिप्पण्या लिहून देतो आहे, कारण मला तुझ्याकडून खूप उच्च अपेक्षा आहेत आणि तू तिथपर्यंत पोहोचू शकतोस, हे मला माहीत आहे.*'' ही सुज्ञ अभिप्राय स्थिती होती.

अशा प्रकारे, कोणत्या विद्यार्थ्याला कोणते टिपण मिळाले आहे, हे शिक्षकांना कळणार नव्हते आणि आपल्या काही वर्गमित्रांना आपल्यापेक्षा वेगळे टिपण मिळाले आहे, हे विद्यार्थ्यांच्या लक्षात येणार नव्हते. शिक्षकांनी वर्गादरम्यान ते निबंध विद्यार्थ्यांना परत करावेत, यासाठी संशोधकांनी प्रत्येक निबंध फोल्डरमध्ये घालून ठेवला.

त्यानंतर, विद्यार्थ्यांना त्यापुढील आठवड्यामध्ये आपल्या निबंधांमध्ये सुधारणा करण्याचा पर्याय देण्यात आला.

नवे निबंध जेव्हा गोळा करण्यात आले तेव्हा, ज्या विद्यार्थ्यांना प्लेसेबो कंट्रोल टिपण मिळाले होते, त्यांपैकी ४० टक्के विद्यार्थ्यांनी सुधारित निबंध द्यायचे ठरवले, असे डेव्हिड यांना आढळले. त्यातुलनेत, टिपणाद्वारे सुज्ञ अभिप्राय देण्यात आलेल्यांपैकी ८० टक्के विद्यार्थ्यांनी – म्हणजेच दुप्पट विद्यार्थ्यांनी सुधारित निबंध देण्याचे ठरवले होते.

भिन्न नमुन्यांसोबत याच प्रयोगाची पुनरावृत्ती केली असता, ज्या विद्यार्थ्यांना सुज्ञ अभिप्राय मिळाला – ''मी तुला या टिप्पण्या लिहून देतो आहे, कारण मला तुझ्याकडून खूप उच्च अपेक्षा आहेत आणि तू त्यांच्यापर्यंत पोहोचू शकतोस, हे मला माहीत आहे'' – त्यांनी 'प्लेसिबो कंट्रोल' स्थितीच्या विद्यार्थ्यांच्या तुलनेत आपल्या निबंधांमध्ये दुप्पट सुधारणा केल्या होत्या.

निश्चितपणे, प्रेम, आदर आणि उच्च अपेक्षा व्यक्त करणारे दैनंदिन हावभाव आणि कृती यांना टिपणे ही पर्याय ठरत नाहीत; परंतु एक साध्याशा संदेशाचाही शक्तिशाली प्रेरणादायी परिणाम होऊ शकतो, यावर या प्रयोगांनी प्रकाशझोत टाकला.

प्रत्येक अत्युच्च निग्रही व्यक्तीला काही सुज्ञ आईवडिलांचा लाभ मिळाला नव्हता; परंतु मी ज्यांची मुलाखत घेतली, त्या सर्व जणच त्यांच्या आयुष्यातील कोणाकडे तरी निर्देश करू शकत होते. त्या व्यक्तीने योग्य वेळी आणि योग्य प्रकारे त्यांना उच्च ध्येय बाळगण्यासाठी प्रोत्साहन दिले आणि त्यांना अतिशय गरजेचा असणारा आत्मविश्वास आणि पाठिंबा पुरवला.

आता कॉडी कॉलमन याचीच कथा घ्या.

सुमारे दोन वर्षांपूर्वी, कॉडीने मला ई-मेल पाठवला. त्याने ग्रिटसंबंधीचे माझे 'टेड टॉक' व्याख्यान पाहिले होते आणि आम्ही कधीतरी बोलू शकतो का, हे त्याला जाणून घ्यायचे होते. त्याची व्यक्तिगत कथा कदाचित मदतीची ठरू शकेल, असे त्याला वाटत होते. तो एमआयटीमध्ये इलेक्ट्रिकल इंजीनिअरिंग आणि कॉम्प्युटर सायन्स या मुख्य विषयांसह शिक्षण घेत होता आणि जवळपास पैकीच्यापैकी जीपीएसह पदवीधर होण्याच्या नजीक होता. त्याच्या दृष्टिकोनातून, त्याच्या यशाचा गुणवत्ता आणि संधी यांच्याशी खूपच अल्पसंबंध होता. त्याऐवजी, त्याचे यश पूर्णपणे वर्षानुवर्षे टिकवून ठेवलेली उत्कट आवड आणि चिकाटी यांच्याशी संबंधित होते.

''नक्कीच, आपण बोलू या,'' मी म्हणाले. मला समजलेली गोष्ट पुढीलप्रमाणे होती.

ट्रेंटन, न्यूजर्सीच्या पूर्वेला तीस मैलांवर असणाऱ्या मॉनमाउथ काउंटी करेक्शनल इन्स्टिट्यूशन या संस्थेमध्ये कॉडीचा जन्म झाला. कॉडी या जगात आला, तेव्हा एफबीआयने त्याच्या आईला वेडी घोषित केले होते आणि एका सिनेटरच्या (अमेरिकेच्या वरिष्ठ विधिमंडळाचे प्रतिनिधी) मुलाला जीवे मारण्याची धमकी दिल्याबद्दल तिला तुरुंगवास झाला होता. कॉडी आपल्या वडिलांना कधीही भेटलेला नाही. कॉडीच्या आज्जीने त्याची व त्याच्या भावांचा कायदेशीर ताबा

घेतला आणि असे करून बहुधा त्याचे आयुष्य वाचवले; परंतु ती काही खास सुज्ञ पालक नव्हती. तिला बहुधा प्रेमळ आणि करड्या शिस्तीचे व्हायची इच्छा होती, मात्र तिचे शरीर आणि मन दोन्हीही तसे करण्यास हळूहळू नकार देत होते. कॉडी वर्णन करतो, त्याप्रमाणे अल्पावधीतच तिच्यापेक्षा तोच अधिक पालकाची भूमिका – आणि जेवण बनवणे आणि स्वच्छता – करू लागला होता.

''आम्ही गरीब होतो,'' कॉडीने सांगितले. ''माझी शाळा जेव्हा अन्नदानाचा उपक्रम राबवायची, तेव्हा ते अन्न माझ्या कुटुंबाकडे यायचे, कारण त्या परिसरामध्ये आम्ही सर्वांत गरीब होतो आणि तो परिसरही फारसा काही चांगला नव्हता. कल्पना करता येण्याजोग्या प्रत्येक विभागामध्ये माझ्या शालेय प्रशासनाची कामगिरी सरासरीपेक्षा खालावलेली होती.

''या दुष्काळात तेरावा महिना म्हणजे मी ना खेळाडू होतो ना हुशार होतो. मी इंग्रजी सुधारणा वर्गांना जाण्यास सुरुवात केली होती. माझे गणितातील गुण हे फार फार तर सरासरी होते,'' कॉडी पुढे सांगतो.

मग काय झाले?

''एकेदिवशी, माझा सर्वांत मोठा भाऊ – तो माझ्यापेक्षा अठरा वर्षांनी मोठा होता – घरी आला. हायस्कूलमधील माझ्या पहिल्या वर्षानंतरचा तो उन्हाळा होता. मला त्याच्यासोबत दोन आठवडे राहता यावे, याकरिता मला घेऊन जाण्यासाठी तो व्हर्जिनियाहून गाडी चालवून आला होता आणि आम्ही पुन्हा कारने त्याच्या घरी जात असताना त्याने माझ्याकडे वळून मला विचारले, 'तुला कॉलेजमध्ये शिकण्यासाठी कुठे जायचं आहे?'''

कॉडी त्याला म्हणाला, ''मला माहीत नाही... मला चांगल्या शिक्षणसंस्थेत जायचं आहे. कदाचित, प्रिन्स्टनसारख्या कुठल्यातरी संस्थेत.'' आणि नंतर लागलीच त्याने आपले शब्द मागे घेतले : ''परंतु प्रिन्स्टनसारखी शिक्षणसंस्था मला प्रवेश देण्याची अजिबात शक्यता नाही.''

''प्रिन्स्टन तुला का घेणार नाही?'' कॉडीच्या भावाने त्याला विचारले. ''तू शाळेमध्ये ठीकठाक कामगिरी करत आहेस. जर तू कष्ट केलेस, जर तू स्वतःच्या मर्यादा विस्तारल्यास, तर तू त्या स्तरावर पोहोचू शकतोस. प्रयत्न करण्यात तुझं काहीच जात नाहीय.''

''त्या क्षणी माझ्या डोक्यात काहीतरी बदललं,'' कॉडी सांगतो. ''मी 'कशाला त्रास घ्या?' पासून ते 'का करू नये?'कडे गेलो. मी खरंच खूप चांगल्या महाविद्यालयामध्ये कदाचित जाणार नाही, हे मला माहीत होतं; पण मी जर प्रयत्न केला, तर माझ्याकडे संधी आहे, हे माझ्या लक्षात आलं. जर मी कधीच प्रयत्न केला नाही, तर माझ्याकडे कोणतीच संधी नाहीये.''

पुढच्या वर्षी, कॉडीने स्वतःला शाळेच्या अभ्यासामध्ये झोकून दिले. तिसऱ्या वर्षापर्यंत तो लागोपाठ 'ए' श्रेणी मिळवू लागला होता. अखेरच्या वर्षामध्ये असताना, कॉडीने कॉम्प्युटर सायन्स आणि अभियांत्रिकी यांसाठीचे देशातील सर्वोत्तम महाविद्यालय शोधायला सुरुवात केली. त्याने त्याच्या स्वप्नातील शिक्षणसंस्था प्रिन्स्टनवरून एमआयटी अशी बदलली. या परिवर्तनाच्या काळामध्ये तो असामान्यरीत्या सुज्ञ अशा गणित शिक्षिका चँटेल स्मिथ यांना भेटला आणि त्यांनी जवळपास त्याला दत्तकच घेतले.

कॉडीच्या वाहन चालवण्याच्या शिकवणीसाठी चँटेल यांनीच पैसे भरले. कॉडी हा तिकडे राहायला जाणार होता, तेव्हा त्याचा खर्च भागवण्यासाठी चँटेल यांनीच 'कॉलेज डॉर्म फंड' (महाविद्यालय वसतिगृह निधी) गोळा केला. बोस्टनच्या बोचऱ्या थंडीसाठी चँटेल यांनीच कॉडीला स्वेटर, हॅट, हातमोजे आणि उबदार सॉक्स आदी साहित्य पाठवून दिले. चँटेल या दररोज कॉडीची काळजी करायच्या, त्यांनीच कॉडीला महाविद्यालयाच्या प्रत्येक सुट्टीच्या काळामध्ये प्रेमाने आपल्या घरी बोलावले, कॉडीच्या आजीच्या अंत्यविधीवेळी त्यांनीच कॉडीला आधार दिला. चँटेल यांच्या घरी कॉडीने सर्वप्रथम ख्रिसमसच्या सकाळी जाग आल्यानंतर आपले नाव लिहिलेल्या भेटवस्तूंचा अनुभव घेतला, त्याच घरी त्याने आयुष्यात पहिल्यांदा ईस्टर एग्जची सजावट केली आणि त्याच घरामध्ये वयाच्या चोविसाव्या वर्षी त्याने जन्मदिनाची पहिलीवहिली कौटुंबिक पार्टी साजरी केली.

एमआयटीमधील वाटचालही काही पूर्णपणे सहजसाध्य नव्हती; परंतु नव्या आव्हानांसोबतच कॉडी म्हणतो त्याप्रमाणे, 'पाठिंब्याची वातावरण व्यवस्थाही' उभी राहिली. कॉडी लहानाचा मोठा होत होता, त्या काळाच्या तुलनेत – प्राचार्य, प्राध्यापक, त्याच्या शिक्षणविभागातील वरिष्ठ विद्यार्थी, त्याच्या खोलीतील सहनिवासी आणि मित्र यांच्यामुळे – एमआयटी हा जणू कॉडीकडे लक्ष दिले जाण्याबाबतीत स्वर्गच होता.

सर्वोच्च गुणांनी पदवीधर झाल्यानंतर कॉडी हा इलेक्ट्रिकल इंजीनिअरिंग आणि कॉम्प्युटर सायन्स या विषयांमध्ये पदव्युत्तर शिक्षण घेण्यासाठी तिथेच थांबला. त्याने सर्वोत्कृष्ट जीपीएसह ते शिक्षण पूर्ण केले आणि त्याच वेळी डॉक्टरेटच्या शिक्षणाकरिता आणि सिलिकॉन व्हॅलीमधील कंपन्यांकडून नोकरीकरिता येणाऱ्या प्रस्तावांनाही प्रतिसाद दिला.

तातडीने लाभदायक कारकिर्दीची सुरुवात करणे आणि डॉक्टरेट शिक्षण घेणे यांपैकी एकाविषयी निर्णय घेताना, कॉडीने आपण जिथे आहोत तिथपर्यंत कसे पोहोचलो, याविषयी सखोल विचार केला. पुढील पावसाळी सत्रापासून तो स्टॅनफर्ड येथे कॉम्प्युटर सायन्समधील पीएच.डी. शिक्षणाला सुरुवात करणार आहे. त्याने अर्जादाखल लिहिलेल्या निबंधातील पहिले वाक्य पुढीलप्रमाणे आहे : ''कॉम्प्युटर

सायन्सविषयी आणि यंत्रांविषयी शिकण्याच्या माझ्या उत्कट आवडीचा वापर व्यापक समाजाच्या हितासाठी करणे आणि त्याच वेळी आपल्या समाजाच्या भवितव्याला आकार देईल, अशा यशाचे उदाहरण सादर करणे हे माझे ध्येय आहे.''

म्हणजेच कॉडी कोलमनला मानसशास्त्रीयदृष्ट्या सुज्ञ आई, वडील किंवा आजी-आजोबा लाभले नाहीत. माझी इच्छा आहे की, त्याला ते लाभायला हवे होते. तथापि, त्याला योग्य वेळी योग्य गोष्ट सांगणारा भाऊ लाभला, असामान्यरीत्या सुज्ञ आणि चांगल्या हायस्कूल गणिताच्या शिक्षिका लाभल्या आणि त्याचबरोबर अन्य शिक्षकांची, मार्गदर्शकांची व सहकारी विद्यार्थ्यांची पर्यावरणव्यवस्था लाभली. या सर्वांनी मिळून त्याला काय शक्य आहे, हे दाखवले आणि त्याला तिथपर्यंत पोहोचण्यास मदत केली.

कॉडीच्या यशाचे श्रेय स्वतःकडे घेण्यास चँटेल नकार देतात. ''सत्य तर हे आहे की, मी त्याच्या आयुष्याला जितका स्पर्श केला आहे, त्यापेक्षा खूप जास्त कॉडीचा माझ्या आयुष्यात वाटा आहे. काहीही अशक्य नाही आणि कोणतेही ध्येय आपल्या आवाक्याबाहेरचे नाही, हे त्याने मला शिकवलं आहे. संपूर्ण आयुष्यात मला भेटलेल्या सर्वांत प्रेमळ माणसांपैकी तो एक आहे आणि तो मला जेव्हा 'मॉम' म्हणून हाक मारतो, त्यापेक्षा अभिमानाची गोष्ट माझ्यासाठी असू शकत नाही.''

एका स्थानिक रेडिओ वाहिनीने अलीकडेच कॉडीची मुलाखत घेतली. त्या संभाषणाच्या अखेरीस, आयुष्यातील अशाच प्रकारच्या परिस्थितींवर मात करण्यासाठी झगडणाऱ्या श्रोत्यांना तो काय सांगू इच्छितो, असे त्याला विचारण्यात आले. ''सकारात्मक राहा,'' कॉडी म्हणाला. ''काय शक्य आहे आणि काय अशक्य यांबाबतच्या नकारात्मक धारणा ओलांडून पुढे जा आणि फक्त प्रयत्न करा.''

कॉडीचे मुलाखतीतील अखेरचे शब्द पुढीलप्रमाणे होते, ''कोणाच्या तरी आयुष्यामध्ये बदल घडवण्यासाठी तुम्हाला पालक बनण्याची गरज नसते. जर तुम्हाला त्यांची काळजी असेल, आणि काय चाललं आहे, हे तुम्हाला समजलं, तर तुम्ही तो परिणाम घडवू शकता. त्यांच्या आयुष्यात काय सुरू आहे, हे समजून घेण्याचा प्रयत्न करा आणि त्यासंबंधी त्यांना मदत करा. मी या गोष्टीचा प्रथमपुरुषी अनुभव घेतला आहे. त्याने माझ्या आयुष्यात बदल घडवला आहे.''

➡ *प्रकरण ११*

निग्रहाची मैदाने

माझी मुलगी ल्युसी साधारणतः चार वर्षांची असताना, एके दिवशी स्वयंपाकघरातील टेबलापाशी बसून बेदाण्यांचा लहानसा डबा उघडण्यासाठी झगडत होती. तिला भूक लागली होती. तिला ते बेदाणे हवे होते; परंतु त्या डब्याचे झाकण हट्टीपणे तिच्या प्रयत्नांना दाद देत नव्हते. सुमारे मिनिटभरानंतर, तिने सुस्कारा सोडून न उघडलेला डबा खाली ठेवला आणि ती निघून गेली. मी दुसऱ्या खोलीतून हे पाहत होते आणि माझा जवळपास श्वासच अडकला. *देवा! एका साध्याशा बेदाण्याच्या खोक्याकडून माझी मुलगी पराभूत झाली आहे! तिच्यात मोठेपणी कोणताही निग्रह असण्याची कितपत शक्यता आहे?*

मी घाईने तिथे गेले आणि ल्युसीला पुन्हा प्रयत्न करण्यासाठी प्रोत्साहन दिले. पाठिंबा देणारे आणि मागणी करणारे अशा दोन्ही प्रकारचे पालक बनण्याचा मी सर्वोत्तम प्रयत्न केला, तरीसुद्धा तिने प्रयत्न करण्यास नकार दिला.

त्यानंतर काही काळातच, मला आमच्या घराजवळ एक बॅले स्टुडिओ सापडला आणि मी तिथे ल्युसीचे नाव नोंदवले.

बॅले... किंवा पियानो... किंवा फुटबॉल... किंवा खरेतर कोणतेही रचनाबद्ध अवांतर उपक्रम केल्यामुळे निग्रह वाढतो, असा अन्य बऱ्याच पालकांप्रमाणेच माझाही ठाम समज होता. अशा प्रकारच्या उपक्रमांमध्ये दोन महत्त्वाची वैशिष्ट्ये असतात आणि त्याची पुनरावृत्ती अन्य कोणत्याही वातावरणात करणे कठीण असते. पहिले म्हणजे तिथे मुलांच्या पालकांव्यतिरिक्त एक प्रौढ व्यक्ती प्रमुख असते – आणि आदर्शतः, ते पाठिंबा देणारे आणि मागणी करणारे असे दोन्ही असतात. दुसरे म्हणजे, स्वारस्य, सराव, हेतू आणि आशा यांचे संवर्धन करण्याच्या दृष्टीने या छंदांची, प्रयत्नांची रचना करण्यात आलेली असते. बॅले स्टुडिओ, गायन वर्ग,

ज्युदोचे वर्ग, बास्केटबॉल कोर्ट, ग्रिडिरॉन (अमेरिकन फुटबॉलचे मैदान) – ही सर्व निग्रहाची मैदाने आहेत.

अवांतर उपक्रमाविषयीचा पुरावा अपूर्ण आहे. ज्यामध्ये मुलांवर कोणत्याही निकषाशिवाय एखादा खेळ खेळण्याची किंवा वाद्य वाजवण्याची, वादविवाद संघामध्ये स्पर्धा करण्याची, शाळेनंतर एखादे काम करण्याची किंवा शाळेच्या वृत्तपत्रामध्ये योगदान देण्याची कामगिरी सोपवण्यात आली आहे, अशा एकाही संशोधनकार्याकडे मी निर्देश करू शकत नाही. जर तुम्ही क्षणभर याबाबत विचार केला, तर 'असे का?'चे उत्तर तुम्हाला जाणवेल. नाणेफेक करून आणि नीतीमान कारणांकरिता आपल्या पाल्यांना गोष्टी करण्यासाठी (किंवा न करण्यासाठी) स्वयंसेवक बनू देण्याची कोणत्याही पालकांची इच्छा नसते, आणि कोणताही शास्त्रज्ञ लहान मुलांना एखाद्या उपक्रमामध्ये सहभागी होण्यासाठी (किंवा न होण्यासाठी) बळजबरी करू शकत नाही.

नपेक्षा, एक पालक आणि समाजशास्त्रज्ञ म्हणून मी अशी शिफारस करते की, तुमचे मूल पुरेसे मोठे होताच, शालेय वर्गाबाहेर त्याला जे करण्यात आनंद मिळेल, अशा कशाचातरी शोध घ्या आणि तिथे त्याचे नाव नोंदवा. किंबहुना, जर मी जादूची कांडी फिरवू शकत असते, तर जगातील सर्व मुलांना त्यांच्या निवडीच्या किमान एका अवांतर उपक्रमामध्ये मी गुंतवले असते आणि हायस्कूलमध्ये शिकणाऱ्या मुलांनी, त्यांनी किमान एका उपक्रमास एका वर्षापेक्षा जास्त काळ धरून राहावे, अशी तजवीज मी केली असती.

मुलांच्या दिवसातील प्रत्येक क्षणाचे नियोजन करावे, असे मला वाटते का? अजिबात नाही; परंतु मुले आठवड्यातील किमान काही वेळ त्यांना स्वारस्य वाटणाऱ्या कठीण गोष्टी करण्यात घालवतात, तेव्हा त्यांचा उत्कर्ष होतो, असे मला खचितच वाटते.

मी म्हटल्याप्रमाणे, इतक्या धाडसी शिफारसी करण्याचे पुरावे अपूर्ण आहेत; परंतु माझ्या दृष्टिकोनानुसार, आतापर्यंत झालेले संशोधन हे खूप जास्त सूचक आहे. ते सर्व एकत्र करता, मुले सुज्ञ बॅले शिक्षकांच्या, फुटबॉल प्रशिक्षकांच्या किंवा व्हायोलिन शिक्षकांच्या सानिध्यात राहून निग्रह शिकतात, हा पक्ष ठामपणे तुमच्यासमोर उभा राहील.

सुरुवातीलाच सांगायचे झाल्यास, काही संशोधकांनी मुलांना बीपर्स (नोंदी ठेवणारे उपकरण) दिले आहेत, जेणे करून संपूर्ण दिवसभर, आपण काय करत आहोत आणि त्या त्या क्षणी आपल्याला कसे वाटते आहे, हे नोंदवण्याकरिता मुले प्रवृत्त होऊ शकतात. जेव्हा मुले शालेय वर्गामध्ये असतात, तेव्हा त्यांनी आव्हानात्मक वाटत असल्याची नोंद केली आहे – परंतु ते विशेषत्वाने प्रेरित नव्हते. त्याउलट, ते जेव्हा मित्रांसोबत दंगामस्ती करत असतात, तेव्हा त्यांना फारसे आव्हानात्मक वाटत नसते; परंतु खूप मजा येत असते आणि जेव्हा ते अवांतर उपक्रम करत असतात, तेव्हा? जेव्हा मुले खेळ खेळत किंवा वाद्य वाजवत किंवा शालेय नाटकाची तालीम करत असतात, तेव्हा त्यांना आव्हानात्मकही वाटत असते आणि मजाही येत असते. आव्हान आणि अंगभूत प्रेरणा यांचे मिश्रण विश्वासार्हरीत्या निर्माण करू शकेल, असा लहान मुलांच्या आयुष्यामध्ये दुसरा कोणताही अनुभव नाही.

या संशोधनाचा मूलभूत तात्पर्य पुढीलप्रमाणे आहे : शाळा ही कठीण आहे; परंतु बऱ्याच मुलांसाठी ती अंगभूतरीत्या स्वारस्यपूर्ण नाही. मित्रांशी गप्पा मारणे हे स्वारस्यपूर्ण आहे; परंतु कठीण नाही; परंतु बॅले? बॅलेमध्ये या दोन्ही गोष्टी असू शकतात.

त्याक्षणी मिळणारा अनुभव ही एक गोष्ट आहे; परंतु दीर्घकालीन फायद्यांचे काय? अवांतर उपक्रमांची कोणतीही मोजता येण्याजोगी फलिते आहेत का?

जी मुले अवांतर उपक्रमांमध्ये अधिक सहभागी होतात, ती कल्पना करता येण्याजोग्या प्रत्येक बाबतीत चांगली कामगिरी करतात, हे दर्शवणारी अगणित संशोधनकार्ये आहेत – ती मुले अभ्यासात चांगल्या श्रेणी मिळवतात, त्यांचा आत्मसन्मान उच्च असतो, ते संकटे ओढावून घेण्याची शक्यता कमी असते आणि यांसारख्या अन्यही सकारात्मक गोष्टी आहेत. यांपैकी काही तुरळक अभ्यास हे दीर्घकालीन आहेत, म्हणजेच त्या मुलांबाबत आयुष्यात पुढे काय घडले, हे पाहण्यासाठी संशोधकांनी वाट बघितली आहे. हे दीर्घकालीन अभ्यासही सारख्याच निष्कर्षाप्रत आले आहेत : अवांतर उपक्रमांमध्ये अधिक सहभाग म्हणजे, चांगल्या फलितांचा अंदाज.

अवांतर उपक्रमांचा अतिरेक होणे हे अगदीच दुर्मीळ असल्याचे याच संशोधनामधून स्पष्टपणे सूचित करण्यात आले आहे. आजच्या काळात, सामान्य किशोरवयीन अमेरिकन मुले ही दररोज तीन तासांहून अधिक वेळ टीव्ही पाहण्यात आणि व्हिडिओ गेम खेळण्यात घालवत असल्याची नोंद आहे. सोशल मीडिया

पाहणे, मित्रांना मांजरांच्या व्हिडिओंच्या लिंक पाठवणे आणि कर्डेशियन्स भगिनी स्वतः कोणते पेहराव परिधान करावेत, याचा विचार करत असताना त्यांची इत्थंभूत माहिती ठेवणे, यांमध्ये अतिरिक्त वेळ निघून जातो – त्यामुळे बुद्धिबळ क्लबमध्ये किंवा शाळेच्या नाटकामध्ये किंवा इतर कोणत्याही रचनाबद्ध, कौशल्यकेंद्रित, प्रौढांचे मार्गदर्शन लाभणाऱ्या उपक्रमासाठी वेळ देता येणे शक्य नाही, असा युक्तिवाद करणे कठीण आहे.

परंतु निग्रहाचे काय? काहीतरी साध्य करण्यासाठी आवश्यक असणारे वर्षानुवर्षांचे परिश्रम कुठे आणि त्यातुलनेत हे काही महिन्यांचे परिश्रम कुठे? जर निग्रह म्हणजे दीर्घकाळ एका ध्येयाला चिकटून राहणे असेल आणि जर अवांतर उपक्रम हा निग्रहाचा सराव करण्याचा मार्ग असेल, तर जेव्हा आपण वर्षभराहून अधिक काळ या उपक्रमांमध्ये सहभागी होतो, तेव्हाच ते विशेषकरून लाभदायी ठरणे हे तर्कमान्य आहे.

प्रत्यक्षात, अत्युच्च निग्रही लोकांनी एका मोसमातून दुसऱ्या मोसमामध्ये सुधारणेसाठी प्रयत्न करत असताना शिकलेले धडे हे मी घेतलेल्या त्यांच्या मुलाखतींमध्ये वारंवार समोर येतात.

त्याचेच हे एक उदाहरण : हायस्कूलच्या कनिष्ठ वर्षामध्ये फुटबॉलचा मोसम चेंडू पास करण्याबाबतीत फारसा चांगला न गेल्यानंतर, भविष्यात एनएफएलच्या 'हॉल ऑफ फेम'मध्ये स्थान पटकावणारे फुटबॉलपटू स्टीव्ह यंग हे हायस्कूलच्या लाकूडकाम कार्यशाळेत गेले आणि त्यांनी लाकडाचा फुटबॉल तयार करून नाड्यांच्या जागी पट्ट्या चिकटवल्या. त्या फुटबॉलच्या एका बाजूला त्यांनी एक हूक बसवला आणि त्याचा वापर त्यांनी हायस्कूलच्या व्यायामशाळेतील वजनाच्या यंत्राला फुटबॉल अडकवण्यासाठी केला. त्यानंतर, चेंडूवर घट्ट पकड ठेवून त्यांनी पास करण्याच्या पवित्र्यात पुढे आणि मागे हालचाल केली. चेंडूला अडकवलेल्या वजनामुळे प्रतिरोध वाढला आणि त्याचा परिणाम म्हणून त्यांच्या हाताचा मनगटापासून कोपरापर्यंतचा भाग आणि खांदे बळकट झाले. पुढील वर्षी त्यांनी चेंडू पास करण्याचे अंतर दुप्पट यार्डांनी वाढले होते.

दीर्घकालीन अवांतर उपक्रमांच्या फायद्यांचे यापेक्षाही अधिक पटण्याजोगे पुरावे मानसशास्त्रज्ञ मार्गो गार्डनर यांनी संचलित केलेल्या अभ्यासामधून मिळतात. हायस्कूलच्या दोन वर्षांमध्ये अवांतर उपक्रमांमध्ये सहभागी झाल्याचे आणि त्यातुलनेत केवळ एकाच वर्षाच्या सहभागाचे प्रौढवयामध्ये जर काही परिणाम दिसत असतील, तर ते कोणते, हे अभ्यासण्यासाठी मार्गो आणि कोलंबिया विद्यापीठातील त्यांच्या सहकाऱ्यांनी तब्बल अकरा हजार किशोरवयीन अमेरिकन मुलांच्या, ती सव्वीस वर्षांची होईपर्यंतच्या नोंदी ठेवल्या.

मार्गो यांना पुढील गोष्टी आढळल्या : जी मुले एका वर्षापेक्षा अधिक काळ अवांतर उपक्रमामध्ये घालवतात, ती महाविद्यालयातून पदवीधर होण्याची त्याचप्रमाणे, तरुण प्रौढ म्हणून त्यांनी आपल्या समाजामध्ये स्वयंसेवक म्हणून काम करण्याची शक्यता लक्षणीयरीत्या अधिक असते. ज्या मुलांनी एका वर्षाऐवजी दोन वर्षे अवांतर उपक्रमांमध्ये सहभाग घेतला असेल, केवळ त्याच मुलांबाबतीत त्यांनी दर आठवड्याला या उपक्रमांसाठी दिलेले तास हे त्यांना नोकरी मिळण्याचा (आणि त्या तुलनेत युवा प्रौढ म्हणून बेरोजगार असण्याचा), तसेच अधिक पैसे कमावण्याचाही अंदाज वर्तवतात.

कोणत्याही गांभीर्याविना केवळ वरवर अवांतर उपक्रमात सहभागी होण्याच्या तुलनेत, या उपक्रमांचा पाठपुरावा करण्याच्या महत्त्वाबाबत अभ्यास करणाऱ्या पहिल्या काही शास्त्रज्ञांपैकी वॉरेन विलिंघम हे एक होते.

विलिंघम हे १९७८ साली, पर्सनल क्वॉलिटीज् प्रोजेक्ट या संशोधनप्रकल्पाचे संचालक होते. अगदी आजही, युवा प्रौढांमधील यशनिर्धारक गोष्टी ओळखण्याविषयी झालेला सर्वांत महत्त्वाकांक्षी प्रयत्न म्हणून या संशोधनाचे स्थान कायम आहे.

एज्युकेशनल टेस्टिंग सर्व्हिस या संस्थेतर्फे या संशोधनप्रकल्पास अर्थसाहाय्य पुरवण्यात आले होते. सर्वसामान्यतः ईटीएस म्हणून संबोधल्या जाणाऱ्या या संस्थेने न्यूजर्सीमधील प्रिन्स्टन येथे विस्तीर्ण परिसर व्यापला आहे. हजाराहून अधिक संख्याशास्त्रज्ञ, मानसशास्त्रज्ञ आणि इतर वैज्ञानिक या संस्थेमध्ये नोकरदार असून ते सर्व जण, शाळेत आणि कामाच्या ठिकाणी यशाचा अंदाज वर्तवणाऱ्या चाचण्या विकसित करण्यास समर्पित आहेत. तुम्ही जर सॅट परीक्षा दिली असेल, तर तुम्ही ईटीएसचीच परीक्षा दिली आहे. जर तुम्ही जीआरई, टॉफल, प्रॅक्सिस आणि अन्य तीन डझन 'ॲडव्हान्स्ड प्लेसमेंट' परीक्षांपैकी कोणतीही एक दिली असेल, तरीही हीच गोष्ट लागू होते. मुळात, क्लिनेक्सचे जे टिश्यूपेपर्सबाबत स्थान आहे, तेच स्थान प्रमाणित परीक्षांमध्ये ईटीएसचे आहे. नक्कीच, अन्य काही संस्थाही प्रमाणित चाचण्या तयार करतात; परंतु आपल्यापैकी अनेकांना त्या संस्थांच्या नावांचा विचार करण्यासाठी डोक्याला ताण द्यावा लागतो.

मग, प्रमाणित चाचण्यांपलीकडे पाहण्यासाठी ईटीएस का प्रेरित झाले?

हायस्कूलमधील श्रेण्या आणि या चाचण्यांमधील गुण हे एकत्रितरीत्या, पुढील आयुष्यातील यशाचा अंदाज वर्तवण्याचे केवळ अर्धेच चांगले काम करू शकतात, हे इतर कोणाहीपेक्षा विलिंघम आणि ईटीएसमधील अन्य शास्त्रज्ञांना अधिक चांगले माहीत होते. बऱ्याचदा असे घडते की, एकसारख्याच श्रेण्या आणि चाचण्यांमधील

गुण असणारी दोन मुले पुढे आयुष्यात परस्परांपेक्षा खूप भिन्न कामगिरी करतात. त्यामुळे, *अन्य कोणते वैयक्तिक गुण महत्त्वाचे ठरतात?* या साध्या प्रश्नाचे उत्तर देण्याची तयारी विलिंघम करत होते.

हे उत्तर शोधण्यासाठी, विलिंघम यांच्या गटाने काही हजार मुलांच्या हायस्कूलमधील वरिष्ठ वर्षापासून सुरुवात करून पुढील पाच वर्षे त्यांच्या नोंदी ठेवल्या.

या संशोधनाच्या सुरुवातीलाच, प्रत्येक विद्यार्थ्याचे महाविद्यालयामध्ये अर्ज करण्यासाठीचे साहित्य, प्रश्नावल्या, लेखनाचे नमुने, मुलाखती आणि शालेय दस्तएवेज आदी माहिती जमा करण्यात आली. ही माहिती, शंभरांहून अधिक वेगवेगळ्या वैयक्तिक गुणवैशिष्ट्यांचे सांख्यिक मूल्यांकन तयार करण्यासाठी वापरण्यात आली. यांमध्ये पालकांचा पेशा आणि सामाजिक-आर्थिक स्थान आदी कौटुंबिक पार्श्वभूमीविषयक चल घटक, त्याचप्रमाणे स्वघोषित करियरविषयक स्वारस्य, महाविद्यालयीन पदवी, शैक्षणिक ध्येय आदींसाठीच्या प्रेरणा यांबरोबरच अन्यही बऱ्याच गोष्टींचा समावेश होता.

मग, हे विद्यार्थी महाविद्यालयांमध्ये शिक्षण घेत असताना तीन व्यापक विभागांतर्गत यशाची वस्तुनिष्ठ मापके गोळा करण्यात आली. पहिले, विद्यार्थ्याने किंवा विद्यार्थिनीने स्वतःला शैक्षणिकदृष्ट्या असामान्य सिद्ध केले का? दुसरे, तरुण प्रौढ म्हणून या व्यक्तीने नेतृत्वगुण प्रदर्शित केले का? आणि अखेरीस, हे तरुण स्त्री-पुरुष विज्ञान व तंत्रज्ञान, कला, क्रीडा, लेखन आणि वक्तृत्व, उद्योजकता किंवा सामाजिक सेवा आदी क्षेत्रांमध्ये लक्षणीय यश मिळवण्याची कितपत शक्यता दर्शवू शकतात?

एका अर्थाने पाहिल्यास, पर्सनल क्वालिटीज् प्रोजेक्ट ही घोड्यांची शर्यत होती. संशोधनाच्या सुरुवातीस असणाऱ्या शंभरांहून अधिक मापकांपैकी प्रत्येक मापक हे भविष्यातील यशाचा सर्वांत शक्तिशाली भाकीतकार ठरू शकत होते. विलिंघम हे या मुद्द्यावर पूर्णपणे निष्पक्षपाती असल्याचे, अंतिम माहिती जमा करण्यापूर्वी काही वर्षे पूर्ण करण्यात आलेला पहिला अहवाल वाचल्यानंतर स्पष्ट होते. त्यांनी पद्धतशीरपणे प्रत्येक चल घटक, तो समाविष्ट करण्यामागील तर्कमीमांसा, तो कसा मोजला जाणार आहे आणि यांसारख्या अन्य गोष्टींचे वर्णन केले होते.

परंतु जेव्हा सर्व अंतिम माहिती व आकडेवारी आली, तेव्हा आपण काय शिकलो, याबाबत विलिंघम निःसंदिग्ध आणि स्पष्ट होते. एक घोडा जिंकला होता आणि मोठ्या फरकाने जिंकला होता : 'पाठपुरावा' हा तो घोडा होता.

विलिंघम आणि त्यांच्या गटाने पुढीलप्रमाणे त्याचे गुणांकन पुढीलप्रमाणे केले होते : ''विभिन्न क्षेत्रांमध्ये तुरळक प्रयत्नांच्या उलट (हायस्कूलमध्ये) विशिष्ट प्रकारच्या उपक्रमांप्रती उद्देशपूर्ण आणि सातत्यपूर्ण कटिबद्धतेचे पुरावे पाठपुराव्याच्या मूल्यांकनामध्ये समाविष्ट आहेत.''

ज्या विद्यार्थ्यांना पाठपुराव्यासंबंधी उच्च गुण मिळाले, त्यांनी हायस्कूलमध्ये दोन वेगवेगळ्या अवांतर उपक्रमांत प्रत्येकी काही वर्षे सहभाग घेतला होता आणि त्या दोन्हीही उपक्रमांमध्ये त्यांनी एक ना दुसऱ्या मार्गाने लक्षणीय प्रगती केली होती (उदा. वर्तमानपत्राचे संपादक बनणे, व्हॉलिबॉल संघातील सर्वोत्कृष्ट खेळाडू ठरणे, कार्यानुभवासाठी पारितोषिक जिंकणे.) विलिंघम यांनी उदाहरणादाखल एका विद्यार्थ्याचे वर्णन केले होते, जो ''तीन वर्षे त्याच्या शाळेच्या वृत्तपत्र विभागामध्ये होता आणि व्यवस्थापकीय संपादक बनला, तसेच तीन वर्षे तो शाळेच्या मैदानी खेळांच्या संघामध्ये होता आणि अखेरीस एका महत्त्वाच्या स्पर्धेमध्ये त्याने विजेतेपद पटकावले.''

त्याउलट, जे विद्यार्थी एकापेक्षा अधिक वर्षे एकाही उपक्रमामध्ये सहभागी झाले नव्हते, त्यांचे पाठपुरावा गुणांकन हे शक्य तितके न्यूनतम होते. या वर्गवारीत येणाऱ्या काही विद्यार्थ्यांनी तर हायस्कूलच्या संपूर्ण काळामध्ये कोणत्याही उपक्रमांत सहभाग घेतला नव्हता; परंतु इतर बरेच जण हे निव्वळ फिरस्ते होते, ते एका वर्षासाठी एखाद्या क्लबमध्ये किंवा संघात सहभागी व्हायचे आणि मग, पुढच्या वर्षी संपूर्णपणे वेगळ्या अशा दुसऱ्याच कशाकडेतरी वळायचे.

पाठपुरावा या गुणवैशिष्ट्याची अंदाज वर्तवण्याची ताकद लक्षवेधी होती : हायस्कूलमधील श्रेण्या आणि सॅटचे गुण यांच्यावर नियंत्रण ठेवण्याबरोबरच, हायस्कूल काळातील अवांतर उपक्रमांचा पाठपुरावा हा महाविद्यालयातून शैक्षणिक सन्मानजनक यशासह पदवीधर होण्याचा अंदाज अन्य कोणत्याही चल घटकापेक्षा अधिक चांगल्या प्रकारे वर्तवत होता. त्याचप्रमाणे, युवा प्रौढत्वामध्ये नेतृत्वापदी झालेल्या नियुक्ती किंवा निवडीचा अंदाज वर्तवणारा पाठपुरावा हा एकटा सर्वोत्तम भाकीतकार होता आणि अखेरीस, विलिंघम यांनी मोजलेल्या शंभरहून अधिक वैयक्तिक गुणवैशिष्ट्यांपैकी अन्य कशाहीपेक्षा पाठपुरावा या गुणवैशिष्ट्याने कला आणि लेखनापासून ते उद्योजकता आणि सामाजिक सेवेपर्यंतच्या सर्व क्षेत्रांमध्ये युवा प्रौढांच्या लक्षणीय यशस्वी कामगिरींचा अधिक चांगला अंदाज वर्तवला होता.

उल्लेखनीय बाब म्हणजे विद्यार्थ्यांनी हायस्कूलमध्ये असताना ज्या विशिष्ट उपक्रमांसाठी स्वतःला वाहून घेतले होते, ते तितकेसे महत्त्वाचे नव्हते – मग ते टेनिस असो, विद्यार्थी परिषद असो किंवा वादविवाद संघ असो. विद्यार्थी कशामध्ये तरी सहभागी झाले, पुढील वर्षी पुन्हा सहभागी झाले आणि दरम्यानच्या काळात त्यांनी कोणत्यातरी प्रकारची प्रगती केली, हे महत्त्वाचे होते.

मी निग्रहाच्या अभ्यासाला सुरुवात केल्यानंतर काही वर्षांनी मला 'पर्सनल क्वॉलिटी प्रोजेक्ट' या संशोधनप्रकल्पाविषयी समजले. जेव्हा मूळ संशोधन अहवाल माझ्या

हाती आला, तेव्हा मी अथपासून इतिपर्यंत तो वाचून काढला, काही क्षण खाली ठेवून दिला आणि मग पुन्हा पहिल्या पानापासून वाचायला सुरुवात केली.

त्या रात्री मी झोपू शकले नव्हते. त्याऐवजी, मी जाणीपणी पडून विचार करत होते : *बापरे! विलिंघम ज्याला 'पाठपुरावा' म्हणताहेत, ते बरंचसं निग्रहासारखंच वाटतंय!*

तातडीने - काहीही करून - त्यांच्या निष्कर्षांची पुनरावृत्ती मी करू शकते का, हे मला पाहायचे होते.

त्यामागील एक उद्देश हा व्यावहारिक होता.

अन्य कोणत्याही स्वयं-नोंदी असणाऱ्या प्रश्नावलीप्रमाणेच, ग्रिट स्केल हीसुद्धा हास्यापदरीत्या बनावट असू शकते. संशोधन अभ्यासकार्यांमध्ये, प्रतिसादकांना खोटे बोलण्यातून काही खरेखुरे लाभ असत नाहीत; परंतु जिथे मोठ्या गोष्टी पणाला लागलेल्या आहेत, किंबहुना जिथे "मी जे काही सुरू करतो, ते संपवतोच," असा आव आणल्याने काहीतरी फायदा होण्यासारखा आहे, तिथे निग्रह चाचणी वापरण्याची कल्पना करणे कठीण आहे. विलिंघम यांनी केले होते त्याप्रमाणे, निग्रहालाही संख्यात्मक बनवणे ही ज्यामध्ये सहजरीत्या फेरफार, खेळ करता येऊ शकणार नाही, अशी मूल्यमापन रणनीती होती. किमानपक्षी, धादांत खोटे बोलल्याशिवाय तरी असे करता येणे शक्य नव्हते. विलिंघम यांच्याच शब्दांत सांगायचे झाल्यास, "उत्पादनक्षम पाठपुराव्याची स्पष्ट लक्षणे शोधणे हा विद्यार्थ्यांच्या वाटचालीचा माग काढण्याचा उपयुक्त मार्ग आहे."

परंतु 'पाठपुरावा' या गुणाद्वारे 'प्रयत्न सोडून देण्याऐवजी त्यासाठी उपस्थित राहणे' या निग्रहाचे ठळक वैशिष्ट्य असणाऱ्या फलिताचा अंदाजही वर्तवता येतो का, हे पाहणे, हे त्याहूनही अधिक महत्त्वाचे ध्येय होते.

या नव्या दीर्घकालीन अभ्यासाकरिता साहाय्य मिळवण्यासाठी मी 'दि बिल अँड मेलिंडा गेट्स फाउंडेशन' या शिक्षणक्षेत्रामध्ये परोपकारार्थ निधी देणाऱ्या सर्वांत मोठ्या सेवाभावी संस्थेकडे गेले.

महाविद्यालयीन विद्यार्थी इतक्या मोठ्या संख्येने शिक्षण अर्धवट का सोडतात, हे जाणून घेण्यास या फाउंडेशनला विशेष स्वारस्य असल्याचे, मला अल्पावधीतच समजले. आजघडीला, अमेरिकेमध्ये दोन वर्षे आणि चार वर्षांचा महाविद्यालयीन अभ्यासक्रम अर्ध्यातून सोडणाऱ्यांचा दर हा जगात सर्वाधिक आहे. शिक्षणाचा वाढता खर्च आणि या देशामध्ये शिक्षणासाठी अर्थसाहाय्य मिळवण्याचे गुंतागुंतीचे मार्ग हे या परिस्थितीला हातभार लावणारे दोन घटक आहेत. त्याचबरोबर, शोचनीयरीत्या अपुरी शैक्षणिक तयारी हासुद्धा आणखी एक घटक आहे. असे असले तरी, सारख्याच आर्थिक परिस्थितीतून आलेल्या आणि सारखेच 'सॅट'चे गुण

असणाऱ्या विद्यार्थ्यांच्या शिक्षण अर्धवट सोडण्याच्या प्रमाणामध्ये तफावत आहे. महाविद्यालयीन शिक्षणामध्ये कोण टिकून राहील व पदवी मिळवेल आणि कोण टिकणार नाही, याचा अंदाज वर्तवणे ही सर्व सामाजिक शास्त्रांसमोरील सर्वांत हट्टी समस्यांपैकी एक आहे. कोणाकडेच याचे फारसे समाधानकारक उत्तर नाही.

बिल आणि मेलिंडा गेट्स यांच्यासोबत झालेल्या भेटीमध्ये, मला व्यक्तिशः स्वतःचा दृष्टिकोन स्पष्ट करण्याची संधी मिळाली. हायस्कूलमध्ये कोणत्यातरी कठीण गोष्टीचा पाठपुरावा करण्यास शिकणे ही पुढील आयुष्यामध्ये असेच करण्यासाठीची सर्वोत्तम शक्य असणारी तयारी वाटते आहे, असे मी सांगितले.

स्वतः बिल यांनाही बऱ्याच काळापासून गुणवत्तेव्यतिरिक्त अन्य क्षमतांच्या महत्त्वाचे कौतुक होते, हे मला त्या संभाषणादरम्यान समजले. भूतकाळात, जेव्हा मायक्रोसॉफ्टमध्ये सॉफ्टवेअर प्रोग्रॅमर्स नियुक्त करण्यामध्ये त्यांची अधिक थेट भूमिका होती, तेव्हा उदाहरणार्थ, जिच्या समस्यानिवारणासाठी तासन्‌तास लागणार असल्याचे त्यांना माहीत आहे, अशी प्रोग्रॅमिंगविषयक एखादी कामगिरी ते उमेदवारांवर सोपवायचे, असे त्यांनी सांगितले. ती बुद्ध्यंक चाचणी नव्हती किंवा त्यांच्या प्रोग्रॅमिंगविषयक कौशल्यांचीही चाचणी नव्हती. त्याऐवजी, ती व्यक्तीच्या पुढे जाण्यासाठी जोर लावण्याची, नेटाने प्रयत्न करण्याची आणि अंतिम रेषेपर्यंत पोहोचण्याची चाचणी होती. जे लोक त्यांनी सुरू केलेल्या गोष्टी पूर्ण करायचे, केवळ त्यांनाच बिल नियुक्त करत असत.

गेट्स फाउंडेशनकडून मिळालेल्या उदार सहकार्यामुळे, विलिंघम यांनी केले होते, त्याचप्रमाणे मीसुद्धा हायस्कूलच्या वरिष्ठ वर्षात शिकणाऱ्या १,२०० विद्यार्थ्यांना या अभ्यासामध्ये भरती करून घेतले. त्यांचे अवांतर उपक्रम (जर कोणते असतील, तर), ते कधी त्या उपक्रमांमध्ये सहभागी झाले होते, आणि ते उपक्रम करताना त्यांनी इतरांपेक्षा असामान्य कामगिरी केली होती का, आदी माहिती मी त्यांना विचारली. हे संशोधन करत असताना, हे मूल्यमापन जसे दिसत होते, त्याच नावाने प्रयोगशाळेमध्ये त्याला संबोधण्यास आम्ही सुरुवात केली : ग्रिट ग्रिड.

> *सूचना : कृपया, शालेय वर्गांबाहेर तुम्ही ज्यासाठी लक्षणीय वेळ दिला असेल, अशा उपक्रमांची यादी करा. तो क्रीडा, अवांतर उपक्रम, स्वयंसेवी कार्यक्रम, संशोधनात्मक/शैक्षणिक कार्ये, पैसे मिळवून देणारे काम किंवा छंद यांसह कोणत्याही प्रकारचा उद्यमप्रयत्न असू शकतो. जर तुम्ही दुसऱ्या किंवा तिसऱ्या उपक्रमामध्ये सहभागी झालेले नसाल, तर त्या रांगा मोकळ्या ठेवा.*

उपक्रम	इयत्तानिहाय सहभाग ९–१०–११–१२	यशस्वी कामगिरी, पुरस्कार, नेतृत्वपदे, जर असतील तर
	□–□–□–□	
	□–□–□–□	
	□–□–□–□	

विलिंघम यांचे सूत्र पकडून, माझ्या संशोधन गटाने दोनपर्यंतच्या उपक्रमांमधील एकापेक्षा अधिक वर्षांची कटिबद्धता आणि प्रगती यांचे संख्यात्मक गुणांकन करून ग्रिट ग्रिडचे गुण तयार केले.

विशेषत्वाने, विद्यार्थ्यांनी दोन किंवा त्यापेक्षा अधिक वर्षे सहभाग घेतलेल्या प्रत्येक उपक्रमासाठी एक ग्रिट गुण देण्यात आला; विद्यार्थ्यांनी केवळ एका वर्षासाठी सहभाग घेतलेल्या उपक्रमांना गुण देण्यात आला नाही आणि त्यांचे पुढे गुणांकनही करण्यात आले नाही. विद्यार्थ्यांनी काही वर्षे सहभाग घेतलेल्या ज्या उपक्रमांमध्ये ते काही एक प्रकारची प्रगती साधू शकले होते (उदाहरणार्थ, एक वर्ष विद्यार्थी परिषदेचा सदस्य आणि पुढील वर्षी खजिनदार), अशा प्रत्येक उपक्रमासाठी दुसरा गुण देण्यात आला. सरतेशेवटी, जेव्हा केवळ 'ठीकठाक' प्रगतीच्या तुलनेत पुरेशी 'उच्च' प्रगती समजली जाऊ शकत होती (विद्यार्थी संघटनेचा अध्यक्ष, बास्केटबॉल संघातील सर्वोत्कृष्ट खेळाडू, महिन्यातील सर्वोत्कृष्ट कर्मचारी), तेव्हा त्यासाठी तिसरा ग्रिट गुण प्रदान करण्यात आला.

एकूणात, विद्यार्थी ग्रिट ग्रिडवर शून्यापासून (जर ते एका वर्षापेक्षा अधिक कटिबद्धतेच्या कोणत्याच उपक्रमात सहभागी झालेले नसतील) ते सहापर्यंत (जर त्यांनी दोन वेगवेगळ्या बहुवार्षिक कटिबद्धतेच्या उपक्रमांमध्ये सहभाग घेतला असेल आणि दोन्हीमध्ये उच्चतम यशाचे प्रदर्शन केले असेल) गुण मिळवू शकत होते.

अपेक्षेप्रमाणेच, अधिक ग्रिट ग्रिड गुण मिळवणाऱ्या विद्यार्थ्यांनी स्वतःला निग्रहामध्ये उच्च स्थानी ठेवले होते आणि त्याचबरोबर, त्यांच्या शिक्षकांचाही निग्रह उच्च होता.

त्यानंतर, आम्ही वाट पाहिली.

हायस्कूल शिक्षण पूर्ण झाल्यानंतर, आमच्या नमुन्यामधील विद्यार्थ्यांनी देशभरातील वेगवेगळ्या महाविद्यालयांमध्ये प्रवेश घेतला. त्यानंतर दोन वर्षांनी, आमच्या संशोधनातील १,२०० विद्यार्थ्यांपैकी केवळ ३४ टक्के विद्यार्थी दोन वर्षांच्या किंवा चार वर्षांच्या महाविद्यालयीन अभ्यासक्रमामध्ये प्रविष्ट होते. आम्ही अपेक्षा केली होती अगदी त्याचप्रमाणे, विद्यार्थ्यांचे महाविद्यालयात टिकून राहणे हे मोठ्या

प्रमाणावर त्यांच्या ग्रिट ग्रिड गुणांवर अवलंबून होते : ग्रिट ग्रिडमध्ये ६ पैकी ६ गुण मिळवणारे ६९ टक्के विद्यार्थी हे अद्यापही महाविद्यालयात होते. त्याउलट, ६ पैकी ० गुण मिळवणारे केवळ १६ टक्के विद्यार्थी हे महाविद्यालयीन पदवी मिळवण्याच्या मार्गावर होते.

एका वेगळ्या संशोधनामध्ये, आम्ही नवोदित शिक्षकांच्या महाविद्यालयीन अवांतर उपक्रमांना ही ग्रिट ग्रिड गुणांकन व्यवस्था लागू करून पाहिली. त्याच्या निकालांमध्येही लक्षणीय साधर्म्य होते. ज्या शिक्षकांनी महाविद्यालयामध्ये असताना, अवांतर उपक्रमांप्रतीच्या कटिबद्धतेबाबत निर्मितीक्षम पाठपुरावा केल्याचे दिसून आले होते, ते शिक्षक अध्यापनकार्यात टिकून राहण्याची शक्यता तर अधिक होतीच; पण त्याचबरोबर आपल्या विद्यार्थ्यांसाठी शैक्षणिक लाभ निर्माण करण्याबाबतही ते अधिक परिणामकारक ठरले. त्याउलट, शिक्षकांचे सॅट परीक्षेतील गुण, त्यांचे महाविद्यालयातील जीपीए किंवा त्यांच्या नेतृत्वक्षमतेविषयी मुलाखतकाराने केलेले मूल्यांकन आदींचा त्यांच्या अध्यापनातील चिकाटी आणि परिणामकारतेशी अक्षरशः कोणताही मोजता येण्याजोगा संबंध नव्हता.

या सर्वांचा एकत्रित विचार केल्यास, मी आतापर्यंत सादर केलेल्या पुराव्याचा अन्वयार्थ दोन भिन्नप्रकारे लावला जाऊ शकतो. लहान मुलांसाठी अवांतर उपक्रम हा सरावासाठीचा आणि त्यायोगे दीर्घकालीन ध्येयांकरिता उत्कट आवड व चिकाटी विकसित करण्यासाठीचा मार्ग असल्याचा युक्तिवाद मी मांडत आले आहे; परंतु अवांतर उपक्रम म्हणजे फक्त निग्रही लोकांनीच पाठपुरावा करण्यासारखे काहीतरी असणेसुद्धा शक्य आहे. ही स्पष्टीकरणे पूर्णतः परस्परभिन्न नाहीत : या दोन्ही घटकांची – विकसित होणे आणि निवड करणे – भूमिका असणे हे पूर्णपणे शक्य आहे.

आपण मोठे होत असताना, आपल्या कटिबद्धतांचा पाठपुरावा करण्यासाठी निग्रहाची आवश्यकताही असते आणि त्याच वेळी त्यामधून निग्रह आकारासही येतो, असा माझा सर्वोत्तम कयास आहे.

मला असे वाटण्याचे एक कारण म्हणजे, मुळात ज्या वैशिष्ट्यांमुळे लोक सर्वसामान्यतः विशिष्ट परिस्थितींकडे आकृष्ट होतात, त्याच गुणवैशिष्ट्यांची वाढ करण्याकडे त्या परिस्थितींचा कल असतो. व्यक्तिमत्त्व विकासाच्या या सिद्धांताला ब्रेंट रॉबर्ट्स यांनी 'कॉरस्पॉन्सिव्ह प्रिन्सिपल' (प्रतिसाददायी तत्त्व) असे संबोधले आहे. वेगवेगळ्या परिस्थितींमध्ये, लोकांच्या विचार, कृती करण्यात आणि त्यांना भावना जाणवण्यात चिरस्थायी बदल घडून येण्यासाठी काय कारणीभूत ठरते, याविषयी ब्रेंट यांची अधिकारवाणी अग्रगण्य आहे.

ब्रेंट हे जेव्हा बर्कलेमध्ये मानसशास्त्राचे पदव्युत्तर विद्यार्थी होते, तेव्हा बालपणानंतर व्यक्तिमत्त्वे ही कमीअधिक प्रमाणात ''गिलाव्याप्रमाणे पक्की'' होतात, हा प्रचलित दृष्टिकोन होता. तेव्हापासून ब्रेंट आणि व्यक्तिमत्त्वविषयक अन्य संशोधकांनी बालपणानंतरही प्रत्यक्षात व्यक्तिमत्त्वामध्ये बदल घडून येतो, हे दर्शण्यासाठी पुरेशी दीर्घकालीन संशोधनात्मक माहिती जमवली असून त्यासाठी शब्दशः हजारो लोकांच्या वर्षानुवर्षे आणि दशकानुदशके नोंदी ठेवल्या आहेत.

परिस्थिती आणि व्यक्तिमत्त्वातील स्वभावगुण यांनी आपापसांत परस्परीत्या 'साद-प्रतिसाद' देणे ही व्यक्तिमत्त्व विकासामधील महत्त्वाची प्रक्रिया असल्याचे ब्रेंट आणि अन्य व्यक्तिमत्त्वविषयक संशोधकांना आढळून आले आहे. जे स्वभावगुण आपल्याला आयुष्यातील विशिष्ट परिस्थितींकडे घेऊन जातात, त्या परिस्थितींमध्ये नेमक्या त्याच स्वभावगुणांना प्रोत्साहन, बळकटी मिळते आणि त्यांची वाढ होते, असे कॉरस्पॉन्सिव्ह प्रिन्सिपल सूचित करते. या परस्परसंबंधांमध्ये सद्‌गुण आणि दुर्गुणांच्या चक्रांची शक्यता असते.

उदाहरणार्थ, ब्रेंट आणि त्यांच्या सहकाऱ्यांनी एका संशोधनांतर्गत, न्यूझीलंडमधील एक हजार किशोरवयीनांच्या त्यांनी प्रौढत्वामध्ये प्रवेश करून नोकरी मिळवेपर्यंत नोंदी ठेवल्या. काही वर्षांनी, वैरभाव बाळगणाऱ्या किशोरवयीनांना कमी प्रतिष्ठेची कामे मिळाली आणि त्यांना उदरनिर्वाह करण्यात अडचणी येत असल्याचे नोंदवण्यात आले. या परिस्थितींमुळे परिणामतः, त्यांच्यातील वैरभावाची पातळी वाढली आणि त्यामुळे त्यांच्या रोजगारसंबंधीच्या शक्यता आणखीच मावळत गेल्या. त्याउलट, अधिक प्रसन्न किशोरवयीनांनी मानसशास्त्रीय विकासाच्या सदाचारी चक्रामध्ये प्रवेश केला. या 'चांगल्या मुलांनी' अधिक आर्थिक स्थैर्य देणाऱ्या उच्च-प्रतिष्ठेच्या नोकऱ्या मिळवल्या आणि त्याचे फलित म्हणून समाजशीलतेकडील त्यांचा कल अधिकच वाढला.

आतापर्यंत, निग्रहासंबंधी प्रतिसाददायी तत्त्वाचे संशोधन झालेले नाही.

असे असले तरी, बेदाण्यांचा डबा उघडण्यात अपयशी ठरल्यानंतर स्वतःला ''हे खूपच कठीण आहे! मी प्रयत्न थांबवते!'' असे सांगणाऱ्या लहान मुलीला तिच्या परिस्थितीवर सोडून दिल्यास, ती बहुधा हार मानण्यास बळकटी देणाऱ्या दुर्गुणाच्या चक्रामध्ये प्रवेश करते, असा माझा अंदाज आहे. ती कदाचित एकापाठोपाठ एका गोष्टीबाबत प्रयत्न सोडून देण्यास शिकू शकते, प्रत्येक वेळी संघर्षाच्या, त्यापाठोपाठ येणाऱ्या प्रगतीच्या आणि मग आणखी कठीण असणाऱ्या कशासाठीतरी प्रयत्न करण्याचा आत्मविश्वास मिळवण्याच्या सद्‌गुणी चक्रामध्ये प्रवेश करण्याची संधी ती गमावते.

परंतु बॅले हे कठीण असतानाही ज्या मुलीची आई तिला बॅले शिकण्यासाठी घेऊन जाते, त्या मुलीचे काय? जरी त्या मुलीला त्याक्षणी खरेच तिचा लिओटार्ड

(बॅलेसाठीचा पोशाख) परिधान करू नये, असे वाटत असते, कारण ती थोडीशी दमलेली असते. जरी मागच्या तलमीवेळी तिच्या बॅले शिक्षिका तिने चुकीच्या प्रकारे आपले हात पकडल्यामुळे तिला ओरडलेल्या असतात आणि ते स्पष्टपणे दुखावणारे असते. जर त्या लहान मुलीला पुनःपुन्हा प्रयत्न करत राहण्यासाठी धक्का देण्यात आला, तर एका तालमीदरम्यान तिला सफलतेच्या समाधानाचा अनुभव येईल का? तो विजय, त्या लहान मुलीला अन्य कठीण गोष्टींच्या सरावासाठी बहुधा प्रोत्साहन देऊ शकेल का? ती कदाचित आव्हानांचे स्वागत करण्यास शिकू शकेल का?

वॉरेन विलिंघम यांनी पर्सनल क्वॉलिटी प्रोजेक्ट ज्या वर्षी प्रकाशित केला, त्याच वर्षी बिल फिट्झसिमन्स हे हार्वर्ड विद्यापीठामध्ये प्रवेशप्रक्रियेचे प्रमुख बनले होते.

त्यानंतर दोन वर्षांनी, मी जेव्हा हार्वर्डसाठी अर्ज दाखल केला, तेव्हा बिल यांनीच माझा अर्ज तपासला होता. हे मला माहीत आहे, कारण पदवी शिक्षण घेत असताना एका टप्प्यावर मी बिल यांच्यासह एका सामाजिक सेवा प्रकल्पामध्ये सहभागी झाले होते. ''ओह, मिस स्कूल स्पिरीट!'' आमची ओळख करून देण्यात आली, तेव्हा फिट्झसिमन्स यांच्या तोंडून हे उद्‌गार निघाले होते आणि त्यानंतर, मी हायस्कूलमध्ये सहभाग घेतलेल्या विविध उपक्रमांचा त्यांनी उल्लेखनीय अचूकतेसह उल्लेख केला.

बिल यांना अवांतर उपक्रमांच्या पाठपुराव्याविषयी काय वाटते, हे विचारण्यासाठी मी अलीकडेच त्यांना कॉल केला होता. साहजिकच, विलिंघम यांच्या संशोधनाशी ते खूप जवळून परिचित होते.

''ते माझ्याजवळ इथेच कुठेतरी आहे,'' ते म्हणाले. ते त्यांचे पुस्तकांचे कपाट धुंडाळत असावेत. ''ते संशोधन नेहमीच माझ्या हाताशी असतं.''

बरं, मग ते विलिंघम यांच्या निष्कर्षांशी सहमत होते का? हार्वर्डच्या प्रवेशप्रक्रियेमध्ये सॅटमधील गुण आणि हायस्कूलमधील श्रेण्यांव्यतिरिक्त खरेच अन्य कशाची पर्वा केली जात होती का?

मला हे जाणून घ्यायचे होते, कारण विलिंघम यांनी त्यांचे निष्कर्ष प्रसिद्ध केले, त्यावेळी अवांतर उपक्रमांमधील पाठपुराव्याला जितक्या प्रमाणात महत्त्व दिले जायला हवे, असे त्यांच्या संशोधनात सूचित करण्यात आले होते, तितके महत्त्व महाविद्यालयांच्या प्रवेशप्रक्रिया कार्यालयांकडून दिले जात नसल्याचे विलिंघम यांचे मत होते.

दरवर्षी, खरोखरच असामान्य शैक्षणिक श्रेयाच्या जोरावर काहीशे विद्यार्थ्यांना हार्वर्डमध्ये प्रवेश दिला जातो, असे बिल फिट्झसिमन्स यांनी स्पष्ट केले. त्यांचे

सुरुवातीच्या टप्प्यातील विद्वत्तापूर्ण यश हे भविष्यात कोणत्यातरी टप्प्यावर ते जागतिक दर्जाचे अभ्यासक होतील, असे सूचित करत असते.

परंतु बिल यांच्याच शब्दांत सांगायचे, तर ''जे विद्यार्थी त्यांना आवडणाऱ्या, त्यांचा विश्वास असणाऱ्या आणि त्यांच्यालेखी मौल्यवान असणाऱ्या कशासाठीतरी प्रयत्न करण्यास कटिबद्ध राहिले आहेत – आणि विलक्षण ऊर्जेने, शिस्तीसह आणि कठोर परिश्रमांनिशी त्यांनी ती गोष्ट केली आहे,'' अश विद्यार्थ्यांनाही किमान तितक्याच संख्येने हार्वर्डमध्ये दाखल करून घेण्यात येते.

या विद्यार्थ्यांनी हार्वर्डच्या आवारात प्रवेश मिळाल्यानंतर त्याच उपक्रमांसाठी प्रयत्न करणे सुरू ठेवावे, ही प्रवेशप्रक्रिया कार्यालयातील कोणाचीच इच्छा किंवा गरज नसते. ''उदाहरण म्हणून ॲथलेटिक्सचा विचार कर,'' बिल म्हणाले. ''खेळाडूला दुखापत होते किंवा तो न खेळण्याचा निर्णय घेतो किंवा तो संघात स्थान पटकावू शकत नाही, असं म्हणू. अशा वेळी, ॲथलेटिक्सद्वारे निर्माण झालेली ती सर्व ऊर्जा, धडाडी, प्रेरणा आणि निष्ठा – तो सर्व निग्रह – ज्वळपास नेहमीच अन्य कशासाठीतरी वर्ग होतो, असे आढळून येण्याकडे आमचा कल राहिला आहे.''

किंबहुना, हार्वर्डमध्ये पाठपुराव्याकडे अग्रक्रमाने लक्ष दिले जाते, अशी हमी मला बिल यांनी दिली. विलिंघम यांच्या निष्कर्षांवर शिक्कामोर्तब करणाऱ्या अगदी अलीकडच्या आणखी एका संशोधनाचे वर्णन केल्यानंतर, तेसुद्धा खूप मिळत्याजुळत्या गुणांकन मापनपद्धतीचा वापर करत असल्याचे बिल यांनी मला सांगितले. ''तू ग्रिट ग्रिडमध्ये जे करत आहेस असं दिसतं, नेमकी तीच गोष्ट आम्ही प्रवेशप्रक्रिया विभागाच्या कर्मचाऱ्यांना करायला सांगतो आहोत.''

त्यांनी माझा अर्ज वाचण्यास वर्षभराहून अधिक काळ उलटून गेल्यानंतरही, मी हायस्कूलमध्ये शालेय वर्गांव्यतिरिक्तचा वेळ कसा खर्च करत होते, याविषयी त्यांची स्मृती इतकी स्पष्ट कशी होती, याचे स्पष्टीकरण मिळण्यास यामुळे मदत झाली. माझ्या कागदपत्रांमधील अन्य कोणत्याही गोष्टीइतकेच माझ्या अवांतर उपक्रमांमधून, मी महाविद्यालयाच्या काठिण्यासाठी – आणि संधींसाठी – स्वतःला तयार केले होते, याचा पुरावा त्यांना सापडला होता.

''बहुतांश लोकांमध्ये जन्मजात प्रचंड क्षमता असते, असा माझा प्रवेशप्रक्रियेमध्ये चाळीस वर्षांहून अधिक काळ घालवण्यातून आलेला समज आहे. त्या लोकांना जुन्या धाटणीचे परिश्रम आणि त्यांचा निग्रह आपल्या उच्चतम क्षमतेने कामाला लावण्यासाठी प्रोत्साहन दिलं जातं का, हा खरा प्रश्न आहे. अखेरीस, तेच लोक हे सर्वांत यशस्वी होताना दिसतात,'' असा निष्कर्ष बिल यांनी काढला.

अवांतर उपक्रमांचा पाठपुरावा ही निग्रह विकसित करणारी एखादी गोष्ट असण्यापेक्षा निग्रहाचा निव्वळ संकेत असण्याची शक्यता असल्याचे मी नमूद केले.

बिल यांनी सहमती दर्शवली, मात्र उपक्रम हे केवळ संकेत नसतात, हा त्यांचा निवाडा त्यांनी पुन्हा ठामपणे मांडला. कठीण गोष्टींचा पाठपुरावा करण्यातून विविध कामांमध्ये उपयोगात आणता येणारे, शक्तिशाली धडे शिकता येतात, असे बिल यांचे आकलन आहे. ''तुम्ही इतरांकडून शिकत असता, तुम्हाला अनुभवाद्वारे तुमचे प्राधान्यक्रम काय आहेत, याविषयी अधिकाधिक गोष्टी सापडत असतात, तुम्ही स्वतःचे चारित्र्य विकसित करत असता.''

''काही बाबतींत, विद्यार्थी इतर कोणामुळे तरी, बहुधा त्यांच्या पालकांनी, बहुधा समुपदेशकांनी सुचवल्यामुळे विशिष्ट उपक्रमांमध्ये सहभागी होतात,'' बिल पुढे म्हणाले. ''परंतु बऱ्याचदा असे घडते की, हे अनुभव प्रत्यक्षात परिवर्तन घडवणारे असतात आणि विद्यार्थी प्रत्यक्षात खूप महत्त्वाचे असे काहीतरी शिकतात. त्यानंतर, त्यांच्या पालकांनी आणि त्यांच्या समुपदेशकांनी कधीही कल्पना केली नसेल, अशापद्धतीने ते या उपक्रमांमध्ये उडी घेतात आणि योगदान देऊ लागतात.''

बिल यांच्यासोबत झालेल्या माझ्या संभाषणादरम्यान, 'अवांतर उपक्रमांमध्ये निग्रहाचा सराव करण्याची संधी ज्या मुलांना नाकारली जाते, त्यांच्याविषयी बिल यांना किती चिंता वाटत होती,' याचे मला सर्वाधिक आश्चर्य वाटले.

''अधिकाधिक हायस्कूलनी कला, संगीत आणि अन्य उपक्रमांचे महत्त्व कमी केले आहे किंवा ते उपक्रमच वगळले आहेत,'' असे बिल यांनी मला सांगितले. अर्थातच, गरीब मुलांना शिक्षण देणाऱ्या शाळाच प्राथमिकतः या उपक्रमांमध्ये कपात करत असल्याचे त्यांनी मग स्पष्ट केले. ''कल्पनाही करता येऊ नये, इतकी या क्षेत्रातील समानता कमी होत चालली आहे.''

उच्चभ्रू अमेरिकन हायस्कूलचे विद्यार्थी हे मागील काही दशकांमध्ये सातत्याने उच्च प्रमाणात अवांतर उपक्रमांमध्ये सहभागी होत असल्याचे हार्वर्डचे राज्यशास्त्र संशोधक रॉबर्ट पटनॅम आणि त्यांच्या सहकाऱ्यांनी केलेल्या संशोधनामध्ये उघड झाले आहे. त्याउलट, गरीब विद्यार्थ्यांचा सहभाग हा एकाएकी घटत चालला आहे.

श्रीमंत आणि गरीब यांच्यादरम्यान अवांतर उपक्रमातील सहभागाबाबत वाढत चाललेल्या दरीसाठी काही घटक कारणीभूत आहेत, असे पटनॅम स्पष्ट करतात. ठिकठिकाणी प्रवास करणाऱ्या फुटबॉल संघांसारखे सशुल्क क्रीडा उपक्रम हा समान सहभागामधील एक अडथळा आहे. अगदी जेव्हा सहभाग 'निःशुल्क' असतो, तेव्हाही सर्व पालकांना गणवेश परवडू शकत नाही. आपल्या मुलांना सरावसत्रासाठी आणि सामन्यांसाठी नेण्या-आणण्याची व्यवस्था करणे हे काही सर्व पालकांना शक्य नसते किंवा त्यांची तशी तयारी नसते. संगीत उपक्रमांबद्दल

बोलायचे झाल्यास, खासगी शिकवण्या आणि वाद्यांचा खर्च हा सहभागास प्रतिबंध करणारा ठरू शकतो.

पटनॅम यांनी जसा अंदाज वर्तवला असता त्यानुसारच, कौटुंबिक उत्पन्न आणि ग्रिट ग्रिड गुण यांच्यादरम्यान चिंताजनक परस्परसंबंध आहे. आमच्या नमुन्यामध्ये, हायस्कूलच्या वरिष्ठ वर्षातील जे विद्यार्थी शासन अनुदानित आहारासाठी पात्र असतात, त्यांचे ग्रिट ग्रिड गुण हे अधिक सुखवस्तू असणाऱ्या विद्यार्थ्यांच्या तुलनेत सरासरी पूर्ण एका गुणाने कमी होते.

रॉबर्ट पटनॅम यांच्या प्रमाणेच, जेफरी कॅनडा हेसुद्धा हार्वर्ड-प्रशिक्षित समाजशास्त्रज्ञ आहेत.

जेफ हे अत्युच्च निग्रही आहेत. गरिबीत वाढणाऱ्या मुलांना त्यांच्या क्षमतेची जाणीव होण्यासाठी सुसज्ज बनवणे, ही जेफ यांची उत्कट आवड आहे. अलीकडच्या काळात, जेफ हे बऱ्यापैकी प्रसिद्ध बनले आहेत; परंतु न्यू यॉर्क शहरातील 'हार्लेम चिल्ड्रन्स झोन' नावाच्या मूलतः सखोल शैक्षणिक कार्यक्रमाचे संचालक म्हणून त्यांनी काही दशके तुलनेने प्रसिद्धीपराङ्मुखतेमध्ये कठोर परिश्रम केले आहेत. हा कार्यक्रम यशस्वीरीत्या पूर्ण करणारी पहिली मुले ही आता महाविद्यालयामध्ये पोहोचली आहेत आणि या कार्यक्रमाचा असामान्यरीत्या सर्वसमावेशक दृष्टिकोन आणि त्या जोडीलाच असामान्यरीत्या यशस्वी निकाल यांमुळे त्याने राष्ट्रीय स्तरावर लक्ष वेधून घेतले आहे.

काही वर्षांपूर्वी, जेफ हे आमचे उद्घाटनप्रसंगीचे भाषण करण्यासाठी पेन येथे आले होते. त्यांच्या व्यग्र वेळापत्रकामधून, मी बळेबळेच त्यांच्यासोबत खासगी बैठक मिळवण्यात यशस्वी झाले. आमच्याकडे वेळ मर्यादित असल्याने, मी थेट मुद्द्याला हात घातला.

''तुम्ही समाजशास्त्रज्ञ म्हणून प्रशिक्षित आहात, हे मला माहीत आहे,'' मी सुरुवात केली. ''आणि शिक्षणक्षेत्रामध्ये, आपल्याकडे जे करण्यासाठीचे भरपूर प्रमाणात पुरावे आहेत आणि आपण करत नाही आहोत, तसंच आपल्याकडे ज्याचे काहीच पुरावे नसतानाही आपण करत राहिलो आहोत, अशा बऱ्याच गोष्टी आहेत; परंतु तुम्ही जे पाहिलं आणि जे केलं आहे, त्यावरून मुलांना गरिबीतून बाहेर काढण्याचा कोणता मार्ग आहे, असं तुम्हाला खरोखर वाटतं, हे मला जाणून घ्यायचं आहे.''

जेफ पुढे सरसावून बसले आणि ते आता प्रार्थना करणार असल्याप्रमाणे त्यांनी आपले दोन्ही हात जोडले. ''मी तुला सरळसरळच सांगतो. मी चार मुलांचा पिता

आहे. माझी स्वतःची नसणारी बरीच, कैक मुले मी पाहिली आहेत. माझ्याकडे हे सिद्ध करण्यासाठी, निकषहीन प्रयोग किंवा प्रतिसादक व संशोधकांमध्ये परस्परांविषयी माहिती न देता केलेली संशोधनं नसतीलही; पण गरीब मुलांना काय गरजेचं असतं, हे मी तुला सांगू शकतो. तुझ्या आणि माझ्या मुलांना आपण देतो त्या सर्व गोष्टींची त्यांना गरज असते. गरीब मुलांना खूप गोष्टींची गरज असते; परंतु सारांशरूपाने तुम्ही असं म्हणू शकता की त्यांना चांगल्या बालपणाची गरज असते.''

त्यानंतर वर्षभराने, जेफ यांनी टेड टॉक व्याख्यान दिले, आणि माझ्या सुदैवाने मी त्यावेळी प्रेक्षकांमध्ये उपस्थित होते. 'हार्लेम चिल्ड्रन झोन'ने जे केले, त्यातील बहुतांश भाग हा ठाम वैज्ञानिक पुराव्यावर – उदाहरणार्थ, बालवाडीतील शिक्षण आणि उन्हाळी ज्ञानसंवर्धन उपक्रम आदींवर आधारित होता, असे कॅनडा यांनी स्पष्ट केले; परंतु जिच्या समर्थनार्थ पुरेसे शास्त्रीय पुरावे नसतानाही त्यांच्या कार्यक्रमांतर्गत विद्यार्थ्यांना पुरवण्यात आली, अशी एकच गोष्ट होती : अवांतर उपक्रम.

''तुम्हाला का ते माहित्येय?'' त्यांनी विचारले. ''कारण, मला खरोखरच मुलं आवडतात.''

प्रेक्षकांमधून हास्यलकेर उमटली आणि त्यांनी पुन्हा ते विधान केले ''मला खरोखरच मुलं आवडतात.''

''तुमच्या मुलांना नृत्यप्रशिक्षण दिल्यामुळे त्यांना बीजगणित अधिक चांगल्या प्रकारे शिकण्यासाठी मदत होणार आहे, असं सांगणारं एमआयटीचं संशोधन तुम्ही कधीच वाचलेलं नाहीय,'' त्यांनी सांगितले. ''परंतु तरीही तुम्ही त्या मुलाला नृत्यप्रशिक्षण द्याल आणि त्या मुलाला नृत्यप्रशिक्षण घेण्याची इच्छा असेल, तर तुम्ही आनंदाने रोमांचित व्हाल आणि त्यामुळे तुमचा दिवस बनून जाईल.''

जेफरी कॅनडा यांचे बरोबर आहे. या प्रकरणामध्ये मी चर्चा केलेली सर्व संशोधने ही प्रयोगाधीन नाहीत. कोणत्याही निकषाशिवाय मुलांना काही वर्षे बॅले वर्गांमध्ये शिकू देण्याची आणि मग त्याचा लाभ त्या मुलांनी बीजगणितात प्रावीण्य मिळवण्यामध्ये वर्ग होतो का, हे पाहण्यासाठी वाट बघण्याची व्यवस्था – आणि नीतीशास्त्र – जेव्हा शास्त्रज्ञ शोधून काढतील, असा दिवस कधीतरी उजाडेल का, हे मला माहीत नाही.

परंतु किंबहुना, एखादी कठीण गोष्ट केल्याने माणूस अन्य कठीण गोष्टी करण्यास शिकतो का, हे तपासण्यासाठी शास्त्रज्ञांनी काही अल्पकालीन प्रयोगचाचण्या केल्या आहेत.

ह्युस्टन विद्यापीठाचे मानसशास्त्रज्ञ रॉबर्ट आयसेनबर्गर यांचे या विषयासंबंधी आघाडीचे अधिकारस्थान आहे. त्यांनी बरेचसे असे प्रयोग केले आहेत, ज्यामध्ये

उंदरांना – खाद्यान्नाची एक गोळी मिळवण्यासाठी वीस वेळा तरफ खेचण्यासारखी – काहीतरी कठीण किंवा तितकेच खाद्यान्न मिळवण्यासाठी केवळ दोनदाच तरफ खेचण्यासारखी काहीतरी सोपी कामगिरी करण्यास नेमले जाते. त्यानंतर, बॉब सर्व उंदरांना भिन्न प्रकारची कठीण कामगिरी देतात. अशा एकामागोमाग एक प्रयोगांमधून त्यांना सारखेच निकाल आढळून आले आहेत : 'सोप्या परिस्थितीत' असणाऱ्या उदरांच्या तुलनेत, ज्यांना अगोदर खाद्यान्न मिळवण्यासाठी कष्ट करणे आवश्यक होते, ते उंदीर अखेरीस दुसऱ्या कामगिरीमध्ये अधिक जोमाचे आणि सहनशक्तीचे प्रदर्शन करताना दिसतात.

बॉब यांच्या सर्वांत हुशार प्रयोगांपैकी एक हा माझा सर्वांत आवडीचा आहे. प्रयोगशाळेतील उंदरांना दोनपैकी एका प्रकारे अन्न दिले जाते, असे बॉब यांच्या लक्षात आले. काही संशोधक हे तारांच्या जाळ्यांच्या नसराळ्यामध्ये खाद्यान्न भरून ठेवतात आणि त्या जाळीच्या खालच्या भागात असणाऱ्या लहानशा भोकामधून उंदरांना खाद्यान्नाच्या गोळ्या कुरतडाव्या लागतात. अन्य काही संशोधक हे निव्वळ पिंजऱ्याच्या जमिनीवर या गोळ्या विखुरतात. तुमच्या अन्नासाठी परिश्रम करण्यामधून उंदीर हे बहुधा कष्टप्रद प्रशिक्षण कामगिरीसाठी अधिक परिश्रम करण्यास शिकू शकतात, हे बॉब यांनी ताडले. किंबहुना, त्यांना नेमके हेच आढळून आले. त्यांनी उंदरांना खाद्यान्न गोळ्यांसाठी लहानशा फळीवरून पळत जाण्याचे प्रशिक्षण देण्याद्वारे आपल्या प्रयोगास सुरुवात केली. त्यानंतर, त्यांनी उदरांचे दोन समूहांमध्ये विभाजन केले. एका समूहास नसराळ्याद्वारे खाद्यान्न पुरवण्यात येणाऱ्या पिंजऱ्यात, तर दुसऱ्या समूहास जमिनीवर खाद्यान्न गोळ्या विखुरण्यात येणाऱ्या पिंजऱ्यामध्ये ठेवण्यात आले. एका महिन्यानंतर, ज्या उंदरांना नसराळ्यामधून अन्न मिळवण्यासाठी परिश्रम करावे लागत होते, त्यांनी भूक लागल्यानंतर आपल्या अन्नासाठी निव्वळ इकडेतिकडे फिरणाऱ्या उंदरांपेक्षा निमुळत्या फळीवरून पळण्याची कामगिरी अधिक चांगल्यारीतीने केली.

बॉब यांची पत्नी शिक्षिका असल्यामुळे त्यांना अल्पकालीन रूपांमध्ये अशाच प्रकारचे प्रयोग लहान मुलांवर करण्याची संधी मिळाली होती. उदाहरणार्थ, एका संशोधनांतर्गत, त्यांनी दुसऱ्या व तिसऱ्या इयत्तेतील मुलांना वस्तू मोजल्याबद्दल, चित्रे लक्षात ठेवल्याबद्दल आणि विविध आकारांच्या योग्य जोड्या लावल्याबद्दल पेनी (डॉलरचा शंभरावा भाग) दिल्या. त्यातील काही विद्यार्थ्यांबाबत, जशी त्यांच्या कामात सुधारणा होत गेली, तशी बॉब यांनी वेगाने त्यांच्या कामाची काठिण्यपातळी वाढवली. अन्य मुलांना मात्र, वारंवार तीच कामगिरी सोप्या स्वरूपामध्ये देण्यात आली.

सर्व विद्यार्थ्यांना पेनी मिळाल्या आणि त्यांची प्रशंसाही करण्यात आली.

त्यानंतर, दोन्ही प्रकारच्या स्थितीतून गेलेल्या मुलांना अगोदरच्या कामगिरीपेक्षा पूर्णपणे वेगळे असणारे कष्टप्रद काम करण्यास सांगण्यात आले : कागदाच्या तक्त्यावर शब्दांची यादी उतरवून काढणे. बॉब यांनी उंदरांबाबत जे निरीक्षण नोंदवले

होते, त्याच्याशी तंतोतंत जुळणारे हे निरीक्षण होते : (सोप्या कामांऐवजी) ज्या मुलांना कठीण कामगिरीचे प्रशिक्षण मिळाले होते, त्यांनी शब्द उतरवण्याच्या कामगिरीमध्ये अधिक परिश्रम केले.

बॉब यांचा निष्कर्ष? सरावानिशी, मेहनतीपणा हा शिकता येऊ शकतो.

जिथे शिक्षेतून वाचण्याची असमर्थतता ही प्राण्यांना दुसऱ्या आव्हानात्मक कामगिरीमध्ये प्रयत्न सोडून देण्याकडे घेऊन जात होती, अशा ज्ञात हतबलतेविषयी सेलिग्मन आणि माएर यांनी अगोदर केलेल्या संशोधनाचा आदर म्हणून बॉब यांनी आपल्या संशोधनातील घटनेला 'ज्ञात मेहनतीपणा' असे नाव दिले. कष्ट करणे आणि त्याचे फळ मिळणे यांच्यातील परस्परसंबंध हा शिकता येऊ शकतो, हा त्यांचा मुख्य निष्कर्ष होता. बॉब पुढे जाऊन असेही म्हणतील की, कष्ट आणि फळ यांच्यातील संबंधाचा थेट अनुभव घेतल्याशिवाय प्राणी, मग ते उंदीर असोत की मानव, हा जात्याच आळशीपणा अंगीकारणारा असतो. शेवटी उत्क्रांतीनेच आपली जडणघडण अशी केली आहे की, जेव्हा कधी शक्य असेल, तेव्हा शरीरातील कॅलरी जाळण्याचे आपण टाळतो.

माझी मुलगी ल्युसी जेव्हा बाळ होती आणि तिची बहीण अमांडाही लहान मूल होती, तेव्हा मी बॉब यांच्या ज्ञात मेहनतीपणावरील संशोधन प्रथमतः वाचले होते. बॉब यांनी त्यांच्या प्रयोगांमध्ये बजावलेली भूमिका या दोन्ही मुलींबाबत बजावण्यासाठी मी अयोग्य असल्याचा शोध मला अल्पावधीतच लागला. शिकण्यासाठी आवश्यक आकस्मिकता निर्माण करणे – अन्य शब्दांत सांगायचे, तर जर *तुम्ही कठोर परिश्रम केले, तर तुम्हाला त्याचे फळ मिळेल, जर तुम्ही नाही केले, तर तुम्हाला फळ मिळणार नाही*, हा नियम दखलपात्र असणारे वातावरण निर्माण करणे, हे माझ्यासाठी कठीण जात होते.

माझ्या मुलींना गरजेचा आहे, हे माहीत असूनही मला तशा प्रकारचा अभिप्राय पुरवण्यासाठी नक्कीच संघर्ष करावा लागत होता. त्यांनी काहीही केले, तरी मी उत्साहाने त्याची प्रशंसा करत असल्याचे मला लक्षात येत होते आणि अवांतर उपक्रम हे निग्रहासाठी श्रेष्ठतम मैदाने उपलब्ध करतात, याचे हे एक महत्त्वाचे कारण आहे – तिथे प्रशिक्षक आणि शिक्षकांवर इतरांच्या मुलांमध्ये निग्रह निर्माण करण्याची कामगिरी असते.

मी दर आठवड्याला माझ्या मुलींना ज्या बॅले वर्गांसाठी नेऊन सोडत होते, तेथे एक उत्कृष्ट शिक्षिका त्यांच्या येण्याची वाट पाहत असायच्या. त्या शिक्षिकेची बॅलेप्रतीची उत्कट आवड ही इतरांमध्येही भिनणारी होती. त्या सर्वार्थाने माझ्याइतक्याच पाठिंबा देणाऱ्या होत्या आणि स्पष्टच सांगायचे तर माझ्यापेक्षा

खूप जास्त मागणी करणाऱ्या होत्या. जेव्हा एखादा विद्यार्थी रमतगमत उशिरा वर्गात यायचा, तेव्हा त्याची किंवा तिची इतर लोकांच्या वेळेचा आदर करण्याच्या महत्त्वाबाबत करड्या शब्दांत कानउघाडणी केली जात असे. जर कोणी विद्यार्थी एखाद्या दिवशी त्यांचा लिओटार्ड परिधान करायला विसरले किंवा त्यांचे बॅलेचे बूट घरी विसरून आले, तर ते संपूर्ण वर्गाच्या कालावधीत बाहेर बसून इतर मुलांना पाहायचे आणि त्यांना सहभागी होण्याची परवानगी मिळत नसे. जेव्हा एखादी नृत्यहालचाल चुकीच्या प्रकारे केली जायची, तेव्हा त्या शिक्षिकांच्या उच्च दर्जाचे समाधान होईपर्यंत ती हालचाल अगणित वेळा पुनःपुन्हा घोटवली जात होती व त्यामध्ये सुधारणा होत असत. काही वेळा, या धड्यांसोबतच बॅलेचा इतिहास आणि प्रत्येक नर्तक–नर्तिकेवर कशा प्रकारे ही परंपरा पुढे नेण्याची जबाबदारी आहे, याविषयी छोटेखानी व्याख्यानेही दिली जात असत.

हे कठोर, निर्दयी होते का? मला नाही तसे वाटत. उच्च दर्जाविषयी होते का? नक्कीच.

आणि म्हणून घरापेक्षा अधिक बॅले वर्गामध्येच ल्युसी आणि अमांडा यांना स्वारस्य विकसित करण्याची, त्यांना अद्याप न जमणाऱ्या गोष्टींचा मेहनतीने सराव करण्याची, त्यांच्या प्रयत्नांच्या स्वतःपलीकडील हेतूची दखल घेण्याची आणि जेव्हा वाईट दिवस हे अखेरीस चांगले दिवस बनले, तेव्हा प्रयत्न आणि पुनर्प्रयत्न करण्यासाठी आशा बाळगण्याची तालीम करता आली.

आमच्या कुटुंबामध्ये आम्ही 'हार्ड थिंग रुल' या नियमाने जगतो. या नियमाचे तीन भाग आहेत. पहिला भाग म्हणजे आई आणि वडिल सह प्रत्येकालाच कठीण गोष्ट ही करावीच लागेल. कठीण गोष्टी करण्यासाठी दैनंदिन हेतुपुरस्सर सरावाची आवश्यकता असते. मानसशास्त्रीय संशोधन ही माझी कठीण गोष्ट असल्याचे मी माझ्या मुलींना सांगितले आहे; परंतु त्याचबरोबर मी योगाचाही सराव करते. वडील हे स्थावर मालमत्ता विकसक म्हणून अधिकाधिक चांगले बनण्याचा प्रयत्न करतात; ते धावण्याबाबतही तसाच प्रयत्न करतात. माझी सर्वांत मोठी मुलगी अमांडाने तिची कठीण गोष्ट म्हणून पियानोवादनाची निवड केली आहे. ती खूप वर्षे बॅले करत होती; परंतु नंतर तिने ते थांबवले. तिच्याप्रमाणेच ल्युसीनेही थांबवले.

त्यावरून, मी 'हार्ड थिंग रुल'च्या दुसऱ्या भागाकडे येते : तुम्ही एखादी गोष्ट सोडून देऊ शकता; परंतु तो मोसम पूर्ण होईपर्यंत, शिकवणीच्या शुल्काचा कालावधी संपेपर्यंत किंवा इतर कोणताही थांबण्याचा 'नैसर्गिक' बिंदू येईपर्यंत तुम्ही संबंधित गोष्ट सोडू शकत नाही. किमान तुम्ही ज्या विशिष्ट कालावधीसाठी

स्वतःची कटिबद्धता दिली आहे, तोपर्यंत तरी तुम्ही सुरुवात केलेली गोष्ट तुम्हाला संपवावीच लागेल. अन्य शब्दांत सांगायचे, तर तुमचे शिक्षक तुम्हाला ज्या दिवशी ओरडले किंवा तुम्ही शर्यत हरलात किंवा दुसऱ्या दिवशी सकाळी शाळेत समूहगायन असल्याने तुम्हाला मित्रमैत्रिणींच्या घरी राहायला जाणे रद्द करावे लागणार आहे, अशा दिवशी तुम्ही ती गोष्ट सोडून देऊ शकत नाही. तुमच्या वाईट दिवशी तुम्ही प्रयत्न सोडू शकत नाही.

आणि अखेरीस, तुम्हाला तुमची कठीण गोष्ट निवडता येईल, असे हार्ड थिंग रुल सांगतो. अन्य कोणीही तुमच्यासाठी ती निवडणार नाही, कारण शेवटी तुम्हाला ज्यामध्ये अगदी पुसटसेही स्वारस्य नाही, ती कठीण गोष्ट करण्यात काहीही अर्थ नाही. अगदी बॅलेमध्ये प्रयत्न करण्याचा निर्णयही माझ्या मुलींना त्याऐवजी निवडता येण्याजोग्या अन्य विविध वर्गांविषयी चर्चा केल्यानंतरच घेण्यात आला होता.

किंबहुना, ल्युसीने तर साधारणतः पाच-सहा कठीण गोष्टी करून पाहिल्या होत्या. ती प्रत्येक गोष्टीला उत्साहाने सुरुवात करायची; परंतु अखेरीस आपल्याला बॅले, जिम्नॅस्टिक्स, मैदानी खेळ, कार्यानुभव किंवा पियानोवादन सुरू ठेवण्याची इच्छा नाही, असे तिच्या लक्षात येत असे. अखेरीस, ती व्हॉयलावादनापर्यंत येऊन पोहोचली. तिने तीन वर्षे त्याचे शिक्षण घेतले आणि दरम्यानच्या काळात तिचे त्याबद्दलचे स्वारस्य कमी होण्याऐवजी वाढले. मागच्या वर्षी तिने शाळेच्या वाद्यवृंदात, तसेच ऑल-सिटी ऑर्केस्ट्रामध्ये सहभाग घेतला आणि आपली कठीण गोष्ट अन्य कशासाठीतरी बदलण्याची तिची इच्छा आहे का, असे मी जेव्हा अलीकडेच तिला विचारले, तेव्हा मी वेडी असल्याप्रमाणेच तिने माझ्याकडे पाहिले.

पुढील वर्षी, अमांडा ही हायस्कूलमध्ये असेल. तिची बहीण त्यानंतरच्या वर्षामध्ये हायस्कूलमध्ये पोहोचेल. त्या टप्प्यावर, हा 'हार्ड थिंग रुल' बदलेल. त्यामध्ये चौथ्या आवश्यकतेची भर पडेल : दोन्ही मुलींनी किमान एका उपक्रमाप्रती, एकतर कोणत्या तरी नव्या किंवा त्यांनी अगोदरच सुरू केलेल्या पियानो व व्हॉयलावादन या उपक्रमांप्रती, किमान दोन वर्षे तरी कटिबद्ध राहिले पाहिजे.

हे जुलमी आहे का? मला नाही वाटत की ते तसे आहे आणि या मुद्द्यावरील ल्युसी आणि अमांडा यांच्या अलीकडच्या टिप्पण्या या जर खुशामतीची झूल पांघरलेल्या नसतील, तर त्यांनाही तसे वाटत नाही. त्या जशा मोठ्या होतील, तसे त्यांना अधिक निग्रही व्हायचे आहे आणि इतर कोणत्याही कौशल्याप्रमाणेच, निग्रहासाठीही सराव लागतो, हे त्यांना माहीत आहे. तो सराव करण्याची संधी मिळण्याइतक्या त्या सुदैवी आहेत, हेही त्यांना माहीत आहे.

ज्या पालकांना त्यांच्या मुलांची स्वतःचा मार्ग निवडण्याची क्षमता खोडून न काढता त्यांना प्रोत्साहन द्यायला आवडेल, अशा पालकांसाठी मी या 'हार्ड थिंग रुल' नियमाची शिफारस करते.

प्रकरण १२

निग्रहाची संस्कृती

मी आयुष्यात सुरुवातीपासून शेवटपर्यंत पाहिलेला अमेरिकन फुटबॉलचा पहिला सामना हा सुपर बॉल XLVIII हा होता. हा सामना २ फेब्रुवारी २०१४ रोजी सिएटल सीहॉक्स विरुद्ध डेन्व्हर ब्राँकोज् यांच्यादरम्यान झाला. सीहॉक्सने हा सामना ४३–८ असा जिंकला.

सीहॉक्सच्या विजयानंतर दुसऱ्या दिवशी त्यांचे मुख्य प्रशिक्षक पीट कॅरॉल यांची सॅनफ्रान्सिस्को ४९र्स संघाच्या एका माजी सदस्याने मुलाखत घेतली.

''मला माहितीये, मी जेव्हा (फॉर्टी)–नायनर्समध्ये होतो,'' मुलाखतकाराने सुरुवात केली, ''तेव्हा तुम्हीही तिथे होतात.... नायनर असण्याला काहीतरी अर्थ होता, जो निव्वळ फुटबॉलपटू असण्याला नव्हता. तुम्ही आणि जॉन स्निडर जेव्हा खेळाडूचा शोध घेता, तेव्हा मला सांगा : तुमचं तत्त्वज्ञान काय असतं, सीहॉक असण्याचा अर्थ काय आहे?''

पीट गालांतल्या गालांत मंद हसले. ''मी सगळं काही तुम्हाला सांगून टाकणार नाहीय; पण...''

''कम ऑन... मला तरी सांगा, पीट.''

''आम्ही महान स्पर्धकांचा शोध घेत असतो, हे मी तुला सांगेन. खरंतर सगळी सुरुवात तिथून होते. त्याच खेळाडूंकडे खऱ्या अर्थाने निग्रह असतो. आपण नेहमीच यशस्वी होणार आहोत, ही मानसिकता असते, त्यांच्याकडे सिद्ध करण्यासारखं काहीतरी असतं. ते पटकन सावरणारे असतात, अडथळे त्यांना मागे खेचू शकत नाहीत. तुला माहितीये, आव्हानं, अडथळे आणि यांसारख्या गोष्टींमुळे ते नाउमेद होत नाहीत... नेमका हाच दृष्टिकोन – याचा उल्लेख आम्ही निग्रह असा करतो.''

पीट यांची प्रतिक्रिया किंवा आदल्या दिवशी त्यांच्या संघाची विजयी कामगिरी या दोन्हींचे मला आश्चर्य वाटले, असे मी म्हणू शकत नाही.

का नाही? कारण नऊ महिन्यांपूर्वी, मला पीट यांचा कॉल आला होता. त्यांनी नुकतेच माझे निग्रहाविषयीचे टेड टॉक व्याख्यान ऐकले होते, त्यामुळे त्यांच्या मनात दोन तातडीच्या भावना उत्पन्न झाल्याने त्यांनी तो कॉल केला होता.

पहिली भावना होती जिज्ञासेची – 'टेड'तर्फे मला देण्यात आलेल्या सहा मिनिटांमध्ये मी निग्रहाविषयी जितके विचार पोहोचवू शकले, त्यांपेक्षा जास्त निग्रहाविषयी शिकण्यास ते उत्सुक होते.

दुसरे म्हणजे ते रागावले होते. मला जे काही म्हणायचे होते, त्यातील बहुतांश भागामुळे नाही; परंतु व्याख्यानाच्या अखेरच्या एका भागाचा त्यांना त्रास झाला होता. विज्ञानाकडे निग्रह उभारणीबाबत निराशाजनकरीत्या खूप कमी सांगण्यासारखे आहे, अशी कबुली मी त्या व्याख्यानामध्ये दिली होती. त्यावर पीट यांनी जवळपास त्यांच्या खुर्चीतून उडी मारली होती आणि सीहॉक्सची संस्कृतीच मुळी पूर्णतः निग्रह उभारणीबाबत आहे, असे ते माझ्या स्क्रीनवरील प्रतिमेकडे पाहत जवळपास ओरडले होते, हे त्यांनीच नंतर मला सांगितले.

आम्ही सुमारे तासभर त्या कॉलवर बोलत होतो : कॉलच्या एका बाजूला मी फिलाडेल्फियातील माझ्या डेस्कजवळ बसले होते आणि दुसरीकडे पीट आणि त्यांच्या साहाय्यक वर्गाने सिएटलमध्ये स्पीकरफोनभोवती गराडा केला होता. माझ्या संशोधनामधून मी काय शिकले, हे मी त्यांना सांगितले आणि पीट यांनी ते सीहॉक्ससोबत काय साध्य करण्याच्या प्रयत्नात आहेत, याविषयी सांगत आदानप्रदान केले.

''इकडे ये आणि आमची तयारी पाहा. आम्ही करतो ते सर्व काही लोकांना महान स्पर्धक बनण्यास साहाय्य करणारे आहे. जिद्द कशी बाळगावी, हे आम्ही त्यांना शिकवतो. आम्ही त्यांची उत्कट आवड मुक्त करतो. आम्ही हेच सर्व करतो.''

आपल्याला हे जाणवो किंवा न जाणवो, आपण ज्या संस्कृतीमध्ये जगतो आणि जिचा भाग म्हणून आपण स्वतःला ओळखतो, ती संस्कृती प्रभावशालीपणे आपल्या असण्याच्या प्रत्येक पैलूला आकार देत असते.

येथे संस्कृती म्हणजे आपण आणि ते यांना वेगळे करणाऱ्या अदृश्य मानसिक सीमारेषा मला जितक्या अभिप्रेत आहेत, तितक्या लोकांना एकमेकांपासून विभाजित करणाऱ्या भौगोलिक आणि राजकीय सीमारेषा मला अभिप्रेत नाहीत. मूलतः, एक मानवसमूह म्हणून आपले जे सामाईक नियम व मूल्ये असतात, त्यानेच संस्कृती विशद होते. अन्य शब्दांत सांगायचे झाल्यास जेव्हा एखाद्या मानवसमूहाचे आपण येथे कोणत्या प्रकारे गोष्टी करतो आणि का, याविषयी एकमत होते, अशा कोणत्याही

वेळी विभिन्न संस्कृत्ती अस्तित्वात येते. उर्वरित जग हे कसे चालते, याबाबत बोलायचे, तर संस्कृतीतील हा फरक जितका तीव्र असेल, तितके मानसशास्त्रज्ञ ज्याला 'इन-ग्रुप' किंवा 'समविचारी समूह' असे संबोधतात, त्यांच्यातील बंध अधिक भक्कम असतात.

त्यामुळे कोणत्याही देशाइतक्याच - सिएटल सीहॉक्स आणि केआयपीपी चार्टर स्कूल या खऱ्याखुऱ्या संस्कृती आहेत. तुम्ही जर सीहॉक असाल, तर तुम्ही फक्त फुटबॉलपटू नसता. जर तुम्ही 'केआयपीपी'स्टर असाल, तर तुम्ही फक्त विद्यार्थी नसता. सीहॉक्स आणि 'केआयपीपी'स्टर हे गोष्टी विशिष्ट पद्धतीने करतात आणि ते विशिष्ट कारणांसाठी त्या तशा पद्धतीने करतात. त्याच प्रमाणे वेस्ट पॉइंट ही विभिन्न संस्कृती आहे - ती दोन शतकांहून अधिक काळ जुनी आहे आणि तरीही, आपण लवकरच पाहणार आहोत, त्याप्रमाणे आजही तिची उत्क्रांती सुरू आहे.

आपल्यापैकी अनेकांसाठी, आपण ज्या कंपन्यांमध्ये काम करतो, त्या आपल्या आयुष्यातील महत्त्वाची सांस्कृतिक शक्ती असतात. उदाहरणार्थ, मी लहानाची मोठी होत असताना, माझ्या वडिलांना स्वतःचा उल्लेख 'ड्युपाँटर' असा केलेला आवडायचा. आमच्या घरातील सर्व पेन्सिल या कंपनीकडून देण्यात आलेल्या होत्या, त्यांच्यावर 'सेफ्टी फर्स्ट'सारखे शब्दसमूह कोरलेले होते आणि प्रत्येक वेळी ड्युपाँटची जाहिरात टीव्हीवर आली की, माझे वडील आनंदित व्हायचे, काही वेळा तर जाहिरातीतील पार्श्वनिवेदकाच्या आवाजात आवाज मिसळत म्हणायचेही : 'बेटर थिंग्ज फॉर बेटर लिव्हिंग' (अधिक चांगल्या जीवनासाठी अधिक चांगल्या वस्तू). मला वाटते, माझे वडील केवळ हाताच्या बोटांवर मोजण्याइतक्या वेळांनाच ड्युपाँट कंपनीच्या सीईओंना भेटले होते; परंतु तुम्ही बहुधा कुटुंबातील एखाद्या युद्धनायकाबद्दल बोलाल, अशा तऱ्हेने ते त्या सीईओंच्या उत्तम पारखीपणाविषयी बोलायचे.

तुम्ही अशा एका संस्कृतीचा भाग आहात, जी अतिशय खऱ्या अर्थाने तुमचाच भाग बनली आहे, हे तुम्हाला कसे समजते? जेव्हा तुम्ही एखादी संस्कृती स्वीकारता, तेव्हा तुम्ही त्या समविचारी समूहास स्पष्टपणे निष्ठा वाहता. तुम्ही 'एक प्रकारे' सीहॉक किंवा 'एकार्थाने' वेस्ट पॉइंटर असत नाही. तुम्ही एकतर ते असता किंवा नसता. तुम्ही त्या समूहामध्ये असता किंवा त्या समूहाबाहेर असता. तुमच्या निष्ठेचे वर्णन करण्यासाठी तुम्ही फक्त विशेषण किंवा क्रियापद नाही, तर नाम वापरू शकता. असे दिसते की, तुम्ही कोणत्या समविचारी समूहाशी निष्ठावंत आहात, यावर खूप काही अवलंबून असते.

संस्कृती आणि निग्रह यासंबंधीचे तात्पर्य पुढीलप्रमाणे आहे : *जर तुम्हाला अधिक निग्रही होण्याची इच्छा असेल, तर निग्रही संस्कृती शोधा आणि तिच्यामध्ये*

सहभागी व्हा. जर तुम्ही प्रमुखपदी असाल आणि तुमच्या संस्थेतील लोकांनी अधिक निग्रही व्हावे, अशी तुमची इच्छा असेल, तर निग्रही संस्कृती निर्माण करा.

आपण तिसऱ्या प्रकरणामध्ये डॅन चॅम्ब्लिस या व्यावसायिक आयुष्याची सहा वर्षे जलतरणपटूंच्या अभ्यासामध्ये खर्च करणाऱ्या समाजशास्त्रज्ञांना भेटलो होतो, त्यांच्याशी मी अलीकडेच संपर्क साधला होता.

डॅन यांनी नैपुण्याविषयी मैलाचा दगड ठरलेले संशोधन केल्यानंतरच्या तीन दशकांमध्ये, त्या संशोधनाच्या विचार करायला लावणाऱ्या निष्कर्षांविषयी त्यांची मानसिकता बदलली आहे का, हा प्रश्न मी डॅन यांना विचारला.

उदाहरणार्थ, जागतिक दर्जाच्या उत्कृष्टतेची पाळेमुळे समजून घेण्याची जेव्हा वेळ येते, तेव्हा गुणवत्ता ही मोठ्या प्रमाणावर दिशाभूल करणारी संकल्पना आहे, असे अजूनही त्यांना वाटत होते का? तुमच्या स्थानिक क्लबच्या संघातून पुढे जात राज्य आणि राष्ट्रीय स्तरावर स्पर्धा करताना आणि अखेरीस जागतिक दर्जाचे ऑलिंपिक स्तराचे नैपुण्य मिळवताना, केवळ जलतरण तलावात 'जास्त तास' घालवणे पुरेसे नाही, तर कौशल्यांमध्ये गुणात्मक वाढ आवश्यक आहे, या त्यांच्या निरीक्षणावर ते अद्यापही ठाम होते का? आणि सरतेशेवटी, गूढरम्य वाटणारी उत्कृष्टता ही खरेतर अगणित, अचूकरीत्या अंमलबजावणी केलेल्या, तरीही नीरस, करता येण्याजोग्या कृतींचा संगम होती का?

होय, होय आणि हो.

''परंतु सर्वांत महत्त्वाची गोष्ट माझ्याकडून सुटली होती,'' डॅन म्हणाले. ''महान जलतरणपटू बनण्याचा खरा मार्ग महान संघामध्ये सहभागी होणे हा आहे.''

हा तर्क तुम्हाला कदाचित काहीसा विचित्र वाटू शकतो. प्रथम एखादी व्यक्ती महान जलतरणपटू बनते आणि मग तो किंवा ती महान संघामध्ये सहभागी होते, असे बहुधा तुम्ही गृहीत धरले असेल आणि अर्थातच हे खरे आहे की, महान संघ असेच कोणालाही घेत नसतात. प्राथमिक चाचण्या असतात. संघात खेळाडूंसाठी उपलब्ध जागा मर्यादित असतात. काही विशिष्ट मापदंड असतात आणि संघ जितका उच्चस्थानी असेल, तितकीच संघात अगोदरपासून असलेल्यांची ते उच्च मापदंड कायम ठेवण्याची इच्छा प्रबळ असते.

जो व्यक्ती संबंधित संघामध्ये सहभागी होतो, त्याच्यावर संघाच्या विशिष्ट संस्कृतीचा होणारा परस्पर परिणाम, या मुद्द्यावर डॅन येत होते. जलतरण तलावामध्ये आणि तलावाबाहेर घालवलेल्या अनेक वर्षांमध्ये त्यांनी, कार्यकारणभावाचा बाण महान संघ आणि महान एकटा खेळाडू अशा दोन्ही बाजूंना जाताना पाहिला आहे.

परिणामतः, ते व्यक्तिमत्त्व विकासाच्या प्रतिसाददायी तत्त्वाचे साक्षीदार राहिले आहेत: एखाद्या विशिष्ट परिस्थितींसाठी जी गुणवैशिष्ट्यांची निवड करण्यात येते, त्या परिस्थितीमध्येच ती एकापाठोपाठ एक वृद्धिंगत होतात, हे त्यांनी पाहिले आहे.

''हे बघ, मी जेव्हा ऑलिंपिकपटूंना अभ्यासण्यास सुरुवात केली, तेव्हा मी विचार केला होता, 'कोणत्या प्रकारचा चक्रम माणूस दररोज पहाटे चार वाजता जागा होऊन पोहण्याच्या सरावाला जाईल?' 'अशा प्रकारची गोष्ट करण्यासाठी हे लोक असामान्यच असले पाहिजेत,' असे मला वाटले होते; परंतु असं आहे की, जेव्हा मुळात तुमच्या माहितीतील सर्व जणच पहाटे चार वाजता उठत आहेत आणि सरावाला जात आहेत, अशा ठिकाणी तुम्ही जाता, तेव्हा तुम्हीही नेमके तेच करता. त्यामध्ये फारसं काही विशेष वाटत नाही. ती सवयच बनून जाते.''

आपल्याला अगोदर ज्या गोष्टी करण्याची सवय होती, त्यापेक्षा एखाददोन स्तरांनी वरचढ गोष्टी करणाऱ्या संघामध्ये सहभागी होणाऱ्या नवोदित जलतरणपटूंचे डॅन यांनी वारंवार निरीक्षण केले होते. अशा वेळी खूप वेगाने नव्या जलतरणपटूने संघाच्या नियमांशी आणि दर्जाशी जुळवून घेतले.

''माझ्याबद्दलच बोलायचे झाल्यास, माझ्यामध्ये काही तितकीशी स्वयंशिस्त नाही; परंतु जर माझ्या आजुबाजूला लेख लिहिणारे आणि व्याख्याने देणारे आणि कठोर परिश्रम करणारे लोक असतील, तर त्यांचे अनुकरण करण्याकडे माझा कल असतो. जर विशिष्ट पद्धतीने गोष्टी करणाऱ्या लोकांच्या गर्दीत मी असेन, तर मीसुद्धा त्यांच्यासोबत तसंच करतो,'' अशी पुस्तीही डॅन यांनी जोडली.

ही सामावले जाण्याची – समूहाशी जुळवून घेण्याची – प्रेरणा खचितच शक्तिशाली आहे. इतिहासातील काही सर्वांत महत्त्वाच्या मानसशास्त्रीय प्रयोगांनी, माणूस किती वेगाने आणि सामान्यतः जाणीवपूर्वक जागरूकतेविनाच, भिन्न प्रकारे विचार आणि कृती करणाऱ्या समूहाशी जुळवून घेतो, हे दर्शवले आहे.

''त्यामुळे निग्रह बाणवण्याचा एक कठीण मार्ग आहे आणि एक सोपा मार्ग आहे, असं मला दिसतं,'' डॅन निष्कर्षादाखल म्हणाले. ''तुमचा तुम्ही तो बाणवावा, हा कठीण मार्ग आहे. अनुसरणाचा – जुळवून घेण्याच्या मूलभूत मानवी प्रेरणेचा – वापर करणं हा सोपा मार्ग आहे, कारण जर तुम्ही खूप साऱ्या निग्रही लोकांमध्ये असाल, तर तुम्हीही अधिक निग्रहीपणे वागणार आहात.''

निग्रहाचा प्रभाव पाडण्याच्या संस्कृतीच्या ताकतीविषयी विचार करताना, अल्पकालीन अनुसरणाचे परिणाम हे मला उत्तेजित करत नाहीत. तितकेसे नाहीत.

दीर्घकाळामध्ये, आपली ओळख घडवण्याची, अस्मितेला आकार देण्याची ताकद संस्कृतीमध्ये असते, ही संकल्पना मला सर्वाधिक उत्तेजित करते. कालांतराने आणि योग्य परिस्थितींमध्ये आपण ज्या गटाचा भाग असतो त्याचे नियम व मूल्ये ही आपली स्वतःची बनतात. आपण ते अंगीकारतो. आपण ते स्वतःसोबत वागवतो. *आम्ही ज्या पद्धतीने इथे गोष्टी करतो आणि का* हे पुढे जाऊन शेवटी *मी या पद्धतीने गोष्टी करतो आणि का* असे बनते.

स्वत्व, ओळख ही आपल्या स्वभावाच्या प्रत्येक पैलूवर प्रभाव टाकत असते; परंतु निग्रहाशी ती खासकरून सुसंगत आहे. बऱ्याचदा निग्रहीपणे किंवा निग्रहाच्या अभावातून आपण जे निर्णय घेतो, – आणखी एकदा उठून उभे राहणे, या कष्टप्रद, थकवणाऱ्या उन्हाळी सत्रामध्ये प्रयत्न न सोडणे, आपण स्वतः फक्त तीन मैल धावणार असू, तिथे आपल्या संघसहकाऱ्यांसोबत पाच मैल धावणे – त्या वेळी ओळख ही अन्य कशाहीपेक्षा अधिक महत्त्वाची ठरते. बऱ्याचदा, उत्कट आवड आणि चिकाटी ही त्यासाठी मोजाव्या लागणाऱ्या किमतीच्या विश्लेषणाचे आणि पर्यायी गोष्टींमधून होणाऱ्या लाभांचे थंड गणित मांडून फुलत नसते. त्याऐवजी, आपल्याला जिच्यासारखे बनायचे हे माहीत आहे, अशी व्यक्ती ही आपल्या ताकतीचा स्रोत असते.

स्टॅनफर्ड विद्यापीठाचे निर्णयप्रक्रिया विषयातील तज्ज्ञ जेम्स मार्च हा फरक पुढीलप्रमाणे समजावून देतात : काहीवेळा, आपण निवड करण्यासाठी मोजावी लागणारी किंमत विरुद्ध मिळणारे लाभ या विश्लेषणाकडे परत जातो. अर्थात, दुपारच्या जेवणासाठी काय मागवावे किंवा किती वाजता झोपायला जावे, हे ठरवताना आपण कागद आणि कॅलक्युलेटर घेऊन बसतो, असा मार्च यांच्या म्हणण्याचा अर्थ नाही. त्यांच्या म्हणण्याचा अर्थ असा की, काहीवेळा जेव्हा आपण निवड करतो, तेव्हा त्यातून आपल्याला कशाप्रकारे लाभ होईल, आपल्याला काय किंमत मोजावी लागेल, आणि आपल्याला ही किंमत आणि लाभ जे असतील, असे आपल्याला वाटते आहे, ते तसेच असण्याची शक्यता किती, आदी गोष्टी आपण विचारात घेतो. आपण हे सर्व आपल्या डोक्यामध्ये करू शकतो आणि खचितच, मी जेव्हा दुपारच्या जेवणासाठी काय मागवायचे किंवा कोणत्या वेळी झोपायला जायचे, याचा निर्णय घेत असते, तेव्हा बऱ्याचवेळा तो निर्णय घेण्यापूर्वी मी खचितच त्याच्या फायद्या–तोट्याचा विचार करत असते. हे करणे खूप तार्किक आहे.

परंतु अन्य काही वेळांना, आपल्या कृतींच्या परिणामांविषयी आपण अजिबात विचार करत नाही, असे मार्च सांगतात. *याचे काय फायदे आहेत? याची काय किंमत आहे? यामध्ये काय धोके आहेत? आदी प्रश्न आपण स्वतःला विचारत नाही. त्याऐवजी, आपण स्वतःला विचारतो : मी कोण आहे? ही परिस्थिती काय आहे?* यांसारख्या परिस्थितीमध्ये माझ्यासारखा माणूस काय करतो?

याचे एक उदाहरण पुढीलप्रमाणे :

''मी वेस्ट पॉइंटर, एअरबोर्न रेंजर आणि दोन-वेळचा सीईओ आहे. मी ना-नफा तत्त्वावर एक सेवाभावी संस्था स्थापन केली आहे आणि ती चालवतो. मी कोणत्याच अर्थाने विशेष किंवा असामान्य वगैरे नाही. त्याला अपवाद फक्त एकाच गोष्टीचा : निग्रह,'' अशा प्रकारे टॉम डिएरलिन यांनी स्वतःची ओळख मला करून दिली.

२००६ सालच्या उन्हाळ्यामध्ये बगदाद येथे कर्तव्य बजावत असताना, टॉम यांना स्नायपरची गोळी लागली. त्या गोळीने टॉम यांचे ओटीपोट आणि सॅक्रमचे (पाठीच्या तळाशी त्रिकोणाच्या आकारात असणारी हाडे) तुकडे तुकडे झाले. त्यांची हाडे पुन्हा एकत्र कशी जोडली जातील आणि जेव्हा ती जोडली जातील, तेव्हा टॉम यांची काही क्रियाशीलता असू शकेल का, हे माहीत होण्याचा कोणताच मार्ग नव्हता. ते बहुधा पुन्हा कधीही चालू शकणार नाहीत, असे डॉक्टरांनी त्यांना सांगितले होते.

''तुम्ही मला ओळखत नाही,'' टॉम यांनी फक्त एवढेच उत्तर दिले आणि मग त्यांनी स्वतःलाच लष्कराची दहा मैलांची शर्यत धावण्याचे वचन दिले. त्यांना गोळी लागण्यापूर्वी ते याच शर्यतीसाठी तयारी करत होते.

सात महिन्यांनंतर जेव्हा ते अखेरीस पलंगावरून उठण्याइतके बरे झाले आणि त्यांची शारीरिक थेरपी सुरू झाली, तेव्हा टॉम यांनी त्वेषाने जोरदार परिश्रम केले, न थकता नेमून दिलेले सर्व व्यायाम केले आणि त्याहूनही जास्त केले. काहीवेळा ते वेदनेने विव्हळायचे किंवा स्वतःलाच प्रोत्साहन देण्यासाठी जोरजोरात ओरडायचे. ''बाकीचे रुग्ण हे सुरुवातीला त्यामुळे काहीसे गोंधळले होते, मात्र जेव्हा त्यांना याची सवय झाली, तेव्हा – गमतीने – ते स्वतःशी खोटंखोटं विव्हळून माझी नक्कल करायचे,'' असे टॉम सांगतात.

एखाद्या विशिष्ट कठीण व्यायामसत्रानंतर टॉम यांना 'झिंगर्स' म्हणजेच पायांतून वेदनेच्या तीव्र कळा यायच्या. ''त्या कळा केवळ एखाददुसऱ्या सेकंदापुरत्याच राहत होत्या; पण त्या दिवसभरात कधीही अचानक यायच्या आणि त्या कळांचे झटके मला अक्षरशः उड्या मारायला लावायचे,'' असे टॉम म्हणाले. तरीही न चुकता टॉम, दररोज एक ध्येय निश्चित करायचे आणि काही महिन्यांकरिता वेदना आणि घामाने त्याची किंमत चुकवत होते. अखेरीस, त्यांना वॉकरच्या साहाय्याने जेमतेम फक्त चालता येऊ लागले, त्यानंतर काठीच्या आधाराने आणि मग स्वतःहून आधाराविना ते चालू शकले. ते अधिक वेगाने आणि जास्त अंतर चालू लागले आणि त्यानंतर, ते काही सेकंदांपुरते, दोन्ही बाजूंना धरून ट्रेडमिलवर धावू शकले. मग हा कालावधी मिनिटभरापर्यंत वाढला आणि वाढतच गेला व अखेर चार महिन्यांच्या सुधारणेनंतर त्यांनी पठारावर धावता येण्यापर्यंत प्रगती केली.

''माझ्या थेरपिस्ट म्हणाल्या, 'तुमची सुधारणा पूर्ण झाली आहे. गुड जॉब.' आणि मी म्हणालो, 'मी अजूनही तुमच्याकडे येत राहणार आहे.' त्यावर त्या म्हणाल्या, 'तुम्हाला जे करणं गरजेचं होतं, ते तुम्ही केलं आहे. तुम्ही आता बरे आहात.' मी म्हणालो, 'नाही, नाही, मी अजूनही येणार आहे.'''

आणि कोणत्याही लक्षात येण्याजोग्या सुधारणा घडल्या, त्या टप्प्यापासून पुढचे संपूर्ण आठ महिने टॉम असेच थेरपीसाठी जात राहिले. तांत्रिकदृष्ट्या, त्यांच्या थेरपिस्टना टॉम यांच्यावर आणखी उपचार करण्याची परवानगी नव्हती; परंतु टॉम तसेही तिथली उपकरणे वापरण्यासाठी स्वतःहून येत राहिले होते.

त्या अधिकच्या महिन्यांचा काही फायदा झाला का? कदाचित झाला. कदाचित नाही. त्या अतिरिक्त व्यायामांमुळे काही भले झाले का, याबाबत टॉम खात्रीलायकरीत्या सांगू शकत नाहीत. मात्र, पुढच्या उन्हाळ्यामध्ये ते पुन्हा लष्कराच्या दहा मैलांच्या धावण्याच्या शर्यतीसाठी तयारीला सुरुवात करू शकले, हे टॉम यांना माहीत आहे. गोळी लागण्यापूर्वी, त्यांनी सात मिनिटे प्रतिमैल वेगाने धावण्याचे आणि सत्तर मिनिटे किंवा त्याआधी शर्यत पूर्ण करण्याचे लक्ष्य बाळगले होते. गोळी लागल्यानंतर त्यांनी या लक्ष्यामध्ये सुधारणा केली : त्यांनी बारा मिनिटे प्रतिमैल वेगाने धावण्याची दोन तासांमध्ये शर्यत पूर्ण करण्याची आशा बाळगली होती आणि त्यांनी किती वेळात अंतिम रेषा पार केली? एक तास छप्पन मिनिटांमध्ये.

लष्कराची दहा मैलांची शर्यत – आणि त्यानंतर, दोन ट्रायथलॉन – धावण्याच्या निर्णयाची पाळेमुळे ही मोजावी लागणारी किंमत आणि मिळणारे लाभ यांच्यामध्ये होती, असे टॉम म्हणू शकत नाहीत. ''मी निव्वळ मला पर्वा नसल्याकारणाने किंवा प्रयत्न न केल्यामुळे अपयशी ठरणाऱ्यांपैकी नव्हतो. मी तो माणूस नव्हे.''

खचितच, उत्कट आवड आणि चिकाटीचे लाभ व किंमत यांची गणिते ही नेहमीच बेरजेची ठरत नाहीत, किमान अल्पकाळामध्ये तरी. प्रयत्न सोडून देणे आणि पुढे जाणे हे बऱ्याचदा अधिक 'सुज्ञ' असते. निग्रहाचे लाभांश मिळण्यासाठी काही वर्षे किंवा त्याहूनही अधिक काळ लागू शकतो.

आणि नेमक्या याच कारणामुळे, निग्रही लोक त्यांचे आयुष्य कसे जगतात, याच्या आकलनासाठी संस्कृती आणि स्वत्व हे इतके महत्त्वाचे आहे. अपेक्षित किंमत आणि लाभ यांच्या तर्कशास्त्राद्वारे त्यांच्या निवडींचे खूप चांगले स्पष्टीकरण मिळत नाही. स्वत्व आणि अस्मितेच्या तर्कशास्त्रद्वारे मिळते.

फिनलंडची लोकसंख्या पन्नास लाखांपेक्षा थोडीशीच जास्त आहे. जगामध्ये न्यू यॉर्कच्या रहिवाशांपेक्षा फिनलंडचे लोक कमी आहेत. या लहानशा, शीतप्रदेशातील

नॉर्डिक देशावर – तो इतका उत्तर टोकावर आहे की, हिवाळ्याच्या मध्यात त्यांना जेमतेम सहा तासांचा सूर्यप्रकाश मिळतो – मोठ्या, अधिक शक्तिशाली शेजारी राष्ट्रांकडून बऱ्याचदा आक्रमणे करण्यात आली आहेत. फिनलंडचे लोक स्वतःकडे कसे पाहतात, यामध्ये त्या हवामानविषयक आव्हानांचे योगदान आहे की ऐतिहासिक आव्हानांचे, हा चांगला प्रश्न आहे. काहीही असले तरी, फिनलंडचे लोक हे स्वतःकडे जगातील सर्वांत निग्रही लोकांपैकी एक म्हणून पाहतात, हे नाकारता न येण्याजोगे आहे.

फिनिश भाषेत 'सीसू' (उच्चार सीऽऽसूऽऽ) हा निग्रहाच्या सर्वांत जवळ जाणारा शब्द आहे. हा अनुवाद तंतोतंत नाही. निग्रह हा विशिष्ट उच्चस्तरीय ध्येय साध्य करण्याची आवड आणि त्या दिशेने वाटचाल करण्याची चिकाटी असण्याकडे निर्देश करतो. दुसरीकडे, सीसू हा खरेतर फक्त चिकाटीविषयी आहे. विशेषतः, सीसू हा शब्द आंतरिक शक्तीचा – एक प्रकारच्या मानसशास्त्रीय भांडवलाचा – स्रोत म्हणून वापरला जातो. आपल्या फिनिश वारशाच्या जोरावर आपल्यामध्ये जन्मतःच ही शक्ती असते, असे फिनलंडचे लोक मानतात. अगदी शब्दशः, सीसूचा अर्थ, मानवाचा आतील भाग, त्याचे पोटातील अवयव असा होतो.

१९३९ साली, हिवाळी युद्धामध्ये, सोव्हिएत सैन्याशी लढताना फिनलंडची बाजू कमकुवत होती. सोव्हिएत सैन्याकडे त्यांच्यापेक्षा तिप्पट संख्येने सैनिक, तीसपट विमाने आणि शंभर पटींनी जास्त रणगाडे होते. फिनिश फौजा बरेच महिने – सोव्हिएत महासंघाने किंवा अन्य कोणीही अपेक्षा केली असेल, त्यापेक्षा लक्षणीयरीत्या अधिक काळ – त्यांच्या भूभागावर टिकून राहिल्या. १९४० साली, टाइम नियतकालिकाने सीसूविषयी एक लेख प्रसिद्ध केला होता.

> फिनलंडच्या लोक ज्याला सीसू म्हणतात, असे काहीतरी त्यांच्याकडे आहे. हे अवसान आणि शौर्याचे, क्रूरता आणि दृढतेचे, जिथे बहुतांश लोकांनी हार मानली असती, अशा प्रसंगी लढत राहण्याची आणि जिंकण्याच्या इच्छाशक्तीसह लढण्याची क्षमता यांचे अजब रसायन आहे. फिनलंडचे लोक सीसूचा अर्थ 'फिनिश चेतना' असा सांगतात; परंतु ते त्यापेक्षा खूप जास्त असे काहीतरी आहे.

त्याच वर्षी *न्यू यॉर्क टाइम्सने* 'सीसू : ए वर्ड दॅट एक्सप्लेन्स फिनलंड' (सीसू : फिनलंडचे स्पष्टीकरण देणारा शब्द) या नावाचा लेख छापला होता. एका फिन नागरिकाने पत्रकाराजवळ पुढीलप्रमाणे आपल्या देशवासियांचे स्पष्टीकरण दिले होते: ''जातिवंत फिन हा आपण वाईटात वाईट परिस्थिती स्वीकारू शकतो, हे सिद्ध करण्याद्वारे दुर्दैवावर मात करण्याचा विश्वास बाळगणारा दुराग्रही प्रकारचा माणूस असतो.''

मी जेव्हा पदवी शिक्षणाच्या वर्गांमध्ये निग्रहाविषयी व्याख्यान देते, तेव्हा मला सीसूसंबंधी थोडक्यात विषयांतर करायला आवडते. मी माझ्या विद्यार्थ्यांना गर्भित प्रश्न विचारते : सीहॉक्सचे प्रशिक्षक पीट कॅरॉल यांना स्पष्टपणे आपण करू जी संस्कृती निर्माण करू शकतो असे वाटते, तशी – सीसू आणि निग्रह यांसारखे गुण साजरे करेल आणि त्यांना पाठबळ देईल, अशी संस्कृती आपण घडवू शकतो का?

काही वर्षांपूर्वी, संपूर्ण योगायोगाने, मी व्याख्यानामध्ये जेव्हा सीसूचा उल्लेख केला, तेव्हा श्रोत्यांमध्ये एमिलिया लाहटी नावाची फिनलंडची स्त्री होती. व्याख्यानानंतर, ती घाईघाईने मला शुभेच्छा देण्यासाठी आली आणि एक तिऱ्हाईत म्हणून माझा सीसूविषयीचा दृष्टिकोन अचूक आहे, यावर तिने शिक्कामोर्तब केले. सीसूविषयी, फिनलंडचे लोक त्यासंबंधी कसा विचार करतात, याविषयी आणि त्याचा प्रचार कसा केला जातो, याविषयी पद्धतशीर तपास करणे ही तातडीची गरज आहे, यावर आम्हा दोघींची सहमती झाली.

पुढील वर्षी, एमिलिया माझी पदव्युत्तर विद्यार्थिनी बनली आणि तिने नेमक्या त्याच प्रश्नांवर आधारित तिचा पदव्युत्तर शोधप्रबंध पूर्ण केला. तिने फिनलंडच्या हजार नागरिकांना सीसूविषयी ते कसा विचार करतात, हे विचारले आणि बहुतांश लोकांची सीसूच्या विकासासंबंधी प्रगतिशील मानसिकता असल्याचे तिला आढळले. ''जाणीवपूर्वक प्रयत्नांद्वारे सीसू शिकला किंवा विकसित केला जाऊ शकतो का?'' असे विचारता, ८३ टक्के लोकांनी 'हो' असे उत्तर दिले. ''उदाहरणार्थ, जिथे तेरा वर्षीय मुलगा हा बहुधा जंगलात एकटाच दहा वर्षीय मुलांचा गटप्रमुख असतो, अशा फिनिश छात्रदल संघटनेच्या वनशिबिरांमधील सहभागाचा सीसूशी काही परस्परसंबंध असावा, असं दिसतं,'' असे उत्तरही एका प्रतिसादकाने दिले होते.

फिनलंडच्या लोकांच्या किंवा अन्य कोणत्याही देशाच्या नागरिकांच्या आतड्यांमध्ये, ऊर्जेचा साठा दडलेला असून, तो निर्णायक क्षणी बाहेर येण्याच्या प्रतीक्षेत असतो, हा समज एक शास्त्रज्ञ म्हणून मी गांभीर्याने घेत नाही. असे असले तरी, सीसूवरून आपल्याला दोन शक्तिशाली धडे शिकता येण्यासारखे आहेत.

पहिला म्हणजे स्वतःविषयी 'प्रचंड अडचणींवर मात करण्यास सक्षम असणारी एखादी व्यक्ती,' असा विचार केल्याची परिणती बऱ्याचदा स्वतःविषयीच्या समजांवर शिक्कामोर्तब करणाऱ्या वर्तनात होते. जर तुम्ही ती 'सीसू चेतना' असणारे फिनिश नागरिक असाल, तर काहीही घडो, तुम्ही पुन्हा उठून उभे राहता. अशाच प्रकारे, जर तुम्ही सिएटल सीहॉक असाल, तर तुम्ही स्पर्धक आहात. यशस्वी होण्यासाठी जे काही लागते, ते तुमच्यामध्ये आहे. अडथळ्यांमुळे तुम्ही स्वतःची पिछेहाट होऊ देत नाही. तुम्ही जे आहात, तोच निग्रह आहे.

दुसरा धडा म्हणजे प्रत्यक्षात आंतरिक ऊर्जेची संकल्पना ही जरी हास्यास्पद असली, तरी त्यापेक्षा अधिक अचूक रूपक असू शकत नाही. काहीवेळा,

आपल्याकडे आता देण्यासारखे काही नाही असे वाटते आणि तरीही, त्या अंधाऱ्या आणि हताश क्षणांमध्ये, जर आपण एकामागोमाग एक पावले टाकत राहिलो, तर सर्व तर्क ज्याविरोधात युक्तिवाद मांडत असल्यासारखे दिसत आहेत, ती गोष्ट साध्य करण्याचा मार्ग अस्तित्वात असल्याचे आपल्याला आढळते.

सीसूची संकल्पना ही शतकानुशतके फिनलंडच्या संस्कृतीचा अविभाज्य भाग आहे; परंतु त्यापेक्षा बऱ्याच लहान कालचौकटींमध्येही संस्कृती निर्माण करता येऊ शकतात. कोणती गोष्ट निग्रह निर्माण करते, हे समजून घेण्याच्या माझ्या शोधामध्ये, अशा काही संस्थांशी माझी गाठ पडली, ज्यांची सूत्रे ही खासकरून निग्रही प्रमुखांच्या हाती आहेत आणि माझ्या दृष्टिकोनानुसार, या प्रमुखांनी यशस्वीरीत्या निग्रहाची संस्कृती घडवली आहे.

उदाहरणार्थ, जेपी मॉर्गन चेसचे सीईओ जेमी डिमन यांचा विचार करा. बँकेच्या अडीच लाखांपेक्षा अधिक नोकरदारांपैकी 'आय वेअर धिस जर्सी अँड आय ब्लिड धिस ब्लड' (मी ही जर्सी परिधान करतो आणि माझ्या शरीरातून हेच रक्त वाहते) असे म्हणणारे जेमी काही केवळ एकटेच नाहीत. ''मी दररदिवशी आमच्या ग्राहकांसाठी जे काही करतो, ते प्रत्यक्षात महत्त्वाचे आहे. इथे कोणीच बिनमहत्त्वाचे नाही आणि प्रत्येक तपशील, प्रत्येक कमर्चारी महत्त्वाचा आहे... या महान कंपनीचा एक भाग असल्याचा मला अभिमान आहे,'' यांसारख्या गोष्टी बऱ्याच कनिष्ठ पदांवर असणारे अन्य नोकरदारही सांगतात.

अमेरिकेतील सर्वांत मोठी बँक असणाऱ्या 'जेपी मॉर्गन चेस' या बँकेचे जेमी हे दशकभराहून अधिक काळापासून सीईओ आहेत. २००८च्या वित्तीय संकटामधून जेमी यांनी त्यांच्या बँकेला सुरक्षित स्थानी आणले आणि अन्य बँका पूर्णपणे कोसळल्या असतानाही, जेपी मॉर्गन चेसने कसातरी करून ५ अब्ज डॉलर्सचा नफा कमावला होता.

योगायोगाने, जेमी हे ज्या खासगी शाळेचे माजी विद्यार्थी आहेत, त्य ब्राउनिंग स्कूलचे बोधवाक्य 'ग्राएट' असे आहे. हे 'ग्रिट' या शब्दाचेच जुने इंग्रजी रूप असून शाळेच्या १८९७च्या वार्षिक पुस्तिकेमध्ये ''ठामपणा, धाडस आणि निर्धार... या गोष्टीच फक्त सर्व कार्यांमध्ये अस्सल यशाचा मुकुट जिंकतात,'' अशा शब्दांत त्याची व्याख्या करण्यात आली आहे. जेमी हे ब्राउनिंगमध्ये वरिष्ठ वर्षात शिकत असताना त्यांच्या कॅल्क्युलस शिकवणाऱ्या शिक्षकांना हृदयविकाराचा झटका आला आणि बदली शिक्षकांना कॅल्क्युलस अवगत नव्हते, तेव्हा वर्गातील अर्ध्या विद्यार्थ्यांनी तो विषय सोडून दिला आणि जेमीसह उर्वरित निम्म्या विद्यार्थ्यांनी तोच

विषय कायम ठेवण्याचा निर्णय घेतला. या विद्यार्थ्यांनी संपूर्ण वर्ष वेगळ्या वर्गामध्ये बसून स्वतःलाच शिकवण्यात खर्ची घातले.

जेपी मॉर्गन चेस येथे त्यांनी कार्यसंस्कृती कशी उभारली, याविषयी बोलण्यासाठी मी त्यांना कॉल केला असता, ''तुम्हाला रस्त्यातील खड्डे आणि उंचवट्यांमधून, तसंच चुका आणि अडथळ्यांमधून मार्ग काढायला शिकावंच लागतं,'' असे त्यांनी मला सांगितले. ''काही अपयशं ही येणारच असतात आणि तुम्ही ती कशी हाताळता, ही तुम्ही यशस्वी होणार का, हे ठरवणारी बहुधा सर्वांत महत्त्वाची गोष्ट असते. तुमच्याकडे तीव्र निर्धार असणं आवश्यक आहे. तुम्ही जबाबदारी घेणं गरजेचं आहे. तुम्ही त्याला निग्रह म्हणता. मी त्याला धैर्य म्हणतो.''

फिनलंडसाठी जे सीसूचे जे महत्त्व आहे, तेच जेमी डिमन यांच्यासाठी धैर्याचे आहे. जेमी यांना वयाच्या बेचाळीसाव्या वर्षी सिटीबँकमधून बाहेरचा रस्ता दाखवण्यात आला आणि त्यानंतर या संपूर्ण घटनेतून काय धडे शिकण्यासारखे आहेत, यावर विचार करण्यासाठी त्यांनी अख्खे वर्ष घेतले, त्यातून ते अधिक चांगले प्रमुख बनले, अशी आठवण जेमी सांगतात आणि धैर्य हे संपूर्ण जेपी मॉर्गन चेस बँकेचे मूलभूत मूल्य बनवण्याइतका त्यांचा धैर्यावर प्रगाढ विश्वास आहे. ''अंतिम गोष्ट ही आहे की, आपल्याला कालपरत्वे वाढणं गरजेचं आहे.''

इतक्या प्रचंड मोठ्या व्यवसायसमूहाच्या संस्कृतीला प्रभावित करणे हे एका प्रमुखासाठी खरोखरच शक्य असते का? असे मी त्यांना विचारले. जेपी मॉर्गन चेसच्या संस्कृतीचे वर्णन आपुलकीने 'दि कल्ट ऑफ जेमी' (जेमी यांचा संप्रदाय) असे केले जाते, हे खरेच आहे; परंतु जेमी ज्यांना व्यक्तिशः कधीच भेटले नाहीत, असे जेमी मॉर्गन चेसचे अक्षरशः हजारो कर्मचारी व नोकरदार आहेतच.

''पूर्णपणे,'' जेमी त्या प्रश्नाला उत्तर देताना म्हणाले. ''त्यासाठी अथक – अक्षरशः अथकपणे संवाद आवश्यक असतो. तुम्ही काय बोलता आणि कसे बोलता, यामध्ये ते असतं.''

त्याचबरोबर, तुम्ही किती वारंवार ते सांगता, हेसुद्धा महत्त्वाचं ठरू शकतं. सर्वार्थाने, जेमी हे अदम्यपणे संवाद साधणारे, संबंध जपणारे आहेत. त्यांच्या नोकरदारांसोबतच्या ज्या सभांचा उल्लेख ते 'टाउन हॉल सभा' असा करतात, त्यांना उपस्थित राहण्यासाठी ते परदेश प्रवासही करतात. अशाच एका सभेमध्ये, ''तुमच्या नेतृत्वगटामध्ये तुम्ही कोणत्या गोष्टींचा शोध घेता?'' असे त्यांना विचारण्यात आले. यावर त्यांचे उत्तर काय होते? ''कार्यक्षमता, चारित्र्य आणि त्यांची लोकांना वागवण्याची पद्धत.'' वरिष्ठ व्यवस्थापनाबाबत आपण स्वतःला दोन प्रश्न विचारत असल्याचे त्यांनी नंतर मला सांगितले. पहिला : ''मी त्यांना माझ्याशिवाय व्यवसाय चालवू देईन का?'' आणि दुसरा : ''मी माझ्या मुलांना त्यांच्याकरिता काम करू देईन का?''

टेडी रुझवेल्ट यांचे उद्‌गार जेमी यांच्या आवडीचे आहेत आणि त्यांना ते वारंवार सांगायला आवडतात :

> टीकाकार हा महत्त्वाचा नसतो; कणखर व्यक्ती कसा अडखळतो किंवा कामे करणारा ती कुठे अधिक चांगल्याप्रकारे करू शकला असता, याकडे निर्देश करणारा माणूसही महत्त्वाचा नाही. श्रेय त्या माणसाचे आहे, जो प्रत्यक्षात रिंगणात आहे, ज्याचा चेहरा धुळीने, घामाने आणि रक्ताने माखला आहे; जो शूरपणे प्रयत्न करतो; जो चुका करतो, जो पुनःपुन्हा कमी पडतो, कारण कोणताही प्रयत्न हा चुका आणि त्रुटींशिवाय असत नाही; परंतु जो खरोखरच कार्य करण्याचा प्रयत्न करतो; ज्याला प्रचंड उत्साह, प्रचंड समर्पणभाव ठावूक असतो; जो योग्य कारणासाठी स्वतःला खर्ची घालतो; ज्याला त्याच्या सर्वोत्तम स्थितीत, अखेरीस उच्च यशाचा विजय माहीत असतो आणि ज्याला सर्वांत वाईट स्थितीत, जर तो अपयशी ठरला, तर किमान खूप मोठे धाडस करताना अपयश आल्याचे माहीत असते. त्यामुळे, त्याचे स्थान, ज्यांना ना विजय माहीत असतो ना पराभव, अशा थंड आणि भित्रट मनांच्या बरोबरीचे कधीच असणार नाही.

आणि जेमी यांनी रुझवेल्ट यांच्या काव्याचा अनुवाद जेपी मॉर्गन चेसच्या 'हाऊ वी डू बिझनेस' असे शीर्षक असणाऱ्या माहितीपुस्तिकेमध्ये गद्यरूपात पुढीलप्रमाणे केला आहे : ''तुम्ही करता, त्या प्रत्येक गोष्टीमध्ये तीव्र निर्धार बाळगा.'' ''निश्चयीपणा, लवचीकता आणि दृढता दाखवून द्या.'' ''तात्पुरत्या अडथळ्यांना कायमच्या सबबी बनू देऊ नका.'' आणि अखेरीस, ''चुका आणि समस्यांना प्रयत्न थांबवण्याची कारणे म्हणून नाही, तर अधिक चांगले होण्याची संधी म्हणून वापरा.''

ॲन्सन डॉरेन्स यांच्यासमोर त्यामानाने लक्षणीयरीत्या कमी लोकांमध्ये निग्रह रुजवण्याचे आव्हान आहे. नेमके सांगायचे झाल्यास, एकतीस स्त्रियांमध्ये. चॅपेल हिल येथील नॉर्थ कॅरोलिना विद्यापीठाच्या (यूएनसी) महिला फुटबॉल संघाच्या खेळाडूंची पूर्ण नामावली तेवढी आहे. ॲन्सन हे महिला फुटबॉलच्या इतिहासातील सर्वांत विजयी प्रशिक्षक आहेत. त्यांच्या विक्रमांमध्ये, राष्ट्रीय अजिंक्यपद स्पर्धेच्या एकतीस वर्षांमधील बावीस अजिंक्यपदे मिळवण्याचा विक्रम समाविष्ट आहे. १९९१ मध्ये, आपले पहिलेवहिले विश्वविजेतेपद पटकावणाऱ्या अमेरिकन महिला फुटबॉल संघाचे ते प्रशिक्षक होते.

त्यांच्या तारुण्यात, खेळाडू असणाच्या दिवसांमध्ये, ॲन्सन यांनी यूएनसीच्या पुरुष फुटबॉल संघाचे कर्णधारपद भूषवले होते. ते विशेष गुणवान नव्हते; परंतु

सरावाच्या आणि स्पर्धेच्या प्रत्येक मिनिटात त्यांच्या सर्वस्व झोकून देणाऱ्या, आक्रमक खेळाचे संघसहकाऱ्यांकडून कौतुक होत असे. याच संघसहकाऱ्यांनी त्यांना 'हॅक अँड हसल' असे टोपणनाव दिले होते. ''ॲन्सन, तू मला आजवर भेटलेला, कोणतीही गुणवत्ता नसतानाचा सर्वांत आत्मविश्वासपूर्ण माणूस आहेस,'' असे त्यांचे वडील त्यांना एकदा उघडपणे म्हणाले होते. यावर ॲन्सन यांनी तातडीने, ''डॅड, मी ही प्रशंसा म्हणून स्वीकारतोय,'' असे उत्तर दिले होते. त्यानंतर बऱ्याच वर्षांनी, प्रशिक्षक म्हणून ॲन्सन यांनी ''गुणवत्ता ही सर्वसामान्य आहे; ती गुणवत्ता विकसित करण्यासाठी तुम्ही काय गुंतवणूक करता, हे उत्कृष्टतेचं व महानतेचं महत्त्वाचं अंतिम परिमाण आहे,'' असे निरीक्षण नोंदवले.

ॲन्सन यांचे बरेचसे प्रशंसक त्यांच्या अभूतपूर्व यशाचे श्रेय त्यांच्या भरतीप्रक्रियेला देतात. ''हे निव्वळ चुकीचं आहे,'' असे ॲन्सन यांनी मला सांगितले. ''पाच ते सहा शिक्षणसंस्था नियमित स्तरावर खेळाडूंच्या भरतीप्रक्रियेत आम्हाला मागे टाकतात. एकदा खेळाडू इथे आल्यानंतर आम्ही काय करतो, हे आमच्या असामान्य यशाचं गमक आहे. आमची संस्कृती हे गमक आहे.''

संस्कृती उभारणे हा सातत्यपूर्ण प्रयोगप्रक्रियेचे काम आहे, असे ॲन्सन यांनी सांगितले. ''मुळात, आम्ही काहीही प्रयत्न करून पाहू आणि जर ते यशस्वी ठरत असतील, तर आम्ही ते करत राहू.''

उदाहरणार्थ, निग्रहावरील माझ्या संशोधनाविषयी समजल्यानंतर ॲन्सन यांनी त्यांच्या प्रत्येक खेळाडूला निग्रह चाचणी द्यायला सांगितले आणि प्रत्येकीला तिचे गुण समजतील, याची खातरजमा केली. ''प्रामाणिकपणे सांगायचं, तर मला अक्षरशः धक्का बसला. एखाददोन अपवाद वगळल्यास, तुझ्या चाचणीमधील निग्रह क्रमवारी ही मी त्यांच्या निग्रहाचं ज्याप्रकारे मूल्यमापन केलं असतं, तशीच आहे.'' आता, खेळाडूंना ''यशस्वी लोकांच्या महत्त्वाच्या गुणांबाबत सखोल जाण असावी,'' याकरिता प्रत्येक वसंत ऋतूत, संपूर्ण संघाने निग्रहावर आधारित स्वतःचे मूल्यांकन करण्याची तजवीज ॲन्सन करतात. प्रत्येक खेळाडूला तिचे गुण पाहायला मिळतात, कारण ''काही बाबतींत, ही चाचणी त्यांना योग्यरीत्या टिपते आणि काही बाबतींत, ही चाचणी त्यांना उघडं पाडते,'' असे ॲन्सन मांडतात. वर्षागणिक संघात परतणाऱ्या खेळाडूंना, एकेकाळी आपल्यामध्ये असलेल्या निग्रहाची तुलना सध्याच्या निग्रहाशी करता यावी, यासाठी त्या पुन्हा – आणि मग पुन्हा – अशी दरवर्षी ती चाचणी देतात.

लक्षवेधी ठरलेला आणखी एक प्रयोग म्हणजे बीप टेस्ट, त्याची सुरुवात दर 'टारहिल' मोसमामध्ये होते. सर्व खेळाडूंना एका रांगेमध्ये खांद्याला खांदा लावून उभे केले जाते आणि इलेक्ट्रॉनिक बीपच्या आवाजासरशी त्या वीस मीटर दूर असलेल्या रेषेपर्यंत संथ धावत जातात, वेळेत तिथे पोहोचताच आणखी एकदा बीप असा आवाज

होतो आणि तो पुन्हा वळून जिथून सुरुवात केली, तिथपर्यंत धीम्या गतीने धावत जाण्याचा संकेत असतो. त्या खेळाडू अशा पुढे मागे धावत राहतात आणि त्यादरम्यान, दोन बीप आवाजांमधील कालावधी जसा कमी कमी होत जातो, तसा खेळाडूंच्या धावण्याचा वेग वाढतो. अवघ्या काही मिनिटांमध्येच, खेळाडू या पूर्ण वेगाने धावू लागतात – या टप्प्यावरही बीप आवाजामधील कालावधी अधिक वेगाने कमी होतच असतो. एक एक करून, खेळाडू या चाचणीतून बाहेर पडतात आणि जेव्हा त्या पडतात, तेव्हा त्या हमखास जमिनीवर हातपाय पसरून पडलेल्या असतात. प्रशिक्षण आणि स्पर्धेदरम्यान खेळाडूंकडून केल्या जाणाऱ्या सर्व गोष्टींची ठेवली जाते तशीच, त्या किती दूरपर्यंत गेल्या, याचीही काळजीपूर्वक नोंद ठेवली जाते आणि कोणत्याही विलंबाशिवाय सर्वांना पाहण्यासाठी या नोंदी लॉकर रूममध्ये चिकटवल्या जातात.

या बीप टेस्टची रचना सर्वप्रथम कॅनडाच्या व्यायाम शरीरशास्त्रज्ञांनी, ऑक्सिजन ग्रहण करण्याची कमाल क्षमता तपासण्यासाठी केली होती; परंतु शारीरिक तंदुरुस्ती मापणे या एकमेव कारणामुळे ॲन्सन यांना ती आवडते. १९४०मध्ये, हार्वर्ड फटिग लॅबॉरेटरीच्या संशोधकांनी ज्याप्रमाणे, शारीरिक वेदनेमधून चिकाटीचे मूल्यांकन करण्यासाठी ट्रेडमिल चाचणीची रचना केली होती, त्याचप्रमाणे ॲन्सन बीप टेस्टकडे व्यक्तिमत्त्वाची दुहेरी चाचणी म्हणून पाहतात. ''या चाचणीद्वारे माझ्यापुढे काय सिद्ध होणार आहे, याविषयी मी चाचणीपूर्वी एक छोटेखानी भाषण देतो,'' असे त्यांनी मला सांगितले. ''तुम्ही चांगली कामगिरी केल्यास एकतर तुमच्यामध्ये स्वयंशिस्त आहे, कारण तुम्ही संपूर्ण उन्हाळाभर सराव केला आहे किंवा बहुतांश लोकांना हाताळता येत नाही, अशी शारीरिक वेदना हाताळण्याची मानसिक खंबीरता तुमच्यामध्ये आहे. आदर्शतः, अर्थातच तुमच्याकडे या दोन्ही गोष्टी असतात.'' पहिला बीप आवाज होण्यापूर्वीच, ॲन्सन जाहीर करतात, ''मुलींनो, ही तुमच्या मानसिकतेची चाचणी आहे. धावा!''

ॲन्सन निग्रहाच्या संस्कृतीची उभारणी अन्य कशा प्रकारे करतात? जेमी डिमन यांच्याप्रमाणेच, ते संवादावर खूप जास्त भर देतात. ते करतात, अशी ती एकमेव गोष्ट नक्कीच नाही; परंतु तत्त्वज्ञान आणि इंग्रजी या विषयात पदव्युत्तर शिक्षण घेतले असल्याने ॲन्सन यांना शब्दांच्या ताकतीविषयी विशेष आदर आहे : ''माझ्यासाठी, भाषा हे सर्वकाही आहे.''

इतक्या वर्षांमध्ये, काळजीपूर्वक शब्दबद्ध केलेल्या बारा मूलभूत मूल्यांची यादी ॲन्सन यांनी विकसित केली आहे. कोणत्याही सरधोपट, सर्वसामान्य फुटबॉलपटूच्या तुलनेत 'यूएनसी टार हील' असणे म्हणजे काय, हे ती बारा मूल्ये विशद करतात. ''जर तुम्हाला महान संस्कृती निर्माण करायची असेल, तर त्या संस्कृतीतील प्रत्येक जण ज्याआधारे जगेल, अशा मूलभूत मूल्यांचा संच तुमच्याकडे असलाच पाहिजे,'' असे त्यांनी मला सांगितले. संघाच्या मूलभूत मूल्यांपैकी अर्धी

मूल्ये ही सांघिकतेविषयी असून उर्वरित अर्धी ही निग्रहाविषयी आहेत. एकत्रितरीत्या या मूल्यांद्वारे विशद करण्यात येणाऱ्या संस्कृतीचा उल्लेख ॲन्सन आणि त्यांच्या खेळाडू 'दि कॉम्पिटिटिव्ह कॉल्ड्रन' (स्पर्धात्मक पात्र) असा करतात.

परंतु ज्यांच्या मूलभूत मूल्यांकडे दैनंदिन स्तरावर धडधडीतपणे दुर्लक्ष करण्यात येते, अशाही बऱ्याच संस्था, संघटना अहेत, असा मुद्दा मी मांडला. ॲन्सन याच्याशी सहमत होते. ''तुमच्या संस्कृतीअंतर्गत तुम्ही कठोर परिश्रम करता, या विधानामध्ये अर्थातच प्रेरणादायी असं काहीही नाही. हे अतिशय रटाळ विधान आहे.''

मूलभूत मूल्यांना शुल्लक होण्यापासून वाचवण्याची ॲन्सन यांची उपाययोजना ही काहीअंशी पूर्णपणे अनपेक्षित आहे, तर अन्य काही अर्थांनी पाहिल्यास, ॲन्सनसारख्या मानव्यशास्त्राची पार्श्वभूमी असणाऱ्याकडून तुम्हाला ज्याची अपेक्षा करता येऊ शकेल, नेमकी तशीच आहे.

ॲन्सन हे जोसेफ ब्रॉडस्की या रशियातून हद्दपार करण्यात आलेल्या नोबेल पारितोषिकविजेत्या कवीविषयीचा लेख वाचत होते, तेव्हा त्यांच्या मनात यासाठीची प्रेरणा चमकून गेली. ब्रॉडस्की हे कोलंबिया विद्यापीठातील त्यांच्या पदव्युत्तर विद्यार्थ्यांना प्रत्येक सेमिस्टरमध्ये बऱ्याच रशियन कविता पाठ करायला, लक्षात ठेवायला लावायचे, असे ॲन्सन यांना समजले. स्वाभाविकतःच, बहुतांश विद्यार्थ्यांना ही मागणी अवाजवी आणि जुनीपुराणी वाटत होती आणि ब्रॉडस्की यांना तसे सांगण्यासाठी ते विद्यार्थी त्यांच्या कार्यालयामध्ये आले. त्यांना जसे आवडेल तसे ते करू शकतात; परंतु जर त्यांना कवितेतील आवश्यक कडवी आठवली नाहीत, तर त्यांना त्यांच्या पीएच. डी. मिळणार नाहीत, असे ब्रॉडस्की यांनी सांगितले. ''त्यामुळे ते विद्यार्थी खजील होऊन त्यांच्या कार्यालयामधून बाहेर पडले आणि पाठांतर करू लागले,'' अशी आठवण ॲन्सन यांनी सांगितली. त्यानंतर जे घडले, ते ॲन्सन यांच्या शब्दांत सांगायचे तर 'निव्वळ परिवर्तनकारी' होते. ब्रॉडस्की यांचे विद्यार्थी कटिबद्ध राहून कवितांच्या पंक्ती लक्षात ठेवू लागल्यानंतर जवळपास अचानक ''त्यांना रशिया जाणवू लागला, ते रशियात जगू आणि श्वास घेऊ लागले.'' कागदी पानावर जे मृतावस्थेत होते, ते अचानक जिवंत झाले.

हा किस्सा केवळ वाचून पटकन विसरून जाण्याऐवजी ॲन्सन यांना लागलीच, ते स्वतः जे उच्चस्तरीय ध्येय साध्य करण्याच्या प्रयत्नात होते, त्याप्रती या किश्श्याची असणारी सुसंबद्धता लक्षात आली. ते वाचत, पाहत किंवा करत असणाऱ्या अन्य सर्व गोष्टींबाबत ते ज्याप्रमाणे स्वतःला प्रश्न विचारतात, तसाच त्यांनी या वेळीही विचारला, '*मला जी संस्कृती विकसित करायची आहे, त्याकामी हा किस्सा मला कशा प्रकारे मदत करू शकेल?*'

ॲन्सन डॉरेन्स यांच्या मार्गदर्शनाखाली तुम्ही जितकी वर्षे खेळता, त्या प्रत्येक वर्षी तुम्हाला तीन भिन्न साहित्यिक उच्चारणे लक्षात ठेवावी लागतात आणि त्यातील

प्रत्येक उच्चारण हे भिन्न प्रकारचे मूलभूत मूल्य सांगण्यासाठी निवडलेले असायला हवे. ''मोसमाला सुरुवात होण्यापूर्वी संघासमोर तुमची चाचणी घेतली जाईल आणि मग पुन्हा प्रत्येक खेळाडू परिषदेमध्ये चाचणी होईल. तुम्हाला ती उच्चारणे केवळ लक्षातच ठेवावी लागणार नाहीत, तर त्यासोबतच तुम्हाला ती समजून घ्यावी लागतील, त्यामुळे त्यावर विचारमंथनही करा...'' असे ॲन्सन यांना संघाला दिलेल्या सूचनापत्रात म्हटले आहे.

वरिष्ठ वर्षात येईपर्यंत, ॲन्सन यांच्या खेळाडूंना सर्व बारा मूल्यांची उच्चारणे मुखोद्गत असतात. '*आम्ही रडत बसत नाही*' – या त्यातील पहिल्या मूलभूत मूल्यापासून खेळाडू सुरुवात करतात आणि त्याच्याशी संबंधित उच्चारण हे नाटककार जॉर्ज बर्नार्ड शॉ यांच्या सौजन्याने आहे : ''तुम्हाला आनंदी ठेवण्यासाठी जग स्वतःहून झटणार नसल्याबद्दल तक्रार करत बसणाऱ्या आजारी आणि तक्रारखोर असा तापदायक, स्वार्थी खुजा मूर्ख माणूस बनण्याऐवजी दैवाची ताकद, भाग्यशक्ती बनण्यामध्ये आयुष्यातील खरा आनंद आहे.''

'शब्दशः लक्षात ठेवणे' ही वेस्ट पॉइंटची अभिमानास्पद, शतकांपासून चालत आलेली परंपरा आहे. 'बगल नोट्स' म्हणून ओळखल्या जाणाऱ्या वेस्ट पॉइंटच्या कागदपत्रांमध्ये, पहिल्या वर्षाच्या कॅडेट्सनी – वेस्ट पॉइंटच्या भाषेत त्यांना 'प्लेब्स' म्हटले जाते – लक्षात ठेवणे आवश्यक आहे, अशा सर्व गीतांची, कवितांची, नियमांची, तत्त्वांची आणि संकीर्ण गोष्टींची प्रदीर्घ यादी तुम्हाला सापडू शकेल. तथापि, अगदी स्मृतीशी निष्ठावंत असणारे शब्दही जेव्हा कृतींपासून फारकत घेतात, तेव्हा ते संस्कृती अबाधित ठेवत नाहीत, असे नमूद करणारे वेस्ट पॉइंटचे सध्याचे अधीक्षक लेफ्टनंट जनरल रॉबर्ट कॅस्लेन हे पहिलेच आहेत.

उदाहरणार्थ, शोफिल्ड यांची शिस्तीची व्याख्या घ्या. १८७९ साली, वेस्ट पॉइंटचे तत्कालीन अधीक्षक जॉन शॉफिल्ड यांनी कॅडेट्ससमोर केलेल्या भाषणात हे शब्द प्रथमतः उच्चारले होते आणि वेस्ट पॉइंटमध्ये शिक्षण घेणाऱ्या प्रत्येकाला तोंडपाठ असण्याची अपेक्षा तुम्ही बाळगाल, अशा प्रकारचे हे शब्द आहेत. कॅडेट्सनी लक्षात ठेवलाच पाहिजे, अशा या उताऱ्याची सुरुवात पुढीलप्रमाणे होते : ''जी शिस्त मुक्त देशाच्या सैनिकांना लढाईमध्ये विश्वासार्ह बनवते, तो कठोर किंवा जुलमी वर्तनातून मिळत नसते. त्याउलट, अशा प्रकारच्या वर्तनाने लष्कराची जडणघडण होण्यापेक्षा ते नष्ट होण्याचीच खूप जास्त शक्यता असते.''

शोफिल्ड पुढे म्हणतात – आणि कॅडेट्सनी हेसुद्धा लक्षात ठेवलेच पाहिजे – की, एकाचप्रकारच्या सूचना अशा पद्धतीने देता येऊ शकतात की, त्यामुळे एकतर

निष्ठेकरिता प्रेरणा निर्माण होते किंवा विरोधाची बीजे पेरली जातात. हा फरक एकाच अत्यावश्यक गोष्टीवर येऊन थांबतो : आदर. कनिष्ठांचा त्यांच्या प्रमुखांप्रतीचा आदर? नाही, असे शोफिल्ड म्हणतात. महान नेतृत्वाच्या मुळांची सुरुवात ही प्रमुखांनी त्यांच्या कनिष्ठांप्रती बाळगलेल्या आदरापासून होते.

१९७१ साली, कॅस्लेन जेव्हा अठरा वर्षीय नवोदित म्हणून वेस्ट पॉइंटमध्ये हे शब्द जसेच्या तसे लक्षात ठेवत होते, तेव्हाही एकीकडे तुमच्या वरच्या वर्गातील लोक तुमच्यावर ओरडत आणि किंचाळत असताना, शोफिल्ड यांचे हे उन्नतीदर्शक शब्द पाठ करण्यातील विरोधाभास त्यांना समजत होता. त्या काळामध्ये, छळ हा केवळ सहनच केला जात नव्हता, तर त्याला प्रोत्साहनही मिळत होते. ''जो यातून तग धरणारा असायचा, तोच पुढे जायचा,'' अशी आठवण कॅस्लेन यांनी सांगितली. ''ते सर्व ओरडणे आणि किंचाळणे यांच्याशी जुळवून घेण्यासाठी जितकी मानसिक कणखरता आवश्यक होती, त्या तुलनेत शारीरिक आव्हानं तितकी नसायची.''

नक्कीच, चाळीस वर्षांपूर्वी, बिस्ट बॅरेक्सला सुरुवात करणाऱ्या कॅडेट्सपैकी १७० कॅडेट्स हा कार्यक्रम पूर्ण होण्यापूर्वीच सोडून द्यायचे. हे प्रमाण १२ टक्के इतके होते आणि दशकभरापूर्वी, मी वेस्ट पॉइंट येथे निग्रहाचा अभ्यास करण्यासाठी आले, तेव्हा बिस्ट कार्यक्रम सोडून देणाऱ्यांच्या तुलनेत हे प्रमाण दुप्पट होते. मागील वर्षी, हा कार्यक्रम सोडून देण्याचे प्रमाण दोन टक्क्यांहूनही कमी आले होते.

या घसरणीच्या कलाचे एक स्पष्टीकरण छळ किंवा खरेतर छळाचा अभाव हे आहे. पहिल्या वर्षातील कॅडेट्सवर शारीरिक आणि मानसिक ताण लादण्याची पद्धत ही दीर्घकाळापासून भविष्यातील अधिकाऱ्यांना कणखर बनवण्याच्या प्रक्रियेतील आवश्यक भाग मानण्यात येत होती. कमकुवत असणाऱ्यांना वेचून बाजूला काढणे, परिणामतः जे हा ताण हाताळू शकत नाहीत, त्यांना बाहेर काढून तुकडीमधील दुर्बलता दूर करणे, हा याचा दुसरा फायदा असल्याचाही तर्क लावला जात होता. दशके लोटली तशी, छळाच्या मान्य प्रथांच्या यादीला अधिकाधिक चाप लावण्यात आला आणि १९९०मध्ये, एकूणच छळावर अधिकृतरीत्या बंदी घालण्यात आली.

त्यामुळे विसाव्या दशकाच्या अखेरीस बिस्ट कार्यक्रम सोडून देण्यामध्ये झालेली घट याचे स्पष्टीकरण बहुधा छळ बंद होण्यामध्ये मिळू शकेल; परंतु मागील दशकात यामध्ये अचानक घट झाल्याचे स्पष्टीकरण काय आहे? वेस्ट पॉइंटची प्रवेशप्रक्रिया ही निग्रहासाठी निवड करण्याबाबत अधिक चांगले काम करत आहे का? मी वर्षागणिक पाहिलेल्या निग्रहाविषयीच्या माहितीवरून तरी, तसे अजिबात नाहीय. वेस्ट पॉइंटने कॅडेट्सचे निग्रहविषयक गुण जमवण्यास सुरुवात केल्यापासून प्रवेश घेणाऱ्या कॅडेट्सच्या सरासरी निग्रह गुणांमध्ये फरक दिसून आलेला नाही.

जनरल कॅस्लेन यांच्या मते, अकादमीमधील संस्कृतीमध्ये हेतुपुरस्सर बदल घडणे, हे याचे कारण आहे. ''जेव्हा केवळ *तग धरणाराच* पुढे जातो, तेव्हा ते

कॅडेट्सनी सोडून जाण्याचं प्रतिरूप असतं,'' असे ते समजावतात. ''नेतृत्वाचा दुसराही एक प्रकार आहे. मी त्याला *विकासात्मक प्रतिरूप* म्हणतो. दोन्ही प्रतिरूपांमध्ये मानके नेमकी तशीच - उच्च - असतात; परंतु एकामध्ये तुमच्या कनिष्ठांनी ती मानके प्राप्त करण्यासाठी तुम्ही भीतीचा वापर करता आणि दुसऱ्यामध्ये, तुम्ही स्वतः अग्रस्थानी राहून नेतृत्व करता.''

युद्धभूमीवर अग्रस्थानी राहून नेतृत्व करण्याचा अर्थ, शब्दशः तुमच्या सैनिकांसोबत बाहेर आघाडीच्या फळीत येणे, त्यांच्या इतकेच कठोर परिश्रम करणे आणि मृत्यूच्या तितक्याच धोक्यांचा सामना करणे. वेस्ट पॉइंटमध्ये याचा अर्थ, कॅडेट्सना बिनशर्त आदराने वागवणे आणि जेव्हा ते अकादमीच्या असामान्यरीत्या उच्च मानकांची पूर्तता करण्यात कमी पडतात, तेव्हा त्यांना विकासासाठी कोणत्या प्रकारच्या पाठिंब्याची गरज आहे, हे शोधून काढणे, असा होतो.

''उदाहरणार्थ, शारीरिक क्षमता चाचणीमध्ये, जर दोन मैल धावण्यासाठी संघर्ष करावा लागणारे कॅडेट्स असतील आणि मी त्यांचा प्रमुख असेन, तर मी त्यांच्यासोबत बसणार आहे आणि त्यांचा प्रशिक्षण कार्यक्रम तयार करणार आहे. हा आराखडा विवेकी असल्याची मी खातरजमा करणार आहे. कधीतरी दुपारी, 'चल, धावायला जाऊ' किंवा 'चल, व्यायाम करू' किंवा 'चल, इंटरव्हल्स करू' (विशिष्ट अवधीत करावयाचे विविध व्यायामप्रकार) असं मी म्हणणार आहे. त्या कॅडेटला मानकांपर्यंत पोहोचवण्यासाठी मी पुढे उभा राहून नेतृत्व करेन. बऱ्याचदा, जे कॅडेट्स स्वतःहून गोष्टी करण्यास असमर्थ ठरतात, ते यामुळे अचानक प्रेरित होतात आणि एकदा त्यांच्यामध्ये सुधारणा होण्यास सुरुवात झाली की, मग त्यांची प्रेरणा वाढते आणि जेव्हा ते ती उद्दिष्टे पूर्ण करतात, तेव्हा त्यांच्यामध्ये आणखी आत्मविश्वास येतो. एका टप्प्यावर, स्वतःहून या गोष्टी कशा कराव्यात, हे ते शोधून काढतात,'' असे कॅस्लेन यांनी समजावले.

कॅस्लेन यांनी दिलेल्या उदाहरणावरून माझ्या मनात वेस्ट पॉइंटरमधील टॉम डिएरलिन यांची कथा आली. टॉम यांनी 'एअरबोर्न रेंजर' बनण्यासाठी बिस्ट प्रशिक्षणापेक्षाही खडतर असे प्रशिक्षण सोसल्याचे मला सांगितले होते. त्या प्रशिक्षणाच्या एका टप्प्यावर, ते एका खडकाला लटकले होते - त्या खडकावर चढण्यात त्यांना अगोदरच एकदा अपयश आले होते - आणि त्यांच्या शरीरातील प्रत्येक स्नायू बंड पुकारून थरथरत होता. ''मी नाही करू शकत,'' टॉम यांनी वरच्या पठारावर असणाऱ्या रेंजर प्रशिक्षकाला ओरडून सांगितले. '''हो, बरोबर आहे. सोडून दे! तू पराभूतच आहेस,' असे तो वरून ओरडून सांगणार, अशी मला अपेक्षा होती. पण माणूस कसं कोणास ठावूक, त्याऐवजी म्हणाला, 'हो, तू करू शकतोस! इथे वर ये!' आणि मी गेलो. मी वरपर्यंत चढून गेलो आणि स्वतःशीच शपथ घेतली की, 'मी करू शकत नाही,' असं पुन्हा कधीच म्हणायचं नाही.''

वेस्ट पॉइंटमधून शिक्षण पूर्ण करण्यासाठीची शैक्षणिक, शारीरिक आणि लष्करी मानके ही कालपरत्वे, असलीच तर अधिक कडक बनली आहेत, असे कॅस्लेन वेस्ट पॉइंटच्या नव्या विकासात्मक संस्कृतीच्या टिकाकारांना उत्तर देताना नमूद करतात. अगोदरच्या कोणत्याही काळापेक्षा अकादमीतून अधिक उत्तम, बळकट आणि अधिक सक्षम अग्रणी निर्माण होत आहेत, असा त्यांना विश्वास आहे. ''इथे किती ओरडणं आणि किंचाळणं सुरू आहे, यावर आधारित वेस्ट पॉइंटचं मूल्यमापन जर तुम्हाला करायचं असेल, तर मी तुम्हाला तक्रार करू देतो. आजचे तरुण पुरुष आणि स्त्रिया या ओरडण्याला आणि किंचाळण्याला प्रतिसाद देत नाहीत.''

वस्तुनिष्ठ मानकांव्यतिरिक्त वेस्ट पॉइंटमध्ये मागील दहा वर्षांत बदलले नाही, असे आणखी काय आहे? नम्रपणाचे आणि सभ्यता पाळण्याचे नियम हे इतके कडक राहिले आहेत की, माझ्या तेथील दौऱ्यादरम्यान, प्रत्येक भेटीकरिता काही मिनिटे अगोदर पोहोचण्याची खातरजमा करण्यासाठी मीसुद्धा माझे घड्याळ वारंवार पाहात असल्याचे माझ्या लक्षात आले होते. त्याचप्रमाणे, विचार न करता, मी भेटत असलेल्या प्रत्येक पुरुष व स्त्रीचा उल्लेख 'सर' आणि 'मॅम' असा करत होते. त्याचबरोबर, औपचारिक कार्यक्रमांसाठी कॅडेट्सनी परिधान करावयाचा राखाडी रंगाचा संपूर्ण गणवेश कायम आहे, त्यामुळे आजचे कॅडेट्सही त्यांच्याअगोदर दोन शतकांपर्यंत मागे जात असलेल्या वेस्ट पॉइंटर्सच्या 'लाँग ग्रे लाइन'चा भाग बनत आहेत. अखेरीस, वेस्ट पॉइंटमध्ये शिकणाऱ्यांकडून आजही कॅडेट्सची बोली भाषा अस्खलितपणे बोलली जाते आणि त्यामध्ये, चौथ्या वर्षाच्या कॅडेट्ससाठी 'फर्स्टीज्', शारीरिकदृष्ट्या नीटनेटके असणाऱ्यांसाठी 'स्पूनी', तसेच 'मला तुझं बोलणं समजलं' इथपासून ते 'उत्साहदर्शक उद्गार' ते 'सहमत' ते 'खूप छान' आदी सर्व प्रतिक्रियांसाठी 'हुआ' यांसारख्या असंभाव्यपणे परिभाषित केलेल्या शब्दांचा समावेश आहे.

वेस्ट पॉइंटमधील चार वर्षांच्या विकासात्मक संस्कृतीमुळे, निग्रह चाचणीमध्ये दोन किंवा तीन इतक्या गुणांकनावर असणारे कॅडेट्स विश्वासार्हरीत्या पाचपर्यंत पोहोचतील, असा विचार करण्याइतके कॅस्लेन भाबडे नाहीत; परंतु पुन्हा जे विद्यापीठास्तरीय खेळाडू, शालेय वर्ग प्रतिनिधी आणि वर्गात सर्वोत्तम गुण मिळवणारे विद्यार्थी वेस्ट पॉइंटची दोन वर्षांची प्रवेशप्रक्रिया पार करून येथे येतात, ते खरेतर निग्रहमापकाच्या तळाशी तर नसतातच. महत्त्वाचे म्हणजे कॅस्लेन यांनी लोकांना बदलताना पाहिले आहे. त्यांनी कॅडेट्सना विकसित होताना पाहिले आहे. त्यांची मानसिकता प्रगतिशील आहे. ''कोण पुढे जाऊन श्वार्ट्झकॉफ किंवा मॅक्आर्थर बनणार आहे, हे तुम्हाला खरंच कधी माहीत नसतं.''

पीट कॅरॉल यांनी ग्रिटविषयी बोलण्यासाठी कॉल केला होता, त्यानंतर दोन वर्षांनी, मी सिएटलला जाणाऱ्या विमानात चढले. सीहॉक्सचा संघ एनएफएलमधील सर्वांत निग्रही संस्कृती प्रस्थापित करत आहे, असे पीट म्हणाले होते, त्याचा अर्थ काय, हे मला स्वतःहून 'याची डोळा' पाहायचे होते.

तोपर्यंत, मी त्यांचे *विन फॉरेव्हर* हे आत्मचरित्र वाचले होते, त्यामध्ये त्यांनी स्वतःच्या आयुष्यात उत्कट आवड आणि चिकाटी यांच्या ताकतीचा शोध लागण्याविषयी भाष्य केले आहे :

> व्यक्तिशः, तुम्ही जर स्वतःसाठी भविष्यवेध निर्माण केलात आणि त्याला चिकटून राहिलात, तर तुम्ही तुमच्या आयुष्यात खूप चांगल्या गोष्टी घडणे शक्य बनवू शकता, हे मला समजले आहे. एकदा का तुम्ही स्पष्ट भविष्यवेध निर्मितीचे काम पूर्ण केले की मग शिस्त आणि भविष्यवेध कायम ठेवण्यासाठीचे परिश्रम यांच्याद्वारे तो सर्वथा वास्तवात उतरू शकतो, असा माझा अनुभव आहे. या दोन्ही गोष्टी एकमेकांच्या सोबतीने येतात. ज्या क्षणी तुम्ही तो भविष्यवेध निर्माण करता, त्या क्षणी तुम्ही त्या मार्गावर असता; परंतु तुम्ही किती दक्षपणे त्याला धरून राहता, ती दक्षताच तुम्हाला तिथपर्यंत पोहोचवते.
>
> सर्व खेळाडूंमध्ये ते बाणवणे हा सातत्यपूर्ण पेशा आहे.

पीट यांना बऱ्याच मुलाखतींमध्ये निग्रह आणि संस्कृतीविषयी बोलतानाही मी पाहिले आहे. एका मुलाखतीमध्ये, सदर्न कॅलिफोर्निया विद्यापीठाच्या सभागृहात पीट हे मंचावर आहेत आणि ज्या शिक्षणसंस्थेमध्ये त्यांनी प्रशिक्षक म्हणून 'यूएससी ट्रोजन्स' या संघाला नऊ वर्षांच्या काळातील सात अजिंक्यपदांच्या सामन्यांपैकी विक्रमी सहा वेळा विजय मिळवून दिला, त्याच शिक्षणसंस्थेमध्ये सन्माननीय पाहुणे म्हणून ते परतले आहेत. ''सध्या काय नवीन? तुम्ही काय शिकत आहात?'' असे पीट यांच्या मुलाखतकाराने त्या वेळी विचारले. माझ्या निग्रहाविषयीच्या संशोधनाचा आणि त्यांच्या स्वतःच्या दशकभरापासून घडणप्रक्रियेत असलेल्या प्रशिक्षणविषयक दृष्टिकोनाशी हे संशोधन अनुनादी असल्याचा शोध त्यांना लागल्याचे वर्णन पीट यांनी केले. ''आमच्या कार्यक्रमांतर्गत, प्रशिक्षक वर्ग हा असंख्य स्पर्धात्मक संधी, प्रसंग आणि प्रदर्शनीय उदाहरणे यांच्याद्वारे निग्रहाची संस्कृती मजबूत करतो... प्रत्यक्षात आम्ही काय करतो, तर त्यांना अधिक निग्रही बनवण्याचा प्रयत्न करतो. जिद्द व चिकाटी कशी बाळगावी, हे त्यांना शिकवण्याचा आम्ही प्रयत्न करतो. ते उत्कट आवडीचे प्रदर्शन कसे करू शकतात, हे त्यांना दाखवून देण्याचा प्रयत्न आम्ही करत असतो,'' असे पीट म्हणाले.

त्यानंतर, त्यांनी एक उदाहरण दिले. सरावादरम्यान, सीहॉक्सचे खेळाडू विजयासाठी खेळतात – आक्रमण आणि बचाव फळीतील खेळाडू परस्परांविरुद्ध जोरदार आक्रमकतेने आणि प्रत्यक्ष सामन्यातील 'शत्रूला नष्ट करण्याच्या' तीव्रतेने परस्परांविरुद्ध स्पर्धा करतात. या दर आठवड्याला होणाऱ्या स्पर्धास्तरीय सरावाच्या प्रथेला 'कॉम्पिटिशन वेनज्डेज्' असे नाव देण्यात आले असून मागे जात ॲन्सन डॉरॅन्स यांच्यापर्यंत या कल्पनेचा माग काढता येऊ शकतो. पीट हे त्यांच्या स्वतःच्या दृष्टिकोनास आकार देत असताना त्यांनी डॉरॅन्स यांचे प्रशिक्षणाविषयीचे पुस्तक अधाशीपणे वाचून काढले होते. ''याबाबत तुम्ही जर, कोण जिंकतंय आणि कोण हरतंय, असा विचार केला, तर संपूर्ण मुद्दाच तुम्ही हरवून बसाल... खरंतर आपल्या विरुद्ध खेळणारा माणूस हा आपल्याला आपण आहोत, तसं बनवत असतो.'' आपले प्रतिस्पर्धी, विरोधक हे जी आव्हाने निर्माण करतात, तीच आपल्याला स्वतःचे सर्वोत्तम रूप बनण्यास मदत करतात, असे पीट यांनी स्पष्ट केले.

सीहॉक्स संस्कृतीच्या बाहेरील लोकांच्या ध्यानातून सहजपणे हा मुद्दा निसटतो. ''खेळाडूंना योग्य अर्थाने हे समजत नाही,'' असे पीट म्हणाले. ''त्यांना हे समजत नाही; परंतु कालौघात, आम्ही सातत्याने यावर काम करत, वाटचाल करतो आहोत.'' पीट यांच्यासाठी हे म्हणजे त्यांच्या स्वतःच्या डोक्यात जे चालले आहे, त्यांची उद्दिष्टे, त्यांच्या दृष्टिकोनामागील तर्क असे सर्व काही, सर्वांत पारदर्शक पद्धतीने सर्वांसमोर मांडणे आहे. ''जर मी त्याविषयी बोललो नाही, तर त्यांना ते कळणार नाही आणि 'मी जिंकणार आहे की मी हरणार आहे?' असा विचार ते करत राहतील; परंतु आम्ही जेव्हा याविषयी पुरेशी चर्चा करतो, तेव्हा ते का स्पर्धा करत आहेत, याची ते कदर करू लागतात.''

काही खेळाडूंना मात्र जितके शिकावे लागते, त्यापेक्षा जास्त बहुधा त्यांच्याकडे शिकवण्यासारखे असते, हेसुद्धा पीट मान्य करतात. उदाहरणार्थ, सीहॉक संघामध्ये फ्री सेफ्टी स्थानावर खेळणारा अर्ल थॉमस हा ''तुम्ही कल्पनाच करू शकता, असा सर्वांत स्पर्धात्मक आणि सर्वांत निग्रही खेळाडू'' म्हणून त्यांच्याकडे आला. ''मैदानावर प्रतिस्पर्ध्यांना ढकलणे आणि सराव करणे ही दोन्ही कामे तो आश्चर्यकारण तीव्रतेने करतो. तो लक्ष केंद्रित करतो, अभ्यास करतो, सर्वकाही करतो.'' परंतु संस्कृतीची जादू अशी की, त्या एका माणसाचा निग्रह इतरांसाठी उत्कृष्ट नमुना बनू शकतो. दैनंदिन स्तरावर, अर्ल हा ''आपण काय चीज आहोत, हे इतक्या साऱ्या वेगवेगळ्या मार्गांनी दाखवून देतो.'' जर प्रत्येक माणसाचा निग्रह हा इतरांमधील निग्रह वाढवत असेल, तर कालांतराने, समाजशास्त्रज्ञ जिम फ्लिन ज्याला 'सोशल मल्टिप्लायर इफेक्ट' म्हणतात, तशा परिणामांची अपेक्षा तुम्हाला बाळगता येऊ शकते. एका अर्थाने, जेफ बेझॉस यांनी किशोरवयामध्ये तयार केलेल्या स्वतःचीच अनंत प्रतिबिंबे पाडणाऱ्या 'इन्फिनिटी क्युब'चे ते प्रेरणात्मक

रूप असते – एका माणसाचा निग्रह हा अन्य माणसांमधील निग्रह वाढवत असतो व त्यामुळे परिणामतः पहिल्या व्यक्तीमध्ये अधिक निग्रहासाठी प्रेरणा मिळते आणि ही प्रक्रिया अशीच निरंतर सुरू राहते.

अर्ल थॉमस याला सीहॉक्समध्ये असण्याबद्दल काय म्हणायचे आहे? ''माझे संघसहकारी पहिल्या दिवसापासून मला पुढे जाण्यासाठी प्रोत्साहन देत आहेत. अधिक चांगला बनण्यासाठी ते मला मदत करतात आणि हेच उलटपक्षीही घडतं. कठोर परिश्रम करण्याची तयारी असणाऱ्या, व्यवस्थेवर पूर्ण विश्वास टाकणाऱ्या, आणि कशानेच आत्मसंतुष्ट न होता सतत विकसित होणं सुरू ठेवणाऱ्या संघसहकाऱ्यांबद्दल तुम्हाला मनःपूर्वक आदरभाव बाळगावाच लागतो. हा नम्र दृष्टिकोन बाळगून आम्ही जी ऊंची गाठत आहोत, ते पाहणं खरोखरच अविश्वसनीय आहे.''

सीहॉक्सच्या प्रशिक्षण केंद्राला भेट देण्यासाठी मी गेले, त्या वेळेपर्यंत माझी जिज्ञासा दुप्पट वाढली होती. लागोपाठची वर्षे अजिंक्यपदाच्या सामन्यामध्ये स्थान मिळवणे हे अतिशय कठीण आहे, मात्र सीहॉक्स सर्व प्रतिकूलतांना पुरून उरले होते आणि त्या वर्षी पुन्हा त्यांनी 'सुपर बॉल'मध्ये प्रवेश केला होता. अगोदरच्या वर्षी, सिएटलच्या चाहत्यांनी डोक्यावर निळी व हिरवी पट्टी बांधून संचलन करत सीहॉक्सचा विजय साजरा केला होता आणि तो सिएटलच्या इतिहासातील सर्वांत मोठा सार्वजनिक मेळावा ठरला होता. त्याच्या बरोबर उलट, यावर्षीच्या पराभवाची परिणती कर्कश्य आरोळ्यांमध्ये, रडण्यात आणि क्रीडा समालोचकांनी 'एनएफएलच्या इतिहासातील सर्वांत वाईट' असे मानलेल्या निर्णयावर दात-ओठ खाऊन टीका करण्यात झाली होती.

आता याची पूर्वपीठिका पाहू या : सामना संपण्यास सव्वीस सेकंदांचा अवधी शिल्लक असताना सीहॉक्सकडे चेंडूचा ताबा आहे आणि सामना जिंकून देणारे टचडाउन करण्यापासून ते फक्त एक यार्ड दूर आहेत. अशावेळी पीट हे चेंडूसह धावण्याची सूचना खेळाडूंना करतील, अशीच सर्वांची अपेक्षा आहे. सीमान्त क्षेत्र इतक्या जवळ असणे, हेच त्याचे एकमेव कारण नाही. त्याबरोबरीने सीहॉक्सकडे मार्शोन लिंच आहे, हेसुद्धा एक कारण आहे. 'बिस्ट मोड' असे टोपणनाव लाभलेला हा खेळाडू संपूर्ण एनएफएलमधील एकटा सर्वोत्तम 'रनिंग बॅक' खेळाडू आहे, याबाबत सर्वत्र संमती आहे.

परंतु त्याऐवजी, सीहॉक्सचा क्वार्टरबॅक खेळाडू रसेल विल्सन पास करण्यासाठी चेंडू फेकतो, तो चेंडू मध्येच अडवण्यात येतो आणि न्यू इंग्लंड पॅट्रियट्सचा संघ विजेतेपदाचा चषक आपल्या घरी नेतो.

सुपर बॉल XLIX हा माझ्या संपूर्ण आयुष्यामध्ये कोणत्याही व्यत्ययाशिवाय मी पाहिलेला केवळ तिसरा अमेरिकन फुटबॉलचा सामना होता. त्याच्या आठवड्याभरापूर्वीच, सीहॉक्सने एनएफसी अजिंक्यपद स्पर्धेतील जिंकलेला सामना हा मी पाहिलेला दुसरा सामना होता. त्यामुळे, धावण्याऐवजी चेंडू पास करणे हे प्रशिक्षक म्हणून खेळ पारखण्यात झालेल्या चुकीचे मूर्तिमंत उदाहरण होते का, यावर मी तज्ज्ञ मत देऊ शकणार नाही; परंतु मी जेव्हा सीएटलमध्ये आले, तेव्हा पीट यांच्या आणि संपूर्ण संघाच्या त्यावरील प्रतिक्रियेचे मला जास्त कुतूहल होते.

''यश हे कधीही अंतिम नसतं; अपयश हे कधीच प्राणघातक नसतं. शेवटी महत्त्वाचे ठरतं, ते धैर्य,'' हे पीट यांचे आदर्श आणि बास्केटबॉल प्रशिक्षक जॉन वूडन यांचे आवडते वाक्य होते. केवळ यशाच्या झळाळीनंतर नाही, तर अपयशाच्या अप्रिय परिणामामध्ये निग्रहाची संस्कृती कशी कायम राहते, हे मला जाणून घ्यायचे होते. पीट आणि सीहॉक्स यांनी वाटचाल सुरू ठेवण्याचे धैर्य कसे एकवटले, हे मला जाणून घ्यायचे होते.

आता मी मागे वळून पाहते, तेव्हा माझ्या दौऱ्यास 'त्या क्षणात असल्याचा' भाव होता, असे मला जाणवते :

माझ्या भेटीची सुरुवात पीट यांच्या कार्यालयातील बैठकीपासून होते – हो, ते 'कॉर्नर ऑफिस' असते; परंतु ते ना मोठे असते, ना दिमाखदार आणि त्याचे दार सदैव उघडे असते, त्यामुळे अक्षरशः मोठ्या आवाजातील रॉक संगीत हे कार्यालयाकडे येण्याच्या वाटेतून मुक्तपणे वाहत असते. ''एंजला, हा दिवस तुझ्यासाठी कशाप्रकारे उपयुक्त ठरू शकतो?'' पीट हे पुढे झुकत विचारतात.

मी माझा उद्देश स्पष्ट करते. आज मी जणू एक मानववंशशास्त्रज्ञ असून सीहॉक्सच्या संस्कृतीवरील टिपणे काढण्यासाठी येथे आलेली आहे. जर माझ्याकडे मानववंशशास्त्रज्ञ घालतात, तसे हेल्मेट असते, तर मी ते घातले असते.

आणि त्या सुरुवातीने, अर्थातच पीट उत्साहित होतात. संस्कृती म्हणजे केवळ एकच गोष्ट नाही, त्यामध्ये लाखो गोष्टी आहेत, लाखो तपशील आहेत, ते सार आहे आणि ती शैली आहे, असे ते मला सांगतात.

सीहॉक्ससोबत एक दिवस घालवल्यानंतर, मला या विधानाशी सहमत व्हावे लागते. त्या खरेच अगणित लहानसहान गोष्टी असतात, त्यातील प्रत्येक गोष्ट करण्यासारखी असते – परंतु प्रत्येक गोष्ट ही सहजरीत्या गचाळपणे उरकण्याजोगी, विसरण्याजोगी किंवा दुर्लक्ष करण्याजोगीही असते आणि तपशील हे अगणित असले तरी, त्यांमध्ये काही विचारसूत्रे असतात.

सर्वांत साहजिक असते भाषा. ''मी 'कॅरॉल' भाषा अस्खलित बोलतो,'' असे पीट यांचे एक प्रशिक्षक एकदा म्हणाले होते आणि 'कॅरॉल' भाषा बोलणे म्हणजेच, अस्खलित 'सीहॉक' भाषा बोलणे : नेहमी स्पर्धा करा. तुम्ही एकतर स्पर्धा करत असता किंवा नसता. तुम्ही जे काही करता त्या सर्व बाबतींत स्पर्धा करा. तुम्ही चोवीस तास, सातही दिवस सीहॉक आहात. शेवट दमदार करा. सकारात्मक आत्मसंवाद. संघाला प्रथमप्राधान्य.

मी संघासोबत असते, त्या एका दिवसामध्ये, त्यादरम्यान खेळाडू, प्रशिक्षक, कर्मचारी यांच्यापैकी कोणी ना कोणीतरी कितीदा उत्साहाने हे शब्दांचे तुकडे उच्चारतात, हे मी तुम्हाला सांगू शकत नाही. मात्र, त्यांच्या भाषेत वैविध्य असल्याचे मी एकदाही ऐकले नाही, हे मी तुम्हाला सांगू शकते. ''समानार्थी शब्द नकोत,'' हे पीट यांचे एक आवडते वाक्य आहे. का नको? ''जर तुम्हाला परिणामकारकरीत्या संवाद साधायचा असेल, तर तुम्ही वापरत असलेल्या शब्दांबाबत तुम्ही स्पष्ट असणं गरजेचं आहे.''

मी तिथे ज्यांना ज्यांना भेटते, ते सर्व जण त्यांच्या वाक्यांमध्ये या कॅरॉलवादाची पखरण करतात आणि त्यांच्यापैकी कोणीच त्यांच्या त्रेसष्ठवर्षीय मुख्य प्रशिक्षकांइतके किशोरवयीन अतिऊर्जेने सळसळणारे नसले, तरी स्वतःला आवडीने 'सीहॉक्स परिवार' म्हणवणाऱ्या या समूहातील उर्वरित लोक या वचनांचा खराखुरा अर्थ काय, हे समजून घेण्यास मला मदत करण्याबाबत तितकेच प्रामाणिक असतात.

'स्पर्धा करणे' किंवा 'कम्पिट' म्हणजे मला जे वाटते तसे नाही, असे मला सांगण्यात येते. याचा अर्थ इतरांवर मात करून विजय मिळवणे, इतकाच नाही. या समजाबाबत मला नेहमीच असहजता वाटत आली आहे. 'कम्पिट' म्हणजे उत्कृष्टता. ''कम्पिट हा लॅटिनमधून आलेला शब्द आहे,'' असे स्पर्धात्मक सर्फर ते क्रीडा मानसशास्त्रज्ञ असा प्रवास करणारे आणि संस्कृतीनिर्मितीमध्ये पीट यांचे एक भागीदार माईक जर्व्हाइस स्पष्ट करतात. ''शब्दशः त्याचा अर्थ 'एकत्र उत्कर्ष होणे,' असा आहे. त्याच्या मूळ अर्थामध्ये अन्य व्यक्तीचा पराभव करण्यासंबंधी काहीही नाही.''

माईक हे मला व्यक्तीमध्ये आणि संघामध्ये उत्कृष्टतेला चालना देण्याचे दोन महत्त्वाचे घटक सांगतात : ''सखोल व समृद्ध पाठिंबा आणि सुधारणेसाठीची अथक आव्हाने.'' जेव्हा ते हे सांगतात, तेव्हा माझ्या डोक्यात प्रकाश पडतो. पाठिंबा देणारे आणि मागणी करणारे पालकत्व हे मानसशास्त्रीयदृष्ट्या सुज्ञ असते आणि मुलांना त्यांच्या पालकांचे अनुकरण करण्यास प्रोत्साहन देते. पाठिंबा देणारे आणि मागणी करणारे नेतृत्वही असेच करत असेल, असा तर्क मांडण्यास जागा आहे.

मला हे समजण्यास सुरुवात होते. या व्यावसायिक फुटबॉल संघासाठी फक्त इतर संघांना पराभूत करणे म्हणजेच सर्वकाही नसून, उद्या थोडे अधिक चांगले होण्यासाठी,

तुम्ही आज जे करू शकता, त्या सीमांपलीकडे स्वतःला ढकलत राहणे, हेसुद्धा तितकेच महत्त्वाचे आहे. उत्कृष्टता महत्त्वाची आहे. त्यामुळेच, सीहॉक्ससाठी नेहमी स्पर्धा करण्याचा अर्थ, *'तुम्ही जे काही होऊ शकता, ते व्हा, मग ते तुमच्यासाठी काहीही असो. तुमच्या सर्वोत्तम स्थितीपर्यंत पोहोचा,'* असा आहे.

एका बैठकीनंतर, त्यांचे एक सहायक प्रशिक्षक मधल्या वाटेत मला भेटतात आणि म्हणातात, ''मला माहीत नाही, तुमच्याजवळ कोणी समाप्ती किंवा शेवटाविषयी उल्लेख केला आहे का, ते.''

''शेवट?''

''आम्ही इथे ज्या संकल्पनांवर विश्वास ठेवतो, त्यांपैकी 'शेवट दमदार करणे' ही एक आहे.'' त्यानंतर ते मला उदाहरणे देतात : सीहॉक्स सामन्याचा शेवट खूप दमदार करतात, सामन्याच्या कालावधीतील अखेरच्या सेकंदापर्यंत जीव तोडून खेळतात. सीहॉक्स मोसमाचा शेवटही दमदार करतात. सीहॉक्स व्यायामसत्र, कवायतींचा शेवट दमदारपणे करतात आणि मी विचारते, ''पण फक्त शेवटच दमदार, असं का? सुरुवातही दमदार करणं हे जास्त अर्थपूर्ण नाही का?''

''हो; पण दमदार सुरुवात करणं हे सोपं आहे आणि सीहॉक्ससाठी 'शेवट' हा शब्दशः 'शेवट' नसतो,'' ते प्रशिक्षक सांगतात.

अर्थातच नाही. शेवट दमदार करणे म्हणजे सुरुवातीपासून शेवटपर्यंत प्रत्येक क्षणी सातत्याने एकाग्र राहून तुमची पूर्णपणे सर्वोत्तम कामगिरी करणे.

येथे केवळ पीट हेच उपदेशाचे काम करत नाहीत, हे मला अल्पावधीतच समजते. एका क्षणी, वीसपेक्षा अधिक साहाय्यक प्रशिक्षकांची उपस्थिती असलेल्या एका बैठकीदरम्यान, खोलीतील सर्व जण उत्स्फूर्तपणे अगदी अचूक एकसुरात उद्घोष सुरू करतात : *रडत बसायचे नाही. तक्रारी करायच्या नाहीत. सबबी सांगायच्या नाहीत.* हे म्हणजे चर्चच्या मध्यमस्वरात गाणाऱ्या गायनसमूहामध्ये असल्याप्रमाणेच वाटते. याअगोदर त्यांनी गायलेले असते : नेहमीच संघाचे रक्षण करा. यानंतरचे गीत : वेळेपूर्वी पोहोचा.

वेळेपूर्वी पोहोचा? पीट यांचे पुस्तक वाचल्यानंतर मी 'वेळेपूर्वी पोहोचा,' हा संकल्प केल्याचे मी त्यांना सांगते. मात्र आतापर्यंत, मी जवळपास कुठल्याच गोष्टीसाठी वेळेपूर्वी पोहोचलेले नव्हते. यावर काही जण गालातल्या गालांत हसतात. प्रत्यक्षात, हे करण्यास झगडत असलेली मी एकटीच नसते; परंतु तितकेच महत्त्वाचे म्हणजे, या कबुलीमुळे त्यांच्यापैकी एक जण वेळेपूर्वी पोहोचणे हे का महत्त्वाचे आहे, याविषयी सांगू लागतो : ''त्याचा संबंध आदराशी आहे. त्याचा संबंध तपशिलांशी आहे. त्याचा संबंध उत्कृष्टतेशी आहे.'' ठीक आहे, ठीक आहे, मला समजू लागलंय.

मध्यान्हेच्या आसपास, मी संघाला निग्रहाविषयी व्याख्यान देते. त्याअगोदर मी प्रशिक्षक आणि अन्य सदस्यांसमोर हेच सादरीकरण केलेले असते आणि या व्याख्यानानंतर मी सर्व कार्यालयीन कर्मचाऱ्यांशीही बोलते.

बहुतांश संघ दुपारच्या जेवणासाठी गेल्यानंतर, सीहॉक्सपैकी एक जण त्याने आपल्या लहान भावाबाबत काय केले पाहिजे, हे मला विचारतो. त्याचा भाऊ खूप हुशार आहे; परंतु एका टप्प्यानंतर त्याच्या श्रेण्यांमध्ये घसरण व्हायला सुरुवात झाली असल्याचे तो सांगतो. भावाला अभ्यासासाठी प्रोत्साहन मिळावे म्हणून या सदस्याने नवाकोरा एक्स-बॉक्स व्हिडिओ गेम कॉन्सोल खरेदी केला आणि त्याच्या भावाच्या बेडरुममध्ये ठेवला. दोघांच्यात ठरलेला करार असा होता की, ज्या दिवशी 'ए' श्रेणीसह प्रगतिपुस्तक घरी येईल, त्या दिवशी भावाला तो गेम उघडता येईल. पहिल्यांदा, ही योजना यशस्वी ठरतेय, असे दिसत होते, मात्र नंतर त्याच्या भावाची कामगिरी खालावली. ''मी त्याला एक्स-बॉक्स तसाच देऊन टाकावा का?'' असे तो सदस्य मला विचारतो.

मी त्याचे उत्तर देणार, त्यापूर्वीच दुसरा एक खेळाडू म्हणतो, ''अरे, खरंतर त्याच्यामध्ये कदाचित 'ए' श्रेणी मिळवण्याची क्षमताच नसू शकते.''

मी डोके हलवते. ''मला जे सांगण्यात आलं आहे, त्यावरून तुझा भाऊ हा 'ए' श्रेणी मिळवण्यासाठी पुरेसा हुशार आहे. तो अगोदर इतकी चांगली कामगिरी करत होताच.''

तो खेळाडू हे मान्य करतो. ''तो हुशार मुलगा आहे. विश्वास ठेवा, तो हुशार मुलगा आहे.''

मी अद्यापही विचार करत असते, तेवढ्यात पीट उठून या चर्चेमध्ये सहभागी होतात आणि खरोखरच्या उत्साहाने सांगू लागतात : ''पहिली गोष्ट म्हणजे, तू तुझ्या भावाला तो गेम अजिबात देऊ नकोस. तू त्याला प्रेरित केलंस. ठीक आहे, ती सुरुवात आहे. तो प्रारंभ आहे. आता काय? त्याला प्रशिक्षणाची गरज आहे! त्याने काय केलं पाहिजे, विशेषतः पुन्हा चांगल्या श्रेणी मिळवण्यासाठी काय केलं पाहिजे, हे समजावून सांगणाऱ्या कोणाचीतरी त्याला गरज आहे! त्याच्याकडे नियोजन असणं आवश्यक आहे! ती पुढची पावलं काय असावीत, हे ठरवण्यासाठी त्याला तुझ्या मदतीची गरज आहे.''

या प्रसंगामुळे, पीट यांनी माझ्या दौऱ्याच्या सुरुवातीला सांगितलेल्या गोष्टीची मला पुन्हा आठवण होते : ''प्रत्येक वेळी मी जेव्हा निर्णय घेतो किंवा एखाद्या खेळाडूला काहीतरी सांगतो, तेव्हा 'माझ्या स्वतःच्या मुलाला मी कसं वागवलं असतं?' याचा मी विचार करतो. मी कोणती गोष्ट सर्वोत्तमरीत्या करतो, तुला माहित्येय? मी खूप चांगला पिता आहे आणि एका अर्थाने, मी तशाचप्रकारे प्रशिक्षण देतो.''

त्या दिवसाच्या अखेरीस, मी इमारतीच्या स्वागतकक्षामध्ये माझ्या टॅक्सीची वाट पाहत असते. पीट तिथे माझ्यासोबत, माझ्या जाण्याची व्यवस्था सुरळीतपणे होतेय ना, याची खातरजमा करत असतात. तो 'आजवरचा सर्वांत वाईट निर्णय' घेतल्यानंतरही वाटचाल सुरू ठेवण्याचे धैर्य त्यांनी आणि सीहॉक्सनी कसे मिळवले, हे आपण थेट त्यांना विचारलेच नाही, याची जाणीव मला होते. तो निर्णय सर्वांत वाईट नव्हता, त्याचे 'शक्य असणारे सर्वांत वाईट फलित' हाती आले, असे पीट यांनी नंतर 'स्पोर्ट्स इलस्ट्रेटेड' या नियतकालिकाला सांगितले होते. इतर प्रत्येक नकारात्मक आणि सकारात्मक अनुभवाप्रमाणेच, ''तो तुमचा भाग बनतो. मी त्याकडे दुर्लक्ष करणार नाही. मी त्याचा सामना करेन आणि जेव्हा तो साहजिक बनेल, तेव्हा मी त्याविषयी विचार करेन आणि त्याच्यासोबत पुढे जाणे सुरू ठेवेन आणि त्याचा वापर करेन. तो वापरेन!'' असे स्पष्टीकरण त्यांनी दिले होते.

मी निघण्याचा अगदी अगोदर, मी वळते आणि वर पाहते आणि तिथे, आमच्यापासून वीस फूट उंचीवर चमकदार धातूमध्ये घडवलेल्या फूटभर उंचीच्या अक्षरांत 'कॅरेक्टर' हा शब्द झळकत असतो. माझ्या हातामध्ये, मी निळ्या व हिरव्या रंगाची सीहॉकची ऐटबाज बॅग धरलेली असते आणि त्यासोबतच निळ्या रंगाची मूठभर रबरी मनगटी कडी असतात. त्यावर हिरव्या रंगामध्ये 'एलओबी : लव्ह अवर ब्रदर्स' असा शिक्का असतो.

प्रकरण १३

निष्कर्ष

हे पुस्तक तुमची सुप्त क्षमता साध्य करण्यासाठी साहाय्यक ठरणाऱ्या निग्रहाच्या ताकतीविषयी आहे. जीवनाच्या मॅरेथॉनमध्ये आपण काय साध्य करतो, हे प्रचंड प्रमाणात आपल्या निग्रहावर – दीर्घकालीन ध्येयाप्रतीची आपली उत्कट आवड आणि चिकाटी यांवर – अवलंबून असल्यामुळे मी हे पुस्तक लिहिले. गुणवत्तेबाबतचे अतिप्रेम आपल्याला या साध्या सत्यापासून विचलित करते.

हे पुस्तक म्हणजे तुम्हाला कॉफीसाठी बाहेर घेऊन जाण्याची आणि मला काय माहीत आहे, हे तुम्हाला सांगण्याची माझी पद्धत आहे.

माझे जवळपास सांगून झाले आहे.

फक्त काही अंतिम विचार मी येथे मांडते. पहिला म्हणजे तुम्ही तुमचा निग्रह वाढवू शकता.

हे करण्याचे दोन मार्ग मला दिसतात. तुमचे तुम्ही, 'आतून बाहेर' स्वतःचा निग्रह वाढवू शकता : तुम्ही तुमच्या स्वारस्यविषयांचे संवर्धन करू शकता. कौशल्यांपेक्षा वरचढ आव्हानांचा दैनंदिन सराव करण्याची सवय तुम्ही विकसित करू शकता. तुमचे काम तुम्ही स्वतःपलीकडील उदात्त हेतूशी जोडू शकता आणि जेव्हा सर्वकाही गमावल्यासारखे वाटते, तेव्हा आशा बाळगण्यास तुम्ही शिकू शकता.

त्याचप्रमाणे, तुम्ही 'बाहेरून आतमध्येही' निग्रह वाढवू शकता. पालक, प्रशिक्षक, शिक्षक, बॉस, मार्गदर्शक, मित्र – तुमचा वैयक्तिक निग्रह विकसित करणे हे अन्य लोकांवर महत्त्वपूर्णरीत्या अवलंबून असते.

माझा समारोपाचा दुसरा विचार हा समाधानाविषयी आहे. यश – मग ते नॅशनल स्पेलिंग बी कोण जिंकतो, वेस्ट पॉइंटमध्ये कोण स्थान पटकावतो किंवा विभागांतर्गत वार्षिक विक्रीमध्ये कोण अग्रस्थानी राहतो, यांपैकी कशानेही मोजले जाणारे असो, तुम्हाला पर्वा वाटणारी ती एकमेव गोष्ट नसते. नक्कीच, तुम्हाला त्यासोबत सुखीसमाधानीही व्हायचे असते आणि समाधान व यश हे परस्परांशी संबंधित असले, तरी ते एकसारखे नाहीत.

तुम्हाला कदाचित वाटेल, जर मी अधिक निग्रही झालो आणि अधिक यशस्वी बनलो, तर माझ्या सुखसमाधानात घसरण होईल का?

काही वर्षांपूर्वी, मी दोन हजार अमेरिकन प्रौढांचे सर्वेक्षण करून या प्रश्नाचे उत्तर देण्याचा प्रयत्न केला होता. खालील आलेखामध्ये निग्रह हा आयुष्यातील समाधानाशी कशा प्रकारे निगडित असतो, हे दर्शवण्यात आले असून, ते समाधान ७ ते ३५ या मापनश्रेणीदरम्यान मोजण्यात आले आहे. ''जर मला माझे आयुष्य पुन्हा जगता आले, तर मी जवळपास काहीच बदलणार नाही,'' अशा विधानांचाही त्यामध्ये समावेश करण्यात आला होता. त्याच अभ्यासांतर्गत, मी उत्कंठा, उत्साह यांसारख्या सकारात्मक भावना आणि शरमेसारख्या नकारात्मक भावना यांचेही

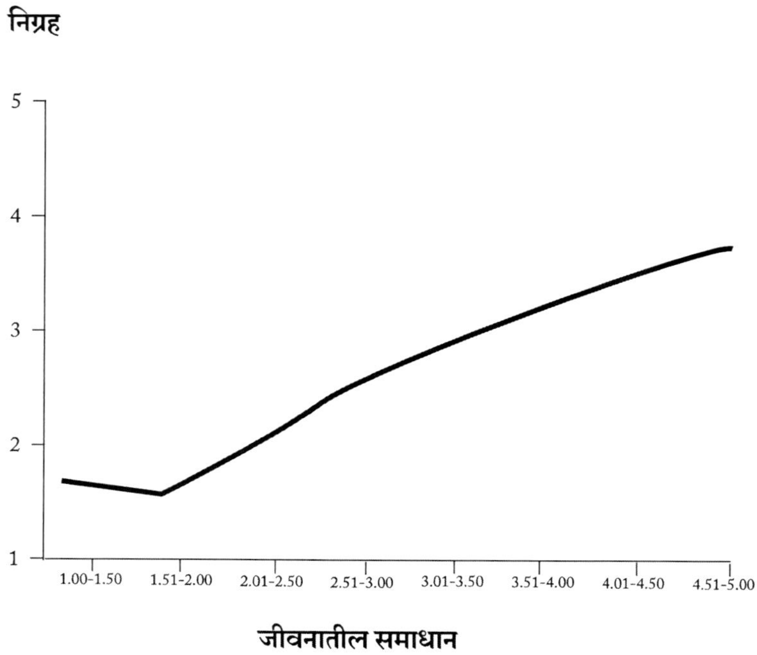

मूल्यमापन केले होते. माणूस जितका अधिक निग्रही असेल, तितका तो निरोगी भावनिक आयुष्याचा आनंद लुटण्याची शक्यता अधिक असते, असे मला आढळून आले. अगदी ग्रिट स्केलच्या सर्वोच्च स्तरावरही, मी कसेही मोजले तरी, निग्रह आणि स्वास्थ्य हे एकमेकांसोबतच चालत होते.

माझ्या विद्यार्थ्यांनी आणि मी जेव्हा हे निकाल प्रसिद्ध केले, तेव्हा आमच्या अहवालाचा शेवट आम्ही पुढीलप्रमाणे केला होता : ''सर्वोच्च निग्रही लोकांचे जोडीदार आणि त्यांची मुलेही अधिक समाधानी असतात का? त्यांचे सहकर्मचारी आणि त्यांच्या नोकरदारांचे काय? निग्रहाच्या संभाव्य उतरत्या बाजू शोधण्यासाठी अधिक चौकशी गरजेची आहे.''

माझ्याकडे अद्याप त्या प्रश्नांची उत्तरे नाहीत; परंतु हे विचारण्यासाठी चांगले प्रश्न आहेत, असे मला वाटते. मी जेव्हा अत्युच्च निग्रही लोकांशी बोलते आणि स्वतःपलीकडच्या उदात्त हेतूसाठी ते करतात, तितक्या मनस्वीपणे काम करताना आपण किती आनंदी व रोमांचित असतो, याविषयी ते मला सांगतात, तेव्हा त्यांच्या कुटुंबीयांनाही असेच वाटते का, हे मी सांगू शकत नाही.

उदाहरणार्थ, एकमेवाद्वितीय महत्त्वाच्या अशा उच्चस्तरीय ध्येयासाठी समर्पित केलेल्या त्या सर्व वर्षांची, मी अद्याप मोजलेली नाही, अशी कोणती किंमत चुकवावी लागते का, हे मला माहीत नाही.

मी याबाबत केलेली गोष्ट म्हणजे निग्रही आईसोबत लहानचे मोठे होणे कसे असते, हे मी अमांडा आणि ल्युसी या माझ्या मुलींना विचारले आहे. मी अगोदर कधीही न केलेल्या – पुस्तक लेखनासारख्या – गोष्टींचा प्रयत्न करताना त्यांनी मला पाहिले आहे आणि जेव्हा वाटचाल खरोखरच कठीण बनली, तेव्हा मला रडतानाही त्यांनी पाहिले आहे. आत्मसात करण्यायोग्य; परंतु तरीही करण्यास कठीण अशा असंख्य कौशल्यांबाबत धीम्या गतीने प्रगती करणे हे किती त्रासदायक असू शकते, हे त्यांनी पाहिले आहे. ''आपल्याला नेहमी हेतुपुरस्सर सरावाविषयी बोललंच पाहिजे का? सर्वकाही वळून पुन्हा तुझ्या संशोधनावर का यायला हवं?'' हे प्रश्न त्यांनी जेवणाच्या टेबलावर विचारले आहेत.

मी थोडासा दम घ्यावा, निवांत व्हावे आणि टेलर स्विफ्टसारख्या विषयांवर अधिक गप्पा माराव्यात... अशी अमांडा आणि ल्युसीची इच्छा आहे.

परंतु तरीही आपली आई निग्रहाचे मूर्तिमंत उदाहरण नसता अन्य काहीही असावी, अशी त्यांची इच्छा नाही.

किंबहुना, हीच गोष्ट साध्य करण्याची अमांडा आणि ल्युसीची आकांक्षा आहे. काहीतरी महत्त्वाचे – तुमच्या स्वतःसाठी आणि इतरांसाठीही – करण्यातून आणि ते चांगल्याप्रकारे करण्यातून आणि ते खूप कठीण असतानाही करण्यातून

मिळणाऱ्या समाधानाची झलक त्यांनी पाहिली आहे. त्यांना अशा प्रकारचे आणखी समाधान हवे आहे. आत्मसंतुष्टतेची स्वतःची अशी भुरळ असते; परंतु आपल्या सुप्त क्षमतेची जाणीव होण्याच्या समाधानाशी अदलाबदल करण्याजोगे दुसरे काहीही नाही, हे त्यांनी ओळखले आहे.

तुमच्याकडे खूपच जास्त निग्रह असू शकतो का? : मी माझ्या संशोधनामध्ये उत्तर न दिलेला हा आणखी एक प्रश्न आहे.

चांगली गोष्टही खूप जास्त प्रमाणात (किंवा खूप कमी प्रमाणात) असणे हे वाईट असते, असा युक्तिवाद ॲरिस्टॉटलने मांडला होता. उदाहरणार्थ, खूप कमी धैर्य हा भेकडपणा असतो; परंतु खूप जास्त धैर्यातून अविचारीपणाचे कृत्य होते, असा तर्क त्याने लावला होता; परंतु हेच तर्कशास्त्र लावायचे झाल्यास तुम्ही खूप दयाळू, खूप उदार, खूप प्रामाणिक आणि खूप स्व-नियंत्रितही असू शकता. ॲडम ग्रांट आणि बॅरी श्वार्ट्झ या मानसशास्त्रज्ञांनी या युक्तिवादाचा फेरआढावा घेतला आहे. 'इन्व्हर्टेड-यू' (इंग्रजीतील ण या अक्षराची उलटाकृती) ही कोणत्याही स्वभाववैशिष्ट्याच्या लाभांचे वर्णन करणारी क्रिया असते आणि तिच्या दोन टोकांच्या मध्यभागी कुठेतरी त्याचे सर्वांत अनुकूल स्वरूप असते, असा तर्क त्या दोघांनी काढला होता.

आतापर्यंत तरी, ॲरिस्टॉटलने अंदाज बांधलेला किंवा बॅरी आणि ॲडम यांना बहिर्मुखतेसारख्या अन्य स्वभाववैशिष्ट्यांबाबत आढळलेला एक प्रकारचा 'इन्व्हर्स-यू' हा मला निग्रहाबाबत आढळलेला नाही. बाकी काहीही असो, कोणत्याही निवडीमध्ये काही मिळते, तर काही गमवावे लागते हे मी ओळखते आणि हीच गोष्ट कशा प्रकारे निग्रहालासुद्धा लागू होईल, ते मी समजू शकते. जिथे प्रयत्न सोडून देणे हीच करण्यासारखी सर्वोत्तम कृती आहे, अशा परिस्थितींचा विचार करणे काही कठीण नाही. तुम्ही एखाद्या संकल्पनेबाबत, खेळात, नोकरीमध्ये किंवा प्रेमसंबंधातील जोडीदारासोबत गुंतलेले असायला हवे, त्यापेक्षा जास्त काळ अडकलेला होता, अशा वेळा तुम्हाला आठवू शकतील.

माझा स्वतःचा अनुभव सांगायचा, तर पियानोवादनाविषयी मला स्वारस्यही नसल्याचे आणि माझ्यामध्ये साहजिक गुणवत्ताही नसल्याचे स्पष्ट झाल्यानंतर तो प्रयत्न सोडून देणे हा खूप चांगला निर्णय होता. खरेतर, मी अगोदरच ते सोडू शकले असते आणि आधीच्या आठवड्यात मी रियाज न केलेल्या सर्व संगीतधुनींचे नोटेशन्स मला म्हणताना व वाजवताना ऐकावे लागण्यापासून माझ्या शिक्षकांना वाचवू शकले असते. फ्रेंच भाषा शिकण्यात मला मजा येत असली आणि पियानोच्या

तुलनेत मी अधिक वेगाने ती आत्मसात करत असले, तरी त्या भाषेत अस्खलित बनण्याचा प्रयत्न सोडून देणे हीसुद्धा चांगली कल्पना होती. पियानो आणि फ्रेंच या गोष्टींवर कमी वेळ खर्च केल्यामुळे मला अधिक समाधान देणाऱ्या गोष्टींच्या मागे लागण्यासाठी मोकळा वेळ उपलब्ध झाला.

त्यामुळे कोणताही अपवाद न करता तुम्ही जे काही सुरू केले आहे, ते तडीस नेणे, हा वेगळ्या, संभाव्यतः अधिक चांगल्या गोष्टींच्या सुरुवात करण्याची संधी गमावण्याचा चांगला मार्ग आहे. आदर्शतः, तुम्ही जरी तुमचे एखादे कार्य थांबवत असाल आणि भिन्न निम्नस्तरीय ध्येयांची निवड करत असाल, तरी तुमच्या अंतिम चिंतेला तुम्ही अद्यापही घट्ट धरून राहिलेले असता.

निग्रहाची साथ पसरण्याविषयी मी फारशी चिंता करत नाही, याचे एक कारण म्हणजे, अशा प्रकारची शक्यता ही आपल्या सध्याच्या वास्तवापासून खूपच दूर वाटते आहे. तुम्ही कामावरून घरी आल्यानंतर किती दिवशी पुढील वाक्ये तुमच्या जोडीदारासमोर म्हटली आहेत : ''बापरे, ऑफिसमध्ये प्रत्येक जण हा खूपच निग्रही आहे! त्यांच्या सर्वांत मौल्यवान ध्येयाशी ते खूप दीर्घकाळ चिकटून राहतात! ते खूपच कठोर प्रयत्न करतात! ते जरा कमी मनस्वी असायला हवेत, अशी माझी इच्छा आहे!''

अलीकडेच, मी तीनशे अमेरिकन प्रौढांना निग्रह चाचणी देण्यास सांगितले आणि त्यांचे गुण आल्यानंतर त्यांना कसे वाटले, हे मला सांगण्याची विनंती केली. बऱ्याच जणांनी आपल्या गुणांबाबत आपण खूश असल्याचे सांगितले आणि काही जणांना अधिक निग्रही व्हायचे होते. नपेक्षा, संपूर्ण नमुनासंख्येमध्ये, गुणांबाबत चिंतन केल्यानंतर, कमी निग्रही होण्याची आकांक्षा बाळगणारा एकही माणूस नव्हता.

मला खात्री आहे की, आपल्यापैकी बहुतांश जणांना अधिक निग्रह असणे अनुकूल ठरेल, कमी नाही. याला अपवादही असू शकतील – ज्यांना जराही आणखी निग्रही होण्याची गरज नाही, असे जगावेगळे लोक – परंतु ते अपवाद दुर्मीळ आहेत.

निग्रह ही एकमेव महत्त्वाची ठरणारी गोष्ट आहे, असे मला का वाटते, हे मला एकापेक्षा अधिक वेळा विचारण्यात आले आहे. किंबहुना, मला तसे वाटत नाही.

उदाहरणार्थ, माझ्या मुली बालपणातून प्रगल्भतेच्या वयाकडे वाटचाल करण्याच्या टप्प्यावर असताना त्यांनी स्वतःमध्ये निग्रह हा एकमेव गुण विकसित केलेला मला नको आहे, हे मी तुम्हाला सांगू शकते. त्या जे काही करतील, त्यामध्ये त्यांनी सर्वोत्कृष्ट असावे, अशी माझी इच्छा आहे का? सर्वार्थाने;

परंतु सर्वोत्कृष्टता, महानता आणि चांगुलपणा या वेगवेगळ्या गोष्टी आहेत. जर मला यांपैकी एकाची निवड करण्यास भाग पाडण्यात आले, तर मी पहिले स्थान चांगुलपणाला देईन.

एक मानसशास्त्रज्ञ म्हणून निग्रह हा मानवी चारित्र्याचा, स्वभावाचा एकमेव – किंवा अगदी सर्वांत महत्त्वाचा – पैलू अजिबात नाही, यावर मी शिक्कामोर्तब करू शकते. किंबहुना, लोक इतरांकडे कसे पाहतात, इतरांचा विचार कसा करतात, यांविषयीच्या अभ्यासांमध्ये, नैतिकतेने महत्त्वपूर्णतेच्या बाबतीत चारित्र्याच्या इतर सर्व पैलूंवर विजय मिळवला आहे. आपले शेजारी जर आळशी असतील, तर आपण नक्कीच त्याची दखल घेतो; पण त्यांच्यामध्ये जर प्रामाणिकपणा, एकात्मता आणि विश्वासूपणा यांसारखे गुण नसल्याचे दिसले, तर आपण विशेषकरून दुखावले जातो.

त्यामुळेच निग्रह म्हणजे सर्वकाही नाही. वाढ आणि भरभराट होण्याच्या दृष्टीने व्यक्तीमध्ये इतर खूप साऱ्या गोष्टींची आवश्यकता असते. चारित्र्य, स्वभाव हा बव्हंगी असतो.

निग्रह हा चारित्र्याच्या अन्य पैलूंशी कशा प्रकारे संबंधित आहे, हे समजून घेणे, हा निग्रहाविषयी विचार करण्याचा एक मार्ग आहे. अन्य सद्‌गुणांसोबत निग्रहाचे मूल्यमापन करताना, मला तीन विश्वासार्ह गुणसमूह आढळतात. त्यांचा उल्लेख मी चारित्र्याची व्यक्तिअंतर्गत, आंतरवैयक्तिक आणि बौद्धिक परिमाणे असा करते. तुम्ही त्यांना इच्छा, हृदय आणि मन यांच्या शक्ती असेही संबोधू शकता.

व्यक्तिअंतर्गत स्वभावगुणामध्ये निग्रहाचा समावेश होतो. मोबाईल टेक्स्टिंग आणि व्हिडिओ गेम्स यांसारख्या प्रलोभनांना प्रतिरोध करण्याशी संबंधित असल्याने विशेषकरून स्व-नियंत्रणाचाही या गुणसमूहामध्ये समावेश होतो. याचाच अर्थ, निग्रही लोकांचा कल हा स्वतःवर नियंत्रण ठेवण्याकडे असतो आणि हेच विधान उलटपक्षीही खरे आहे. एकत्रितरीत्या, जे सद्‌गुण व्यक्तिशः मौल्यवान असणारी ध्येये साध्य करणे शक्य बनवतात, त्यांना 'कामगिरीनिष्ठ गुणवैशिष्ट्ये' किंवा 'स्वयं-व्यवस्थापन कौशल्ये' असेही संबोधण्यात आले आहे. सामाजिक भाष्यकार आणि पत्रकार डेव्हिड ब्रुक्स यांना 'रिझ्युमे व्हर्च्युज्' असे म्हणतात, कारण अशा प्रकारच्या गोष्टीच आपल्याला नोकरी मिळवून देतात आणि नोकरीवर टिकवून ठेवतात.

आंतरवैयक्तिक स्वभावगुणांमध्ये कृतज्ञता, सामाजिक बुद्धिमत्ता, तसेच संतापासारख्या भावनांवर स्वतःचे नियंत्रण आदींचा समावेश होतो. हे सद्‌गुण तुम्हाला इतर लोकांसोबत मिसळण्यासाठी – आणि इतरांना सहकार्य करण्यासाठी – मदत करतात. काही वेळा या सद्‌गुणांचा उल्लेख 'नैतिक स्वभावगुण' असाही केला जातो. डेव्हिड ब्रुक्स यासाठी 'प्रशंसापर सद्‌गुण' अशी संज्ञा वापरणे पसंत करतात, कारण अखेरीस, लोक आपल्याला कसे लक्षात ठेवतात, याकरिता हे गुण बहुधा अन्य कशाहीपेक्षा अधिक महत्त्वाचे ठरतात. आपण जेव्हा कोणाबाबत तरी

कौतुकाने तो 'खूप चांगला' माणूस असल्याविषयी बोलत असतो, तेव्हा आपण याच गुणसमूहाचा विचार करत असतो, असे मला वाटते.

आणि अखेरीस, बौद्धिक स्वभावगुणांमध्ये जिज्ञासा, तडफ, उत्साह यांसारख्या सद्‌गुणांचा समावेश होतो. हे गुण संकल्पनाविश्वाशी सक्रिय आणि खुले आदानप्रदान करण्यासाठी प्रोत्साहन देतात.

हे तीन गुणसमूह भिन्न प्रकारच्या फलितांचा अंदाज वर्तवतात, असे माझ्या दीर्घकालीन संशोधनांनी दर्शवले आहे. प्रगतिपुस्तकावरील देदीप्यमान श्रेण्यांसह अन्य शैक्षणिक यशाकरिता, निग्रहाचा समावेश असणारा गुणसमूह हा सर्वाधिक अंदाज वर्तवणारा ठरतो; परंतु तुम्हाला किती मित्र असतील, यांसारख्या गोष्टींबरोबरच सकारात्मक सामाजिक चलनवहनाकरिता आंतरवैयक्तिक स्वभावगुण हे अधिक महत्त्वाचे आहेत. त्याचप्रमाणे, शिकण्याप्रती सकारात्मक स्वतंत्र पवित्रा बाळगण्याकरिता बौद्धिक सद्‌गुण हे इतरांवर विजयी ठरतात.

अखेरीस, स्वभावगुणांची अनेकताच कोणताही एकच सद्‌गुण विशेषकरून महत्त्वाचा ठरण्याविरुद्ध काम करते.

मुलांना निग्रहासाठी प्रोत्साहन देणे हे त्यांच्याकरिता अवाजवीरीत्या उच्च अपेक्षा ठेवण्यामुळे अपायकारक ठरते का, हा प्रश्न मला बऱ्याचदा विचारला जातो. ''काळजी घ्या, डॉ. डकवर्थ, नाहीतर सर्व लहान मुले आपण उसेन बोल्ट, वूल्फगँग मोझार्ट किंवा अल्बर्ट आइनस्टाइन बनू शकतो, असा विचार करत मोठी होतील.''

आपण जर आइनस्टाइन बनू शकणार नसू, तर भौतिकशास्त्र शिकण्यात काही अर्थ आहे का? जर आपण उसेन बोल्ट बनू शकणार नाही, तर आज सकाळी आपण धावण्यासाठी गेले पाहिजे का? आपण काल धावलो होतो, त्यापेक्षा थोडेसे अधिक वेगवान किंवा अधिक अंतर धावण्यासाठी प्रयत्न करण्यात काही अर्थ आहे का? माझ्या दृष्टिकोनानुसार, हे निरर्थक प्रश्न आहेत. ''मॉम, मी कधीच मोझार्ट बनणार नाही, त्यामुळे मी आज माझा पियानोवादनाचा रियाज करता कामा नये,'' असे जर माझी मुलगी मला म्हणाली, तर मी प्रत्युत्तरादाखल तिला म्हणेन, ''तू मोझार्ट बनण्यासाठी पियानोचा रियाज करत नाही आहेस.''

आपण सर्व जणच मर्यादांचा सामना करतो – केवळ गुणवत्तेच्याच नाही, तर संधींबाबतच्याही मर्यादा; परंतु आपल्याला वाटतात त्यापेक्षा अधिक नियमितपणे, या मर्यादा आपण स्वतःवरच लादलेल्या असतात. आपण प्रयत्न करतो, अपयशी ठरतो आणि शक्यतेच्या छतावर आपण स्वतःचे डोके आपटून घेतले आहे, असा निष्कर्ष आपण काढतो किंवा बहुधा फक्त काही पावले टाकल्यानंतरच आपण दिशा

बदलतो. यापैकी कोणतीही बाब खरी असली, तरी आपण जितके करायला हवे होते, तितक्या दूरवरचे धाडस आपण कधीच करत नाही.

निग्रही असणे म्हणजे एकापाठोपाठ एक पाऊल टाकून वाटचाल करत राहणे. निग्रही असणे म्हणजे स्वारस्यपूर्ण आणि हेतूपूर्ण ध्येयाला घट्ट चिकटून राहणे. निग्रही असणे म्हणजे दिवसांमागून दिवस, आठवडे आणि वर्षांची आव्हानात्मक सरावासाठी गुंतवणूक करणे. निग्रही असणे म्हणजे सात वेळा पडणे आणि आठव्यांदा उठून उभे राहणे.

अलीकडेच एका पत्रकारांनी माझी मुलाखत घेतली. ते त्यांची टिपणे एकत्र करत होते, तेव्हा ते म्हणाले, ''म्हणजे तुम्ही संपूर्ण दिवसही बोलू शकला असता, हे साहजिकच आहे. तुमचं खरोखरच या विषयावर प्रेम आहे.''

''हो, तर! यशाच्या मानसशास्त्राइतकं स्वारस्यपूर्ण आणि वेधक दुसरं काही आहे का? यापेक्षा अधिक महत्त्वाचं आणखी काही असू शकतं का?''

ते गालांतल्या गालांत हसले. ''तुम्हाला माहित्येय, मी जे करतो, तेसुद्धा मला पूर्णपणे आवडतं,'' ते म्हणाले. ''विस्मयकारक बाब म्हणजे मला असे कितीतरी लोक माहीत आहेत, जे वयाच्या चाळिशीमध्ये पोहोचलेले आहेत आणि अद्यापही त्यांची कशाशीच खरीखुरी कटिबद्धता नाही. ते कशाला मुकताहेत, हेच त्यांना माहीतच नाही.''

आता एक शेवटचा विचार.

या वर्षाच्या सुरुवातीस, सर्वांत अलीकडच्या मॅक्आर्थर जीनियस ॲवॉर्डची घोषणा करण्यात आली. पत्रकार ता-नेहिसी कोआट्स हे विजेत्यांपैकी एक होते. 'बिटवीन दि वर्ल्ड अँड मी' हे त्यांचे दुसरे पुस्तक असामान्यरीत्या 'बेस्टसेलर' ठरले आहे.

आठ वर्षांपूर्वी, कोआट्स हे बेरोजगार होते, टाइम नियतकालिकाने नुकतेच त्यांना कामावरून कमी केले होते आणि ते मुक्त पत्रकारितेची कामे मिळवण्यासाठी धडपडत होते. तो काळ कठीण होता. त्यांच्या अंदाजानुसार, तणावामुळे त्यांचे वजन तीस पाउंडांनी वाढले होते. ''मला कोणत्या प्रकारचा लेखक बनायचं आहे, हे मला माहीत होतं; पण मी त्या प्रकारचा लेखक बनत नव्हतो. भिंतीवर डोकं आपटल्यासारखे मी वारंवार निष्फळ प्रयत्न करत होतो आणि काहीच हाती लागत नव्हतं.''

''माझी बायको न चुकता माझ्या पाठिशी उभी राहत होती,'' ते सांगतात. असे असले तरी, त्यांना लहान मुलगा होता. काही व्यावहारिक वास्तविकता होत्या. ''मी कॅब चालवण्याचाही विचार करत होतो.''

अखेरीस, ते पुन्हा आपल्या पायांवर उभे राहिले आणि आपल्या पुस्तकाचा 'असामान्य तणाव' स्वीकारल्यानंतर त्यांना त्याची सवय होण्यास आणि आत्मविश्वास वाटण्यास सुरुवात झाली. 'लेखन हे खूप खूप वेगळं होतं. वाक्यांमध्ये खूप जास्त ताकद होती.'

मॅक्आर्थरच्या वेबसाइटवर कोआट्स यांचा तीन मिनिटांचा व्हिडिओ प्रदर्शित करण्यात आला आहे. त्यामध्ये कोआट्स पहिली गोष्ट सांगतात : ''अपयश हा माझ्या सर्व प्रकारच्या कार्यातील बहुधा सर्वांत महत्त्वाचा घटक आहे. लेखन हे अपयश असतं. पुन्हा, पुन्हा आणि मग पुन्हा.'' त्यानंतर, लहान असताना आपण अत्यंत अधाशीपणे जिज्ञासू होतो, असे ते सांगतात. बाल्टिमोर येथे मोठे होत असताना शारीरिक सुरक्षिततेच्या आणि तिच्या अभावाच्या संकल्पनेने त्यांना विशेषकरून पछाडले होते आणि तेव्हापासून या संकल्पनेने ते तसेच पछाडलेले राहिले आहेत. आपल्याला ज्याविषयी कुतूहल, स्वारस्य वाटते, ते प्रश्न विचारत राहण्याची मुभा पत्रकारिता देत असल्याचे ते सांगतात.

त्या व्हिडिओच्या अखेरीकडे येताना, लेखन करणे म्हणजे काय असते, याचे मी आजवर ऐकलेले सर्वोत्तम वर्णन कोआट्स करतात. त्यांच्या आवाजातील चढ-उतार आणि लयबद्धता याची जाणीव तुम्हाला व्हावी, यासाठी ते शब्द मी जसे ऐकले, तसेच – कवितेच्या रूपात – येथे मी मांडले आहेत :

लिहिण्याचे आव्हान
म्हणजे कागदावर तुमची भयानकता पाहणे.
आणि तुमची भीषणता पाहणे
आणि मग झोपी जाणे

आणि दुसऱ्या दिवशी सकाळी उठणे,
आणि ती भयानकता आणि ती भीषणता घेणे,
आणि त्यामध्ये सुधारणा करणे,
आणि त्याला 'इतकंही भयानक नाही' आणि 'इतकंही भीषण नाही'
असे बनवणे.
आणि मग पुन्हा झोपी जाणे.

आणि मग पुन्हा दुसऱ्या दिवशी येणे,
आणि मग आणखी थोडी सुधारणा करणे,

आणि त्याला 'वाईट नाही'पर्यंत आणून ठेवणे.
आणि मग त्या दिवशी झोपायला जाणे.

आणि मग हे पुन्हा करणे,
आणि त्याला बहुधा 'साधारण' बनवणे.
आणि मग आणखी एकदा हे करणे,
जर तुम्ही सुदैवी असाल,
तर बहुधा तुम्हाला ते 'चांगले' करता येईल.

आणि जर तुम्ही ते केले,
तर ते यश असते.

कोआट्स हे विशेषकरून नम्र आहेत, असा विचार तुम्ही कदाचित कराल. ते तसे आहेतही; परंतु त्याचबरोबर ते विशेषकरून निग्रहीसुद्धा आहेत आणि आपण जे काही साध्य केले आहे, ते याशिवाय अन्य कोणत्यातरी मार्गाने आले असल्याचे सांगणाऱ्या एकाही मॅक्आर्थर फेलोला, नॉबेल पुरस्कारार्थीला किंवा ऑलिंपिक विजेत्याला मी अद्याप भेटलेले नाही.

मी लहान मुलगी होते, तेव्हा माझे वडील, 'तू जिनिअस नाहीस,' असे म्हणायचे. ते त्या वेळी जितके माझ्याशी बोलत होते, तितकेच ते स्वतःसोबतही बोलत होते, याची जाणीव मला आता होते.

जर तुम्ही जिनिअसची व्याख्या, 'कोणत्याही परिश्रमांविना आयुष्यामध्ये महान गोष्टी साध्य करण्यास सक्षम असणारी व्यक्ती,' अशी करणार असाल, तर त्यांचे म्हणणे बरोबर होते : मी जिनिअस नाही आणि तेसुद्धा नाहीत.

परंतु त्याऐवजी, जर तुम्ही जिनिअसची व्याख्या, 'तुमच्या अस्तित्वाच्या प्रत्येक घटकासह उत्कृष्टतेच्या दिशेने न थांबता कष्ट करणारी व्यक्ती,' अशी करणार असाल – तर किंबहुना, माझे वडील हे जिनिअस आहेत आणि मीसुद्धा आहे आणि कोआट्ससुद्धा आहेत आणि जर तुम्ही इच्छा बाळगता आहात, तर तुम्हीही आहात.

➡ *उपसंहार*

निग्रहाविषयी मला विचारण्यात येणारे सात प्रश्न

ग्रिट पुस्तकाचे पदार्पण झाल्यापाठोपाठ व्याख्याने, मुलाखती आणि करारपत्रे यांचा झंझावात सुरू झाला. त्याबरोबरीनेच, पुस्तक परीक्षणांचा आणि विविध समाजमान्य बुद्धिवंतांकडून यासंबंधी लिहिण्यात येणाऱ्या वैचारिक लेखांचाही ओघ सुरू होता - यातील काही पुस्तकाची प्रशंसा करणारे, तर काही त्यावर टीका करणारे होते. बऱ्याच भाष्यकारांनी निग्रहाचा ध्वज हाती धरला असला, तरी काही जणांना तो जाळण्याची इच्छा होती. 'निग्रह' हा आता व्यवसाय-उद्योगविश्व आणि शिक्षणक्षेत्रामध्ये नवा परवलीचा शब्द आहे, हा एकमत झालेला एकमेव मुद्दा होता.

या सार्वजनिक प्रशंसा किंवा टीकेपेक्षा, वाचकांकडून माझ्यापर्यंत पोहोचलेल्या शेकडो वैयक्तिक कथा आणि प्रश्न हे माझ्याकरिता अधिक अर्थपूर्ण होते. यातील काही मुद्दे हे पुनःपुन्हा उपस्थित करण्यात आले आहेत. येथे ते मुद्दे आणि त्यावरील माझी उत्तरे देत आहे.

काम आणि खासगी आयुष्य यांच्यातील समतोलाचे काय? निग्रहाची किंमत मोजावी लागत नाही का?

कोणत्याही गुंतवणुकीप्रमाणेच, एकमेव उच्चस्तरीय ध्येयाप्रतीच्या निग्रही समर्पणभावाचीही किंमत असते. विशेषतः, जो वेळ तुम्ही तुमच्या ध्येयाच्या दिशेने विचार करण्यात आणि काम करण्यात समर्पित करता, तो वेळ तुम्हाला काळजी असणाऱ्या अन्य गोष्टी करण्यासाठी तुम्ही देत नसता. उदाहरणार्थ, जो वेळ मी प्रयोगशाळेत, घरी वाचन किंवा लेखन करण्यात आणि बैठका, कामानिमित्तच्या भेटीगाठींसाठी प्रवास करण्यात घालवते, त्याची बेरीज नियमित आठवड्यामध्ये

सुमारे सत्तर तासांपर्यंत भरते. मी ज्या उच्च कामगिरी करणाऱ्यांचा अभ्यास केला आहे, त्यांच्यापैकी बऱ्याच जणांच्या कामाच्या तासांचा आकडा याच्या जवळपास आहेत. अन्य काही जणांचा तर याहूनही अधिक आहे.

त्या तासांमध्ये, माझे लक्ष माझ्या पतीवर, आमच्या किशोरवयीन मुलींवर, माझ्या जवळच्या मित्रमैत्रिणींवर किंवा माझ्या विस्तारित कुटुंबावर केंद्रित नसते. त्या तासांमध्ये मी आराम करत नाही, जागतिक घडामोडींविषयी माहिती घेत नाही, व्यायाम करत नाही किंवा झोपत नाही. जर मी इतक्या उशिरापर्यंत काम केले नसते, तर डकवर्थ घरातील काल रात्रीचे भोजन पुन्हा गरम केलेले फ्रोझन मिटबॉल्स आणि जारबंद स्पॅघेटी सॉस यांपेक्षा कदाचित अधिक अभिरुचीपूर्ण असू शकले असते. जर माझ्या फोनवर आलेल्या क्रमांकांना पुन्हा कॉल करण्याची तसदी मी घेतली, तर माझ्या महाविद्यालयाच्या माजी विद्यार्थी मेळाव्यामध्ये मी अधिक लोकांना ओळखत असेन आणि सुट्टीच्या काळात आमच्या कुटुंबाला बहुधा आणखी शुभेच्छापत्रे मिळतील.

त्यामुळे हो, निग्रहामध्ये ही देवघेव समाविष्ट आहे. 'पॅशन' या इंग्रजी शब्दाचे मूळ 'पॅटी' या लॅटिन शब्दात असून त्याचा अर्थ 'त्रास सोसणे' असा होतो आणि ही किंमत मोजणारे व्यक्तिशः फक्त तुम्ही नसता, तर त्याचबरोबर तुमचे कुटुंबीय आणि मित्रपरिवारही असतो.

निग्रही बनण्यासाठी तुम्ही दर आठवड्याला सत्तर तास काम केलेच पाहिजे का? नाही; परंतु जेव्हा तुम्ही करत असलेल्या गोष्टीवर तुमचे खरेच प्रेम असते, तेव्हा ती तितका जास्त वेळ करावीशी वाटत असल्याचे तुम्हाला आढळेल. मला जसे जाणवते, त्याचप्रमाणे तुम्ही पाहता, ऐकता, वाचता किंवा अनुभवता ते जवळपास सर्व काही या ना त्या प्रकारे तुमच्या कामाशी सुसंगत आहे, असे तुम्हालाही जाणवेल. तुमच्या आंतरिक ऊर्मीपासून सुट्टी घेण्याची तुमची इच्छाच होत नसल्याचेही कदाचित तुमच्या लक्षात येईल.

तुमचा वेळ, ऊर्जा आणि लक्ष यांचे वाटप कशा प्रकारे करावे, हा निर्णय केवळ तुम्हीच घेऊ शकता आणि तुमची निवड काहीही असली, तरी तुमच्या वैयक्तिक आणि व्यावसायिक ध्येयांमध्ये काही प्रमाणात संघर्ष होणे, हे अटळ आहे.

तुमच्याकडे आठवड्यातील जे १६८ तास आहेत, त्यांपैकी तुम्ही सात, सत्तर किंवा सत्याहत्तर तासही कामासाठी समर्पित करू शकता. तुम्ही जी काही निवड कराल, त्याबाबत माझा फक्त एक सल्ला आहे : मी अभ्यासलेल्या अत्युच्च निग्रही लोकांप्रमाणेच, तुमच्या खूप साऱ्या निम्नस्तरीय व्यावसायिक ध्येयांची व्यवस्था अशा प्रकारे करण्याचा विचार करा की, ती तुमच्या एकमेव उच्चस्तरीय व्यावसायिक ध्येयाशी एकरेषीय असतील. कागदावर तुमची 'अंतिम चिंता' लिहून काढणे, ही यासाठी चांगली सुरुवात ठरेल. स्वतःला जास्तीत जास्त दहा शब्द द्या; परंतु जितक्या

थोडक्या शब्दांमध्ये असेल, तितके चांगले. जर तुम्ही हे पुस्तक वाचले असेल, तर तुमच्याकडे काही उदाहरणे आहेत. माझी 'अंतिम चिंता' सात शब्दांची आहे: 'मुलांना उत्कर्षाप्रत पोहोचण्यास मदतीकरिता मानसशास्त्रीय विज्ञानाचा वापर.' पीट कॅरॉल यांची तर फक्त दोन शब्दांची आहे : 'सदैव स्पर्धा.' आणि विल स्मिथ केवळ तीन शब्दांच्या अंतिम चिंतेसह जगतात : 'निर्मिती आणि संबंधजोडणी.'

हे का करायचे? कारण, ही प्रक्रिया तुम्हाला स्पष्टता येण्यासाठी मदत करेल. तुम्ही कोण आहात, तुम्हाला कशाविषयी पर्वा, काळजी आहे आणि तुमच्या ओळखीशी, स्वत्वाशी तुमचे प्रयत्न एकरेषीय कसे करावेत, याचे अधिक स्पष्ट भान तुमच्याकडे असेल.

अगदी अलीकडेच, चाळीस दिवसांकरिता दैनंदिन रोजनिशी लिहिणाऱ्या युवा प्रौढांविषयी केलेल्या अभ्यासाबाबत मला समजले. दरदिवशी, त्यांना लहान स्वरूपात रूपांतरित केलेली निग्रह चाचणी पूर्ण करण्यास सांगण्यात आली होती आणि त्याजोडीला संशोधकांनी ज्याला 'आत्म-संकल्पनेची स्पष्टता' असे संबोधले होते, त्यावर चिंतन करण्यासही सांगण्यात आले होते. ''मी कोण आहे, याचे स्पष्ट चित्र आज माझ्यासमोर उभे राहिले होते,'' यांसारख्या विधानांवरून ही आत्म-संकल्पनेची स्पष्टता मोजण्यात आली. जेव्हा प्रदीर्घ काळामध्ये जमवलेल्या या माहितीचे विश्लेषण करण्यात आले, तेव्हा आत्मभानाबाबतच्या स्पष्टतेमधील वाढ ही निग्रहामधील वाढीचा अंदाज वर्तवत असल्याचे आणि हीच क्रिया उलटपक्षीही घडत असल्याचे दिसून आले. ''स्वतःबद्दलची स्पष्ट जाणीव ही त्यामागोमाग संबंधित व्यक्तीच्या ध्येयविषयक कार्यांकरिता चिकाटी बाळगण्यास उत्तेजन देते,'' असा निष्कर्ष संशोधकांनी त्याआधारे काढला.

स्पष्टता तुम्हाला आठवड्यामध्ये अधिक तास देणार नाही; परंतु तुमच्याकडील तासांमधून अधिकाधिक गोष्टी काढून घेण्यास ती तुम्हाला मदत करेल. विल स्मिथ एकदा मला म्हणाले होते, त्याप्रमाणे 'सुसंगती ही वायुगतिशास्त्रीय (एरोडायनॅमिक) असते.'

तुम्ही तुमचा निग्रह गमावून बसणे शक्य आहे का? मला अगोदर एखाद्या गोष्टीबाबत मनस्वी आवड होती; परंतु काही कारणाने आता ती माझ्यामध्ये उरलीच नाहीय, असे मला वाटते.

''जेव्हा उत्कट आवडीची जागा 'बर्नआउट'ने (काम करण्याची इच्छाच संपून जाणे) घेते, अशा वेळी मी काय करू?'' इतक्याच शब्दांमध्ये हे विचारणारा ई-मेल मला मिळतो, तेव्हा माझ्या मनात माझा चुलत भाऊ टॉमचा विचार येतो.

टॉमने निग्रह गमावलेला नाही; परंतु निग्रह गमावणाऱ्या अनेकांना त्याने पाहिले आहे. टॉम हा डॉक्टर आणि संशोधकही असून माझ्या माहितीत तो

मानवी प्रवृत्तीचे सर्वांत उत्सुकतेने निरीक्षण करणाऱ्यांपैकी एक आहे. आरोग्यसेवा क्षेत्रामध्ये 'बर्नआउट'ची जवळपास साथ आली असल्याचे तो मला सांगतो – आणि त्याच्या या विधानाची पुष्टी करणारी आकडेवारीही आहे. भूतकाळामध्ये वैद्यकीय सेवेमध्ये कार्यरत असणाऱ्यांच्या तुलनेत आणि बऱ्याच अन्य सेवा क्षेत्रांच्याही तुलनेत, आजच्या काळातील डॉक्टर आणि परिचारिकांचे बर्नआउट होण्याचे प्रमाण भयसूचक आहे.

अर्थातच, तुम्ही नाव घेऊ शकणाऱ्या कोणत्याही क्षेत्रामध्ये – अगदी सर्वांत आकर्षक क्षेत्रापासून ते सर्वांत नीरस क्षेत्रापर्यंत – बर्नआउट हा असतोच. जर या प्रश्नाबाबत तुम्हाला विशेषत्वाने स्वारस्य असेल, तर बहुधा तुम्ही कामाविषयीचे आकर्षण हरवून बसला आहात आणि नेमके घडले तरी काय, हा प्रश्न तुम्हाला सतावतो आहे.

याबाबत माझे विचार पुढीलप्रमाणे आहेत. तुम्ही कोणतीही गोष्ट करण्याच्या प्रेमात पडला असलात, तरी ते प्रेम नाहीसे होणेही शक्य आहेच. बर्नआउट हा काही भ्रम किंवा मिथक नाहीय. ते मानसशास्त्रीय वास्तव आहे.

थकव्याची भावना हे बर्नआउटचे प्रमुख वैशिष्ट्य आहे, याबाबत बर्नआउटचा अभ्यास करणाऱ्या शास्त्रज्ञांची परस्परसहमती आहे. बर्नआउटविषयी कामाच्या ठिकाणी केलेल्या सर्वेक्षणांमध्ये सामान्यतः, थकव्याबरोबरच तुटलेपणाची भावना – तुम्ही ज्यांच्यासाठी किंवा ज्यांच्यासोबत काम करता आहात, त्यांच्याशी नाळ न जुळणे – आणि हतबलतेची भावना – तुम्ही काहीही केले किंवा कितीही कठोर प्रयत्न केले, तरी तुम्ही प्रगती करत नसल्याची जाणीव – यासुद्धा आढळून येतात.

नवव्या प्रकरणामध्ये आपण शिकल्याप्रमाणे, भावना या विचारांमधून प्रवाहित होतात त्यामुळे, माझ्या दृष्टिकोनानुसार ''मी उपयक्त ठरण्यासाठी माझे सर्वोत्तम प्रयत्न करत आहे; परंतु मी काहीही केले, तरी मी खऱ्या अर्थाने फरक पाडत नाही आहे,'' असा विचार जेव्हा तुम्ही करता, तेव्हा थकव्याची भावना मूळ धरते.

बर्नआउट ही मानसशास्त्रीय समस्या असली तरी, त्यावरील उपाय या दरवेळी व्यक्तीच्या मेंदूशी, विचारांशी संबंधित असेलच, असे नाही. अन्य शब्दांत सांगायचे, तर वस्तुस्थिती बदलणे ही बऱ्याचदा तातडीची गरज असते. कदाचित तुमचा वरिष्ठ हा त्रास देणारा, हटवादी आणि मी बाराव्या प्रकरणामध्ये वर्णन केलेल्या पाठिंबा देणाऱ्या–तरीही–मागणी करणाऱ्या अशा प्रमुखांच्या पूर्णपणे विरुद्ध टोक असू शकतो. बहुधा तुम्ही काम करत असलेल्या कंपनीचे मूलभूत ध्येय हे तुमच्या खोलवर रूजलेल्या मूल्यांशी संघर्षरत असू शकते. अशा परिस्थितींमध्ये, माझा सल्ला आहे की, तुम्ही परिस्थिती बदला : अन्य वरिष्ठ, अन्य कंपनी किंवा अन्य पदाचा शोध घ्या.

परंतु तुमचे संपूर्ण क्षेत्रच, आरोग्यसेवा किंवा पत्रकारितेप्रमाणे, आकस्मिक आमूलाग्र बदलांमधून जात असेल, तर काय? तुम्हाला अगोदर ज्या प्रकारे आनंद व समाधान जाणवत होते, तसे जाणवण्याची तुमची क्षमताच या बदलांमुळे नष्ट होत असेल, तर काय?

इतरांना निग्रही राहण्याचा सल्ला देण्याने आपला स्वतःचा निग्रह पुनरुज्जीवित करण्यास मदत होते, असे मला व माझ्या सहकारी लॉरेन एस्केरिस-विंकलर यांना नव्या संशोधनादरम्यान आढळते आहे. असे का? प्रामाणिकपणे सांगायचे तर, आम्हाला अद्याप याची पूर्णपणे खात्री नाही. एक शक्यता म्हणजे, जेव्हा आपण अन्य गरजू व्यक्तीला प्रोत्साहन देत असतो, तेव्हा परिस्थितीमध्ये काय बदल केला जाऊ शकतो, याकडे आपण लक्ष वेधत असतो. काही प्रशिक्षक सांगतात त्यानुसार, जेव्हा आपण इतरांना सल्ले देतो, तेव्हा आपण स्वतःहून सुधारू शकत नाही, अशा बऱ्याच गोष्टींवरील आपले लक्ष कमी होते आणि त्याऐवजी, 'नियंत्रणाखालील आणि नियंत्रित करता येण्याजोग्या' गोष्टींवर आपण लक्ष केंद्रित करतो.

बहुधा, दुसरा एक फायदा असा की, काहीवेळा आपल्याला शिकलेल्या; परंतु सहजपणे विस्मृतीत गेलेल्या धड्यांची पुन्हा आठवण करून देणे सर्वाधिक गरजेचे असते.

सल्ला दिल्याने कदाचित उपयुक्त ठरण्याच्या सखोल मानवी प्रेरणेचे शमन होते, हे माझे सर्वांत आवडते स्पष्टीकरण आहे. अन्य शब्दांत सांगायचे झाल्यास, ''मी कितीही कठोर प्रयत्न केले, तरी माझी मदत होत नाहीय,'' या विचारातून 'बर्नआउट'ची भावना जर निर्माण होत असेल, तर तितक्याच कठीण परिस्थितीत असणाऱ्या एखाद्याला सल्ला दिल्यामुळे कदाचित, आपण प्रत्यक्षात जे करतो त्याने बदल घडतो, हे आपल्यासमोर स्पष्ट होते.

निग्रह आणि सामाजिक-आर्थिक संधी यांच्यादरम्यान काही परस्परसंबंध आहे का? दारिद्र्यात किंवा सधनतेमध्ये वाढ होत असताना निग्रही बनणे सोपे असते का?

उत्कट आवड आणि चिकाटी विकसित करणे ही कोणाहीसाठी आणि प्रत्येकासाठी शक्य आहे, असे या पुस्तकाच्या अगोदरच्या प्रकरणांमध्ये तुम्हाला भेटलेल्या केव्हॉन असेमानी आणि कॉडी कोलमन यांनी मला शिकवले आहे.

असे असले तरी मानसिक आघात हा काही निग्रहाकडे जाण्याचा राजमार्ग नाही. त्याउलट, दारिद्र्य, भेदभाव आणि अनिश्चितता यांचे शारीरिक आरोग्यावर, मानसिक स्वास्थ्यावर आणि व्यक्तिमत्त्व विकासावर भीषण परिणाम होऊ शकतात, याचे व्यवस्थित दस्तावेजीकरण झालेले आहे.

अलीकडेच प्रसिद्ध झालेल्या एका संशोधनांतर्गत खेळाडूंची ''गुणवत्ता फुलण्यासाठी मानसिक आघाताची गरज असते,'' या संकल्पनेवर थेट चाचणी घेण्यात आली. व्यावसायिक खेळाडूंची सर्वोत्कृष्ट, उत्कृष्ट आणि उत्कृष्टतेच्या नजीक अशी वर्गवारी करून संशोधकांनी त्यांच्या मुलाखती घेतल्या. या संशोधनाद्वारे सर्वोत्कृष्ट म्हणून पारख करण्यात आलेले खेळाडू सर्वोच्च स्तरावर खेळतात – संबंधित खेळाच्या सर्वांत उच्च स्पर्धांमध्ये त्यांनी सरासरी ७३ वेळा राष्ट्रीय संघाचे प्रतिनिधित्व केले आहे. उत्कृष्ट खेळाडूही त्याच स्तरावर खेळतात; परंतु त्यांनी केवळ चारवेळा प्रतिनिधित्व केलेले आहे. ज्या खेळाडूंनी त्यांच्या तारुण्यामध्ये अन्य खेळाडूंच्या बरोबरीचे यश साध्य केले होते; परंतु अखेरीस ते संबंधित खेळाच्या द्वितीय स्तरीय स्पर्धांमध्ये उच्च स्थानापर्यंत पोहोचले, अशांचा समावेश 'उत्कृष्टतेच्या नजीक' या विभागामध्ये करण्यात आला आहे.

प्रत्येक खेळाडूच्या जीवनेतिहासाचा सखोल शोध घेण्यासाठी प्रमाण संहितेचे अनुकरण केल्यानंतर ''विकासाचे वैशिष्ट्य म्हणून मोठ्या आघाताची आवश्यकता असल्याचा कोणताही पुरावा सापडला नाही... जर असलेच तर उच्च कामगिरी करणाऱ्या खेळाडूंपेक्षा खालच्या स्तरावरील खेळाडूंच्या आयुष्यात अशा प्रकारचा आघात झाल्याच्या अधिक घटना असल्याचे दिसते.''

या परिस्थितीच्या दुसऱ्या टोकावर प्रचंड विशेषाधिकार लाभलेली मुले आहेत. सर्वांत श्रीमंत कुटुंबातील पालकांना नेहमीच मुलांबाबत 'अतिपालकत्व' होण्याची चिंता असते. ही चिंता मात्र नक्कीच रास्त असल्याचे याच संशोधनामधून सूचित होते. संशोधकांनी सर्वेक्षण केलेल्या सर्वोत्कृष्ट खेळाडूंचे पालक हे सर्वांत किमान हस्तक्षेपासह पाठिंबा देणारे असल्याचा कल आहे. एका खेळाडूने सांगितले, ''पालकांनी मला पाठिंबा दिला, मात्र त्यांनी मला पुढे रेटले नाही, ते मला अजिबात पुढे ढकलत नव्हते...'' त्याउलट, उत्कृष्ट खेळाडूंचे पालक हे अधिक सक्रियरीत्या सहभागी होते आणि प्रत्यक्ष खेळाडूंपेक्षा त्यांचे पालकच त्यांच्या खेळातील यशाप्रती अधिक समर्पित होते, जवळपास अशा शब्दांत हे खेळाडू आपल्या पालकांचे वर्णन करतात : ''एकदा तिथे स्वितःचा स्वतः विद्यापीठात आल्यानंतर मला माझा मार्गच हरवल्यासारखा वाटला. काय करायचं, हे मला सांगणारं कोणीच नव्हतं.... माझा खेळातला रसच हरवला.''

जर तुमच्या मुलाने शाळेतच विसरलेले इतिहासाचे पाठ्यपुस्तक मिळवण्यासाठी मुलाला पुन्हा शाळेत घेऊन जाण्याची किंवा तुमच्या मुलाला सामन्यात उतरवले नाही, म्हणून त्यांच्या प्रशिक्षकांवर ओरडण्याची सवय तुम्ही लावून घेतली असेल, तर तुम्ही सुज्ञपणे पालकत्व निभावता आहात की परवानगीदायी पालकत्व निभावता आहात, हा प्रश्न स्वतःला विचारा.

परवानगीदायी पालकत्व हे वारेमाप पाठिंबा देणारे असते; परंतु दुर्दैवाने ते मुलांची क्षमता विकसित होण्याकरिता पुरेसे मागणी करणारे नसते आणि अल्पकाळामध्ये पालकत्वाच्या या पद्धतीमुळे पालक व मुले दोघांनाही चांगले वाटत असले, तरी मुलांचा स्वतंत्र, आत्मविश्वासपूर्ण आणि यशस्वी प्रौढ व्यक्ती म्हणून विकास होण्याची कमी शक्यता ही त्याची दीर्घकाळामधील किंमत असते.

बाराव्या प्रकरणामध्ये आपण प्रशिक्षक अ‍ॅन्सन डॉरेन्स यांना भेटलो, ते हीच बाब पुढीलप्रमाणे मांडतात :

> काही वेळा, घरी आपल्या मुलांमध्ये किंवा आपण ज्या मुलांना शिकवतो, त्यांच्यामध्ये तशा प्रकारची भावनिक गुंतवणूक करण्याची आपली तयारी नसते, कारण तसे करण्यासाठी आपल्याला काही प्रनाणात मागणी करणारे आणि टीकात्मक व्हावे लागते. त्यामुळे संघर्षाचे काही तणावपूर्ण क्षण उद्‌भवतात आणि ती त्रासदायक किंमत असते. अगदी माझ्या स्वतःच्या घरामध्येही, मी आणि माझी पत्नी जेव्हा उशिरापर्यंत काम करून घरी येतो आणि आम्ही खूप दमलेले असतो, तेव्हा काय घडते, ते मी पाहू शकतो. आमचा साडेचार वर्षांचा मुलगा डोनोव्हन हा नुकताच टीव्हीसमोर काहीतरी खात बसलेला असतो आणि मग तो खाण्याचे ते ताट तिथेच सोडून द्यायचे आणि त्याच्या बेडरुममध्ये जाऊन खेळायचे ठरवतो. आता, योग्य वर्तन असं आहे की... जाऊन डोनोव्हनला शोधून आणावं आणि म्हणावं, ‘‘डोनोव्हन, तुझं ताट बाहेरच्या खोलीत तसंच पडलेलं आहे आणि तू ते तिथंच ठेवून जायचं नाहीस. जेव्हा तुझं खाऊन संपेल, तेव्हा तू ते ताट स्वयंपाकघरात घेऊन यायचं आणि डिशवॉशरमध्ये ठेवायचं.’’ मग डोनोव्हनसोबत वादाचा क्षण येतो, ज्याची भावनिक किंमत असते – अगदी लहानशी असली, तरी. तो त्रासल्याप्रमाणे त्याचे डोळे फिरवेल, आक्षेप घेईल आणि ‘मी ते नंतर करेन,’ असे म्हणेल. बरं, आता तुम्हाला थोडासा राग येतोय, कारण तो तुम्हाला उडवून लावण्याचा प्रयत्न करतो आणि हा काही फारसा सुखावह अनुभव नाहीय. मुद्दा ते ताट डिशवॉशरमध्ये ठेवण्याचा नाहीय; परंतु आपण अशा प्रकारच्या वादाच्या मानसिक स्थितीत नाही आहोत आणि जर आपण अशा प्रकारचे पालक, शिक्षक किंवा प्रशिक्षक असू, ज्यांच्याकडे सातत्याने या लढाया लढण्याची ताकद नाहीय, तर आपण ते ताट उचलतो आणि स्वतः डिशवॉशरमध्ये नेऊन ठेवतो. बरं, आता ते ताट तर डिशवॉशरमध्ये आहे; पण डोनोव्हनकडून असणाऱ्या अपेक्षांचा स्तर खालावलाय.

पालकांचे शिक्षण किंवा उत्पन्न काहीही असो, सर्व मुलांना खरेतर सारख्याच गोष्टीची गरज असते : *योग्यरीत्या आव्हानांची मागणी आणि त्यासोबतच सातत्यपूर्ण प्रेमळ आणि आदरयुक्त पाठिंबा.* काही मुलांना – विशेषतः दारिद्र्यात वाढणाऱ्या मुलांना –

खूप सारी आव्हाने मिळतात आणि पुरेसा पाठिंबा मिळत नाही, याची मला चिंता वाटते. दुसरीकडे, बऱ्याच मुलांना – विशेषतः परवानगीदायी पालक असणाऱ्या मुलांना – खूप सारी 'आय लव्ह यू, स्विटी'सारखी वाक्ये मिळतात; परंतु पुरेशा प्रमाणात ''मला माहित्येय, तू अधिक चांगली कामगिरी करू शकतोस. उद्या तू काय करू शकतोस, ते आपण पाहू या,'' यांसारखी वाक्ये पुरेशा प्रमाणात ऐकायला मिळत नाहीत.

निग्रह विकसित होण्यावर, समाजामधील वर्ग आणि संधींशी संबंधित वास्तविकतांचा निश्चितपणे प्रभाव पडतो. प्रश्न हा आहे की, सर्व मुलांना मोठे होत असताना प्रयत्न करण्याच्या, अपयशी ठरण्याच्या, शिकण्याच्या आणि प्रगती करण्याच्या दैनंदिन संधी उपलब्ध होतील, याची तजवीज करण्यासाठी समाज म्हणून आपण काय करणार आहोत?

निग्रह आणि प्रेमसंबंध यांच्याबाबत काय सांगाल?

मी माझ्या पतीला भेटण्यापूर्वी आणि त्याच्याशी विवाह करण्यापूर्वी, माझा दहा-बारा बॉयफ्रेंड्ससोबत प्रेमभंग झाला असावा. त्यांच्याशी ब्रेक-अप केल्याचा मला नक्कीच आनंद आहे, कारण अखेरीस, माझे जेसनवर नितांत प्रेम आहे आणि इतर कोणाहीसोबत आयुष्य जगण्याची कल्पना करणे, हे माझ्यासाठी खूप कठीण आहे.

त्यामुळे तुमच्या सध्याच्या प्रेमसंबंधातील जोडीदारासोबतची स्थिती फारशी चांगली नसतानाही तुम्ही अखेरपर्यंत त्या संबंधांमध्ये अडकून राहणे, ही करण्याजोगी योग्य गोष्ट आहे, असे मला वाटते का, हे जर तुम्हाला जाणून घ्यायचे असेल, तर माझे उत्तर आहे, ''अर्थातच नाही!'' किंबहुना, तुमची मूल्ये, आवडीनिवडी किंवा जीवनविषयक ध्येये जिथे समान नसतील, अशा प्रेमसंबंधांमध्ये 'आपला तोटा कमी करणे' नेमक्या अशाच पद्धतीने तुम्ही विचार केला पाहिजे.

त्याच वेळी प्रेमसंबंधांमध्येही स्वतःचे असे परिश्रम असतात, हेसुद्धा खरे आहे. असेही काही दिवस असतात, जेव्हा तुमचे आयुष्यभराचे प्रेम असणाऱ्या या माणसाला तुम्ही अजिबात सहन करू शकत नाही. एक जोडपे म्हणून काही कमकुवत बाजू असतात आणि त्यावर तुमच्यापैकी प्रत्येकाने, तसेच तुम्ही दोघांनी मिळून काम करायला हवे असते. जसे शाळेत आणि कामाच्या ठिकाणी आवश्यक असते, तसेच प्रेमसंबंधामध्येही सर्वोत्तम फलित मिळण्यासाठी जिद्द बाळगण्याची तयारी आणि वर्षानुवर्षे प्रेमातील उत्कटता कायम ठेवण्याची क्षमता आवश्यक असल्याचे दिसते.

पॉल ग्लिक या १९५० च्या दशकामध्ये जनगणनेच्या आकडेवारीचा अभ्यास करणाऱ्या शास्त्रज्ञांचाही किंबहुना, हाच दृष्टिकोन होता. हायस्कूल आणि महाविद्यालयामध्ये शिक्षण अर्धवट सोडलेल्यांच्या घटस्फोटाचे प्रमाण हे सामान्य

जनतेच्या तुलनेत लक्षणीयरीत्या अधिक असल्याचे ग्लिक यांच्या निदर्शनास आले – याच गोष्टीला पुढे 'ग्लिक इफेक्ट' असे संबोधण्यात आले. त्यानंतर बऱ्याच वर्षांनी, व्यक्तिमत्त्व आणि घटस्फोट यांचा अभ्यास करणाऱ्या मानसशास्त्रज्ञांना, जे पुरुष व महिला सदसद्विवेकामध्ये अधिक चांगले गुण मिळवतात, त्यांचेही विवाह दीर्घकाळ टिकतात, असे आढळून आले होते.

निग्रह आणि प्रेमसंबंधांचे आयुर्मान यांच्याशी संबंधित मी केवळ एकच संशोधन केले आहे. माझ्या संशोधनातील, आयुष्याच्या कोणत्यातरी टप्प्यावर विवाहित असणाऱ्या सहा हजार प्रौढांच्या नमुनासंख्येमध्ये, कमी निग्रही पुरुषांची घटस्फोट घेण्याची अथवा विभक्त होण्याची शक्यता अधिक असते, असे मला आढळले. कुतुहलाची बाब म्हणजे, महिलांमध्ये निग्रहाचा त्यांच्या वैवाहिक स्थितीवर कोणताही परिणाम होत नसल्याचे मला आढळून आले. अन्य शब्दांत सांगायचे तर, माझ्याकडे ग्लिक इफेक्टच्या निम्म्या भागासाठीचा पुरावा आहे.

निग्रहाचा संबंध पुरुषांच्या वैवाहिक स्थितीशी का असू शकेल आणि महिलांच्या का नाही? मला हे खात्रीशीररीत्या माहीत नाही. त्या नमुनासंख्येतील महिला या पुरुषांपेक्षा अधिक निग्रही नव्हत्या, त्यामुळे पुरुषांमध्ये निग्रहाची सर्वसाधारण कमतरता असते, हे स्पष्टीकरण असू शकत नाही. कदाचित, कटिबद्ध नातेसंबंधांमध्ये अडकून राहणे हे पुरुषांना अधिक आव्हानात्मक वाटत असावे का? हे निश्चितपणे शक्य आहे; परंतु त्याचबरोबर अन्यही काही स्पष्टीकरणे आहेत. उदाहरणार्थ, महिलांनी कमी निग्रही, कमी यशस्वी पतींना सोडून देण्याची शक्यता अधिक असल्याचे सुचवण्यात आले आहे. जर या माहितीचे स्पष्टीकरण देणारा सिद्धांत तुमच्याकडे असेल, तर कृपया मला कळवावे!

दरम्यान, दीर्घकालीन ध्येयाप्रतीची कटिबद्धता ही व्यावसायिक यशाइतकीच नातेसंबंधांसाठीही महत्त्वाची आहे, अशी माझी अंतःप्रेरणा आहे. लेखिका पामेला ड्रकरमन यांनी एकदा नोंदवलेल्या निरीक्षणानुसार, ''सोल–मेट ही पूर्वीपासून अस्तित्वात असणारी स्थिती नाही. ती कमावण्यात येणारी उपाधी आहे. असे सोल–मेट हे कालपरत्वे बनतात.''

मोबाईल आणि सोशल मीडिया हे ज्या प्रकारे तातडीचे समाधान पुरवतात, असे दिसते, तशापद्धतीचे समाधान मी वाढत असताना अनुभवले नव्हते. परिणामतः, आपण विशेषकरून 'निग्रहशून्य' युगात जगत आहोत का?

इतिहासातील कोणत्याही काळापेक्षा, आजच्या काळात वाढणाऱ्या मुलांना त्यांचे लक्ष वेधून घेण्यासाठी सुरू असणाऱ्या खूप मोठ्या स्पर्धेला तोंड द्यावे लागत आहे, ही वास्तविक बाब आहे.

नक्कीच, लक्ष विचलित करणाऱ्या व्यत्ययांनी सुरुवातीपासूनच मानवजातीला भुरळ घातली आहे. नेमक्या याच कारणामुळे, प्रत्येक महत्त्वाच्या धार्मिक परंपरेमध्ये 'आम्हाला प्रलोभनांची वाट दाखवू नकोस' या वचनाच्या विविध आवृत्त्या आहेत; परंतु आपल्या पालकांना, आजी-आजोबांना आणि दूरस्थ पूर्वजांनाही, सहजरीत्या उपलब्ध असणारे टेक्स्ट मेसेज, मांजरींचे व्हिडिओ, सेलेना गोमेझची ट्विट्स आणि कँडी क्रश यांसारख्या गोष्टींशी दिवसाचे २४ तास आणि आठवड्याचे सातही दिवस झगडावे लागले नव्हते. तातडीच्या क्षणिक समाधानाची याहूनही अधिक शक्तिशाली रूपे निर्माण करण्यासाठी सिलिकॉन व्हॅली आणि मॅडिसन अॅव्हेन्यूमधील संपूर्ण मार्केटिंग विभाग हे त्याकाळी दिवस-रात्र कामात गुंतलेले नव्हते.

मी जेव्हा लहान होतो, तेव्हा मी तासन्तास माझ्या बेडरूममधील लाकडी तुळयांवर नजर लावून विचार करत बसलेला असायचो, असे एका प्रतिष्ठीत गणितींनी मला एकदा सांगितले होते. जर्मनीतील माझ्या ग्रामीण भागातील शहरामध्ये दुसरे करण्यासारखे फारसे काही नव्हते, असे ते म्हणाले, त्यामुळे ते एखाद्या गोष्टीविषयी विचार करायला, तासन्तास आणि दिवसांमागून दिवस त्या गोष्टीचा विचार करत राहायला शिकले आणि एकाग्रतेच्या या एकसलगतेमुळेच आपल्याला गणिताच्या क्षेत्रामध्ये योगदान देणे शक्य झाले, असे त्यांना वाटते. त्यांच्या दोन्ही मुली क्षणभराच्याही कंटाळ्याशिवाय मोठ्या होत आहेत, असे ते चिंतित होऊन पुढे म्हणाले. कंटाळ्याची पुसटशी टोचणी लागताच त्या एक ना दुसरे बटण दाबून कंटाळ्यातून मुक्ती शोधण्यास सक्षम आहेत.

मी पाचव्या प्रकरणामध्ये नमूद केल्याप्रमाणे, पुढील पिढी ही आपल्यापेक्षा केवळ वय आणि अनुभवांबाबतच भिन्न नसेल, तर त्याचबरोबर संस्कृतीबाबतही भिन्न असणार आहे, याचा आपल्याला विसर पडता कामा नये. माझ्याकडे कालयंत्र नाही, त्यामुळे माझ्या किशोरवयातील मुली या १९५०च्या दशकात जेव्हा कोणाच्याच हातांच्या तळव्यांना मोबाईल फोन चिकटलेले नव्हते, त्याकाळी जन्मल्या असत्या, तर त्यांच्यामध्ये मोठ्या होताना अधिक उत्कट आवड व चिकाटी असती का, हे मला खात्रीशीररीत्या माहीत नाही.

जर माझ्याकडे कालयंत्र असते, तर टीम विल्सन आणि त्यांच्या सहकाऱ्यांनी अलीकडेच मिलेनियल्सवर (एकविसाव्या शतकात प्रौढ झालेली पिढी) केलेला प्रयोग मी भूतकाळात काही दशके मागे जाऊन केला असता. आधुनिक तंत्रज्ञानाशी लोक कशा प्रकारे जोडले गेलेले दिसतात, याविषयी जिज्ञासा वाटल्याने टीम यांनी युवा प्रौढांना एक सोपी कामगिरी दिली : काहीही न करता एका शांत खोलीमध्ये काही मिनिटांकरीता बसायचे. या प्रयोगामध्ये सहभागी झालेल्यांसाठी सर्वसामान्यतः हा अनुभव कठीण होता - इतका की त्यांना काहीही न करण्यापेक्षा नीरस कामे ही खूप जास्त आनंददायी असल्याचे आढळले. किंबहुना, सरासरी चारपैकी एका

युवतीने आणि तीनपैकी दोन युवकांनी स्वतःच्या विचारांसोबत एकटे बसण्याऐवजी स्वतःला स्वेच्छेने विद्युत झटके दिले.

डकवर्थ घरामध्ये, आम्ही पुढीलप्रमाणे गोष्टी करतो. आमच्या मुलींकरिता – आणि माझ्या संशोधनामधील बहुतांश किशोरवयीनांकरिता – कपडे धुणे, व्हॉयलावादनाचा रियाज करणे, वाचन आणि अगदी रात्री जेवणाच्या टेबलावर होणाऱ्या गप्पा या गोष्टींना बाजूला सारत मोबाईल फोन हा गृहपाठापासून लक्ष विचलित करणारा एकटा सर्वांत शक्तिशाली घटक आहे, त्यामुळे आम्ही नियम केले आहेत. जेजे करणे गरजेचे आहे, ते सर्वकाही करून होईपर्यंत मोबाईल फोन हे स्वयंपाकघरातील एका कोपऱ्यातच राहतील. जेवणाच्या वेळी मोबाईल वापरले जाणार नाहीत. नातेवाइकांसोबत किंवा मित्रपरिवारासोबत रेस्टॉरंटमध्ये बसलेले असताना मोबाईल फोन वापरता येणार नाहीत, अगदी तुम्हाला आत्यंतिक कंटाळा येत असला, तरीही.

आम्ही १०० टक्के सातत्यासह या नियमांची अंमलबजावणी करतो का? अशी मी केवळ इच्छाच करू शकते; परंतु आम्ही प्रयत्न करत आहोत आणि त्याहूनही महत्त्वाचे म्हणजे, एक कुटुंब म्हणून हे नियम का आवश्यक आहेत, यावर आम्ही चर्चा केली आहे. आम्हा सर्वांची यावर सहमती आहे आणि या विचलित करणाऱ्या गोष्टी हेरॉइनसारख्या अमली पदार्थांप्रमाणे म्हणजेच व्यसनी बनवणाऱ्या असतात, असे काही वेळा आम्ही मोठ्याने म्हणतोही. कोणत्याही प्रयत्नांविना मिळणारे मनोरंजन हा दीर्घकालीन उत्कट आवड व चिकाटीचा शत्रू असल्याचे आम्ही सर्वांनी ओळखले आहे.

संभाव्यतः, भविष्यातील आकर्षणे ही वर्तमानातील आकर्षणांपेक्षा अधिक मोठी आणि प्रलोभनीय असतील. असे असले तरी, या सर्व कर्कश्य गोंगाटामध्ये, काही व्यक्ती या रुंदीपेक्षा खोलीचा ध्यास घ्यायला शिकतील. कसे? इतरांनी लादलेले नियम (*तुम्ही व्हॉयलाचा रियाज करत असताना मोबाइलवरून संदेश पाठवायचे नाहीत*) हे सरतेशेवटी तुमची जतन केलेली वैयक्तिक तत्त्वे (*मी माझ्या कामाच्या मार्गात विचलित करणाऱ्या गोष्टी येऊ देत नाही*) बनतात आणि जे खऱ्या अर्थाने निग्रहाचे मूर्तिमंत उदाहरण बनतात, त्यांच्यासाठी अखेरीस 'आपण जे करतो त्यावरील प्रेमातून मिळणारे आणि त्यामध्ये अधिक चांगले होण्यासाठी सातत्यपूर्ण परिश्रम करण्यातून मिळणारे' एकमेव समाधानच शिल्लक राहील.

माझ्या लहान मुलाने निग्रह विकसित करावा, अशी माझी इच्छा आहे. त्याने किंवा तिने जागतिक दर्जाचे यश मिळवणाऱ्या प्रगल्भ यशस्वी लोकांची एकचित्त एकाग्रता अंगी बाणवावी, अशी अपेक्षा मी कधी केली पाहिजे?

माझा पती जेसन आणि मी आमच्या मुलींना 'हार्ड थिंग रुल' या नियमानुसार वाढवत आहोत : ज्यासाठी हेतुपुरस्सर सराव आवश्यक आहे, असे काहीतरी करा, कोणतीही गोष्ट मोसमाच्या किंवा सेमिस्टरच्या मध्यात सोडू नका आणि स्वतःहून एखादी कठीण गोष्ट निवडा. या तिसऱ्या आवश्यकतेमुळे – स्वतःची स्वतः कठीण गोष्ट निवडण्यामुळे – आमच्या मुलींना अंगभूत स्वारस्यविषयांचा शोध घेणे शक्य होईल आणि त्यातून अखेरीस त्यांच्या जीवनभरासाठीच्या उत्कट आवडी विकसित आणि सखोल होतील, असा विचार आम्ही केला.

मी अकराव्या प्रकरणामध्ये नमूद केल्याप्रमाणे, ल्युसीने पाच-सहा गोष्टी विशिष्ट कालावधीपुरत्या करून पाहिल्या आणि मग व्हॉयला शिकण्याशी कटिबद्ध राहण्याचा निर्णय घेतला. विरोधाभासाची बाब म्हणजे, ही पद्धत – कामगिरीविषयक मानसशास्त्रज्ञ याला नमुनापद्धत म्हणतात – लहान मुलांना पुढील आयुष्यात एकाच विषयाचा पाठलाग करण्यास कटिबद्ध राहण्यासाठी पुरेसा अनुभव आणि आणि स्वयंआकलन देऊ करते. व्यावसायिक खेळाडू आणि ऑलिंपिकपटू हे खूप लवकर त्यांचा विशिष्ट खेळ निवडतात, हा लोकप्रिय समज असला, तरी वस्तुस्थिती याउलट आहे. त्याऐवजी, त्यांच्या लहानपणापासून ते तारुण्यापर्यंतचा काळ ते नमुना पद्धतीने विविध खेळांमध्ये स्वतःला आजमावून पाहतात आणि अखेरीस एकाच खेळाशी कटिबद्ध राहतात.

ग्रिट हे पुस्तक प्रकाशित झाले, साधारणतः त्याच काळामध्ये, माझी मुलगी ल्युसी ही नेटाने व्हॉयला शिकत होती, तेव्हा तिचे मन किंबहुना बेकिंगमध्ये लागत होते, असे मला जाणवले. ''कदाचित व्हॅनिला बटरक्रीमसह चॉकलेट कपकेक्स'' ती ब्रेकफास्टच्या वेळी मोठ्याने स्वतःशीच विचार करत असे. ''किंवा कदाचित बिस्कॉटी. बहुधा, पिस्ता आणि चॉकलेट चिप्स घालून चॉकलेट बिस्कॉटी.''

''काय?''

''ओह, शुक्रवारी शाळेनंतर काय बेक करायचं, याचं मी नियोजन करतेय.''

कुटुंबाचा आयपॅड वापरण्याची तिची पाळी येऊन गेल्यानंतर, ब्राउजर टॅबमध्ये यू-ट्यूबवर स्वतःहून कपकेक बनवण्याचे व्हिडिओ असायचे. ख्रिसमससाठी भेटवस्तू म्हणून तिने पाककृतींची पुस्तके आणि बेकिंग पॅनचा नवा संच मागितला. इतर मुले ज्या तन्मयतेने हॅरी पॉटर वाचतात, त्याच प्रकारे ती पाककलेची पुस्तके वाचत होती. आमची पॅंट्री चार प्रकारच्या पिठांनी आणि कल्पनेतील प्रत्येक छटांच्या खाद्यरंगांनी वेगाने भरत होती.

मग, व्हॉयलाचे काय झाले? हेतुपुरस्सर सराव आणि उत्तम शिक्षक यांचे फळ मिळाले. ल्युसी ही व्हॉयलावादनामध्ये अधिकाधिक चांगली होत आहे आणि प्रत्येक मोसमामध्ये तिला ते थांबवायचे आहे की सुरू ठेवायचे आहे, असे आम्ही विचारतो, तेव्हा ती सुरू ठेवण्याचा पर्याय निवडते.

परंतु लागलीच आमचे लक्ष वेधून घेणारा जर कोणता स्वारस्यविषय असेल, तर ल्युसीला संगीतापेक्षा खूप जास्त बेकिंगमध्ये स्वारस्य असल्याचे स्पष्ट आहे किंवा आता ल्युसीला हे स्पष्ट झाले आहे, असे मी म्हटले पाहिजे. मला जे साहजिक आहे, असे वाटत होते, ते मी पहिल्यांदा बोलून दाखवले, तेव्हा ती म्हणाली होती, ''तू जे बोलतेयस, त्याची मला काहीच कल्पना नाही.'' उदयोन्मुख स्वारस्यविषय हे काहीवेळा स्वतः त्यामध्ये स्वारस्य असणाऱ्या लोकांपेक्षा त्यांचे निरीक्षण करणाऱ्यांनाच अधिक ठळकपणे दिसतात, हे सहाव्या प्रकरणातील विधान तुम्हाला आठवत असेलच.

''मॉम, तुम्ही बेकिंगचा हेतुपुरस्सर सराव करू शकत नाही,'' मी जेव्हा ल्युसीला तिची कठीण गोष्ट बदलण्याविषयी सुचवले होते, तेव्हा तिने ही हरकत घेतली होती.

''खरंच?'' मी विचारले. ''मग रोझ बेरॅनबॉम यांच्याविषयी काय म्हणशील?''

जर कधीही निग्रहाचे मूर्तिमंत उदाहरण असेल, तर त्या रोझ बेरॅनबॉम आहेत : त्यांनी तीन वेळा जेम्स बिअर्ड पुरस्कार पटकावला आहे आणि पाककलेची दहाहून अधिक पुस्तके, तसेच वृत्तपत्रे व नियतकालिकांमधील अगणित लेखांच्या त्या लेखिका आहेत. न्यू यॉर्क टाइम्सने त्यांचे वर्णन ''आजवर झालेल्या सर्वांत काटेकोर आणि दक्ष कूक,'' असे केले होते. त्यांच्या झोपेतही त्यांनी नव्या पाककृतींची स्वप्ने पडतात, असा समज आहे.

सकृतदर्शनी, कठीण गोष्ट ही गमतीचीही असू शकते, हे मी ल्युसीला पटवून दिले आहे. या उन्हाळ्यामध्ये, तीन दोन आठवड्यांसाठी पाककृतीच्या वर्गात दाखल होणार आहे आणि स्वयंसेवक म्हणून स्थानिक पेस्ट्री शेफला मदत करणार आहे.

तुमच्या मुलांसाठी, मजा येणाऱ्या – परंतु अद्याप कठीण न बनलेल्या – गोष्टींचा दीर्घ अनुक्रम असू शकतो, त्यांपैकी प्रत्येक गोष्ट ही शोधाची संधी असू शकते आणि अखेरीस गांभीर्याने पाठलाग करावा, असे काहीतरी सापडू शकते.

ज्या पालकांना त्यांच्या मुलांमध्ये निग्रहाचे संवर्धन करायचे आहे, त्यांनी या 'हार्ड थिंग रुल'शी, आणि त्याजोडीनेच 'फन थिंग रुल'शीही बांधील राहावे, असा प्रस्ताव मांडायला मला आवडेल. हेतुपुरस्सर सराव आणि लवचिकता आदी गोष्टी अनुभवातून शिकता येतील, असे काहीतरी तुमच्या मुलांना करायला सांगा; परंतु त्याचबरोबर ते करत आहेत, त्या गोष्टी जरी अधिक गंभीर अशा कोणत्या गोष्टीकडे कधीही घेऊन जाऊ शकणाऱ्या नसल्या, तरी मुलांना त्या स्वारस्यपूर्ण आणि आनंददायी वाटतात, याची खातरजमा करा.

का? कारण अंतिम ध्येय हे मोठेपणी आंतरिक हाक – करताना मजा येईल आणि कठीणही असेल, अशी गोष्ट – विकसित करण्याचे आहे.

निग्रह हा यश निश्चित करणारा एकमेव मानसशास्त्रीय घटक आहे का?

अजिबात नाही. खूप सारे घटक यश निश्चित करतात. भावनिक बुद्धिमत्ता. शारीरिक गुणवत्ता. बुद्धिमत्ता. सदसद्विवेकीपणा. स्व-नियंत्रण. कल्पनाक्षमता. ही यादी आणखीही बरीच वाढू शकते.

दररोजच्या कामकाजासाठी, लक्ष विचलित करणारे व्यत्यय आणि प्रलोभनांचा सामना करताना स्व-नियंत्रण हे निग्रहापेक्षा अधिक महत्त्वाचे आहे, असे माझे संशोधन सुचवते. मित्र जोडण्यासाठी, भावनिक बुद्धिमत्ता ही बहुधा अधिक उपयुक्त असते आणि मी तेराव्या प्रकरणामध्ये नमूद केल्याप्रमाणे, नैतिक अर्थाने पाहिल्यास, चारित्र्यविषयक बलस्थानांची दीर्घ यादी ही निग्रहापेक्षा अधिक परिणामकारक ठरते. उत्कृष्टता, महानता ही खूप छान आहेच; परंतु चांगुलपणा हा कधीही त्यापेक्षा खूप जास्त महत्त्वाचा आहे.

आणि अर्थातच, दैवही असतेच आणि संधीही. निग्रह म्हणजेच सर्वकाही नाही.

मग, हे संपूर्ण पुस्तक - आणि माझी संपूर्ण संशोधनात्मक कारकीर्द - ही निग्रहावर केंद्रित का आहे?

कारण, उत्कृष्टता साध्य करण्यामध्ये निग्रह हा विशेष महत्त्व बाळगून आहे. करण्यात येणारा प्रयास हा शारीरिक असो, मानसिक असो, औद्योगिक, शहराविषयीचा किंवा कलात्मक असो, हे खरे आहे. तुम्ही जेव्हा सर्व क्षेत्रांमधील सर्वांत उत्कृष्ट लोकांकडे पाहता, तेव्हा दीर्घकाळ शाश्वत राहिलेली उत्कट आवड आणि चिकाटी यांचा संयोग हा त्यांच्यातील सामाईक विभाजक असतो.

अखेरच्या मैलाचा प्रवास हा सर्वांत प्रदीर्घ असतो, असे बऱ्याचदा म्हटले जाते. निग्रह हा तुम्हाला त्या मार्गावर धरून ठेवतो.

ऋणनिर्देश

जेव्हा मी पहिल्यांदा कुठलंही पुस्तक उचलते, तेव्हा मी लागलीच ऋणनिर्देशाच्या पानावर येते. बऱ्याच वाचकांप्रमाणेच, मीसुद्धा पडद्यामागे डोकावण्यास आतुर असते. त्या पुस्तकरूपी कार्यक्रमासाठी जबाबदार असणारे अभिनेते, वाद्यवृंद, तंत्रज्ञ आदी संचाला भेटण्याची मला इच्छा असते. माझं स्वतःचं पुस्तक लिहिताना, कोणत्याही लेखनकार्यात दिसून येणाऱ्या सांघिक प्रयत्नांबाबतचे माझं कौतुक अधिकच वाढलं आहे. तुम्हाला जर हे पुस्तक आवडलं, तर इथे उल्लेख करण्यात आलेल्या खूप चांगल्या लोकांना विभागून त्याचं श्रेय जातं, हे कृपया नाहीत असू द्या. आता या पडद्यामागे राहून काम करणाऱ्या बऱ्याच पाठीराख्यांची क्षणभरासाठी का होईना, प्रकाशझोतात येऊन त्यांनी कष्टाने कमावलेली मानवंदना स्वीकारण्याची वेळ आहे. जर कोणाचं नाव माझ्याकडून राहून गेलं असेल, तर मी क्षमा मागते; अशी कोणतीही नावं ही अनावधानाने राहिलेली आहेत.

सर्वप्रथम आणि सर्वांत महत्त्वाचं म्हणजे मला माझे भागीदार, सहकाऱ्यांचे आभार मानायचे आहेत. मी हे पुस्तक प्रथमपुरुषी एकवचनामध्ये, 'मी' हे सर्वनाम वापरून लिहिलं असलं, तरी प्रत्यक्षात मी एक संशोधक किंवा लेखिका म्हणून केलेलं सर्वकाही हे अनेकवचनांमुळेच साध्य, पूर्ण झालेलं आहे. या श्रेयास पात्र असणाऱ्या 'आम्हीं'ची – विशेषतः प्रकाशित संशोधनांच्या सहलेखकांची – नावे ही टिपणांमध्ये स्वतंत्रपणे नमूद करण्यात आली आहेत. त्यांच्या वतीने, मी आमच्या संशोधन संघाचे, त्यांनी एकत्रितपणे हे संशोधन शक्य बनवल्याबद्दल मनापासून आभार मानते.

या पुस्तकाबाबत बोलायचे झाल्यास, मला विशेषकरून तीन व्यक्तींचे आभार मानायचे आहेत. प्रथम आणि सर्वांत महत्त्वाचे, माझे संपादक रिक हॉर्गन यांची मी सदैव ऋणी आहे. मला जितके शक्य वाटत होते, त्याहीपेक्षा जास्त त्यांनी माझ्या लेखनामध्ये आणि विचारांमध्ये सुधारणा केली. जर मी सुदैवी ठरले, तर ते पुन्हा (आणि पुनःपुन्हा) मला त्यांच्यासोबत काम करू देतील. मॅक्स नेस्टरॅक हे

माझे दैनंदिन संपादक, संशोधन साहाय्यक आणि माझा सदसद्विवेक होते. सोप्या शब्दांत सांगायचे झाल्यास, मॅक्स नसते, तर आज हे पुस्तक तुमच्या हातांमध्ये नसतं आणि शेवटी, माझे परिकथेतील वाटावेसे मार्गदर्शक आणि एजंट रिचर्ड पाइन. याच माणसाने मुळात आणि अखेरीस हे पुस्तक वास्तवात आणलं. आठ वर्षांपूर्वी, ''तू पुस्तक लिहिलं पाहिजेस, हे तुला कधी कोणी सांगितलंय का?'' असं विचारणारा ई-मेल रिचर्ड यांनी मला पाठवला होता. मी फारसा उत्साह दाखवला नव्हता. निग्रही आणि झुंजार असणाऱ्या रिचर्डनी मला विचारणं सुरूच ठेवलं; परंतु मी तयार होईपर्यंत त्यांनी कधीही मला लेखनाकडे रेटलं नव्हतं. थँक यू रिचर्ड, सगळ्यासाठीच.

पुढे नमूद करण्यात आलेल्या अभ्यासकांनी उदारपणे या पुस्तकाच्या खर्ड्यांचे परीक्षण केलं, त्यांच्या सुसंगत संशोधनकार्यासंबंधी चर्चा केली किंवा या दोन्ही गोष्टी केल्या – अर्थातच, पुस्तकात राहिलेल्या चुका या सर्वस्वी माझ्या आहेत : एलेना बोड्रोव्हा, माइक चिक्सेंटमिहाय, डॅन चॅम्ब्लिस, जॉन कोएट, सिडनी डिमेलो, बिल डॅमन, नॅन्सी डार्लिंग, कॅरॉल ड्वेक, बॉब आयझेनबर्जर, आंद्रेस एरिक्सन, लॉरेन एक्सेरिस-विंकलर, रोनाल्ड फर्ग्युसन, जेम्स फ्लिन, ब्रायन गॅला, मार्गो गार्डनर, अॅडम ग्रांट, जेम्स ग्रॉस, टिम हॅटन, जेरी कॅगन, स्कॉट बॅरी कॉफमन, डेनिस केली, एमिलिया लॅहटी, रीड लार्सन, ल्युक लेगर, डेबोराह लिआँग, सुझन मॅकी, स्टिव्ह माएर, माइक मॅथ्यूज, डॅरिन मॅकमोहन, बार्बरा मेलर्स, कॅल न्यूपोर्ट, गॅब्रिएल ओटिन्जेन, डेयून पार्क, पॅट क्विन, अॅन रेनिंजर, ब्रेंट रॉबर्ट्स, टॉड रॉजर्स, जेम्स राउंड्स, बॅरी श्वार्ट्झ, मार्टी सेलिग्मन, पॉल सिल्व्हिया, लॅरी स्टेइनबर्ग, रॉंग सू, फिल टेटलॉक, चिया-जुंग साय, एली सुकायामा, एलियट टकर-ड्रॉब, जॉर्ज व्हॅलियंट, रॅचेल व्हाइट, डॅन विलिंघम, वॉरेन विलिंघम, एमी व्रझेस्निवस्की आणि डेव्हिड येगर.

या पुस्तकासाठी आपल्या कथा सांगण्यास पुढील लोक तयार झाले, ही माझ्यासाठी आश्चर्याचा धक्का देणारी आणि तितकीच हृदयस्पर्शी गोष्ट होती. मी या पुस्तकात जरी त्यांचे तपशील समाविष्ट करू शकले नसले, तरी त्यांच्या दृष्टिकोनामुळे निग्रह आणि त्याचा विकास यासंबंधीचं माझं आकलन अधिक सखोल बनलं : हेमलता अण्णामलाई, केव्हॉन आसेमनी, मायकेल बेम, जो बार्श, मार्क बेनेट, जॅकी बेझोस, ज्युलिएट ब्लेक, जेफरी कॅनडा, पीट कॅरॉल, रॉबर्ट कॅस्लेन, अल्रिक ख्रिस्टनसन, केरी क्लोझ, रॉक्झन कोडी, कॅट कोल, कॉडी कोल्मन, डॅरेल डेव्हिस, जो डे सिना, टॉम डिएरलिन, जेमी डिमन, अॅन्सन डॉरेन्स, ऑरोरा फॉन्ते, फ्रँको फॉन्ते, बिल फिट्झसिमन्स, रॉडी गेन्स, अँटोनिओ गॅलनी, ब्रुस जेमेल, जेफ्री गेटलमन, जेन गोल्डन, टेम्पल ग्रँडिन, माइक हॉपकिन्स, ऱ्होंडा ह्युजेस, मायकेल जॉयनर, नोआ कागेयामा, पिज किम्बल, साशा कॉसानिक, हेस्टर लेसी, एमिलिया लाहटी, टेरी लाफ्लिन, जोए लिडर, मायकेल लोमॅक्स, डेव्हिड

लुआँग, टोबी लुक, वॉरेन मॅकेन्झी, विली मॅकम्युलन, बॉब मँकॉफ, ॲलेक्स मार्टिनेझ, फ्रान्सेस्का मार्टिनेझ, टिना मार्टिनेझ, डफ मॅक्डोनाल्ड, बिल मॅक्नॅब, बर्नी नोए, व्हॅलेरी रेनफोर्ड, मॅड्स रॅस्मसन, अँथनी सेल्डन, विल शॉर्ट्स, चँटेल स्मिथ, ॲरे ट्रॅसडॅहल, मार्क व्हेट्री, ख्रिस विंक, ग्रिट यंग, शेरी यंग, स्टीव्ह यंग, सॅम झेल आणि काई झँग.

माझ्या कुटुंब आणि मित्रपरिवारातील बऱ्याच जणांनी पुस्तकाच्या सुरुवातीच्या खर्ड्यांमध्ये सुधारणा करण्यास मदत केली. स्टीव्ह अरनॉल्ड, बेन माल्कमसन, एरिका दिवाण, फिरोझ दिवाण, जो डकवर्थ, जॉर्डन एलेनबर्ग, इरा हँडलर, डोनाल्ड कॅमेंट्झ, ॲनेट ली, सुझन ली, डेव्ह लेव्हिन, फेलिसिया लेविस, अलिसा मॅट्टेयुसी, डेव्हिड मॅकेटन, एव्हान नेस्टेरॅक, रिक निकोल्स, रेबेका नायक्विस्ट, तान्या स्क्लॅम, रॉबर्ट सेफार्थ, नाओमी शॅव्हिन, पॉल सोल्मन, डॅनी साउथविक, शॅरॉन पार्कर, डॉमिनिक रँडॉल्फ, रिचर्ड शेल, पाओलो टेर्नी, पॉल टफ, ॲमी वॅक्स आणि रिच विल्सन यांच्या मौल्यवान टिप्पण्या आणि प्रतिक्रियांसाठी मी आभारी आहे.

या पुस्तकातील आकृत्या स्टीफन फ्यू यांच्या सौजन्याने आहेत. डेटा व्हिज्युअलायझेशन या विषयातील जागतिक तज्ज्ञ असणारे स्टीव्हन हे उदार मनाचे आणि संयमीही आहेत.

सायमन अँड शस्टर येथील इतक्या साऱ्या उत्कृष्ट लोकांनी दिलेल्या अढळ पाठिंब्याबद्दल मी त्यांची अतिशय ऋणी आहे. हे पुस्तक लिहिण्याविषयीची एकमेव कठीण बाब 'प्रत्यक्ष लेखन' हीच होती; बाकी सर्वकाही, या उल्लेखनीय लोकांनी सोपं बनवलं. विशेषतः नॅन ग्रॅहम यांचे आभार मानायला मला आवडेल. त्यांचा आशावाद, उर्जा आणि आपल्या लेखक-लेखिकांबाबत त्यांना असणारी खरीखुरी आपुलकी ही अतुलनीय आहे. केटी मोनाघन आणि ब्रायन बेल्फिग्लिओ यांनी कुशलतेने जागतिक दर्जाचे प्रसिद्धी अभियान राबवलं आणि हे पुस्तक तुमच्या हातात पडण्याची तजवीज केली. पुस्तकाची निर्मितीप्रक्रिया कौशल्याने हाताळल्याबद्दल कार्ला बेन्टन आणि तिच्या संघाचे आभार. डेव्हिड लँब तू सर्वार्थाने कार्यकुशल आहेस; उत्कृष्टतेप्रती असणाऱ्या तुझ्या निष्ठेमुळे संपादकीय प्रक्रियेच्या प्रत्येक टप्प्यावर आमूलाग्र फरक पडला आणि अखेरीस, या पुस्तकाच्या सुंदर मुखपृष्ठासाठी मी जया मिसेली यांची कृतज्ञ आहे.

एलिझा रोथस्टाइन, लिंडसे ब्लेसिंग आणि ॲलेक्सिस हार्ले यांच्यासह इंकवेल मॅनेजमेंटच्या जागतिक दर्जाच्या समूहाचे खूप खूप आभार. तुम्ही इतक्या चांगल्या पद्धतीने आणि अतिशय सफाईदारपणे व व्यावसायिकरीत्या सर्व गोष्टी हाताळल्या.

या पुस्तकात निग्रहाचा उत्कृष्ट नमुना असणाऱ्या ज्या लोकांचे वर्णन केले आहे, त्यांच्याप्रमाणेच मलाही विशेषत्वाने पाठिंबा देणारे आणि माझ्याकडून अपेक्षा ठेवणारे शिक्षक लाभले आहेत. मॅथ्यू कॅर यांनी मला लिहायला आणि शब्दांवर

प्रेम करायला शिकवलं. के मेर्सेथ यांनी अनेक महत्त्वाच्या टप्प्यांवर, आपल्यापैकी प्रत्येकजण आपल्या स्वतःच्या जीवनकथेचा लेखक असतो, या गोष्टीची आठवण करून दिली. अचूक प्रश्न हा किमानपक्षी योग्य उत्तराइतकाच महत्त्वाचा असतो, हे मार्टी सेलिग्मन यांनी मला शिकवलं. विद्यार्थ्यांना अग्रक्रम देणारा हाच खरा शिक्षक असतो, हे दिवंगत ख्रिस पीटरसन यांनी मला दाखवून दिलं. प्राध्यापक असणं म्हणजे नेमकं काय आणि चांगला प्राध्यापक कसं बनावं, हे सिगल बार्सेड यांनी मला अगणित मार्गांनी दाखवलं. विज्ञान हेसुद्धा त्याच्या अत्युच्च स्थितीस एक कला आहे, याचं दर्शन वॉल्टर मिश्चेल यांनी मला घडवलं आणि खरीखुरी जिज्ञासा ही खऱ्या निग्रहाची सर्वोत्तम जोडीदार असते, हे जिम हेकमन यांनी मला शिकवलं.

माझ्या संशोधनामध्ये मला पाठिंबा देणाऱ्या आणि सहकार्य करणाऱ्या व्यक्ती व संस्थांची मी अतिशय आभारी आहे. यांमध्ये नॅशनल इन्स्टिट्यूट ऑन एजिंग, बिल अँड मेलिंडा गेट्स फाउंडेशन, पिंकरटन फाउंडेशन, रॉबर्ट वूड जॉन्सन फाउंडेशन, केआयपीपी फाउंडेशन, जॉन टेम्पलटन फाउंडेशन, स्पेन्सर फाउंडेशन, लोन पाइन फाउंडेशन, वॉल्टन फॅमिली फाउंडेशन, रिचर्ड किंग मेलन फॅमिली फाउंडेशन, युनिव्हर्सिटी ऑफ पेनसिल्वानिया रिसर्च फाउंडेशन, ॲको ब्रँड्स, मिशिगन रिटायरमेंट रिसर्च सेंटर, युनिव्हर्सिटी ऑफ पेनसिल्वानिया, मेल्विन आणि कॅरोलिन मिलर, एरियल कॉर आणि एमी अब्राम्स यांचा समावेश आहे.

'कॅरेक्टर लॅब'चे संचालक मंडळ आणि कर्मचारी हे विशेष ऋणांना पात्र आहेत, कारण मी केलेल्या सर्व गोष्टींचा ते भूतकाळ, वर्तमानकाळ आहेत आणि निश्चितपणे भविष्यकाळही असतील.

आणि सरतेशेवटी, माझ्या कुटुंबाचेही आभार. अमांडा आणि ल्युसी, तुमचा संयम, नर्मविनोद आणि तुमच्या कथा यांमुळे हे पुस्तक शक्य झालं. आई आणि बाबा, तुम्ही तुमच्या मुलांना सर्वकाही दिलंत आणि आमचं तुमच्यावर खूप प्रेम आहे. जेसन, तू दररोज मला थोडं आणखी चांगलं माणूस बनवतोस – हे पुस्तक तुझ्यासाठी आहे.

लेखिका परिचय

एंजला डकवर्थ या पेन्सिल्वानिया विद्यापीठामध्ये मानसशास्त्र विषयाच्या प्राध्यापिका असून २०१३च्या मॅकआर्थर अभ्यासवृत्तीधारक आहेत. आयुष्यात यशाचे अंदाज वर्तवणाऱ्या निग्रह आणि अन्य गुणांविषयी त्या संशोधन करतात. डकवर्थ या मिडल स्कूल व हायस्कूलस्तरीय माजी गणित शिक्षिका असून, त्यांनी 'कॅरेक्टर लॅब' ही स्वयंसेवी संस्था स्थापन केली आहे. लहान मुलांमधील व्यक्तिमत्त्व विकासाचे विज्ञान आणि त्याची अंमलबजावणी यांविषयी प्रगती साधणे, हे या संस्थेचे ध्येय आहे.

अनुवादक परिचय

संकेत दि. लाड यांचे पदवीपर्यंतचे शिक्षण कोल्हापूरमध्ये झाले असून नंतर त्यांनी पुणे विद्यापीठातून एम.ए. (एमसीजे)चा पदव्युत्तर अभ्यासक्रम पूर्ण केला.

मागील दहा वर्षे ते पत्रकारिता क्षेत्रामध्ये कार्यरत आहेत. दैनिक प्रभात, लोकमत, महाराष्ट्र टाइम्स या वृत्तपत्रांमध्ये त्यांनी उपसंपादक म्हणून काम केले आहे.

त्यांनी आतापर्यंत दहा पुस्तके अनुवादित केली आहेत. त्यामध्ये; एक छोटेसे पाऊल बदलू शकते आयुष्य (रॉबर्ट मॉरर), मला भेटलेले संगीतसम्राट (उस्ताद अमजद अली खाँ), दि रोझाबल लाइन (अश्विन सांघी), आधार : भारताच्या बारा अंकी क्रांतीचा बायोमेट्रिक इतिहास (शंकर अय्यर), जागतिक जिहाद आणि अमेरिका (ताज हाश्मी) आदी पुस्तकांचा समावेश आहे.